AF761478

எதிர்காலத்தில் சாதிகள்

ப.செ. ராஜ்

எம்.ஏ. (சமூகப்பணி), பி.எட்., பி.ஜி.டி.பி.ஏ., சி.ஏ.ஐ.ஐ.பி.

அறம்
பதிப்பகம்

எதிர்காலத்தில் சாதிகள்
ப.செ. ராஜ்

முதல் பதிப்பு: மே 2022

வெளியீட்டு எண்: 46
வெளியீடு: அறம் பதிப்பகம்,
3/582, முல்லைத் தெரு, கஸ்தூரிபாய் நகர்,
TNHB எதிரில், முள்ளிப்பட்டு கிராமம் & அஞ்சல்,
ஆரணி வட்டம்,
திருவண்ணாமலை மாவட்டம் – 632316
தொடர்புக்கு: 9150724997
மின்னஞ்சல்: arampublication50@gmail.com

நூல் வடிவமைப்பு: ஜீ. முருகன்

அச்சிட்டோர்: துர்கா பிரிண்டர்ஸ், சென்னை–14

பக்கங்கள்: 368, விலை: ரூ. 440

ISBN: 978-93-91480-02-8

Ethirkalathil Saathikal
Author: P.S. Raj
© Author

First Edition: May, 2022

Published by: Aram Publication
Address: No. 3/582, Mullai street,
Kasthuribai nagar, Mullipattu village & post
Arani Taluk - 632 316
Tiruvannamalai Dt, Tamil nadu

Contact Cell No: 9150724997
e-mail: arampublication50@gmail.com

Pages: 368

சமர்ப்பணம்...

பெற்றோர்:
க.பரமானந்தம்
ப.செல்லத்தாய்

சகோதரர்கள்:
ப.ரத்தினம்
ப.பெருமாள்
ப.கந்தன்

ஆன்மிக சமூக பொருளாதார சுய
முன்னேற்றத்திற்கு
சாதிப்பழக்கத்தைக் கைவிடுவோம்.

– சாதி மறுப்போர் மக்கள் கழகம்

முன்னுரை

“**அ**ரிது அரிது மானிடராய் பிறத்தல் அரிது'' என்று ஔவை யாரின் வாக்கு என்றும் போற்றப்படக்குடிய பொன்மொழி யாகும். மனிதர்களை, தாழ்ந்தோர் உயர்ந்தோர், என்று பார்த்தல் என்பது மனித நேயமற்ற செயலாகும். சாதிரீதியாலான பாகுபாடு என்பது ஒரு சமூக பிரச்சனையாகும். இதனை ஒழிப்பதற்க்காக சமூக ஆர்வலர்கள் சமூக சீர்த் திருத்தாவாதிகள் பகுத்தறிவாளர்கள், சமூக சிந்தனையாளர்கள், சுதந்திரபோராட்ட வீரர்கள் மற்றும் நாடு போற்றும் பல தலைவர்கள் பழங்காலத் தொட்டு பல்வேறு முயற்சிகளில் ஈடுபட்டு சமூக மாற்றத்திற்க்கு வித்திட்டனர். ஒவ்வொரு இந்தியரும் நாட்டின் வளர்ச்சிக்கு உறுதுனையாக இருப்பதோடு மட்டுமல்லாமல் அவர்களுடைய பங்களிப்பினை திறம்பட ஆற்றிட வேண்டும். சாதி ரீதியலான பாகுபாடோ, ஏற்றத்தாழ்வு தனி மனித பங்களிப்பிற்கும். நாட்டின் வளர்ச்சிக்கும் தடையாக அமைந்து விடக்கூடாது. இச்சமூக பிரச்சனையில் முக்கிய தூண்களாக விளங்குவது சுய அறிவும் விழிப்புணர்வுமாகும். விழிப்பூணர்விற்கான ஊற்று மூலமாக விளங்குவது பிரசுரங்கள். அந்த வகையில் எண்ணற்ற பிரசுரங்கள் இச்சமூக பிரச்சனையின் தீமைகளை எடுத்துரைத்து பிரசுரிக்கப்பட்டுள்ளன. எனினும் இப்பிரச்சனையானது இன் றளவும் எங்கும் வியாபித்துள்ளது.

ஒரு சமூகப் பணியாளர் என்பவர் ஒரு சமூகப் பிரச்சனையை பல கோணத்தில் ஆராயும் வல்லமை கொண்டவர். எனவே இப்புத்தகம் பொருளாதார சமூக சுய முன்னேற்றத்திற்கு சாதிப் பழக்கத்தைக் கைவிடுவோம் என்று தலைப்பிடப் பட்டுள்ளது. இப்புத்தகத்தில் 101 அந்நியாங்கள் உள்ளது. ஒவ்வொரு அத்தி யாமும் எண்ணற்ற கருத்துக்களை வெளிப்படுத்துவதோடு மட்டுமல்லாமல் இப்பிரச்சனையின் தாக்கம் குறித்து நம் கண் முன்னேகாட்சிப்படுத்துகிறது. ஒவ்வொரு இந்தியரும், நாட்டுப்

பற்று உடையவர்களும் படிக்க வேண்டிய இன்றியமையாத புத்தகமாக இது விளங்குகிறது. இப்புத்தகத்தை படிப்பதோடு மட்டுமல்லாமல் சாதி பாகுபாட்டை விரட்ட அனைவரும் ஒன்றிணைவோம். சாதி இல்லாத சமுதாயத்தை உருவாக்குவோம் என்று சூளுரைத்து எதிர்கால சந்ததியர்களுக்கு நல்வாழ்வினை நனவாக்குவோம். இப்புத்தகத்தின் ஆசிரியர், மதுரை சமூக அறிவியல் கல்லூரியின் முன்னாள் மாணவர் என்பதனை பதி-விடுவதில் மட்டற்ற மகிழ்ச்சியடைகிறேன்.

உலகே நம் நாடு, நாடு நம் வீடு என்னும் முழக்கம் அனைத்து பகுபாடுகளையும் போக்க வல்லது என்பதில் எந்த ஐயமில்லை. எனவே இத்தாரக மந்திரத்தை முழங்கி முன்னேற்றத்திற்கு வழிவகுப்போம்.

Dr. (Capt.) D.V.P. **ராஜா**,

நிறுவனர் மற்றும் தலைவர்
மதுரை சமூக அறிவியல் கல்லூரி,
மதுரை–2

அணிந்துரை

மதிப்பிற்குரியஐயா, ப.செல்வராஜ்அவர்கள்"எதிர்காலத்தில் சாதிகள்" என்ற நூலை எழுதி அதை வெளியிட இருப்பதை அறிந்து பெருமகிழ்ச்சி அடைந்தேன். மேற்படி நூலுக்கு அணிந்துரையாக எனது கருத்துக்களையும் எழுத்து மூலமாக கேட்டதற்கு முதலில் எனது இதயப்பூர்வமான நன்றியை அவருக்கு தெரிவித்துக்கொள்கிறேன்.

இந்தியாவில் உள்ள சாதி அமைப்பு முறை உலகில் வேறெங் கும் கிடையாது. இரண்டாயிரம் ஆண்டுகளுக்கு முன் சாதியற்ற சமூகத்தில் நம் முன்னோர்கள் தொல்தமிழர்கள் வாழ்ந்து உள்ளனர் என்பதற்கு கீழடி மற்றும் தமிழகத்தின் பல பகுதி களில் நடத்தப்பட்ட அகழ்வாராய்ச்சியின் மூலம் நாம் அறிய முடிகிறது. இந்நூலசிரியர் இந்நூல் முழுவதும் சாதி, தீண்டாமை, தீண்டாமை வடிவங்கள், பாகுபாடுகள் பற்றி ஏராளமான விசயங்களை எடுத்து கூறுகிறார். சாதி ஒழிப்பிற்க்காக கரத் தாலும், கருத்தாலும், போராடிய புரட்சியாளர் அம்பேத்கர், தந்தை பெரியார், காந்திஜி, எண்ணற்ற சமூக சீர்திருத்தவாதி களின் கருத்துக்களையும் அவர்களது வழிகாட்டுதலையும், வரிசைப்படுத்தி கூறியுள்ளார்.

காந்திஜி தீண்டாமை ஒரு பிரச்சனை இல்லை என்றார். ஆனால் புரட்சியாளர் அம்பேத்கர் தீண்டாமை ஒரு குற்றம் என்றார். பாவம் என்றால் சட்டத்திலிருந்து தப்பித்துவிடலாம். குற்றம் என்றால் சட்டத்தின் தண்டைனகளிலிருந்து தப்ப முடியாது. இந்த ஒரு கருத்து ஆக்கத்திலிருந்து அம்பேத்கருக்கும் காந்திஜிக்கும் உள்ள முரண்பாட்டை புரிந்துகொள்ளமுடியும். இந்தியாவில் சாதி மதத்தோடும் கடவுளோடும், தொடர்பு படுத்தி பிணைக்கப்பட்டுள்ளது. எனவேதான் தந்தை பெரியார், சாதியை ஒழிக்க மதத்தையும் அந்த மதத்தை ஒழிக்க கடவு ளையும் ஒழிக்க வேண்டும் என்று தன் வாழ்நாள் முழுவதும்

போராடினார். மற்ற நாடுகளில் ஏழை பணக்காரர். அல்லது தொழிலாளி முதலாளி என்ற வர்க்க பொருளாதார அடிப் படையில் தான் ஏற்றதாழ்வு இருக்கிறது. ஆனால் இந்தியாவில் தான் பிறப்பு அடிப்படையாக சாதிய ஏற்றத்தாழ்வுகள் உள்ளன. இது மனித சமூகம் வெட்கித் தலைகுனிய வேண்டி விசயம். இன்று ஏழையாக இருப்பவன் தனது முயற்சியினால், உழைப் பினால் நாளை பணக்காரனாக மாறமுடியும். ஆனால் மனுதர்மத்தினால் இன்று கீழ்சாதியாக உள்ளவர் எப்பொழுதும் உயர்சாதியாக மாற முடியாது. எனவே இந்தியாவிலும் தமிழகத் திலும் சாதி முழுமையாக ஒழிந்தால் மட்டுமே சமத்துவம் பிறக்கும். இந்நூலின் ஆசிரியரும் அதையே தனது எழுத்து மூலம் வெளிப்படுத்தி இருப்பது பாரட்டத்தக்கது.

இந்நூலின் நோக்கங்கள் வெற்றி பெற எனது மனமார்ந்த வாழ்த்துகளை தெரிவித்துக்கொள்கிறேன். இந்நூலை எழுதுவ தற்காக ஆசிரியர் தன் வாழ்நாளில் சுமார் எட்டு ஆண்டுகளை செலவிட்டுள்ளார்.

14.01.2021 **க. சின்னகருப்பன்**
ஒட்டன்சத்திரம் வழக்குரைஞர்

முகவுரை

நம் எல்லோருக்கும் தெரிந்தபடி இந்திய சமூகம் வருணங்களின் கீழ் சாதிகளாகப் பிரிந்து உயர்வு தாழ்வுகளால் பீடிக்கப்பட்டு இருக்கிறது. நமது தேசத்தந்தை மகாத்மாகாந்தி உண்மை மற்றும் வன்முறையற்ற சத்தியாக்கிரக வழியில் போராடி நமக்கு சுதந்திரம் அந்நிய ஆட்சியிலிருந்து பெற்றுத் தந்தார். சாதி மதமற்ற இணக்கமான வாழ்வும் ஏழைகளின் பொருளாதார முன்னேற்றமும் காந்தி கனவு கண்டார். சுதந்திரம் பெற்று 75 வருடமான பின்பும் அவருடைய கனவு நனவாகியதா? எனினும் தீண்டாமை ஒழிப்புக்குறித்த உணர்வு மக்களிடையே உண்டாயிருக்கிறதை மறுக்க முடியாது. ஆனால் இந்த உணர்வு தலித் மக்களுக்கு நன்மையாக செயல்படுகிறதா? வன்முறையும் வெறுப்பும் ஆதி சூத்திரர்கள் மேல் கட்டவிழ்த்து விடப்படுகிறது. வேண்டுமானால் மேல் வருணத்தார் சூத்திரர்கள் அவர்களை நடத்தும் விதத்தை ஏற்றுக் கொள்ளலாம். ஆனால் தலித்துகளை சூத்திரர் நடத்தும் விதம் பயங்கரமாயிருக்கிறது.

தலித்காலனி எரிப்பு மற்றும் தஞ்சாவூர் கீழ் வெண்மணி தமிழ்நாட்டில் மட்டும் நடப்பதில்லை. அது நாடு முழுவதும் நடைபெறுகிறது. குரு பூசைகளின் போது அப்பாவி மக்கள் தங்கள் இன்னுயிரை இழக்கவில்லையா? சமூக சீர்திருத்தக் காரர்களான ராஜராம்மோகன்ராய், காந்திஜி, டாக்டர் அம்பேத் கர், ஈ.வெ.ராமசாமி பெரியார், புத்தர், குருநானக், ஸ்ரீநாராயண குரு, ஏக்நாத், மாகத்மாபூலே, ஷிரடிசாய்பாபா, நந்தனார், டாக்டர் வீரமணி, போன்றோரது பணிகளுக்கு பின்பும் சுமார் 3500 வருட பழக்கமான சாதி பேதங்கள் மறையவில்லை. இப்பெரியோர்களில் பலர் ஞானிகளும், துறவிகளும், மதத் தலைவர்களும் உண்டு. வருணங்களும் சாதிகளும் கடவுளால் உண்டாக்கப்பட்டன ஆகையால் இந்திய சமூகத்தில் என்றும் நிலைத்திருக்கும் என்று சிலர் சொல்கிறார்கள். இந்த நிலைப் பாடு இப்போதும்கடைப் பிடிக் கப்படுகிறதோ? கடவுளும்

சுவாமிஜிகளும் இதைப்பற்றி தற்காலத்தில் என்ன சொல்கி றார்கள்? கடவுளே உண்மை உண்மையே கடவுள் என்று காந்திஜி சொன்னார். உண்மையை உணரும் போது சாதிக் கட்டிலிருந்து விடுதலையுண்டாகும். அல்லவா?

சாதிகளை ஒழிப்பது நரகலோகித்திற்கு வழியுண்டாகும். சாதிகளை கடவுள் உண்டாக்கினார் என்று சிலர் சொல்கிறார்கள். அப்படியானால் சாதியினால் இகலோகத்தை நரகலோக மாக்க வேண்டுமா? இத்தருணத்தில் கடவுள் மற்றும் சுவாமிஜி களுடைய அறிவுரைகளை நாம் அறிந்துகொள்ள வேண்டும். உண்மை என்பது நிலைத்த கோட்பாடு அல்ல என்று தர்க்க வாதிகள் சொல்கிறார்கள். அது எப்பொதும் மாறிக் கொண்டி ருக்கிறது. நமது அன்றாட அனுபவங்களுக்கு தக்கப்படி நாம் உண்மையை நாடோறும் நெருங்கிவருகிறோம். ஆகவே, கடவுளுக்கும் சாதிகளுக்கும், உள்ள தொடர்பை கண்டுணர்ந்து அதன் மூலம் அப்பாவிகள் சாதி வன்முறை சாவு மற்றும் சொத்துக்கள் சேதப்படுவதிலிருந்து காக்கப்பட வேண்டும்.

பழங்காலத்தில் உலகம் முழுவதும் அடிமை முறை இருந்ததாக சரித்திர ஆசிரியர்கள் சொல்கிறார்கள். நாளடைவில் காலமாற்றத்தில் அடிமைமுறைகள் மறைந்துபோயின ஆனால் ஜனநாயக இந்தியாவில் சாதி அடிமையும், வன்முறையும், ஒழியவில்லை. மத நம்பிக்கைக்கும் சாதி முறைக்கும் . உள்ள தொடர்புதான் இதற்கு காரணமா?

இந்த சாதிமதத் தொடர்பு உண்மையானதா அல்லது கற்ப னையானதா? சமூக நீதி எல்லாக்குடி மக்களுக்கும் எப்போது கிடைக்கும்? அரசு அலுவலகங்கள் பெரும்பாலும் மேல் சாதிக்காரர்களால் நடத்தப்படுகின்றன. இது சாதி ஒழிப்பிற்கு எதிராக இருக்கிறது. சுமார் 3500 வருடங்களாகப் பின்பற்றப்படும் சாதி உணர்வுகள் மறைய மறுக்கின்றன. சமூக மற்றும் அரசியல் தொண்டர்களுடைய செயல்பாடுகள் அவர்கள் சார்ந்த கட்சிகளுடைய கொள்கைகளால் கட்டப்பட்டிருக் கின்றன.

தலித்மக்கள் தற்காலம் எழுச்சியாக செயல் படவேண்டிய காலம் வந்துவிட்டது. தலித்மக்கள் மற்றவர்களைப்போன்ற மனிதர்கள் தான் என்றால் அவர்கள் விடுதலையை மற்றவர்கள் மூலமாகவே எப்போதும் எதிர்பார்த்துக் கொண்டிருக்க முடி

யாது. குழந்தைகள் பெரியவர்கள் ஆன பின்பு தாய் தந்தையரின் ஆதரவை எதிர்நோக்குவதில்லை. அது போலவே தலித்மக்கள் அரசு மற்றும் சமூக அரசியல்வாதிகளுடைய ஆதரவோடு திருப்தி அடையக்கூடாது. அவர்கள் உண்மையைக் கண்டறிந்து தடைகளை நீக்க வேண்டும். உலகில் மற்ற எதையும் விட தன்னுடையை தன்மானமும் சுயமரியாதையையும் பெரிதாகக் கருதும் போது அடிமையிருந்து தலித்மக்கள் விடுதலை பெறுவார்கள். காந்திஜியின் சத்தியாக்கிரகமும், அகிம்சையும், சாதி விடுதலைக்கு, உகந்த முறையாகும்.

மனித வாழ்வின் நோக்கம் என்ன? பகைமை, வெறுப்பு, வன்முறை, பொறாமை, அடிமைத்தனம், இல்லாமல், அன்பும் சுத்த மனமும் உடைய மனிதனாக வாழ்வதே வாழ்க்கையின் நோக்கமாகும். அப்படிப்பட்ட சூழ்நிலையில் சாதி மற்றும் சமூகக் கொடுமைகள் தாமாக மறைந்துவிடும் அல்லவா?

இந்தப்புத்தகமானது சாதியுடன் தொடர்புடைய காரண காரியங்களை ஆராயமுற்படும் ஒரு தொகுப்பு முயற்சியாகும். இந்தத் தேடலின் போது இந்து மத உணர்வுகளை காயப் படுவதையும் வன்முறையையும், நாம் ஊக்குவிப்பதில்லை. நாம் ஜனநாயக வழி முறைகளைக்கைக் கொண்டு நடக்கிறோம். அரசுக்கு விரோதமாக செயல்படுவதில்லை. பொது மக்களை ஒருவருக்கு ஒருவர் விரோத முண்டாக்குவதோ பிரிப்பதோ இந்து மதம் உட்பட மதம், மொழி, இனம், அல்லது சாதிகளின்பேரில் நாம் ஆதரிப்பதில்லை. நாம் மக்களை ஒற்று மைப்படுத்தி வளமுள்ள நாட்டை உருவாக்கப்பாடுபடுவோம்.

காந்திஜி, அம்பேத்கார், சுவாமி விவேகானந்தர், பெரியார், அறிஞர் அண்ணா, அயோத்தி, தாசர் போன்ற அனைவரது சமூக சீர்த்திருத்தவாதிகளுடைய கொள்கைகளைப் பின்பற்றி நாம் சமுத்துவசமூகம் அமைக்கப் பாடுபடுவோம். ஒவ்வொரு மனிதனும், சாதியால், அல்ல, நடத்தையால், சாதிப்பிரிவு களால், அல்ல ஒற்றுமையால், வஞ்சனையால் அல்ல, திறமையால், நமது இந்தியத்தாய்நாட்டை, வளர்ச்சி பெற்ற நன்நாடு ஆக்குவோம்.

மதத்தலைவர்களையும் துறவிகளையும் பூசாரிகளையும், சாதிகளுக்கும் வருணங்களுக்கும் மதத்திற்கும் உள்ள தொடர்பை

குறித்த மக்களுடைய மனத்தடைகளிலிருந்து மக்களை விடு விக்கும் படி வேண்டுகிறோம். நம்பிக்கைகளையும், உணர் வுகளையும், செயல்பாடுகளையும், சமூக உறவுகளையும், மதத்தலைவர்கள், தீர்மானிக்கும் சக்தி உடையவர்கள். ஜாதி பாகுபாடில்லாமல் சமூக இணக்கமான உறவுகளுக்குள்ளாக மக்களை அவர்கள் வழிநடத்த வல்லவர்களாயிருக்கின்றார்கள். சாதி சமத்துவம் கோவிலிலிருந்து தொடங்குகிறது. தலித் கோவில் பிரவேசம் நகரங்களோடு நின்று விட்டது. கிராமங் களில் நடைபெற இதை ஆன்மிக பகுத்தறிவாளர்கள் முன் னெடுக்க வேண்டும்.

இந்த சந்தர்ப்பத்தில், மக்களை ஜாதி நம்பிக்ககளிலிருந்தும், அடிப்படை மதம் தவறான நம்பிக்கை மற்றும் அறியாமை யிலிருந்து மக்களை அறிவு பூர்வமாக சிந்திக்க வைப்பதன் மூலம் பகுத்தறிவுவாதிகளும் அறிவாளிகளும் மக்களை அறிவின் வழி சிந்திக்க தூண்டமுடியும். இதன் மூலமாக தலித்மக்கள் ஜாதிய விடுதலை அடையமுடியும். மக்கள் யாவரும் ஜாதிப் பழக்கங்களிலிருந்து விடுபட்டு ஜனநாயக அடிப்படையில் சேவை புரிந்து தனிநபர் மற்றும் சமூக உறவுகளில் நாட்டை எல்லாக் குடிமக்களுக்கும் நலம் பயக்கும் நாடாக முயற்சி செய்வோம்.

பசுவைக்காப்போம்: அறவழியில் மனமாற்றம் செய்வோம் மத மாற்றங்களைக் தவிர்ப்போம். தலித்துகளைக் கிராமக் கோயில்களில் அனுமதிப்போம். அவர்களை சமத்துவமாக நடத்துவோம்.

இப்புத்தகத்தில் சேர்க்கப்பட்டுள்ள ஆசிரியர்கள் புத்தகங்கள் மற்றும் சம்பவங்களில் உள்ள கருத்துக்கள் அவர்களைச் சேர்ந்த கருத்துகளாகும். அவைகள் எங்கள் சொந்தக்கருத்தாகக் கொள்ள முடியாது. இப்புத்தகத்தின் மூலமாக தலித்மக்களுக்கு எதிராகக் காணப்படும் தடைகள் மற்றும் ஜாதிய சிந்தனைகளை ஆராய்ந்து தீமையான ஜாதிய செயல்பாடுகளிலிருந்து மக்களைவிடுவிக்க முயற்சிக்கிறோம்.

அனைத்து சாதி ஏழைகளுக்கு அரசு மற்றும் தனியார்துறையில் வேலைவாய்ப்புகள் ஒதுக்கீடு செய்யப்பட்ட வேண்டும். ஏழைகள் எல்லா ஜாதிகளிலும் இருக்கிற படியால் பிறாமணர்

உட்பட மேல் சாதிகள் பிற்பட்டோர், தலித்துகள் அனைவரும் மத வித்தியாச மின்றி ஒதுக்கீட்டில் பயன்பெறவேண்டும். இதனால் அனைத்து ஏழைகளும் பயன்பெறுவதோடு சமூக மத மாச்சரியங்கள் ஒழிந்து சமூக சமத்துவம் ஏற்பட வழியாகும். மத்திய அரசு உயர்சாதி ஏழைகளுக்கு வேலைவாய்ப்பு மற்றும் கல்வியில் 10% இடங்களை ஒதுக்கிடு செய்து இருப்பது போற்றத்தக்கதாகும்.

உலகம் தோன்றியது முதல் உலகெங்கும் கடவுள் வெவ்வேறு பெயர்களால் மக்களால் அழைக்கப்படுகிறார். ஆகவே பிற மதங்களில் உள்ள நல்ல அறங்களை ஏற்றுக்கொண்டு ஒப்புரவு டன் வாழ்வோம். மத மாச்சாரியங்களை விட்டொழிப் போம்.

கொரோனா என்னும் தொற்றுநோய் சாதி மத இன வேறு பாடின்றி அனைவரையும் பீடிக்கிறது. அதற்கு எதிராக அனைத்து மக்களும் நோய்த்தடுப்பு முறைகளையும் தடுப் பூசிகளையும் செலுத்தி தங்களைப் பாதுகாத்துக்கொள்கிறார்கள். சாதி என்கிற மன வேறுபாடு இந்தியாவில் அனைத்து மக்களையும் பீடித்து இருக்கிறது, இந்தியச்சமூகம் சாதிப் பிரிவுகளால் பிளவுபட்டு கிடக்கிறது. ஆகவே இதற்கு எதிராக "மனிதாபிமானம்" என்னும் தடுப்பூசியை மனிதளவில் ஏற்று சமூகம் ஒன்றுபட்டு அனைவரும் முன்னேற வேண்டும். நாகரிக வளர்ச்சியின் விளைவானஜனநாயகஆட்சியில்தீமையானசாதிப்பழக்கத்தைக் கைவிட யாவரும் தீர்மானிப்போம்.

காதல் என்பது இயற்கையின் விதிப்படி புரிந்துணர்வினால் இருபாலருக்கும் உண்டாவது. பணம் பொருளுக்காகவோ மற்ற உள்நோக்கத்தோடோ வருவது ஏற்றுக்கொள்ள இயலாது. கலப்பு மணம் செய்யும் தம்பதிகள் பெற்றோர் எதிர்ப்பாலும் ஆதரவில்லாமிலும் உண்டாகும் ஆணவக் கொலைகளையும் தற்கொலைகளையும், தவிர்க்க வேண்டும். இதற்காக பெற்றோர் சம்மதத்தை பெற்றுக்கொள்ள வேண்டும் அது வரை காத்திருத் தல் நலம். அவசரம் ஆபத்தாகும். மனிதன் மிருக நிலையிலிருந்து நாகரிகமடைந்தவன்.ஆறு அறிவு உள்ள மனிதனை திருமண விசயத்தில் துணையை தேர்ந்தெடுக்கும் உரிமையை மறுக் கலாமா?

இந்தப்புத்தகத்தில் சேர்க்கப்பட்டுள்ள புத்தக ஆசிரியர் வெழியீடு செய்தோர். அனைவருக்கும் நன்றி தெரிவிப்பதோடு இதற்கான வெளியீட்டு உரிமையை அளிக்கும்படி வேண்டு கிறோம். இந்த வெளியீடுகள் மூலம் லாபநோக்கமின்றி ஜாதி பேதமற்றசமூகம்அமைக்கமுயலுவதால் இந்த வேண்டுகோளை ஏற்கும்படி வேண்டுகிறோம்.

இந்தப்புத்தகத்தை கணிணியில் தட்டச்சு செய்து கொடுத்த திருமதி வினோதினி தீபக் அவர்களுக்கும் கடைசி பக்கத்தில் இணைக்கப்பட்டுள்ள எழுத்தாளர்கள் புத்தக ஆசிரியர்கள் மற்றும் பதிப்பாளர்களுக்கும் முன்னுரை வழங்கிய சான்றோர் களுக்கும், மிகுந்த நன்றியை தெரிவித்துக்கொள்கிறேன்.

டாக்டர் D.V.P. ராஜா மற்றும் வழக்குரைஞர் சின்ன கருப்பன் அவர்களுக்கும் நன்றி.

முன்தோன்றி மூத்த தமிழ் வாழ்க!
பாரத மாதா வாழ்க!
ஜெய் ஹிந்த்

ப.செ. ராஜ்

பொருளடக்கம்

முன்னுரை

இந்தியா ஐயாயிரம் வருட சிந்து சமவெளி நாகரிகம் போன்ற பழம்பெரும் நாகரிகத்தால் பெருமை பெற்ற நாடு தாஜ்மகால், மற்றும் அஜந்தா எல்லோரா சித்திரங்களாலும், பல்லவ சிற்பங்களாலும் உலகப் பிரசித்த பெற்ற நாடு. இந்தியாவில் புத்தர் தோன்றி புத்தமதத்தை நிறுவினார். அது சீனா, ஜப்பான், தைவான், போன்ற கிழக்கத்திய நாடுகளில் பின்பற்றப்படுகிறது. இந்தியா இந்து மதத்தைப் பெரும்பான்மையாகக் கொண்ட ஆன்மிக தேசம். ராமாயாணமும் பாரதமும் புராணங்களாக போற்றப்படுகின்றன். ஆச்சாரியர்களும் மடாதிபதிகளும், மதக் குருக்களும் உள்ள நாடு. டாக்டர் ராதாகிருஷ்ணன் உலகறிந்த தத்துவவாதி, பழம்பெரும் கணிதமேதை ஜகதீஷ் சந்திரபோஸ், சி.வி.ராமன் சந்திரசேகர், ஆகியோர் புகழ்பெற்ற விஞ்ஞானி கள்: நோபல்பரிசு பெற்றவர் ஆவர். இந்தியாவின் சந்திரயான் விண்கோள் சந்திரனில் தண்ணீர் இருப்பதைக் கண்டுபிடித்து உலக முன்னிலையில் இருக்கிறது. ஆயுர்வேதமும் சித்தமும், உலகறிந்த மருத்துவ முறைகள், யோகமும் தியான மும் உலகில் நிகரற்ற பேர் பெற்றவை. ஆயிரக்கணக்கான ஆண்டுகளுக்கு முன்பு நமது மருத்துவர்கள் நெகிழி அறுவை சிகிச்சை செய் துள்ளனர்.

சமீப காலத்தில் விஞ்ஞானிகள் ஹிக்ஸ் போசான் என்ற அணுத்துகளைக் கண்டறிந்தனர். அது கடவுள்துகள் என்றும் அழைக்கப்படுகிறது. அது ஒளியின் வேகத்தில் பயணம் செய் யக்கூடியது, நாமும் ஒளியின் வேகத்தில் பயணித்து பால்வீதியில் உள்ள கிரகங்களுக்குச் சென்று சிலமணி நேரத்தில் திரும்ப முடியும் என்று எதிர் பார்க்கப்படுகிறது.

கூரியாசிட்டி ரோவர் என்று துணைக்கோள் செவ்வாய் கிரகத்தை 8 மாத பயணத்தில் சென்றடைந்தது.

நிகழ்காலத்தில் இப்படியான காரியங்கள் நடப்பது பெருமைக்குரியதும் காலங்காலமாக நினைவு கூறத்தக்கதுமாகும். ஆனால் இந்தியாவில் தனிமனிதரிடத்தில் ஒருவருக்கொருவர் எத்தகையை சமூக பரிமாற்றம் கொண்டுள்ளனர்? என்ற கேள்வி எழுதுகிறது. இந்தியா மக்கள் தொகை 130 கோடியாகும். இதில் பெண்கள் 52 கோடி 40 % ஒரு கட்டுப்பாடுள்ள அடிமை முறையில் பெரும் பகுதியான பெண்கள் மகிழ்ச்சியாக இல்லையென்றே சொல்லமுடியும். அவர்கள் தங்கள் பெற்றோர் விருப்பப்படியே மணம் செய்கின்றனார். பரம்பரையாக சிறுவயதில் பெற்றோரிமும் கடைசிக் காலத்தில் மகனிடமும் வாழ வேண்டியிருக்கின்றனர். அவர்கள் தங்கள் விருப்பம் போல் வாழ சமூகத்தில் அனுமதி இல்லை.

தாழ்த்தப்பட்டோர் மக்கள் தொகையில் கால்பகுதியாவர். 30 கோடி ஜனம். இவர்கள் சாதி அடிமை முறையில் ஒடுக்கப்பட்டு சமூக நிர்ப்பந்தத்தின் கீழ் இருக்கின்றனர். மேல் சாதி ஆண்கள் சாதிய சிந்தனைகள் கொண்டு நடக்கின்றனர். இந்த நிலைமையில் இந்தியாவைக் கடவுளின் நாடு என்று எப்படிச் சொல்லமுடியும்?. இந்தியா சாதியக்குழுக்களாக பிரிந்து கிடக்கிறது. கீழிருந்து மேலாக பயங்கலந்த மரியாதையும் மேலிருந்து கீழாக வெறுப்பான இகழ்ச்சியும் ஆகிய சாதிய முறை இருக்கிறது.வளர்ந்தபிள்ளைகள்கடை நிலைச்சிறார்களை மிரட்டி வைக்கின்றனர். இதைப் போலவே, தாழ்த்தப்பட்ட கடைநிலைச் சாதியோர் மேல் வருண சாதிகளால் தீண்டாமை என்ற சமூக பொருளாதார, மத பண்பாட்டு இகழ்ச்சிக்கு காலங்காலமாக ஆளாகியிருக்கின்றனர்.

பிரிட்டனிமிருந்து விடுதலை பெற்ற பின்பு ஒடுக்கப்பட்டோருக்கு வீடுகளும், அரசு வேலைகளில் இட ஒதுக்கீடும் வழங்கப்பட்டன. ஆனால் பெரும்பாலான மேல் சாதி மக்களிடம் தங்கள் மனப்பான்மையில் பெரியமாற்றமில்லை. சட்டத்தின் மூலம் தீண்டாமை ஒழிக்கப்பட்டது. சட்டத்தை அமல் செய்கிறவர்கள் மேல் சாதிகளானபடியால் சட்டம் முழுமையாக செயல் படுத்தப்படுவதில்லை. சாதி என்பது மதத்தைப் போலவே நம்பிக்கைகளும், மதிப்பீடுகளும், எதிர்வினைகளும், விருப்பு வெறுப்புகளும், நோக்கங்களும்

உடையது. எனவே சாதிய சிந்தனை ஆட்சிசெய்யும் சாதிகளிடம் மாற்றம் ஏற்படுவதில்லை. சாதி என்பது மதத்தால் கட்டமைக்கப் பட்டிருப்பதால் மாற்றம் என்பது மதத்தின் மூலமாகவே நடைபெற வேண்டும். இந்த சந்தர்ப்பத்தில் இந்து மதத்தையும் கடவுளுடைய வெளிப்பாடுகளையும் அறியவேண்டியது அவசியம். வாழ்க்கையின் ஒவ்வொரு அம்சமும் இந்து மத நம்பிக்கையில் அமைந்திருக்கிறது. அப்படியில்லாமல் ஒரு இந்துவின் வாழ்வில் எதுவுமில்லை. வீடானது வாஸ்து சாஸ்திரப்பிரகாரம் கட்டப்பட வேண்டும். ஒரு பல்லியின் குரலானது கடவுளின் நல்ல அல்லது தீய சகுனமாக கொள்ளப் படுகிறது.

ஒரு ஆந்தையின் கூவல் அது எத்தனை முறை கூவுகிறது என்ற எண்ணிக்கையில் நல்லது கெட்டது தீர்மானிக்கப்படுகிறது. எதிர் காலத்தில் என்ன செய்ய வேண்டும் என்று தீர்மானிப்பது கணியரின் ஆருடம், தேவப்பிரசன்னம் மற்றும் அதற்கான சடங்கு முறையாகும்.பஞ்சாங்கம், மற்றும் பிறந்தநாள் குறிப்பு எதிர் காலத்தைச் சொல்லும். ஒரு பிரமாணன், அல்லது நாவிதன் தனியாக எதிர்ப்பட்டால் அது தீமை. பூசாரி மந்திரங்களை ஓதி சடங்குகளைச் செய்கிறார். தியானமும் ஆன்மிக வழி.இப்படியாக ஆயிரக்கணக்கான காரியங்களை தீவிரபக்தன் செய்கிறார். இப்படியான நம்பிக்கை மற்றும் செயல்பாடுகளின் மூலம் ஒருவன் மரித்த பின் சிவ லோகம். அல்லது அவன் ஆன்மா பரமாத்மாவை அடைகிறது.யாவருக்கும் வழிபாட்டு உரிமை இருக்கிறது ஆனால் இவை மனிதனுக்கு இடையே உள்ள உறவுகளை ஏன் பாதிக்கவேண்டும்.? ஒவ்வொரு மனிதனும் தனக்கு நம்பிக்கையுள்ள எந்த மதத்தையும் நம்பிக்கையையும் கொண்டு நடக்கலாம். ஆனால் ஒருவனுடைய நம்பிக்கை அடுத்தவனை பொருளாதார சமூக ஆன்மிக ரீதியாக ஏன் பாதிக்கவேண்டும்?அடிமைச்சேவை செய்வோர் கோயிலை அசுத்தப்படுகிறார்கள் என்று கடவுள் சொன்னதுண்டா? தலித் மக்கள் சுத்தம் செய்கின்றனர். மருத்துவர் கேன்சர் நோயாளியின் கட்டியை அகற்றுவது போல் அசுத்தத்தை நீக்கு கிறார். சமூகம் அதனால் நோய்களிலிருந்து காக்கப்படுகிறது. தன்னுடைய சொந்த உடல் நலத்தைப் பாதித்துக் கொண்டு இந்த அசிங்கத்தை சுத்தம் செய்கிறவர் எப்படி தீண்டத்தகாதவர் ஆகிறார்? அறிவு பூர்வமான சிந்தனை இதை ஏற்றுக்கொள்ளுமா? லட்சக்கணக்

கான தலித் மக்கள் நச்சுவாயுவினால் கழிவுத் தொட்டிகளில் செத்தார்களே!

கடவுள் சாதியின் பேரால் மக்களைப் பிரித்தாரா? திண்டாமையை அவர் உருவாக்கினரா? பிராமணர் என்பவர் சாதியில் உயர்ந்தவர் கோயிலில் பூசை செய்கிறார். அதை விட்டுவிட்டு பிரிட்டிசாரிடம் ஊழியராகவும், எழுத்தராகவும் போனது ஏன்? அவர்கள் 3% மக்கள் தொகையினர். ஆனால் சுதந்திரத்திற்கு பின்பு பெரும்பாலான அரசு வேலைகளில் அவர்களே பெரும் பாலும் இருக்கின்றனர். அதேபோல் வைசியர்கள் சத்திரியர், சூத்திரர் என்போர் அரசிலும் தொழிற்கூடங்களிலும் வேலையில் சேர்ந்துள்ளனர். இதேபோல் தலித்மக்கள் சாதி மூடநம்பிக்கையிலிருந்து விடுபட்டு வேறுதொழில்களைச் செய்யக் கூடாதா? இதை ஆண்டவன் எல்லோரையும் நேசிக்கறவன் அனுமதிக்க மாட்டாரா?

மந்திரி என்ற வார்த்தைக்குச் சேவகன் என்ற பொருள். மந்திரி மக்களுக்குச் சேவை செய்கிறார். ஆனால் சேவையானது அதிகாரிகள் மற்றும் எழுத்தர்களால் செய்யப்படுகிறது. இதேபோல் ஒரு துறையின் தலைவர் அந்தத்துறையின் சேவகன் என்றே கருதப்படுவார். அப்படியாகவே ஒரு சுகாதார மேலாளர், சுகாதார ஊழியர், என்றே சொல்லப்படுவார். அந்த வேலையை அவரே செய்யாவிட்டாலும் கூட அப்படித்தான் அழைக்கப் படுவார் அல்லவா? ஒரு வங்கியில் பணி புரியும் அதன் தலைவர் முதல் சேவகர் வரை அனைவரும் வங்கி ஊழியர் ஆவர். தற்காலம் பிரமாணர்கள் மருத்துவர்களாகவும், வழக்குரைஞர் களாகவும், அரசு மற்றும் சுகாதாரத்துறையிலும் பணி புரிகிறார்கள். ஆகவே பிராமணர்கள் மற்ற சாதியரை பூசாரிகள் தொழில்செய்யஅனுமதிக்கவேண்டும்.அப்படியில்லாவிட்டால் அவர்கள் பூசாரிகளாகவே தொடரலாமே? இதைப்போலவே கீழ்சாதியர் தங்கள் திறமையின் அடிப்படையில் மேல்சாதித் தொழிலைச் செய்யலாம் அல்லவா?

இந்தியா ஆறு நூற்றாண்டுகளாக அடிமைப்பட்டிருந்தது. இதன் காரணம் என்ன? சுமார் 2000 வருடங்களுக்கு முன்பு வருணங்களும் தொழில் அடிப்படையில் சாதிகளும் உண்டாக் கபட்டு மக்கள் பிறப்படுத்தப்பட்ட சாதி அடிமை முறையில்

ஒடுக்கப்பட்டனர். கடவுள் இதைப்பார்த்து,மக்கள் அடிமைப் படுத்தப் படுவதை சகிக்காது, நாட்டை அந்நியரிடம் ஒப்ப டைத்தார் என்பதா? இப்போது கீழ்சாதியின் விடுதலை என்பது சட்ட பூர்வமானது அல்லாமல் சமூக ரீதியானது அல்ல.

நாடு அடிமைப்பட்டதன் காரணத்தை சரித்திர ஆசிரியர்கள் சொல்வதாக இறையன்பு இ.ஆ.ப. சொல்கிறார். ஒரு வருணத் தார் யுத்தம் மாத்திரம் செய்தனர். கல்வி அறிவு ஒரு வருணத்தார் உடைமை. உழவும் தொழிலும் ஒரு வருணத்தாருடையது கடின உழைப்பும் சேவையும் சூத்திரர் வேலை ஆகவே ஒவ்வொரு வருணத்தாரும் ஒரு வேலையை செய்தனர். ஆனால் நாடுயா ருக்கும் சொந்த மல்ல. கடமைகள் மகிழ்ச்சி தருவன அல்ல. வீரதீரச்செயல் செய்வதற்கு யுத்தகளம் ஒரு வாய்ப்பாகக் கருதப்படவில்லை. மேலும் யுத்தம் ஒரு களைத்துப் போகிற வேலை. இதனால் இந்தியா சுயமாக அடிமைப்பட்டது என லாம். மற்ற நாடுகளில் எல்லாரும் பேதமின்றி ஒற்றுமையோடு எதிரிகளை விரட்டினர்.

மகா அலெக்சாண்டர் போரஸ் மன்னருக்கு எதிராக காஷ்மீரில் படையெடுப்பு செய்தார். இரவு நேரத்தில் சமையல் செய்யும் அடுப்புகள் பல இடங்களில் எரிவதை அவர்கண்டார். அதன் காரணம் என்ன என்று கேட்டபோது மக்கள் மேல் சாதி கீழ்சாதியாகப் பிரிந்து நிற்பதை அறிந்தார். தாம் வெல்வது உறுதி. ஏனெனில் மக்களிடம் ஒற்றுமை இல்லை எனக்கண்டார். அது அப்படியே நடந்தது. காஞ்சி சங்காராச்சாரியர் கூற்றுப்படி இந்து மதம் பிரிட்டிஷாரின் ஆட்சியில் தோன்றியதாகும். சுதேசி வழிபாடுகள் ஒரு பட்டியலில் கொண்டுவரப்பட்டு இந்து மதம் என்ற தலைப்பில் கீழ் கொண்டுவரப்பட்டது ஆகும். இது பிரித்தாளும் சூட்சியின் ஒரு அங்கம் என்று கருதப்படுகிறது. இதுவே தற்காலம் மத அரசியல் ஆக்கப்பட்டுவிட்டது. டாக்டர் அம்பேத்கர் கூற்றுப்படி அந்நிய தேசத்தார் இந்துவாக முடியாது. அவர்கள் ஒரு புது சாதியாகவே கொள்ளமுடியும். ஆகவே இந்து மதம் பல மதங்களின் கூட்டணியே அல்லாது அது தனி மதமல்ல.

மக்களாட்சி

மக்களாட்சி என்பது படித்த அறிவாளிகளுக்கு தான் ஏற்றது. அறியாமையும் உணர்வும் இல்லாத மக்களுக்கு இது முழுவதும் பொருந்தும் என்று சொல்லமுடியாது. தமிழ் மக்கள் பெரும் பாலும் சினிமா மோகத்தால் வாக்களிக்கின்றனர். நடிகர்கள் சுலபமாக ஆட்சிக்கு வரமுடியும் என்ற நிலை. சுமார் 130 கோடி மக்கள் தொகை கொண்ட இந்தியாவில் மக்களாட்சியானது நேர்மையான படித்த அறிவாளிகளால் அரசுசாரா அமைப்பின் மூலம் ஆய்வு செய்யப்படவேண்டும். அரசியல்வாதிகளும், அரசு ஊழியர்களும், இவர்களால் மேற்பார்வை செய்யப் படவேண்டும். மக்கள் சுபிட்சம் பெற இதுவே வழியாகும். டாக்டர் லட்சுமி செகலின் கூற்றுப்படி படித்த மக்களால் ஆட்சி செய்யப்படும் நாடு ஏழ்மை நிறைந்து நீதி எளிதில் கிடைக்காத நிலை. ஆகவே அறிவாளிகளும், வழக்குரைஞர்களும். சமூக சேவர்களும், நாட்டு நிர்வாகத்தை மேற்பார்வை செய்யவேண் டும். விவசாயிகளும், வியாபாரி களும், வழக்குரைஞர்களும், மேலாண்மை தொழில் அதிகாரிகளும், அரசியலில் பங்கெடுக்க வேண்டும் என்று டாக்டர் செயப் பிரகாஷ்நாரயண் வலி யுறுத்தினார்.

புதியதோர் உலகம் செய்வோம் க.அப்பாத்துரையார் பன் மொழிப்புலவர்

இந்தியா சாதி பேதங்களால், நிறைந்திருக்கிறது. நீதி, மதஸ் மிரிதி அரசியல் சட்டம் சாதி அடிப்படையில் இருக்கிறது. மனித உரிமைகள் சாதியால் தீர்மானிக்கப்படுகிறது. திராவிடர் கழகம் ஆரியர்களை எதிர்க்கவில்லை. ஆரியத்தை ஏற்றுக் கொள்ளவில்லை. சாதிக்கல்வி, மத அடிப்படையில் மதிப்பு, சாதிக்கேற்ற வேலை ஆகியவற்றை பிரிட்டனின் ஆங்கிலக்கல்வி நீக்கியது. அது வடமொழியின் பிடியிலிருந்து அனேக தாய் மொழிகளை விடுவித்தது. வடமொழி மற்றும் அரபிவழி மதக் கல்வியை நீக்கி பகுத்தறிவை ஊட்டியது.

ஒன்று படமுடியாத மக்களுக்காக வழி காட்டுங்கள். திட்ட மிட முடியாதவர்களுக்காக திட்டமிடுங்கள். அதை நிறை வேற்றுங்கள். மக்களுக்காக கவலைப்படாத ஆட்சியாளர்களுக்கு

எதிராக மக்கள் திரள்வார்கள், என்று ரூசோ சொன்னார். செல்வமுள்ளவர்களும் தந்திரமான அரசியலாளர்களும் மக்களை ஒடுக்கவோ அல்லது இலவசங்கள் மூலம் ஏமாற்றுவர். திராவிடம் என்பது ஆரிய நம்பிக்கைகளுக்கு, அப்பாற்பட்டது என்று அண்ணா சொன்னார். அது சாதியம், இனம், மற்றும், மத பேத மற்ற நீதி.அது திருவள்ளுவர் தமிழ் மக்களுக்காக வகுத்த சமுத்துவ சமூகம். அது புதிய நீதி அமைக்க பாரதத்திற்கு அடிப்படையாகும். தீய செயல்களுக்கு எதிராக போராடுங்கள். சரீப் பிரகாரமாக தீங்கு செய்யவேண்டாம். திராவிடர் அமைப்பு, சாதி மத இனப்படையிலான பேதத்தையல்லாது மதத்தை எதிர்க்கவில்லை. அது பகுத்தறிவு, மக்களாட்சி, சமநீதி, பொது உடைமை மற்றும் நலமிக்க நாட்டுக்காக பாடுபடுகிறது. இடை நிலைச்சாதிகள் கீழ் நிலைச்சாதி களுக்கு,தீங்கு செய்கிறார்கள். ஆனால் மேல் சாதிகளுக்கு அடிமையாயிருக்கிறார்கள். இது மாயம் அல்லவா?.

தீய செயல்கள் ஹாரிசன் ஸ்வெட் மார்ட்டன்

அநேக மக்கள் ஆயிரக்கணக்கான ஆண்டுகளாக சிலரது தீய சிந்தனைகளும் கெட்ட செயல்களாலும் பாதிக்கப்பட்டார்கள். துக்கமும் ஒடுக்குதலும் வாட்டியது. மனநோய்க்காளானார்கள். நல்வாழ்வைப் பெறும் முயற்சியில் தோல்விகண்டார்கள். மற்றவர்களின் மாறாத கெட்ட எண்ணங்களே இதன் காரணம். பாதிக்கப்பட்டவர்களிடையே திகிலையும் சந்தேகத்தையும் தோல்வி மனப்பாங்கினையும் பரப்பினார்கள் (இந்தியாவில் சாதி பேதங்கள் இத்தகைய சமூக நிலை கொண்டிருக்கிறது.)

விடி.சாவர்கர் ஜியோ உஸ் சலாம்

அவர் கடவுள் மறுப்பாளர். பிற்காலத்தில் இந்துஸ்தான் அமைய பாடுபட்டார். அவர் பசுவை இந்துக்களில் தாய் என்றோ அல்லது பரிசுத்தமானது என்றோ கருதவில்லை. பசு ரட்சகர்கள் இதைக் கருத்தில் கொள்ளவில்லை.

நீதியை அநீதி அச்சுறுத்துகிறது

ரவிக்குமார் வி.சி.க. நீதித்துறை நியாயத்தைக்காக்க முயற்சிக்கிறது. அது அநீதியைத் தண்டிக்க முன்வரவேண்டும். ஏனெனில்

நீதி அச்சுறுத்தப்படுகிறது. பொய்க் குற்றங்கள் பதிவு செய்யப் படும்போது குற்றவாளிகள் தண்டிக்கப்பட வேண்டும். காவல் துறையும் பொறுப்பாக வேண்டும். அப்பாவிகள் அனாவிசய மாகத் துன்புறுத்தப் படுகிறார்கள். சமூகப்போரா ளிகள் தலித் மக்களுக்கு போராடும் போது துன்புறுகிறார்கள்.

உன் சாதிப் பெயர் என்ன? வி.சந்திரமோகன் எழுத்தாளர்

உத்திரபிரதேசம் முதலிய வட மாநிலங்களில் சாதாரணமாக சாதிப்பெயர் கேட்கிறார்கள். வட இந்தியக் கிராமங்களில் சாதிப்பார்வையிலிருந்து யாரும் தப்பமுடியாது காந்திஜியும் சதுர் பனியா என அழைக்கப்படுகிறார். இது தேசந்தந்தைக்கான மரியாதையாகுமா? கிராமங்களில் பஞ்சாயத்துக்கள் சாதிக் கொடுமைகள் செய்கின்றன. சிந்தனாவாதிகளான முற்போக்கு அரசியல்வாதிகளான அரவிந்த் கெஜ்ரிவால், மம்தா பானர்ஜி, மற்றும் கேரளாவில் இடது முன்னனி தலைவர்கள் சாதிப்பெயர் கொண்டிருக்கிறார்கள். இது சரிதானா?

தமிழகத்தில் பகுத்தறிவு திராவிடத் தலைவர்களின் செயல் பாடுகளால் சாதிப்பெயர்கள் நீக்கப்பட்டன. ஆனால் இப்போது இங்கேயும் சாதிப்பெயர் கேட்கப்படுகிறது. குடும்ப நிகழ்ச்சி களிலும் ஜல்லிக்கட்டு போன்ற சமூக நிகழ்ச்சிகளிலும் பேனர் களில் சாதிப்பெயர் காணப்படுகிறது. பள்ளிகளில் மாணவர்கள் மணிக்கட்டுகளில் சாதி அறிவிக்கும் வண்ண நூல்கள் அணி கிறார்கள். ஆசிரியர்கள் ஒன்றும் செய்வதில்லை.சமீபத்தில் இதனால் ஒரு மாணவர் அடித்துக் கொல்லப்பட்டார். மத அடிப்படைவாதம் அரசியல் சமூக ரீதியாக தலைதூக்கும் போது சமூகத்தில் சாதி உணர்வுகள் தலைதூக்குகிறது. ஆனால் தமிழகம் வரும் ஆபத்தை உணரவில்லை. ஒடுக்கப்பட்டோர் தங்கள் தன்மானத்தை எண்ணும் நிலை உண்டாகலாம். பள்ளி, கல்லூரிகள், திருமண மண்டபம் ஏன் சாதிப்பெயர் கொண்டிருக் கின்றன?

அவர்கள் எங்கிருந்துவந்தார்கள்? டோனிஜோசப்

வெண்கல யுகத்தில் இந்தோ ஐரோப்பிய மொழி பேசும் மக்கள் நடுமத்திய ஆசியாவிலிருந்து இந்தியாவுக்குள் வந்தார்

கள் என்பது இந்தியா ஆண்களிடம் காணப்படும் ஆர்.ஐ.ஏ.ஜீன் மூலம் நிரூப்பிக்கப் பட்டிருக்கிறது. அவர்கள் பெரும்பாலும் ஆண் மக்கள், அவர்கள் தங்களை சமஸ்கிருதம் பேசும் ஆரியர் என்று சொன்னார்கள். அது 2000–1500 கி.மு.காலத்திற்பட்டது. அப்போது இந்து சமவெளி நாகரிகம் முடிவுற்றது. பேராசிரியர் மார்ட்டின் பி.ரிச்சர்டு மற்றும் 16 விஞ்ஞானிகள் பிரிட்டனில் ஹாட்டர்ஸ்பீல்டு பல்கழைக்கழகத்தைச்சேர்ந்தவர்களாவார்கள். இவர்கள் மேற்கண்ட முடிவுக்கு வந்தார்கள்.

மனிதக் கழிவுகளை மனிதர் சுத்தம் செய்வது மனித உரிமை மீறல்

உழைப்பாளிகளை மனிதக் கழிவுகள் சுத்தம் செய்யும்படி வற்புறுத்தும் பேர்வழிகளை குற்றவியல் நடவடிக்கைக்கு உட்படுத்தும்படு சென்னை உயர்நீதி மன்றம் உத்தரவு செய்துள்ளது. மத்திய மாநில அரசுகள் 2013–ம் வருடத்திய சட்டத்தை அமுல் படுத்தும்படி சொல்கிறது. கடந்த மூன்று வருடங்களாக தமிழகத்தில் மட்டும் 100 பேர் இப்படி செத்தார்கள். (இந்தச் செயல்பாடு நிறுத்தப்பட வேண்டுமானால் தொழிலாளிகள் அபராதம் விதிக்கப்பட்டு தண்டிக்கப்பட வேண்டும். அவர்கள் இந்த வேலையைச் செய்து சுயமரியாதை அற்றுப் போய்விட்டார்கள். வற்புறுத்தப்பட்டால் ஒழிய வேறு வேலையை தேடமாட்டார்கள். இத்தகையை தொழிலாளி களுக்கு வேறு வேலைகளில் பயிற்சியும் முதலும் கொடுக்கப்பட வேண்டியது அவசியம்.)

பராம்பரியமும், சடங்குகளும் மனிதனால் உண்டாக்கப்பட்டது–க.ரு.முத்து எழுத்தாளர்

பொதுவாக திருமணங்கள் காலை நேரத்தில் செய்யப் படுகின்றன. மாலை நேரம் உகந்ததல்ல.ஆனால் வேதராண்யம் சுற்றுப்புற கிராமங்களில் அவை மாலை நேரத்தில் நடை பெறுகின்றன.அவர்கள் பகுத்தறிவு திருமணங்கள் புரோகிதர் இல்லாமல் செய்கிறார்கள். ஊர்ப்பெரியவர்கள் நடத்தி வைக்கிறார்கள். காலை நேரத்தில் மலர் வளர்ப்பு மற்றும் வணிகம் செய்வதால் இந்தப் புரட்சிகரமாறுதல் உண்டானது. கால மற்றும் வாழ்க்கைக்கு ஏற்றப்படி திருமணங்கள் மாறிவிட்டன.

(வருணங்களும் சாதிகளும் பழங்காலத்தில் நிலைமைக்கு ஏற்றப்படி தோன்றியவை. அவைகளை மாற்ற முடியும் தானே?)

விஞ்ஞானம் என்ன செய்யும்?
ந.வினோத்குமார் எழுத்தாளர்

சூரிய கிரணத்தின் போதுயாரும் வெளியில் போகக்கூடாது. சந்திரகிரணத்தின் உண்ணக்கூடாது போன்ற நம்பிக்கைகள் சமூ கத்தில் நடைமுறையில் உள்ளன. புராண காலத்தில் நெகிழி அறுவைச்சிகிச்சை செய்தோம். கர்ணன் உயிர்த்தொழில் நுட்பத் தில் பிறந்தார் என்று நாம் பெருமை கொள்கிறோம். இந்தியா விஞ்ஞானி கழகத்தின் தலைவர் ஆச்சாரிய புரபுல்யா சந்திராவின் செயல்களை நாம் பாரட்டவேண்டும். இந்தியாவில் விஞ்ஞான சிந்தனைகள் அற்றுப் போனதின் காரணம் என்னவென்றால் சாதிப்பழக்கங்களிலும் மனு சாஸ்திரம் மற்றும் சேவதக்கல்வி யாகும் என்று அவர் சொல்கிறார். நாட்டில் அஞ்ஞான நம்பிக் கைகள் பழக்க வழக்கங்கள் பரவலை விஞ்ஞான கழகம் தடுக்க முயற்சித்து வருகிறது.

ஆர்.எஸ்.எஸ்.

ஆர்.எஸ்.எஸ் அமைப்பு 1925–ம் வருட டாக்டர் கே.பி.ஹெட் கேவர் என்பவரால் சமூக சேவை நிறுவனமாக ஏற்படுத் தப்பட்டது. அது இந்துக்களை ஒன்றுபடுத்தியுள்ளது. பிற மதங்களின் தாக்குதல்களை சாமாளித்து இந்தியப் பண்பாட்டை வள்ர்த்து வருகிறது. பி.ஜே.பியை ஏ.பி. வாஜ்பேயி அமைத்தார். அது மத்தியில் 2014 ஆட்சியை பிடித்தது. இந்தியாவை உலக நாடுகளில் முன்னணியில் நிறுத்த பாடுபடுகிறது. சைவர் களையும், வைஷ்ணவர்களையும், பல தெய்வவழிபாடு உள்ள வர்களையும், இந்து மதம் ஒன்ற ஒரு குடையின் கீழ் கொண்டு வரப்பட்டனர். இதேபோல இந்தியாவில் பிறந்த அனைவரும் சாதிபேதமின்றி இந்தியர் என்ற குடையின் கீழ் கொண்டு வருவது தானே முறை. ஒரேநாடு ஒரேமதம் என்றது போல ஒரே இந்தியர் என்று வரவேண்டும். ஆகவே அவர்கள் மக்களை சாதிப்பிரிவுகளிலிருந்து விடுவித்து, சாதியத்தை வேரறுப்பார் களானால் நாட்டுக்கு நன்மையாகும். பிரதமராக நரேந்திர

மோடிஜி ஆட்சியில் பாரட்டத்தக்க தூய்மை இந்தியா திட்டத்தை நடைமுறைப்படுத்தி வருகிறார்.

திருமண வாழ்வு ஒருவியாபாரமா? ஓவியா– எழுத்தாளர்

பொய்களும் ஏமாற்றுதலும் தோன்றிய போது திருமணங்கள் நடைமுறைப்படுத்தப்பட்டன என்று தொல்காப்பியர் சொன்னார். ஆண்களும் பெண்களும் கூடி வாழும் போது பெண்கள் அபலைகளாகக்கைவிடப்பட்ட தருணத்தில் திருமணம் அவசியமானது, பெரும்பாலான திருமணங்கள் (90%) சாதிக்குள்ளாகவே பெற்றோர்களால் தற்போது நடைபெறுகின்றன. இது வெளிநாட்டாருக்கு ஆச்சரிய மாயிருக்கிறது. இது வனவாசி வாழ்க்கையை நினைவு படுத்துகிறது. நாம் பழைய முறைகளை வைத்துக் கொண்டு துணைக் கோள்களை ஆராய்ச்சிக்கு அனுப்புகிறோம். நாம் உயர்கல்விக்கு பொருத்தமில்லாமல் சடங்குகளையும் செய்கிறோம். தகுதியான சாதி மணமகன் கிடைக்காதபோது சகோதர முறையில் உள்ளவருக்கு திருமணம் செய்யப்படுகிறது. இதன் மூலம் மன வளர்ச்சி குன்றிய மக்கள் பிறக்கிறார்கள். இது சமூக அநீதியும் மன நோயுமாகும். பெண்களின் துக்கம் இதனால் மிகவும் அதிகமாகிறது. அவர்கள் வரதட்சணை கொடுத்து நல்ல மாப் பிள்ளைகளை அடைய வேண்டிய நிலை. வெளிப்பார்வைக்கு மணமகன் குடும்ப தலைவன். குடும்பத்துக்குள் பெண்ணே நிர்வாகம் செய்கிறார். திருமணச் சந்தை மிகவும் கராறாக இருக்கிறது. ஆனால் அவர்கள் திருப்திகரமான அர்த்தமுள்ள வாழ்க்கை வாழ்வதில்லை.

சாதிக்கலவரங்கள் ஜி.ராமகிருஷ்ணன். நல்லகண்ணு இடது முண்ணணி தலைவர்கள்:

தீண்டாமை இருக்கும் வரை சாதிக்கலவரங்கள் ஓயாது. தஞ்சாவூர் மாவட்டத்தில் தலித்கள் கொடூரமுறையில் நடத்தப்படுவதை, இடது சாரிகள் நிறுத்தினார்கள். தீண்டாமை ஒழிந்து ஒற்றுமையினால் சாதிக்கலவரங்கள் தடுக்கபடவேண்டும். மாநில அரசு நீதியரசன் மோகன் பரிந்துரைத்தது போல தென் மாவட்டங்களை தொழில்மயமாக்க வேண்டும். சாதிய

அரசியல் நிச்சயம் தோல்வியைத் தழுவும் சமீபகாலத்தில் 12 பேர் கொல்லப்பட்டார்கள். இதில் மேல் சாதி மேலடுக்கு மக்கள் பாதிக்கப்படவில்லை.

உழைக்கும் வர்க்கம் இரண்டு சாதிகளும் பாதிக்கப்பட்டார்கள். சாதித்தலைவர்களின் வருடாந்திர கொண்டாட்டத்தின் போது சாதி மோதல்கள் அருவருக்கப்படத்தக்கவை. இம்மானுவேல் சேகரன் நினைவு தினத்தில் 2011–ல் தலித்மக்கள் சுடப்பட்டார்கள். தேவர் குரு பூசையின் போது 2012–ல் சிலர் கொல்லப்பட்டார்கள். சாதிக் கொடுமைகள் அறவே கூடாது. மனித உரிமைகள். காக்கப்பட வேண்டும். சாதியத்தை ஒழிக்க சாதி சங்கங்களை நாடக்கூடாது. சாதிய அரசியல் தேவையில்லை. சாதி பேதங்கள் உழைக்கும் வர்க்கத்தையும் நாட்டையும் பாதிக்கும். வேலைவாய்ப்பினை பெருக்கி சாதி ஒடுக்குதலை அரசு தடுக்கவேண்டும். சமூக ஒற்றுமையை அரசியல் கட்சிகளும் சமூக அமைப்புகளும் வளர்க்க வேண்டும்.

சாதிய பொருளாதார நீதி. சரத்யாதவ் யூ.ஜே.டி.

சமூக பொருளாதார நீதி அனைத்து மக்களுக்கும் கிடைத்தால் தான் இந்தியா நிலைத்ததாகும். சாதி பேதமானது சமூகத்தில் உயர்வு தாழ்வுகளைக் கற்பித்து பொருளாதார ஏற்றத்தாழ்வு உண்டாக்கியது. சாதியத்தை ஒழிக்காமல் இந்தப் போராட்டம் ஓயாது. சாதிகள் மேல் நம்பிக்கை இல்லை என்று சொல்லிக் கொண்டே மக்கள் சாதி வாரியாக சிந்திக்கிறார்கள்.

புனித பசு அரசியல் (எகானாமிக் பொலிடிகல் வீக்லி)

இறைச்சிக்காக பசு வணிகத்தடை என்பது அரசியல் சட்ட மற்றும் இந்து விரோதம். பசுக்காவலர்கள் முகமதியரையும் தலித் மக்களையும் வன்முறைக்குள்ளாக்குகிறார்கள். பேலுக் கான் ஏப்ரல் 2017–ல் அடித்துக்கொல்லப்பட்டார். பசுக்கொலையானது மனிதக் கொலையைவிட பெரிய குற்றமாகப்படுகிறது. தலித்கள், வனவாசிகள், முகம்மதியர், கிறித்தவர்,சீக்கியர், மற்றும் அனேக இந்துக்கள் ஜனத்தொகையில் 40% சதமானம் சுமார் 52 கோடி மக்கள் இறைச்சி உண்கிறார்கள். பசுவானது புனிதமாக வேதகாலத்திலும் பிற்பாடும் கருதப்படவில்லை.

உண்மையில் 500 கி.மு. முதல் 600 கி.மு. வரை இறைச்சி உண்ணப்பட்டது. அவர்கள் சரித்திரத்தை வேண்டுமென்றே மறந்துவிட்டார்கள். (முதலில் அவர்கள் உண்ணும் போது நம்மையும் உண்ணும் படி சொன்னார்கள். பிறகு ஜைனர் களையும் புத்தர்களையும் பார்த்து இறைச்சியை நிறுத்தி நம்மையும்தடுத்தார்கள். எதிர்காலத்தில்என்னசெய்வார்களோ?)

சத்யாக்கிரகம்

உண்மையைக் கண்டறியும் முயற்சியே சத்யாக்கிரகம். தமது குறிக்கோள் அடையும் படிக்கு வன்முறையற்ற போராட்டம். அராஜகரின் மனசாட்சியை வேண்டிக் கொள்வது. அவரின் தன்மானத்தை எழுப்பி விடுவது ஏனெனில் அவர் வன் முறையாளர்.எனவே தீமை செய்வார். கொலைகாரன் ஒரு வேளை நம்மைக் கொன்றுவிடும் அபாயம் இதில் உண்டு. காந்திஜி இந்த முறையை சுதந்திரப்போரில் பயன்படுத்தினார். ஏனெனில் நம்மிடத்தில் சமூக மத ஒற்றுமை அப்போது இல்லை. நம்மிடம் யுத்த தளவாடங்களும். இல்லை. நம்மிடம் வசதி வாய்ப்புகளும் பொருளாதாரமும் இல்லை. அந்நியரின் மனசாட்சியை நாம் வேண்டிக்கொண்டபோது நமக்கு சுதந்திரம் கிடைத்தது. நம்மேல் இரக்கம் கொண்டார்கள். தற்போது பத்மஸ்ரீ கங்கனரணாவுத் என்ற நடிகை சுதந்திரம் ஆங்கிலேயர் இட்ட பிச்சை என்கிறார். சுதந்திரப் போராட்டத்தில் பல தலைவர்கள் மன்னிப்புக்கடிதம் கொடுத்து விடுதலையானார்கள் என்று சொல்லப்படுகிறது. ஆனால் இதில் லட்சக்கணக்கான தனி மனித உயிர் மற்றும் உடமைத்தியாகங்கள் மிகவும் போற்றத்தக்கது. சுதந்திரபோராட்ட தியாகிகளுக்கும் வீர வணக்கம் செலுத்துவோம்.

சுதந்திரத்திற்கு பிறகு சத்யாகிரகமும் வன்முறையற்ற போராட்டமும் நமக்குள் அவ்வளவு தூரம் வெற்றி பெற்றதாக சொல்லமுடியாது. நமக்குள் ஒருவருக்கொருவர் உள்நோக்கம் தெரிந்தது தானே! தலித்களின் அமைதிப்போராட்டமும் மேல்சாதி அரசு அதிகாரிகளால் கண்டுக்கொள்ளப்படுவதில்லை. தலித்கள் நிலமை சுதந்திரபோராட்ட காலத்தில் நமது பொது நிலமை போன்றதே. ஒற்றுமையும் பொருளாதாரமும் அரசியல் சக்தியும் இவர்களிடம் இல்லையே. இதனால் அராஜக மேல்

சாதிகளால் இவர்கள் ஒடுக்கப்படுகிறார்கள். அவர்கள் மனசாட்சி உலுக்கப்பட்டு இரக்கம் பிறக்கவில்லை. பெரும்பாலும் உண்மை நசுக்கப்பட்டு பொய்கள் அதிகாரம் செய்கின்றன.

மனித இயற்கையை இலக்கியம் வெளிப்படுத்துகிறது கி.ராஜ்நாரயணன், நாவலாசிரியர்

இலக்கியம் மனித இயற்கையை வெளிப்படுத்துகிறது. சமூகம் தைரியமாக இலக்கியச் சிந்தனைகளை ஏற்கவேண்டும். அவைகள் எப்போதும் தள்ளப்படமாட்டாது. இப்போது இது வேறு படிவத்தை பெற்றிருக்கிறது. மேல் சாதிக்காரர் கீழ் சாதிகளுடைய தகுதி வாய்ந்த சிந்தனைகளை ஏற்பதில்லை. இந்தச்சூழ்நிலையின் வேர் சாதியாகும். அப்படியானால் சாதியை ஒழிப்பது எப்படி என்ற கேள்வி வருகிறது. சாதிகளை உண்டாக்கியதற்காக வருதப்படும் நிலை வராவிட்டல் சாதி ஒழியாது. சிலர் எல்லா சாதி மக்களிடமும் வீடுகளில் சேர்ந்து உண்கின்றனர். ஆனால் தங்கள் பெண்களை வேறு சாதிகளுக்கு மதஸ்தருக்கு திருமணம் செய்து கொடுப்பதில்லை. உண்மையில் திருமணம் தான் இதற்கு தடையாகிறது. ஆகவே திருமணம் செய்வதை விட்டுவிடுங்கள். பிரான்சில் பிள்ளை குட்டிகளுடன் திருமணம் செய்யாமல் வாழ்கிறார்கள். எனவே திருமணம் செய்யாமல் சேர்ந்து வாழ்வது தான் சாதிகளால் பிளவுபட்டு கிடைக்கிற சமூகத்திற்கு விடுதலையாகும். ஆனால் ஒருவரும் இதைக்கேட்பதில்லை. என்றாலும் பிறகு சிந்திக்கிறார்கள். நாம் இந்து முஸ்லீம் ஒற்றுமை பற்றி பேசுகிறோம். எனது மகள் ஒரு முஸ்லிமை திருமணம் செய்தார். இதைப்பற்றி தைரியமாக செயல்படுங்கள். இது தியாகம் இல்லை. மதத்தை விட சாதியை ஒழிக்கவேண்டுமானால் ஒரே சாதியில் திருமணம் செய்வதை நிறுத்தவேண்டும். (வேதகாலத்திற்கு முன்னர் திராவிடர்கள் அன்பினால் திருமணமின்றி, சேர்ந்து வாழ்ந்தார்கள் என்று அறிஞர் அண்ணா சொன்னார். இப்போது நகரங்களில் சேர்ந்து வாழும் கலாச்சாரம் ஆரம்பமாகியிருக்கிறது எனலாம்.)

சாதிகளின் தொடக்கம்

ஆரியர்கள் இந்தியாவுக்குள் 1500 கி.மு நூற்றாண்டில் வந்தார்கள். அவர்கள் வருணாசிரமத்தை அறிமுகப்படுத்தினார்

கள். என்று சொல்லப்படுகிறது டாக்டர் தாத்தாசாரியர் அவர்களது கூற்றுப்படி தஸ்யூக்கள் என்கிற திராவிடர்களை ஆரியர்கள் வென்றார்கள். தோற்றவர்களை தங்கள் அடிமைத் தொழிலாளிகளாக நடத்தினர். திராவிடர்கள் செய்து வந்த தொழில் பெயரை சாதிகளாகக் கொண்டு பிராமணர்கள் பூசாரிகளாக ஆயினார். அரசர்களையும் வீரர்களையும் சத்திரியர் கள், என்றும் வணிகர்களையும், விவசாயிகளையும், வைசிரியர் கள், என்றும் தொழிலாளிகள் சூத்திரர் என்றும் அழைத்தனர். ஆரிய திராவிட இனங்களை ஒரு சமூக உடன்பாட்டிற்குள் மனு கொண்டுவந்தார். வருணங்களுக்குள் சாதிகளுக்குள் திருமணம் தடை செய்யப்பட்டது. பிராமணர்கள் மற்ற வருணங்களில் பெண் கொண்டார்கள். ஏனெனில் அவர்களிடம் போதிய பெண்கள் இல்லை. கீழ் வருணத்தார் மேல் வருணப்பெண்களை திருமணம் செய்யமுடியாது. மீறி நடக்கிறவர்கள் பஞ்சமர் என்ற ஐந்தாம் வருண தள்ளப்பட்ட சாதியாகக் நடத்தபட்டனர். மேல் சாதிப் பெண்களைத் தொடும் பஞ்சமர் கொல்லப்பட்டார்கள். இந்த நடைமுறை இப்போதும் சமூகத்தில் பின்பற்றப்படுக்கிறது. சுதந்திரத்திற்கு பின் தீண்டாமை ஒழிப்பு சாதிப் பழக்கங்களையும், ஆணவக் கொலைகளையும் தடுக்க முடியவில்லை என்பதே யதார்த்தம் ஆகும்.

சிலர் தங்களை உலகை வெறுத்து சந்நியாசம் கொண்டு விட்டதாகச் சொல்லிக்கொள்கிறார்கள். ஆனால் அவர்கள் தேர் தலில் நின்று ஆட்சிக்கு வருகிறார்கள். சந்நியாச சத்தியத் திற்கு எதிராக சாதி வன்முறைகளையும், கலவரங் களையும் தூண்டிவிடுகிறார்கள்.

காலமாற்றத்தில் ஆரியர்கள் உயர்சாதிகளாகவும், திராவிடர் கள், பிற்பட்ட வகுப்பாராகியும், பஞ்சமர்கள், தலித்களாகவும், ஆனார்கள். பிற்பட்டவகுப்பினர் 27%–ம் தலித்கள் வனவாசி கள் 22%–ம் அரசு வேலைகளில் உயர்கல்வியில் இட ஒதுக்கீடு பெறுகிறார்கள். நியாயமாகச் சொன்னால் உயர்சாதி உட்பட எல்லா சாதிகளிலும் உள்ள ஏழைகள் அனைவரும் மக்கள் தொகை வருமான அடிப்படையில் மத வேறுபாடின்றி இட ஒதுக்கீடு பெறவேண்டும். ஏழைகள் எல்லா சாதி மதங்களிலும் உள்ளனர். ஜனநாயக நாட்டில் தகுதியுள்ள அனைவரும் பயன்

பெறுவது தானே சரியாகும்.? காந்திஜி சுதந்திர இந்தியாவில் ராமராஜியம் தொடரவேண்டும் என்றார். அவர் வருணாசிரமம் தொடரவும் தீண்டாமை இல்லாமல் சாதிகள் நிலைக்கவும் வேண்டும் எனக்கருதினார். சட்டத்தின் மூலம் தீண்டாமை விலக்கப்பட்டது. ஆனால் சாதிகள் நிலைத்திருப்பதால் சாதிப் பழக்கங்கள் தொடர்கின்றன. தீண்டாமை விலக்கில் பெண்கள் சேர்க்கப்படவில்லை. ஆண்கள் பழகிக்கொள்ளலாம். பெண்கள் விசயத்தில் மாற்றமில்லை. ஆகவே சாதிப்பிரிவுகள் நிலைத் திருக்கும். சாதி மறுப்பு திருமணம் நடைபெறுகிறது. ஆனால் அனுலோமா சங்காரத்தின் அடிப்படையில் உயர்சாதி ஆண்கள் கீழ்சாதி பெண்களை அபகரிக்கின்றனர். இது சமூகத்தில் ஏற்றுக்கொள்ளப்படுகிறது. இது மனித இயற்கைக்கு மாறான அநீதி தானே! எனவே கீழ்சாதி ஆண்கள் மேல்சாதிப் பெண்களை திருமணம் செய்ய அனுமதியில்லை என்பதே யதார்த்தம்.

சுயமரியாதையைத் தேடி தலித்கள் முகம்மதிய பிரிட்டிஷ் ஆட்சியில் மற்ற மதங்களைத் தழுவினர். டாக்டர் அம்பேத்கர் புத்த மதத்திற்கு மாறினார். இதுவே தலித்கள் சுபிட்சம் பெறும்வழி என்றார். ஆனால் மற்ற மதங்களிலும் சாதி மறுப் புத்திருமணங்கள் நடைபெறுவதில்லை. சாதிப் பழக்கங்கள் தொடர்கின்றன. வீடு திரும்புதல் என்ற பெயரில் தலித்துகளை தாய் மதத்திற்கு வரும்படி அழைக்கின்றனர். அரசுவேலை மற்றும் பொருளாதர ஆதரவுகள் தரப்படுகின்றன. ஆனால் சாதிப்பழக்கங்கள் ஒழிய மார்க்கமில்லை.

யாக சலைகளில் ஆரியர்கள் இறைச்சி உண்டார்கள் என்று சொல்லப்படுகிறது. பிறகு புத்த ஜைனபழக்கங்கள் மூலம் இது கைவிடப்பட்டது. ஆனால் தலித்துகள், முஸ்ஸீம், கிறித்தவர், பல இந்துக்கள், தொடர்ந்து இறைச்சி உண்கின்றனர். இந்தியா அரசியல் சட்டத்தில் செய்யப்பட்ட உணவு சுதந்திரத்தை இந்து ஆரியர்கள் மறுத்து அவர்களுக்கு எதிராக வன்முறை செய்கின்றனர்.

உயர்சாதி ஆரியர்களிடமும், பிற்பட்ட திராவிடர்களிடமும், தலித்துகளிடமும், தமக்குள் சாதி மறுப்பு திருமணங்கள் நடை பெறுவதில்லை. சாதிப்பிரிவுகள் இன அடிப்படையில் அப் படியே இருந்தவாறே தொடர்கின்றன. தேர்தலில் தொகுதியில்

பெருவாரியான சாதியுடைய வேட்பாளரே நிறுத்தப்படுகிறார். தேர்ந்தெடுக்கப்படுகிறார். அப்படியானால் உண்மையான மக்களாட்சி எவ்வாறு நடைபெறும்? பெரு வாரியான சாதிகளுடைய அதிகாரம் சிறுபான்மை சாதிகள் மேல் செலுத்தப்படும் என்பது தானே நடைபெறும்?

பிள்ளைகள் தங்கள் சொந்த சாதியிலேயே மணம் செய்து கொள்ளும்படி வற்புறுத்தப்படுகின்றனர். இதனால் சாதிகள் நிலைத்து சாதிப்பழக்கங்கள் தொடர்கின்றன. மேலும் பிள்ளைகள் பெற்றோர் விருப்பும் படிப்பையே படித்து அவர்கள் விரும்பும் தொழிலே செய்கின்றனர். பிள்ளைகளின் விருப்ப வெறுப்புகள் கணக்கில் எடுத்துக் கொள்ளப் படுவதில்லை. பிள்ளைகளுடைய மன மற்றும் அறிவு வளர்ச்சி அனுமதிக்கப் படுவதில்லை. அவர்கள் மகிழ்ச்சியற்ற வாழ்வு வாழ்ந்து குறைபாடுகள் ஆரோக்கியமற்ற பிள்ளைகள் பெறுகிறார்கள். இது மனித இயற்கை மற்றும் பரிணாம வளர்ச்சிக்கு எதிரானது அல்லவா?

சாதிப்பிரசனை என்பது ஆரிய, திராவிட இனப்பிரச்சனையிலிருந்து தோன்றியது. இனப்பிரச்சனையானது இன அடிப் படையிலான தீர்வினாலேயே முடிவுபெறும். தோல் நிறம் மற்றும் உடல்வாக்கு என்பவை வெள்ளை இனத்தார். கறுப் பினத்தார்களிடையே வித்தியாசம் தெளிவாகக் கண்டுணர முடிகிறது. ஆனால் இந்தியாவில் நிறமற்றும் உடலைமைப்பு வித்தியாசங்கள் பெருமளவில் இல்லை. ஏனெனில் ஆரியர் களின் 3500 வருட இரத்தக் கலப்பு வித்தியாசமில்லாமல் செய்துவிட்டது எனலாம்.

இந்தியக்குடிமக்கள் அனைவரும் சட்டத்தின் முன் சமம். வருணத்திற்கு மற்றும் சாதிக் கொரு நீதி என்பது சட்டத்தினால் சமன்செய்யப்பட்டுவிட்டது. ஆனால்வருணஅடிப்படையிலான சாதி பேதம் சமூக அமைப்பில் தொடர்கிறது. இந்தியர்களில் 97% பேர் பிரித்தாளும் ஆரிய திராவிடர் இன சாதி பேதத்தில் மாய்கின்றனர்.

மக்கள் நல்லிணக்கம் சமத்துவ அடிப்படையில் ஒன்று படுத்தப்படவேண்டும். நேப்பாளம் ஒரு இந்து இராஜியம் ஆகும். அவர்கள் சாதிப்பிரச்சனை என்பது இனப்பிரச்சனையே

என்று உலகநாடுகளில் பேரவையில் ஒப்புக்கொண்டுள்ளனர். ஆனால் இந்தியா உயர் சாதி ஆரியர்கள் இங்கே இனப்பிரச்சனை இல்லையென்று சொல்லிவிட்டனர். அவர்கள் எண்ணம் என்ன? கீழ்சாதிகள் சனாதன வருணாசிரமத்தின் கீழ் அடிமைநிலையில் தலித்துகளை வைத்திருப்பது தானே? கீழ் சாதிகளும், தலித்து களும், சாதிகளை ஒழித்து சட்டத்தின் முன் சமூகத்தில் சமத்துவத்தை ஏற்படுத்த இனத்தீர்வுகாண முன்வரவேண்டும். அனைவரும் சம வேலைவாய்ப்பு, பெண்கள், பிள்ளைகள், விடுதலை, மத சமூக நல்லிணக்கம், உணவு சுதந்திரம், சமூகநீதி, சாதிக்கலவரம், மற்றும் ஆணவக்கொலைகளிலிருந்து விடு தலை, மெய்யான ஜனநாயகம், மனித உரிமை, சாதிப்பெயரால், பொருளாதர இழப்பிலிருந்து விடுதலை, முதலியவற்றை பெற்று முழுசுதந்திரம் பெற இனத்தீர்வு அவசியம். இந்த லட்சியத்தை அடைய சாதி மதத்தை முன்னெடுக்கும் அரசியல் கட்சிகள் தடைசெய்யப்பட்ட வேண்டும். அப்படி தடை செய்ய முடியாவிட்டால் சாதி மத கட்சிகளுக்கு வாக்களிப்பதை நிறுத்த வேண்டும். சாதி மதத்தின் பேரால் மக்கள் போராடுவதை நிறுத்தி ஒற்றுமையுடன் உழைத்து நலமுள்ள இந்தியாவை அமைக்கப்பாடுபட வேண்டும். தனிநபர் தமக்குப்பிரியமான கடவுளை மதத்தை தேர்வு செய்து முக்தியடைய அனுமதிக்கப் படவேண்டும். வற்புறுத்தல் தடைகள் கூடாது. தலித்கள் 4000 வருடங்களாக வருணாசிரமத்தில் துன்பப்படுத் தப்பட்டனர். அவர்களை மத அடிமைகளாக தொடரும்படி செய்வது சரியா? உயர்சாதிகளுக்கு சாதி என்பது முதல், அதிகாரம், அனுகூலம், ஆணவம், என்பதாகும். கீழ்சாதி களுக்கு, சாதி என்பது நட்டம் தாழ்மை, பிரதிகூலம், அடிமைத்தனம் என்பதாகும். இவற்றி லிருந்து விடுதலை பெறவேண்டாமா?

கர்நாடக அரசு சட்டம்

மாண்புமிகு முதலைமைச்சர் சித்தராமையா மற்றும் அமைச்சர் டி.பி,ஜெயச்சந்திரா, ஆகியோர் ஒரு சட்டத்தை முன்னெடுத்திருக்கின்றனர். இதன் மூலம் நாட்டில் மனிதத் தன்மையற்ற சடங்குகள், ஜோசியம், மந்திரம், மனித உயிர்ப் பலி, மடீஸ்னானா என்னப்படும் பிராமணர் உண்ட வாழை எச்சில் இலையில் தலித்துகள் புரளச் செய்தால் போன்ற

செயல்பாடுகள் தடை செய்யப்படும். மதவாத அரசியல் கட்சிகளும், அமைப்புகளும், இந்த சட்டத்தை எதிர்க்கின்றன. இதன் மூலம் இவர்கள் இந்த பழக்கங்கள் தொடர வேண்டும் என்கின்றனர். தலித்துகள் தொடர்ந்து சாதி அடிமைகளாக் இருக்கவேண்டும் என்கின்றனர். மகாராஷ்டிரா அரசு ஏற்கனவே முற்போக்காக இந்த பழக்கங்களை தடை செய்துவிட்டது பாராட்டுக்குரியது.

பேச்சுரிமை பத்மவிபூசன் சோலிசோரப்ஜீ முந்தய அட்டார்னி ஜெனரல்

சைவ உணவுதான் உண்ண வேண்டும் என்று யாரையும் கட்டுபடுத்தமுடியாது. இந்த வற்புறுத்தலால் அநேகர் கொடுமைப்படுத்தப்பட்டார்கள். கொல்லப்பட்டார்கள், எவ்வளவு, பயங்கரம்? அதனால் தான் பாதிக்கப்பட்டோருக்கு, நீதிமன்றங்கள் பாதுகாப்பு அளிக்கின்றன. சிலவேளைகளில் நீதிமன்றங்கள் அப்படிச் செய்வதில்லை. நீதியரசர்கள் தவறு செய்யக்கூடும். அரசை விமர்சிப்பது தேச துரோகம் ஆகியது. அரசுக்கு எதிராக வன்முறைக்கு அறைகூவல் விடும்போது ஏற்றுக்கொள்ளப்படமாட்டாது. பேச்சு சுதந்திரமும், வன்முறையில்லாமல் மாற்றுக்கருத்து சொல்லவும் மாணவர்களுக்கு பள்ளிகளில் பயிற்சி அளிக்கப்பட வேண்டும்.

சுவாமி விவேகானந்தர், சகிப்புத்தன்மை

இந்துக்கள் மற்ற மதங்களை வெறுக்காமல் அவற்றை ஏற்றுக்கொள்ளும் உயர்ந்த பாரம்பரியம் உள்ளவர்கள். நாம் எல்லா மதங்களையும் உண்மையென்றே கொள்கிறோம். நாம் யூதர்களுக்கு இடம் கொடுத்தோம். ஜோராஷ்டிரார்களுக்கு பார்சிகளுக்கு இடம் கொடுத்தோம்.

மக்களாட்சி

ஜூலியஸ் சீசரும் கவுன்சிலர்களும் கிரீஸ் நாட்டில் மக்களாட்சியை அமைத்தனர். அவர் அதிகாரத்தை முழுவதும் எடுத்துகொண்டு சார்வாதிகாரியாக முயற்சிப்பதாக சிலர் சந்தேகப்பட்டனர். சீசரோ நேர்மையானவர். சந்தேக வாதிகள் அவரைக் கொல்லத் தீர்மானித்தனர். அவர் கத்தியால் குத்தப்

பட்டபோது தன்னைக் காக்கும் படி நண்பர் புருட்டாசிடம் சென்றார். ஆனால் அவரும் சீசரைக் குத்தினார். நீயுமா புருட்டாஸ் என்று கதறிவிட்டு சீசர் உயிரைவிட்டார். மக்க ளாட்சியில் இந்தக்காட்சிகள் திரும்ப திரும்ப நடைபெற்றுக் கொண்டுதான் வருகின்றன. இந்தியா அறியாமையும், படிப்பறி வில்லாமலும், ஏமாறும், மக்களையும் பெரும்பான்மையாகக் கொண்டிருக் கிறது. உயிர்ப்புள்ள மக்களாட்சியே இவர்களை சில ஊழல் அதிகாரிகளிடமிருந்து அரசியல்வாதிகளிடமிருந்து காக்க முடியும். சிலர் நேர்மையற்ற, குற்றமுள்ள, பேராசை கொண்ட சாதியவாதிகளாகவும், உள்ளனர். ஒரு உயர் நீதிமன்ற நீதிபதி வழக்குகள் மிகவும் இழுத்தடிக்கப்படுகின்றன என்கி றார். சில வழக்குரைஞர்கள் வழக்குகளை தாமதப் படுத்து கின்றனர் ஏன்?

சில ஊழல் அரசியல்வாதிகள் வழக்குகள் முடிவு பெற்று தீர்ப்பு வருவதை ஏற்றுக்கொள்வதில்லை. எதற்காக சில வழக்குகள் 20 வருடத்திற்கு மேலாக நீடிக்கப்படுகிறது. அரசியல் அதிகாரத்தைப் பயன்படுத்தி விடுதலை பெற முயற்சி நடக்கிறது. ஆறுமாதத்தில் தீரவேண்டிய வழக்கு 20.25 வருடம் ஆகிறது. வழக்கு தீர்க்க முடியாமல், தீர்க்காமலிருக்க முயற்சிகள் நடக்கின்றன. மக்கள் ஜனநாயக அமைப்புகள் நீதிமன்றங்கள் மேல் நம்பிக்கை கொண்டுள்ளனர். ஒரு துளி விஷம் ஒரு குப்பி பாலைக்கொடுத்து விடும். மீன் ஆனது தலையிலிருந்து அழுகத் தொடங்குகிறது. ஒரு சில விரோதிகள் நாட்டின் சமூக பொருளாதர வளர்ச்சியை கெடுத்து விடுவார்கள். இந்த சூழ்நிலையில் படித்த நாட்டு நலம் விரும்பிகளால் பஞ்சாயத்து முதல் நாடு வரை மக்களை வழி நடத்த முடியும். நம்முடைய நீதிமன்ற நடை முறைப்படி எந்த ஒரு அப்பாவியும் தண்டிக்கப் படக்கூடாது என்பதே இது கானல் நீரைப் போன்றதே, நிரபராதியைத் தேடிகொண்டே பல குற்றவாளிகள் தப்பிவிடு கிறார்கள். அப்பாவி தண்டிக்கபடாமல் நீதி ஏற்றகாலத்தில் வழங்கப் படவேண்டாமா? நீதி நடைமுறைகள் மாற்றப்பட வேண்டும் என்று மக்கள் சொல்கிறார்கள். பணம், சாதி, சினிமா, சமூக விரோதிகள், வேட்பாளர், தேர்வு செய்யப் படுவதை தீர்மானிக்கின்றன. அறிவாளிகள் நேர்மை யாளர்கள்

தன்னார்வ அமைப்பு மூலம் சமூக விரோதிகளிடமிருந்து மக்களைக்காக்க முடியும். மக்களை வழி நடத்த முடியும்.

வருணதருமம்

வருண லட்சியங்கள் மிகவும் பாரட்டத்தக்கவையாகும். அவை நடைமுறையில் செயல்படுகின்றனவா? ஏமாளி அறியாத ஜனங்கள் இழிந்த வேலைகளில் அமர்த்தப்பட்டு எதிர்பேச முடியாமல் துன்பப்படுத்தப்படுகின்றனர். பூசாரி, வியாபாரம், அதிகாரம், சம்பந்தமான வேலைகளை உயர்சாதிகள் எடுத்துக் கொண்டன. மற்ற எல்லா உடலுழைப்பு சம்பந்தமான வேலை களை ஏமாளிகள் மேல் சுமர்த்தினர். பாகுபாடுள்ள வருண தருமம் மீறுகிறவர்களின் கண்கள் பிடுங்கப்பட்டன. காய்ச்சிய, இரும்பு, செவிகளில், ஊற்றப்பட்டன என்று சொல்லப்படுகிறது வேதபாடம் மறுக்கப்பட்டது. தீண்டாமை. நெருங்காமை, பார்க்காமை, ஆதிசூத்திரர் மேல் திணிக்கப் பட்டது. கீழ்சாதி மக்களுடைய உடலுழைப்பில் மேல் சாதியினர் வளமாயினர். இத்தகைய கொடுஞ்செயல்கள் மனிதருக்கு மனிதர் அன்பு கொண்டு செய்யபட்டது அல்ல. இது வெறுப் பினால் உண்டானது. கால ஓட்டத்தில் தாழ்த்தப்பட்டோர், அடிமைகள், ஆயினர். யூதர்கள் எகிப்தில் பிரமீடு கட்டப் படுவதற்கு அடிமையாக்கப்பட்டனர். இந்தியாவில் சாதி அநீதியின் அடிப் படையில் கட்டப்பட்டு தீண்டத்தகாதோர் உயர்சாதிகளின் வீதிகளில் கூட நடக்கமுடியாது தடுக்கப் பட்டனர். அவர்கள் உயர்சாதியினர் வரும்போது பார்வையிலிருந்து மறைந்து ஒளிந்து கொள்ள வேண்டியிருந்தது.

இளைஞர்களுக்கு பயிற்சி

சாதாரணமாக ஒரு இந்திய கிராம இளைஞர் கிராமத்தில் பிறந்து வளர்ந்து அங்கேயே வாழ்நாளை முடித்துக்கொள்கிறார். அந்த அப்பாவி ஏழை இளைஞர் தன்வாழ் நாளில் 10 அல்லது 15 கி.மீ தூரத்திற்கு அதிகமாக பிரயாணம் போக முடியாத நிலை மிகவும் வருந்தத்தக்கதே. இந்த நிலையில் அவர் எப்படி பரந்தமனம் உடையவராக இருக்க முடியும்? இதை ஒரு மேற்கத்திய இளைஞரோடு ஒப்புநோக்கினால் அவர் உலக முழுவதும் சென்று மனிதர்களை நன்கு புரிந்து சகமனிதரோடு

தோழமையோடு முழுவாழ்க்கை வாழ்கிறார். எனவே அரசு இளைஞர்களுக்கு வெளி உலகத்தை காணும் வாய்ப்பை அளிக்கவேண்டும். அவர்களை சுமார் ஒரு வருடம் ராணுவப் பயிற்சிக்கு அனுப்ப வேண்டும். அவர் நாடு முழுவதும் சென்று நல்ல புரிதலும் உறவும் கொண்டிருப்பார் என்பது திண்ணம். சுமார் மூவாயிரம் வருட வருணதருமம், இந்தியா இளைஞர் களின் மனதைத் குருடாக்கிவிட்டது எனலாம்.. அரசின் பயிற்சி மூலம் இந்தியரின் இருண்ட மன இருள் விலகும், சில அறிவாளிகளின் சொல்படி, கல்வி முறையானது படித்த இளைஞர்களுக்கு நன்னடத்தை பொதுவாழ்வில், நேர்மை, தோழமை, உணர்வு, ஆகியவற்றை கற்றுத்தரவில்லை என்று கூறப்படுகிறது. ஆகவே படித்தவர்கள் ஒருவருட ராணுவப் பயிற்சிக்கு அனுப்படவேண்டும். அவர்கள் நாட்டைப்பாது காக்க உதவுவார்கள். இதனால் நாட்டு ஒற்றுமை பலப்படும். நிரந்தர ராணுவ சேவைக்கு பயிற்சி பெற்றவர்களிடமிருந்து சேர்த்துக் கொள்ளலாம். மேலும் மற்ற மேற்கு கிழக்கு நாடுகளில் உள்ளது போல் இந்தியர் அனைவரும் ராணுவப்ப–யிற்சி பெற வேண் டியது அவசியம். இது இறுதியாக இளைஞர்கள் சாதிக்கட்டு களிலிருந்து விடுதலை பெற ஒரு நல்ல வாய்ப்பாகும். விஞ்ஞானிகளும், நோயாளிகளும் விலக்கு பெறலாம்.

சாதி உருவாக்குவது நேசமா? வெறுப்பா?

சாதி மனித நேசத்திலிருந்து உருவானதா? வெறுப்பிலிருந்தா? கடவுள் அன்பாயிருக்கிறார். கடவுள் எல்லா உயிர்களிடத்தும் அன்பாயிருக்கிறார். அன்பு சமாதானத்தையும் நல்லுறவுகளை யும், வளர்க்கிறது. நேசத்திற்கு பொறாமை இல்லை. அன்பு கோபம் கொள்ளாது மற்றவர்களைத் துன்புறுத்தாது. நேசமானது நியாயம் செய்கிறது. அநீதி செய்ய அன்பு உடன்படாது. நேசம் துரோகம் செய்யாது.அன்பு மக்களை உயர்ந்தோர், தாழ்ந்தோர், என்று பிரிப்பதில்லை.அன்பு அப்பாவியை ஏமாற்றுவது இல்லை. அன்பு அளவில்லாமல் கொடுக்கிறது. நேசம் மற்றவர் களு டைய பொருளைத்திருடாது. அன்பு குறைகளை நிவர்த்தி செய்கிறது. பாதிக்கப்பட்டோருக்கு உதவுகிறது. அன்பு உயிர்ப் பிக்கிறது. ஏழைகளுக்கு குறையுள்ளோருக்கு உதவுகிறது. அன்பு

நேசமுடன் மற்றவர்களுக்கு நல்லது செய்கிறது. எனவே தான் அன்பு கடவுளுக்குச் சமமாய் சொல்லப்படுகிறது. சாதியானது மூவாயிரம் வருட அனுபவம் மூலம் அன்பினால் உண்டாக வில்லை என்று தெரிகிறது. மாறாக சாதியானது சிந்தையிலும் செயலிலும் வெறுப்பைக் கொண்டிருக்கிறது என்று தெரிகிறது.

வெறுப்பின் தன்மை என்ன? வெறுப்பு அன்புக்கு நேர் எதிரானது. வெறுப்பானது சகமனிதர்களைப் பிரித்து, அநீதி செய்ய தயங்குவதில்லை. அதிகாரத்தையும், பிறர் பொருளையும் அபகரிக்கிறது. வெறுப்பு துரோகம் செய்து வெறுப்பிற் குள்ளான வரை ஆபத்தில் கொண்டுவிடுகிறது. வெறுப்பு பொறாமை கொண்டு மற்றவர்களின் நலனை சகிக்காது. வெறுப்பு ஒடுக்குகிறது. வெறுப்பு மன்னிக்காது பழிவாங்கு கிறது. கெட்ட எண்ணம் கொண்டு இசைவற்ற சமூக நிலையை உண்டாக்கு கிறது. சுய நலமுள்ள வெறுப்பு தன்னைக் கொண்டவருக்கு மன உடல் நலம் பாதிக்கிறது. வெறுப்பு பிறர் பொருளை அபகரிக்கிறது.

ஆக சாதியானது வெறுப்பை அடிப்படையாகக் கொண்டு உயர் சாதிகளை வணங்கியும், கீழ்சாதிகளை இரக்கமில்லாமல் கொடுமைப்படுத்தியும் தன் சாதியை நேசிக்கவும் செய்கிறது என்பது தெளிவு.

வருணாசிரமம்

ஆரம்பத்தில் எல்லா வேலைகளும் சமம் என்று சொல்லப் பட்டு ஏற்றுக்கொள்ளப்பட்டது. ஆனால் இது அப்பாவிகளை ஏமாற்றும் விதமாக மிக கவனமாக உண்டாக்கிய ஒரு ஏற்பாடு என்று தோன்றுகிறது. கடின உடல் உழைப்புள்ள வேலைகள் தொழிலாளர்களுக்கு வழங்கப்பட்டது. உடல் உழைப்பின்றி நல்ல வருமானமுள்ள தொழில்கள் மற்ற சில குழுக்களுக்கு வழங்கப்பட்டது. காலமாற்றத்தில் ஏழைகள் மிகவும் வறுமைக் குள்ளாகி வெறுப்படைந்தார்கள். ஏழைத் தொழிலாளி கள் குடிசைகளில் வயிற்றுப்பாட்டுக்காக போராடிக் கொண்டிருந் தார்கள். வறுமையானது அவர்களைத் தொடர்ந்து இறைச்சி உண்ண வைத்தது, மற்றவர்களோ இதை நிறுத்திவிட்டனர். இதனால் கீழ்சாதி மேல் சாதிகளுடைய பிளவு அதிகமாகி

ஏழைகள் வசதிமிக்கவர்களிடமிருந்து பிரிந்து ஊரை விட்டு தூர வெளியிடங்களில் குடியிருக்க வேண்டியதாயிற்று. குஷ்டரோகி களைப் போல அவர்கள் உயர்சாதி மக்களிடையே நடமாடவும் தடையாயிற்று, ஏற்ற உடையின்றி ஆணும் பெண்ணும் மானத்தை மாத்திரம் மறைத்து வெறும் மேலுடன் வாழ்ந்தனர். ஏழைகள் ஓலைக்குடிசைகளிலும் உயர்சாதிகள் ஆடம்பர வீடுகளிலும் மிகுந்த செல்வத்துடன் வாழத்தலைப்பட்டனர்.

கழிப்பறைப்பழக்கம்

இந்தியா முழுவதும் மக்கள் திறந்த வெளியிடங்களில் காலைக்கடன்களை கழிக்கிறார்கள். நகரங்களில் அப்பாவி மக்கள் தங்கள் தலைகளில் கழிவுகளைத் தலைகளில் சுமந்து அப்புறப்படுத்தும்படி நிர்ப்பந்திக்கப்பட்டனர். இதைப் பார்த்த சினிமா நடிகர் அமிர்லோகன் அப்போதைய பிரதமர் டாக்டர் மன்மோகன்சிங் அவர்களுக்கு இந்தப் பழக்கத்தைப் நிறுத்தும் படி வேண்டுகோள் விடுத்தார். சுமார் பத்து லட்சம் செலவில் வீடு கட்டுபவர் ரூ10,000 செலவழித்து கழிப்பறை கட்டத்தயங் குகிறார்.இப்படியானவர் எப்போது சகமனிதரை மனிதனாக மதித்து மனந்திரும்பப் போகிறார்.?

நம்முடைய கழிப்பறைப்பழக்கத்தைப் பற்றி ஒரு கதை சொல்லப்படுகிறது. ஒரு சமயம் ரஷ்யமந்திரி நம் நாட்டில் பிரயாணம் வரும்போது கிராமங்களில் திறந்த வெளியிடங் களில் காலைக்கடன் கழிப்பதைக் கண்டு அதை விமர்சித்தார். நமது மந்திரி ஒன்றும் சொல்லவில்லை. பிறகு நமது மந்திரி ரஷ்யா செல்லும் போது அங்கு ஒரு ஆசாமி திறந்த வெளியில் இந்தக் காரியத்தை செய்வதைப் பார்த்து கேலிபேசினார். உடன் ரஷ்யமந்திரி அந்த நபரை கைது செய்ய உத்தரவிட்டார். ஆனால் ரஷ்ய அதிகாரிகள் கைது செய்ய முடியாது என்றார்கள். ஏனெனில் அவர் நமது வெளியறவு செயலாளர் என்று தெரிந்தது. நம்மக்களின் நிலைமை இப்படியிருக்கிறது.

அரசாங்கம் நமக்கு பள்ளிகள், படிப்பகம், மருத்துவமனை, சாலைகள், குடிநீர், முதலியவற்றை இனாமாக வழங்குகிறது. அல்லவா? இதேபோல் ஒவ்வொரு கிராமத்திலும் இனமாக பொதுக்கழிப்பிடம் கட்டிதர வேண்டும். பேருந்து நிலையங்

களில் கட்டண கழிப்பறைகள் செயல்படவில்லையா? நாம் சந்திராயன் துணைக்கோள் மூலம் சந்திரனில் தண்ணீரை கண்டுபிடித்தோம். பெருமைதான். ஆனால் நமது கழிப்பறை பழக்கங்கள் கூடமாறவில்லையே! தற்போது அரசு செலவில் கழிப்பறை கட்டும் திட்டம் வீடுகளில் கொஞ்சம் முன்னேற்றம் உண்டாகிறது.

கல்வி

கல்வியானது சமூகத்தில் அடித்தட்டு மக்களுக்கு மறுக்கப் பட்டது. வேதத்தைப்படிப் போரது கண்கள் பிடுங்கப்பட்டன. ஒரே குற்றத்திற்கு ஒவ்வொரு சாதிக்கும் ஒரு நீதி என்ற தண்டனை. பூசாரிகளுக்கு மிகவும் குறைவாகவும் தாழ்ந்த சாதிக்கு மிகவும் அதிகமாகவும் இருந்தது. இந்தநிலை இப் போதும் சிலசமயம் காணப்படுகிறது.

நாடுகளுக்கிடையே பிரிவுக்கோடுகள் பிரிப்பதைப் போல் சாதிகள் மக்களைப் பிரித்தன. ஒரு சாதி மற்ற சாதியுடன் கலக்கமாட்டார். உறவு கொள்ளமாட்டார். ஒருவனுடைய சாதியை அவன் பேசும் விதத்தையும் நடந்து கொள்வதை வைத்தும் அறிந்து கொள்ளமுடியும். சாதியால் சமூகம் பிளவு பட்டுக்கிடக்கிறது. தலித்துகளின் பொருளாதார வளர்ச்சியும் மனித உரிமை வேட்கையும் சகித்துக் கொள்ளப்படுவதில்லை.

திருமணம்

சாதிக்களுக்கிடையே திருமண உறவு இல்லை. பெண்கள் அடிமைகளாக இருப்பதால் இது சாத்தியமாகிறது. சாதி மறுப்புத் திருமணங்கள் ஆணவக் கொலைகளால் தடுக்கப் படுகின்றன. வீட்டின் மகள் தனது தந்தையாலும் சகோதார் களாலும், கொல்லப்படுவது கொடுமையல்லவா? தீ, வெள்ளம், அபாயம், போன்ற நேரத்திலும் தாழ்ந்த சாதியார் மற்றவர்களால் காப்பற்றப்படுவதில்லை. ஏதாவது குற்றம் செய்துவிட்டால் ஊர் சாதி பஞ்சாயத்தார் முன்பு நெடுஞ்சாண் முறையாய் பாதம் பணிய வேண்டும். நேரம் காலம் இல்லாமல் இது தொடரும். பெரும் அபராதமும் விதிக்கப்படுதுண்டு. இது கொடுமையே அல்லாமல் குற்ற நிவர்த்தியல்ல.

சாதி அடையாளம்

மனித இயற்கையில் சாதி அடையாளம் இல்லை. உடல் அமைப்பானது உயர்சாதியானாலும் தாழ்ந்த சாதியானாலும் ஒன்றுதான். ஒருவன் தனது சாதிப்பெயர் நெற்றியில் தரிக் கப்பட்டு பிறப்பதில்லை. சாதி உயர்ச்சியைத் காட்டும் படி பூசாரிகளும் மற்றவர்களும் பூணூல் அணிந்து கொள்கிறார்கள். மேலும் தங்கள் பெயரோடு சாதிப்பெயரை வைத்துக் கொள்கிறார்கள். அப்படிச் சாதிப்பெயர் சொல்லாவிட்டால் அவர்கள் உயர்சாதி என்பதில் சந்தேகம் வந்துவிடும்.சாதிப் பெயரானது அவன் செய்யும் தொழிலைக் குறிப்பதாயிருந்தது. ஒரு டாக்டர் தன்னை டாக்டர் என்று சொல்லி பேர் சொல்வது போல் தான் இதுவும். உளவியல் பிரகாரம் ஒருவன் தான் சேர்ந்த தொழிலில் மிக உயர்ந்த நிலைக்கு வரவேண்டும். ஒருவன் போலிஸ் ஆனால் ஐ.ஜி ஆக உயர்வு பெறவேண்டும். ஆனால் சாதியைப் பொறுத்தவரை, ஒரு நபர் பெரிதாக வளர ஒன்றுமில்லாத போது தனது சாதிப்பெயரை மட்டும் சொல்லி பெயரைச்சுறுக்கி விடுகிறார். சாதி என்ற சுவருக்குப் பின்னால், கற்பனைக் கோட்டைக்குள் அவர் ஒளிந்து கொள்கிறார். சரீரப்பிரகாரம் எல்லா உடலமைப்பும் மனிதருக்கு ஒன்றுதான்.

தோல்நிறம் வேண்டுமானால் மாறும்.அவர் வாழும் பூமியின் சீதோஷ்ணத்தைப் பின்பற்றி அமையும். பெரும்பாலான தென் னிந்தியர்கள் நிறம் கருப்பு, வடஇந்தியர் மாநிறம், கிழக்கு நாடுகள், அமெரிக்கா, ஐரோப்பா, வெள்ளைநிறைத்தார். ஆனால் உடல் மனித உறுப்புகள், ரத்த அணுக்கள், உயிரிகள் எல்லாம் ஒன்று தான். திருமணம் மூலம் பிள்ளைகளைப் பெறுகிறார்கள். இயற்கை நியதிப்பிரகாரம் மனிதர்கள் ஜனப் பெருக்கம் கொள்கிறார்கள். ஆனால் இந்தியாவில் என்ன நடக்கிறது? சொத்துகளை இழக்க நேரிடும் என்றும் சாதிகள் மறைந்து போகும் என்றும் சாதியிடையே திருமணம் தடை செய்யப்படுகிறது.

வசதியுள்ளவர்கள் கீழ்சாதிப் பெண்களை முன்பு வைப்பாட் டிகளாகக் கொண்டிருந்தனர். இதைப்பற்றி ஒரு தென்னிந்திய திரைப்பட இசையமைப்பாளர் இப்படி பாடுகிறார். எங்களைத் தீண்டத்தகாதவர் என்று பகலில் சொல்கிறார்கள். இரவில்

இத்தகைய பெண்டிரைத் தொடதயங்குவதில்லையே ஏன்? உண்மையில் மக்களைப் பிறப்பிக்கிற உணர்வு சக்தியுள்ளது தான். ஆனால் அவர்கள் திருமணம் மூலம் மக்களைப் பிறப் பிக்கக்கூடாது என்று மிகக்கவனமாயிருக்கின்றனர். சாதியை நிலைக்க செய்வதற்காக தகுதியுள்ளது வெற்றிபெறும் என்ற இயற்கைத் தத்துவத்திற்கு இது எதிரானது. நமது ஆண்கள் குள்ளமாக இருப்பதற்குக் காரணம் நாம் நமது சாதிகளுக்குள் மணம் செய்வதுதான் என்று பெரியார் சொன்னார். வெளிநாட்டு ஆட்களுடைய சராசரி உயரத்தை விட நமது உயரம் மிகக்குறைவு .ஏனெனில் அவர்கள் தூரத்து உறவுள்ளவர்களுக்கிடையே சம்பந்தம் கலக்கின்றனர்.

உயர் சாதிகள் உடலுழைப்புச் செய்வதில்லை. அப்பாவி களின் உழைப்பிலேயே வாழ்கின்றனர். விவசாய வேலைகள் செய்யமாட்டார்கள். உழைக்கும் வர்க்கம் வதிக்கப்படுகிறது. முதல்வருணத்தார் உடல் உழைப்பையும் வியர்வை சிந்து தலையும் விரும்புவதில்லை. ஒலிம்பிக்கில் மைக்கேல் ஓவன் இந்தியா 97 வருட சரித்திரத்தில் வென்ற பதக்கங்களைப் காட்டிலும் அதிக பதக்கங்கள் வென்றார். உயர்சாதிகள் உடற் பயிற்சிகளையும் வேர்வை சிந்தும் விளையாட்டுகளையும் விரும்புவதில்லை. அவர்களுடைய இலக்கு படித்து நல்ல வேலையில் சேரவேண்டும் என்பதே.

வேறொன்றும் இல்லை. இதன் பயன் வெளிப்படை. ஒரு சமயம் நமது விவசாய மாணவர்கள் அதிக விளைச்சல் தரும் நெல்லைப் பற்றி படிக்க ஜப்பான் சென்றிருந்தார்கள். நமது மாணவர்கள் வயலில் இறங்கும் படி அவர்கள் சொன்னார்கள். நமது மாணவர்கள் வயலில் இறங்க மறுத்தார்கள். நமக்கு விவசாய வேலை செய்ய விவசாய கூலிகள் உண்டு என்று சொன்னார்கள். எனவே பயிற்சியில்லாமல் அனுப்பிவிட்டார்கள். சாதி மனத்தடை வளர்ச்சிக்கு எதிரியாயிருக்கிறது.

இந்தியர்களின் இடப்பெயர்ச்சி

ஐரோப்பாவில் இந்தியக்குழந்தைகளை தத்து எடுத்து வளர்க்கின்றனர். நமது குழந்தைகள் சிறந்த கல்வியும் பயிற்சியும் பெறுகின்றனர். அவர்கள் ஆயிரமடங்கு நம்மைக்காட்டிலும்

சிறப்பாக உள்ளனர். இது போலவே நமது மருத்துவர்கள் பொறியாளர்கள், அமெரிக்கா, ஆஸ்திரேலியா, கனடா, ஐரோப்பிய நாடுகளில் வாழ்கிறார்கள். அங்கே உள்ளவர்களை மணந்து சிறப்பாக உள்ளனர். உலகப்பிரசித்த பெற்ற அனிதா வில்லியம்ஸ் இந்தியவேர்கள் உடையவர். அவர் அண்ட வெளியில் ஆய்வு செய்ய இரண்டாவது முறை தேர்ந்தெடுக்கப் படுகிறார். இதைப்போலவே வெளிநாடுகளில் வாழும் அநேகர் உண்டு. சிங்கப்பூர் மலேசியா நாடுகளில் சீனர்களை இந்தியர்கள் திருமணம் செய்துள்ளனர். இயற்கையோடு இயைந்த வாழ்வு. இது வெட்கத்திற்குரிய காரியமா?

பசு புனிதமானது

பசு நமக்கு மக்களுக்குப் பால் தரும் வீட்டுமிருகம். பால்பொருட்கள் சமையலில் உபயோகிக்கப்படுகிறது. பசு புனிதமானது என்று அதன் வாழ்வில் கருதப்படுகிறது. இயற்கை நியதிப்படி மற்ற உயிரினங்களைப் போல் அதன் வாழ்நாள் நிறைவு பெறும் போது அது செத்துப்போகிறது. மரித்த பின்பு புனித்தாயை உயர் சாதியினர் தொடுவதில்லை. சக்கிலியர் அதன் உடலை அப்புறப்படுத்துகின்றனர். மாம்சத்தை உண்டு தோல் பதப்படுத்தி பைகளும், காலணிகளும், செய்ய தொழிற் கூடத்திற்கு அனுப்புகின்றனர். அரசு இதற்கு அனுமதி வழங்குகிறது.

அடிப்படை மதவாதிகளுடைய தூண்டுதலால் 2002–ம் வருடம் ஹரியானா மாநிலம், ஜஜ்ஜர் ஜில்லா, துலினா கிராமத்தில் தயாசந்த், விருத்ரா, தோடராம், ராஜ், கைலாஷ், ஆகியோர் சிலரால் செத்த பசுவின் தோலை உரித்ததற்காக அடித்துக்கொல்லப்பட்டனர். கொல்வதற்கு பதிலாக அடிப் படைவாதிகள் அரசையும், நீதிமன்றத்தையும், அணுகிதடை வாங்கி இருக்கலாம். பாதுகாப்பற்ற தலித்துகளை கொல்ல வேண்டியது என்ன? செத்த பசுவானது உயிருள்ள பசுவைப் போல் புனிதமானது என்றால் அவர்கள் மேல்சாதிகள் அதை தொட்டுப் புதைக்கவோ எரிக்கவோ, செய்யாதது ஏன்? உயிருள்ள பசுவை எவ்விதத்திலும் துன்புறுத்தாத தலித்களுடைய உயிர் செத்த பசுவை காட்டிலும் தாழ்ந்ததா? செத்த பசு உயிருள்ளோரைக் காட்டிலும் புனிதமானதா? செத்த பசுவை

உரித்தவர்கள் மரணத்திற்கு பாத்திரவான்கள் என்று கடவுள் தீர்ப்புச் சொல்வாரா? செத்தபசுத்தோல் புனிதமானது? அல்லது கடவுள் பசுத்தோலை உரித்தவர்களை நரகலோகத்தில் தள்ளிவிடுவாரா? ஆனால் கொலைகாரக்கும்பல் செத்த பசுவை விற்றவர்களை தொடதைரியமில்லை. ஏனெனில் அவர்கள் மேல்சாதி. அரசாங்கம் மக்களுடைய உணர்ச்சிக்கு மதிப்பு கொடுக்காமல் தோலூரிக்க அனுமதி கொடுத்தது தவறா? அறியாமையுள்ளவர்களைக் கொண்டு தூண்டிய அடிப்படை வாதிகள் குற்றவாளிகள் தானே? செத்தபசுவையைக் கொண்டு காசுபார்த்த விற்றவர்கள் குற்றவாளிகள் தானே? உயர் சாதிகளின் மத்தியில் தலித்துகள் உயிர்மதிப்பில்லாமல் போய்விட்டது. பெரியார் சொன்னபடி தலித்களுக்கு சமூகம் சாதி விடுதலை தரவில்லையா? அப்பாவிகளுக்கு பாதுகாப்பு தராத காவல்துறை குற்றவாளி தானே? ஐந்து அப்பாவி தலித்துகளின் உயிர் செத்த பசுவின் பலி பீடத்தில் தியாகம் செய்யப்பட்டது சாதாரண மானதா? அப்பாவிகளின் குடும்பங்கள் ஆதரவு இல்லாமல் நிர்க்கதியாக்கப்பட்டுவிட்டது! ஐயகோ! சிலரது மாய்மலத்தை யும் இரட்டை வேடத்தையும் நம்பிக்கையையும் எங்கு முறை–யிடுவது? மற்றப்படி பசு புனிதமானது . மனிதர் எப்படி..?

சாதியைக்குறித்த சில உண்மைகள்

சத்தியத்தை அறிந்தால் அது அடிமைக் கட்டிலிலிருந்து விடுதலையாகும் என்று சொல்லப்படுகிறது. கடவுள் எல்லா மனிதரையும் சம்மாகப் படைத்து அன்பு செலுத்தினார் என்று சொல்லப்படுகிறது.

அப்படியானல் சாதியின் பேரால் ஒருவரையொருவர் வெறுப்பது ஏன்? யாராகினும் கண்களைத் திறந்து பார்த்தால், எல்லாமனிதரும் உடமையால் மனதால் அறிவால் சமம் என்று அறியலாம். சாதியின் பேரால் மனப்பிறழ்ச்சியும் சமூக மாறுபடும் எப்படி ஏற்பட்டது? குருவானவர் ஆசிரியர் என்றும் சிஷ்யன் மாணவர் என்றும் சொல்லப்படுகிறது. அவர்கள் திறமையால் அறிவால் சமமல்ல. ஆனால் சிஷ்யர் குருவுக்கு இணையாகக் கற்றுக்கொள்ளமுடியும். டாக்டர் அம்பேத்கர் உலகறந்த சமூக விஞ்ஞானி. சாதியம் என்பது பிறழ் எண்ணமும் மனப்பேதலிப்பும் போன்ற தொரு மன நோய் ஆகும். சாதிக்

குழுக்கள் என்பவை தொழிற்சாலையிலுள்ள தொழிலாளர் சங்கம் போன்றதல்ல. தொழிற்சங்கம் தொழிலாளர் நலத்திற் காக பாடுபடுகிறது. சாதிகள் தலித்துகளைக் கீழ்படுத்தி அவர் கள் முன்னெற்றத்தைக் தடுக்கிறது.

தொழில்கள் பிறவியுடன் இணக்கப்பட்டன

மனு என்பார் சமூகத்தில் எல்லா தொழில்களையும் மக்களுக்கு பகிர்ந்தளித்தார் என்று சொல்லப்படுகிறது. வருண அடிப்படையில் தொழில் சிறப்பிற்கும் தேர்ச்சிக்கும் வழங்கப் பட்டது. பிராமணர் பூசை செய்வதிற்கும் கடவுளைத் தொழு வதற்கும் நியமிக்கப்பட்டனர். கல்வி அவர்கள் உரிமையானது. ஏனெனில் அவர்கள் வேதம் படித்து சடங்குகள் செய்தனர். பயிர்த்தொழிலும் வியாபாரமும் வைசியர்களுக் கானது. அரசரும் வீரர்களும் நாட்டு நிர்வாகம் செய்து சத்திரியர் எனப்பட்டனர். சூத்திரர்கள் உழுவதும் சேவையும் செய்தனர். பிராமணர் உடலுழைப்பு செய்ய மறுத்தனர். சூத்திரர் வேதம் படிக்க அனுமதியில்லை. மீறுபவர்கள் கண்கள் பிடுங்கப் பட்டனர். காதுகளில் கொதிக்கும் ஈயம் ஊற்றப்பட்டது. மனு சாத்திரத்தை மீறுவோர் தலை கொய்யப்பட்டது என்று சொல்லப்படுகிறது. கால மாற்றத்தில் சில சூத்திரர் மிகவும் ஏழைகளாகி இழிந்த வேலைகளைச் செய்ய நிர்ப்பந்தபடுத்தி பஞ்சமர்களாயினர். ஏற்ற கூலி கிடைக்காமல் உடுக்க துணி யில்லாது ஆணும், பெண்ணும், திறந்த மார்பினராயினர். தீண்டத்தகாதவர் எனப்பட்டனர்.

அவர்கள் மானம் மட்டும் மூடப்பட்டிருந்தது. வனவாசி களைப் போலாயினர். தாழ்ந்த நிலையில் மற்றசாதிகளுடன் பழக அனுமதி மறுக்கப்பட்டு கோயில்களிலும் பொது இடங் களில் துரத்தப்பட்டனர்.

காந்திஜி மதுரை வந்தபோது மேலுடையில்லாத மக்களைக் கண்டபோது தனது மேலாடையை நீக்கி அனைவருக்கும் உடைகிடைக்கும் போது தானும் உடுத்துவேன் என்று சொன் னார். இதனைக்கண்ட இங்கிலாந்து பிரதமர் சர்ச்சில் காந்திஜியை அரைநிர்வாண பக்கிரி என்று அழைக்கலாயினர்.

கால சூழற்சியில் வருணாசிரம வேலை ஒதுக்கீடு தோல்வி அடைந்தது. சமூகத்தில் அதிருப்தியையும் இணக்கமின்மையையும் தோற்றுவித்தது. சாதிப் பிரிவினை சமத்துவமின்மையையும் வெறுப்பையும் பேதத்தையும் உண்டாக்கி ஒருவருக்கொருவர் அன்பில்லாமல் செய்துவிட்டது. மன வளர்ச்சியிலும் ஆன்மிகத்திலும் அனைத்து மக்களும் ஒன்று போலாவர், எனினும் பொய்யான சாதிக்கோட்பாடு மனப்பிறழ்ச்சியை உண்டாக்கியது. இப்படியாக தொழில்கள் பிறவி வழி அமைந்து விட்டது. ஒருவனுடைய பிறப்பு அவனுடைய தொழிலைக் தீர்மானித்தது. யாராவது இதை மீறினால் அவன் தலை கொய்யப்பட்டது அல்லது அவன் சமூகத்தை விட்டு தள்ளப் பட்டான். ஆனால் அவன் அடுத்த பிறவியில் தொழில் மாற்றிக் கொள்ளலாம் என்று சொல்லப்பட்டது. எதிர்காலம் நமக்கு தெரியாது. அவன் அடுத்த பிறவியில் வேறு சாதியில் பிறந்து வேறு தொழில் செய்யலாம் என்றார். இது எப்படி சாத்தியமாகும்.? சாதிமுறையானது கடந்த பிறவி, வரும் பிறவி. கர்மா என்ற கொள்கைகளைச் சொல்லியது. இவை மெய்யானதா? இவை களை சரிபார்க்க வழியில்லை. ஒருவன் போன பிறவியில் செய்த கருமம் பிரகாரம் இந்த சாதியில் பிறந்தான் என்றார். இதை எங்கே போய் நிச்சயம் செய்வது? கர்மக்கொள்கை அப்பாவிகளை ஏமாற்றவும் அவர்கள் மேல் கடினமான வேலைகளைச் சுமத்தவும் செய்யப்பட்டது. ஏமாளிகள் கற் பனைக் கொள்கைகளால் அடக்கப்பட்டனர். மந்திரங்களால் மக்களை மதிமயக்கினர். வேலைகளை அறிவு மற்றும் திறமையால் நியமிக்காமல் பிறவி அடிப்படையில் செய்தார்கள். இது அறியாமையும் அஞ்ஞானமும் ஆகும். எனவே சமூகச் சீர்த்திருத்தவாதிகள் விதி மற்றும் கர்மக்கொள்கைளை ஆராய்ச்சியிலும் ஞானத்திலும் எதிர்கொள்ளச் சொன்னார்கள்.

சதிக் கொள்கையும் பிராமணர்களின் நிர்ப்பந்தமாய் பொருள் கேட்பதும் 1835–ம் வருடம் பிரிட்டிஷாரால் தடை செய்யப் பட்டது. சதி என்பது கணவன் இறந்தால் மனைவி இறந்தவனுடைய சிதை தீயில் எரிந்து சாகவேண்டியது. ராஜாராம் மோகன்ராயின் முயற்சிகளால் இது தடை செய்யப்பட்டது.

ஒரு மனிதனுடைய முழுசரீரமும் சுகமாய் இருந்தாலே அவன் நலமுள்ளவன் என்று சொல்லப்படும். சரீரத்தின் ஒரு பாகம் கேன்சர் நோயால் பாதிக்கப்பட்டிருந்தால் , முழு உடலும் பாதிப்புக்குள்ளாகும். நமது நாட்டில் 20% மக்கள் சாதி என்னும் கான்சரால் துன்பப்படும் போது, நாடு நலமுள்ள நாடு என்று எப்படி சொல்லமுடியும்?.

குழந்தைகள் 14 வயது வரை இனாமாக கட்டாயமாக படிக்கவேண்டும் என்று சட்டம் சொல்கிறது. ஆனால் அரசு ஏழைகள் திறமைக்கு ஏற்றாற்போல் வேலை கிடைக்கும் வரை இனாமாக படிக்க வகை செய்யவேண்டும். சுதந்திரத்திற்கு பிறகு படிப்பு எல்லா சாதிகளுக்கும் அனுமதி கிடைத்தது. சாதி தொழில்களிலிருந்து மக்கள் விடுவிக்கப்பட்டார்கள். பட்டாளத் தில் சேர்ந்தார்கள்.எல்லா சாதிகளும் நகரங்களுக்கு இடம் பெயர்ந்து தமக்குப் பிரியமான தொழில் செய்தார்கள். ஆனாலும் பிராமணர் தங்கள் பூசாரித் தொழிலை மற்ற சாதிகளுக்கு விட்டுக் கொடுக்கவில்லை. இதேபோல் சுகாதாரத் தொழிவாளர்களின் நிலமை மாற கிராமங்களில் அரசு கழிப்பிடங்கள் இனாமாக கட்டித்தர வேண்டும். மக்கள் மிருகங்களைப் போல் வெளி–யிடங்களில் அசுத்தம் செய்கிறார்கள். சுகாதார பணியாளர்களின் மக்கள் வேலை பெறும் வரை படிக்க அரசு ஆவன செய்யவேண்டும். நகரசுத்தி தொழிலாளரின் சம்பளம் அரசு அலுவலங்களில் உதவியாளர் நிலைக்கு உயர்த்தப்பட வேண் டும். அவர்களுக்கு இனாமாக வீடுகள் அளிக்கபடவேண்டும். இத்தகைய நடவடிக்கைகள் அவர்கள் நிலைமைய சமூகத்தில் உயர்த்தும்.

ஸ்ரீ நாராயண குரு

வேதங்கள் ஓதும்போது அவை தமிழில் பெயர்க்கப்பட வேண்டும். பக்தர்களின் புரிதலுக்காக இது அவசியம். வெளிநாட்டு மொழிகளை அப்படி மொழி பெயர்த்து தான் அறியப்படுகிறது. ஒரே கடவுள் ஒரே சாதி என்ற கோட்பாட்டை ஸ்ரீ நாராயணகுரு கேரளா மாநிலத்தில் அமைத்தார். அங்கு ஈழவர்கள் கோயில் பிரவேசம் அனுமதி இல்லை. ஸ்ரீ நாராய ணகுரு சிவன் கோவிலைக்கட்டி ஈழப் பெருமக்களுக்கு பூசை செய்தார். பிராமணர் இதை அனுமதிக்காது. வெகுண்டழுந்தனர்.

ஸ்ரீ நாராயணகுரு இது ஈழவர்களுடைய சிவன், பிராமணர், சிவன் அல்ல வென்றார். இதைக்கேட்டு பிராமணர் உத்தரவு சொல்லமுடியாமல் போய்விட்டனர். இப்போது ஸ்ரீ நாராயண குரு குருவுடைய மதம் பெரும்பான்மை மக்களால் பின்பற் றப்படுகிறது. ஆரியர் வருகைக்கு முன்பே இங்கே சாதிகள் இருந்தன என்று சொல்வார் உண்டு. ஆரியர் இங்குள்ளவர்களை மேற்கொண்டு உயர்ந்த இடத்தை எடுத்துக்கொண்டனர். பூசை காரியங்களை மற்றவர் செய்து பிராமணர் ஆதிக்கத்தை குறைக்க வேண்டும். இதைத்தான் சீக்கியர் பொற்கோயில் அமைத்து தாய் மொழியில் குரு கிரந்த சாகிப்வேதத்தை ஓதுகின்றனர்.

சாதியம் ஒருபார்வை—எம்.ஜி.எஸ். நாராயணன்:

நாராயணன் அவர்கள் ஒரு சரித்திர ஆசிரியர். அவர் இந்தியா சரித்திர ஆராய்ச்சிக்கழகத்தின் முன்னாள் தலைவர் ஆவார்.பல சரித்திர ஆசிரியர்கள் மேற்கத்திய வகுப்பு கொள்கையை இந்தியச் சூழலில் நுழைத்து இங்குள்ள சாதி பேதங்களை மறைத்தார்கள்.சாதி முறையானது கடினமான சூழ்நிலையை உண்டாக்கியது. பிராமணர்கள் வட இந்தியாவிலிருந்து கீழ்சாதி களை சிரமத்திற்குள்ளாக்கினார்கள்.இந்த முறையில் எத்தனை எத்தனை பிறவி எடுத்தாலும் அவர்களுக்கு விமோசனம் இல்லையென்றானது. பெரும்பாலான இந்தியர்கள் படை யெடுத்து வந்த முகம்மதியாரையும்,பிரிட்டிசாரையும் வரவேற் றனர். தங்களுக்கு சாதிமுறையிலான துன்பம் நீங்கும் என்று எதிர்பார்த்தனர். ஒவ்வொரு இந்தியனுடைய ரத்தத்திலும் சாதி இருக்கிறது. மகாத்மா காந்திகூட இதற்கு விதி விலக்கில்லை. காந்திஜி இதை உணர்ந்து இதற்காக போராடினார். அவர் சாதிப்பிரச்சனையை சாமியாடிக்கட்ட நினைத்தார். தீண்டத் தகாதவர்கள் அரிசனர் என்று சொல்லி கடவுளின் பிள்ளைகள் என்றார். அரசினர்க்கு நலத்திட்டங்களில் முன்னுரிமை வேண்டு மென்றார். ஒரு அரசினர் ஜனாதி பதியானால் மகிழ்ச்சி என்றார். நாராயணன் மற்றும் ராம்நாத் கோவிந்த் ஜனாதிபதிகளாகி அவரது கனவை நனவாக்கினர்.

சாதி என்பதின் பொருள்

சாதி என்பது வெறுப்பு மேலானவன், கீழானாவன் என்ற எண்ணங்கள், மனித்தன்மையின்மை, அநீதி, தீட்டு, தள்ளி

வைத்தல் தீயநம்பிக்கை, மாயத்தோற்றம், எதிர்ப்பு, அடிமைத் தனம், நிர்ப்பந்தம், சமத்துவமின்மை தவறானபுரிதல், சமத்துவ மின்மை, ஏமாற்றுதல், அவமானம், கொத்தடிமை, அவமரி யாதை, சங்கடம், இன சமூகவிரோதம், நாகரிகமின்மை, தீண் டாமை போன்றன ஆகும். பூசாரியின் முதலீடு என்னவென்றால் மனிதனின் தான் எதையாவது இழந்து போவோம் என்றபயம், தோல்விபயம், நோய் வலி, எதிர் காலத்தைப்பற்றிய பயம் போன்றவை ஆகும். இவைகளுக்கு பூசாரி பரிகாரம், சடங்கு களைச் செய்து பண பலன்கள் பொருள்களைப் பெற்றுக்கொள் கிறார்கள். சாவு என்பது மனிதனுக்கு இயற்கையானது.இவ் வுலகில் பிறந்தமனிதன் ஒருநாள் மரிப்பது நிச்சயம். அதிகபட் சம் 120 வருடம் வாழலாம்.ஒருவனும் சாகாமல் இருப்பது இல்லை. கடவுள் அவதாரங்களும் மரித்தார்கள் அது நிச்சயம். என்றான போது அதை ஏற்றுக்கொள்ள வேண்டியது.அல்லாமல் பயந்து ஒன்றும் ஆகப்போவது இல்லை.எல்லாம் முன் அறிந்து கொண்டால் வாழ்க்கை பயம் நிறைந்ததும் சங்கடமானதுமாகும். மனிதன் நேர்மறை எண்ணங்களோடு வாழவேண்டியது அல்லாமல் கட் டமைக்கப்பட்ட கணிப்புகளையும் ஏமாற்றமிக்க எதிர்பார்ப்பு களையும் நம்பிக்கொண்டிருக்ககூடாது. எதிர்க் காலத்தைக் குறித்த நிச்சயமற்ற தன்மை வாழ்க்கையை அனுபவிக்கத்தக் கதாகவும், திருப்திகரமானதாகவும் செய்கிறது. இந்தியாவில் 6400 சாதிகளும், ஆறுமதங்களும், ஆறுஇனங் களும், 1618 மொழிகளும் உள்ளது என்று ஒரு கணக்கெடுப்பு சொல்கிறது.

சனாதனம் – ஒரு பார்வை

நாகரத்தினம் கிருஷ்ணா தனது நீலக்கடல் என்ற நாவலில் சொல்கிறார். சனாதன தர்மம் இந்து மதத்தில் புகுத்தப்பட்டு உழைக்கும் வர்க்கத்தை ஏழ்மையிலும் அடிமைத்தனத்திலும் தள்ளியது. மற்றவர்கள் எந்த உருப்படியான வேலையும் செய்யாமல் சோம்பி நேரத்தைக்கழித்தனர்.

மதம்– ஒரு பார்வை
கோமல் சுவாமிநாதன்– நாடகாசிரியர்

காகபுசுண்டர் என்ற காக்கை தெய்வமோ அல்லது கர்ம யோகமோ, மதத்தின் பெயரால் நடந்த கொடுமைகளுக்கு

விளக்கம் சொல்லவில்லை. அன்றாட வாழ்க்கைப் பிரச்சனை களுக்கு சில இலக்கியங்களை வழிகாட்டியாகக் கொள்ள முடியாது. வாழ்வின் சாவல்களை எதிர்கொள்ள இளைஞர் களுக்கு காந்திய சிந்தனை ஏமாற்றத்தையே அளித்தது. மார்க்ஸ், எங்கெல்ஸ் வாழ்க்கையில் புது ஒளிபாய்ச்சினர்.

சீனாவில் மஞ்சூ இனம்

மஞ்சூ இனம் 1644 கி.பி.ல் சீனாவை ஆண்டது. இவர்கள் வெளியிலிருந்து வந்தவர்கள். தங்களை உயர்ந்தோர், என்று கருதினர். சீனர்கள் மத்தியில் தீய பழக்கங்களைப் புகுத்தி அவர்களை அடிமைகளாகக் கொண்டனர். இறுதியாக சீனர்கள் புரட்சி செய்து ஜனநாயகத்தையும் பொது உடைமையும் ஏற்படுத்தினர். சுன்யாட் சென், மாசேதூங், சூ என்லாய் போன்ற தலைவர்கள் இதைச்செய்தனர். விவசாயிகள், வண்டி இழுப் போர், காலனி உருவாக்குவோர், மீனவர், மரத்தொழிலாளிகள், வனவாசிகள் போன்றோர் சுதந்திரப்போராட்டத்தில் பங்கெடுத் தனர். இது இந்தியாவில் சாதி பேதத்தை போன்றது தான் இந்தியா வளர்ச்சி பெறாதற்கு காரணம் சாதியம் என்று ஈ.வெ.ரா.பெரியார் சொன்னார்.

சாதியம் ஒரு கண்ணோட்டம் முனைவர் கே.சிவராமன்

விஞ்ஞானி சத்யநாராயணா ஒளியின் வேகத்தை 14–ம் நூற்றாண்டில் ரோமர் (1676) மிக்கேல்சன், மார்லி (1887) ஆகியோருக்கு முன்பாகவே கணித்தார் இந்தியர்கள் உலோகம் வானசாஸ்திரம், கணிதம் முதலியவற்றில் முன்னோடிகளா– யிருந்தார்கள். ஆனால் இப்போதைய நிலமை என்ன? தெருவோர மரங்களில் விவசாயிகள் தற்கொலை செய்து கொள்கிறார்கள். விவசாயம் பொய்த்துப்போனது. பிள்ளைகள் பட்டினியையும் பெண்கள் அனீமியாவிலும் கிராமங்களில் ஊருக்கு வெளியே குடிசைகளில் வாடுகிறார்கள். அன்பு இல்லாமல் இவர்களை குடிமக்களாக சமூகம் ஏற்றுக் கொள்ள வில்லை. இந்த கடின நிலைமை திடீரென்று ஏற்பட்டுவிட வில்லை. இது ஆயிரக்கணக்கான ஆண்டுகளாக நிலைத்திருக் கிறது. ஒடுக்குதலும் பேதங்களும் பண்டே தொடங்கிவிட்டது.

வேதியருக்கும் சாங்கியருக்கும் சண்டை, ஜைனருக்கும், சைவருக்கும், வேதியருக்கும், தகராறு காணப்பட்டது. சாதி மத பேதங்கள் சமூகத்தில் வேரூன்றிக் கிடக்கிறது. சமூக நலன்கள் பகிர்ந்தளிக்கப் படாததன் காரணம் இது தான். சகமனிதரின் துன்பம் தீர்க்கப்படாமலிருந்தது ஞானம் என்பது கடலையும், வயலையும், மலைகளையும், காப்பது மட்டுமன்று சுயநில அரசியல்வாதிகளின் சாதி மத பேத போக்கை, இனத்தைக் கண்டு கொள்ளாத கல்விமுறை இவற்றைத் தீர்க்க வேண்டும். இதற்கு பிறகே இந்தியா வளர்ச்சியடையும், ஆண்டவனைத் தொழுவதிலும் பேதம் உண்டு. கும்பமேளாவில் அரிசனங்கள் தூய்மைப்பணியில் நிர்ப்பந்திக்கப்பட்டனர்.இது தீண்டாமை யின் அங்கம் தானே.

விஞ்ஞான திட்டங்கள்

ஐ.என்.ஓ. நியூட்ரினோ திட்டம் *1450* கோடி ரூபாயில் தொடங்கப்பட்டது. காணப்படாத. நியூட்ரினோ என்னும் பொருளை பேரண்டத்தில் ஆய்வு செய்வதாக சொல்லப் படுகிறது. இதன் முடிவு என்ன என்பதும் அதன் பயன் என்னவாகும் என்றும் தெரியாது.ஆனால் மனிதக்கழிவுகளை கைகளால் சுத்தம் செய்வதை நீக்கி இயந்திரமுறைகளை அறிமுகம் செய்ய என்ன திட்டம் இடப்பட்டது? அதற்கு எவ்வளவு பொருளாதாரம் ஒதுக்கப்பட்டது? இவை இரண் டையும் ஒப்புநோக்க முடியாது என்று சொல்லமுடியாது. ஆனால் இங்கு வீடுவாசல் இல்லாமல் சாக்கடைக் கால்வாய் அருகே குடியிருப்பவர்களுக்கு என்ன நிவாரணம் செய்யப் பட்டிருக்கிறது? இந்தப் பாவங்கள் மேல் உள்ள வெறுப்புக்குக் காரணம் சாதிய சிந்தனை. பொதுவாக அறிவாளிகள் மேல் சாதியினர். அவர்களுக்கு ஏழைகள் மீது கரிசனம் இல்லை தானே? ஆனால் தாழ்ந்த சகோதரருக்கு நன்மை செய்யவேண்டிய கடமை இருக்கிறது. வருண அடிப்படையில் பிராமணர் பூசாரிகளாக உள்ளனர். மற்ற வருணங்கள் சத்திரியர், சூத்திரர், வைசியர், தொழில்களை மாற்றிக்கொண்டனர். ஆனால் பிராமணர், பூசாரித்தொழிலை விட்டுக்கொடுக்க வில்லை. கேரளாவில் சட்டமூலம் இது சாத்தியமாகியது உச்சநீதிமன்றத் தீர்ப்பின் அடிப்படையிலாகும். முதல்வர் ஸ்டாலின் அரசு

அனைத்து சாதியினர் அர்ச்சகராகும் நடைமுறையை கொண்டு வந்தது பாராட்டத்தக்கது.

சுதந்திரா பார்ட்டி

இந்தியா சுதந்திரத்திற்கு பின்பு ராஜாஜியால் வலதுசாரி கொள்கையுடன் இந்தக்கட்சி ஆரம்பிக்கப்பட்டது. அது தனி மனித சுதந்திரம். முதலாளித்துவம் மற்றும் அரசு தலையீடு இல்லாத கொள்கையைக் கொண்டிருக்கிறது. இது சோஷலின் சித்தாந்தத்தை எதிர்த்தது. தேர்தலில் மக்களால் தோற்கடிக் கப்பட்டு கட்சிகரைந்து போனது.

சாதி முறை சேத்தூர் சங்கரன்நாயர்

பேராசிரியர் ஏ.ஆர். வெங்கிடாச்சலபதி சரித்திர ஆசிரியர் ஆவார். சென்னை ஆச்சாரதிருத்த சாலையில் 1904--ம் வருடம் சேத்தூர் சங்கரன் நாயர் பேசினார். சாதி முறை ஒழியும் வரை இந்தியாசுதந்திரம் அடையக்கூடாது என்றார், மகாகவிபாரதியார் அவருடைய கூற்றை ஏற்றுக்கொண்டார். அவர் சொன்னது நிஜமானது. சுதந்திரம் பெற்று 75 வருடம் ஆகியும் நாட்டில் சாதிசகிப்பின்மையும் ஆணவப் படுகொலைகளும் பெருகிவரு கிறது.

கடவுள்– ஒரு சிந்தனை
அறிஞர் அண்ணா

கடவுள் கொள்கையைத் தகர்க்கும் படி தி.மு.க ஒரு போதும் சொன்னதில்லை. ஆனால் கடவுளின் பெயரால் நடக்கும் ஏமாற்று நாடகங்களையும் அக்கிரமங்களையும், எடுத்துச் சொல்ல தயங்கியது இல்லை. அக்கிகாரங்களை எரிக்கும் படி சொன்னதில்லை. பிராமணர்கள் கடவுள் அவதாரங்கள் என்றோ மக்கள் அவர்கள் அடிமைகள் என்றோ ஏற்றுக்கொள்ளவில்லை. தி.மு.க ஓரினம் ஒரே கடவுள் என்ற பாதையில் பயணிக்கிறது.

அரசியல்– மங்கையர் செல்வம்

தீண்டாமையும் சாதியமும் ஒழியாவிட்டால் ஜனநாயகமும் சமத்துவமும் மலராது என்று நேருஜி சொன்னார். தற்காலம் சாதியில்லாமல் அரசியல் செய்யமுடியாது என்று அரசியல்

வாதிகள் சொல்கிறார்கள். எவ்வளவு கீழ்த்தரமான அரசியல் நிலைமை ஆகிவிட்டது பார்த்தீர்களா? சாக்குப்பையில் அம்பேத்கர் தனிமையாக உட்காரவைக்கப்பட்டபோது நாடு சாதியத்தில் எவ்வளவு தரந்தாழ்ந்து கிடக்கிறது என்று புரிந்து கொண்டார். சமத்துவத்தை நிலை நாட்டமுடியாத தோல்வியில் அவர் புத்தமதத்திற்கு மாறினார். அரசியல்வாதிகள் சாதியத்தைக் கை விட்டு சமத்துவத்தை ஏற்றுக்கொள்வார்களா? தேர்தல் என்பது ஒரு சடங்கு தான். உண்மையான ஜனநாயகம் மலரமுடியாத நிலை உண்டாகிவிட்டது. யதார்த்தத்தில் பெருவாரியான சாதி களின் ஆட்சிதான் நடைபெறும்.

சமத்துவம்–அருந்திராய், நாவலாசிரியர்

இவர் புக்கர் பரிசு பெற்றார். காந்திஜியுடைய தீண்டாமை எதிர்ப்பு என்பது கீழ்சாதிகளுக்கு மேல் சாதிகளின் பிச்சை போன்றது. இது சமத்துவ உரிமை கொண்டதில்லை.

உலக விளையாட்டுப்போட்டிகள்

இந்தியா பொதுவாக உலக விளையாட்டுப்போட்டிகளில் பெறும் பதக்கங்கள் குறைவு என்ற கருத்து நிலவுகிறது. இதன் காரணம் அறிய முடியாததல்ல. உடலுறமும், சக்தியும் கொண்ட ஒடுக்கப்பட்ட சாதிகளை உயர்சாதிகள் போட்டிக்கு தெரிந் தெடுப்பதில்லை. இவர்கள் மக்கள் தொகையில் 25% சதவீதத் தினர் ஆவர். தகுதியுள்ள இவர்கள் அரசு தேசிய மற்றும் உலக விளையாட்டுப் பந்தயங்களில் பங்கெடுக்க வழிவகை செய்து பதக்கங்களைகுவிக்க வேண்டும்.

அடிமைத்தனம்–வி.இறையன்பு–இ.ஆ.ப

மனம் தான் அடிமைத்தனத்திற்கு உட்படுகிறது உடம்பல்ல. மனம் சுருங்கும்போது உடலும் தாழ்மைப்பப்படுத்துகிறது. நாம் நமது லட்சியத்தை முன்விறுத்தி செயல்படும்போது. நமக்கு அறியாத அபரிதமான சக்தி வெளிப்படுகிறது. நிறமும் பணமும் பொருட்டல்ல. சாதியிலிருந்து விடுபடுவதை இதற்கு உதாரணமாகக் கொள்ளலாம். நாம் சாதியிலிருந்து விடுபட வேண்டும். நாம் மருந்துண்ணும் போது குரங்கை நினைக்கக் கூடாது என்று சொன்னால் குரங்கைத்தான் நினைப்போம். ஆலோசனை எதிர்மறையான குரங்கை மறக்கச்சொல்வதால்

ஒருபோதும் அதைமறக்க மாட்டோம். குரங்கை மறப்பதற்கு ஒரு நேர்மறை பதிலியை செய்யவேண்டும். சாதியை ஒழிப்பதற்கு சாதி நினைப்பு வரும் போதெல்லாம் வளர்ச்சியை நினைக்கவேண்டும். இந்த வழியில் சாதியத்தை மனதிலிருந்து விடுவிக்கலாம். தாழ்வு மனப்பான்மையை ஒருவர்மேல் திணிப்பது அநீதி. தாழ்வு மனப்பான்மையை நமக்கு நாமே வளர்த்துக்கொண்டால் அதுவே ஒரு உந்து சக்தியாகிறது. சாதி என்பது தாழ்வு மனப்பாங்கு சமூகம் அப்பாவிகள் மேல் திணிப்பதாகும். அடிமைத்தனமும் இனப்பாகுப்பாடும் இத்த கையது தான். பழங்காலத்தில் அடிமைத்தனம் உலகம் முழு வதும் இருந்தது. பெரியபுராணத்தில் அடிமைத்தனம் பேசப் படுகிறது. அடிமைத் தனத்தில் மேற்குக்கும் கிழக்குக்கும் வித்தியாசம் உண்டு. மேற்கு நாடுகளில் அடிமைகள் தங்களை உடையவர்களின் சொத்தாக இருந்தனர். ஆடுகளைப் போல் அடித்துக்கொல் லப்பட்டால் அது குற்றமல்ல. சந்தையில் அடிமைகள் பல்லும் எலும்பும் பார்த்துவிற்கப்பட்டனர். கிழக்கு நாடுகளில் அடிமைகள் நிரந்தரவேலைக்காரர்களாக நடத்தப்பட்டனர். தாழ்வு மனப்பாங்கு வளர்ச்சிக்கான ஒரு அடிப்படையாகக் கொண்டு முன்னேறலாம். புழுக்களைப் போல் உழல்பவர்கள் அடிமைகளாகச் சாவார்கள். ஆனால் ராஜநாகத்தைப் போல் சீறி எழுபவர்கள் எதிரிகளைக் வீழ்த்து வார்கள். விடுதலை அவர்களுடைய தீரத்திற்கு பரிசாகும்.

சமூகச்சிந்தனைகள் – திராவிடர்கழகம்

ஒரே சாதியில் திருமணம் செய்வதால் ஏற்படும் தீங்கைக் குறித்து ஒரு கைப்பிரதி வெளியிட்டுள்ளார்கள். ஒரே சாதி பெற்றோருடைய பிள்ளைகள் உடல் மன குறைபாடுகளுக்கு உள்ளாவார்கள்.

–தலைமுறை தலைமுறையாக ஒரே இரத்த உறவுகளுக்குள் திருமணம் செய்து பிறக்கும் பிள்ளைகள் குறைபாடுள்ள உயிரிகள் உள்ளவர்களாக இருப்பர்

–உலக சுகாதார கழகம் சொல்கிறது. உலகிலேயே உடல் மற்றும் உயிரிகுறைபாடுள்ள குழந்தைகள் தென்னிந்தியாவில் அதிகம் உள்ளனர்.

–குறைபாடுள்ள கைகள், கால்கள், கண்கள், ஊமை, செவிடு, மற்றும் 3000 விதமாக வேறு ஊனங்கள் உள்ள பிள்ளைகள் பிறக்கிறார்கள்.

–ஒரேசாதித் திருமணத்தால் கருவளர்ச்சியுறாமல் கருச்சிதைவு ஏற்படுகிறது.

–பெண்கள் ஊனமுற்ற பிள்ளைகளை வளர்க்கப்பெரும்பாடு ஏற்படுகிறது. கருவில் குறைகளைக் கண்டு பிடிக்க வழியு மில்லை.

–ரத்த உறவுகளுக்கு திருமணம், மூலம் கேன்சர், பி.பி. சர்க்கரை, கொழுப்பு, முதலியன உண்டாகின்றன. ஆகையால் நாம் இது முதல் நலமுள்ள பிள்ளைகளைப் பெற சாதிவிட்டு திருமணம் செய்வோம்.

–ரத்த உறவுகளுக்குள் திருமணம் என்பது ரஷ்யா, அமெரிக்கா, ஆஸ்திரேலியா, ஐரோப்பாவில் 1% இந்தியாவில் 10% ஆனால் தமிழ்நாட்டில் 50%

–சாதி மறுப்புத்திருமணம் செய்வோருக்கு அரசு வேலை வாய்ப்பில் இட ஒதுக்கீடு பெறுவோம். தலித்துகளுக்கு ஊருக்குள்ளேயே வீடு கட்டுவோம், காலனிகளை சேரிகளை கைவிடுவோம்.

–சாதியத்தை ஊக்குவிக்கிற கிராம திருவிழாக்களையும் தேவதைகளையும் ஒதுக்குவோம்,

–பாரம்பரியமாகச் செய்து வருகிற சாதி வேலைகளையும் செயல்களையும் கைவிடுவோம்.

பெரியாரைப்பற்றி முனைவர் கே.வீரமணி

வீரமணி திராவிடர் கழகத்தலைவர் ஆவார். பெரியாரின் தத்துவம் என்னவென்றால் ஒரு பக்கம் கடவுளை மறப்பது. மறுபக்கம் மனிதனை நினைப்பதாகும். சுயமரியாதை மனித னின் அடிப்படை உரிமையாகும். கடவுளை மறுத்த பெரியார் தனது சொந்தப் பணத்திலும் நன்கொடை முழுவதும் பொது நன்மைக்கு அறக்கட்டளை அமைத்தார். பள்ளிகள், ஆஸ்பத்திரி, கல்வியறிவு, அறியாமை, விளக்கம் போன்றவை ஏற்படுத்

தினார். இவரை கடவுளின் அவதாரம் என்று சொல்லிக்கொண்ட பகவான் ரமணமகரிஷியோடு ஒப்பிட்டால் இவர் ஆஸ்ரமத்தின், சொத்துக்களை உயில்மூலம் தன் குடும்பத்திற்கு கொடுத்து விட்டார். இது விசயம் நீதிமன்றத்தில் வழக்கு உண்டு.

பெரியாரின் கடவுள் மறுப்பு என்பது சாதிபேத ஒழிப்பு, பெண்ணடிமை, ஒழிப்பு, சமத்துவம், பகுத்தறிவு, ஆகும். திராவிடர் கழகம் பெரியாரின் கொள்கைகளைப் பரப்பி வருகிறது.

ஜீயர் சுவாமிகள்–டி.பரமசிவம்

சுவாமிகள் நாங்கு நேரி மடத்தின் ஜீயர் ஆவார். வைஷ்ணவ மடத்தின் தலைவர் கலியன் தீரஜா வானமாமலை ஜீயர் சுவாமிகள் ஆவார். அவர் காலமாற்றத்திற்கேற்ப கணிணி இணையம், ஈமெயில், விமானப்பயணம், செய்தார், மடத்திற்கு அளவில்லாத சொத்தும் ஆயிரக்கணக்கான ஏக்கர் நிலங்களும் சொந்தம். தோழர் நல்லக்கண்ணு தலைமையில் குத்தகைதாரர் களிடம் தீர்வை வசூலிப்பதைப் பற்றி போராட்டம் செய்யப் பட்டது. போராட்டம் செய்யப்பட்டாலும் ஆயிரம் ஏக்கர் நிலத்தை ஐ.டி.பார்க் அமைக்க நாங்குனேரியில் நன்கொடை கொடுத்தார். இது மிகவும் பாராட்டத்தக்க செயல்பாடு மற்ற ஜீயர்களும் மடாதிபதிகளும் பின்பற்றத்தக்கது. காந்திஜியின் அறக்கட்டளைத் திட்டத்தைப் பின்பற்றி மற்றவர்களும் இப்படி செய்யலாம். (இத்தோடு ஸ்ரீராமகிருஷ்ண பரமஹம்சர் சொன் னது போல் எல்லா மனிதரும் சமம். என்பதால் ஜீயர்களும் சங்கரச்சாரியர், ஸ்வாமிகளும், துறவிகளும், பக்தர்கள், சாதிப் பழக்கத்தைப் கைவிடும்படி ஆணவக் கொலைகளை நிறுத் தும்படி சொல்லலாம். இப்படிச் செய்தால் சாதிக்கல வரங்கள் நிறுத்தப்பட்டு அப்பாவிகள் கொல்லப் படுவதைக் தடுக்கலாம். அதற்காக சமூக அதிகாரம் அவர்களுக்கு உண்டு. சாதி என்பது மனதின்கிரியை. அது வெறுப்பையும் தாழ்வு மனப்பான்மையும், உண்டாக்குகிறது. மதத்தலைவர்கள் ஆன் மிக வழிநடத்துதல் மூலம் பக்தர்களை சாதிப்பழக்கத்திலிருந்து விடுவித்து சமூ கத்தில் நல்லிணக்கத்தை உண்டாக்க முடியும்.)

அடிமைத்தனம் – காந்திஜி

ஒருவன் தான் அடிமையில்லையென்று நினைக்கும் அந்தக் கணத்தில் அடிமை விலங்கு முறிந்து சிதறிவிடும்.ஒடுக்கப்பட்ட ஒருவன் தனது தீர்மானத்தின் படி தன்னை விடுவித்துக் கொள்ளவேண்டும். விடுதலையும் அடிமைத்தனமும் மனதின் நிலைப்பாடு தான். சூழ்நிலை எப்படியாயினும் மனதால் தன்னை விடுவித்துக்கொள்ள வேண்டும். எதிரி எவ்வளவு பெரியவனானாலும் அவனுக்குப்பயப்பட கூடாது. அவன் தைரியமான வாழ்வைத் தெரிந்து கோழைத்தனத்தை விட்டு விடவேண்டும்.

சாதி அரசியல்–ராம்விலாஸ் பாஸ்வான்

பஸ்வான் மத்திய அரசில் (2014) உணவுமந்திரி ஜனசக்தி தலித்கட்சியின் தலைவர். ஒரு நேர்முகப்பேட்டியில் பிஜேபி மற்றும் தலித் விவகாரங்களைப் பேசினார். தேர்தலில் வென்றதின் காரணம் 52% ஓ.பி.சியினர் பி.ஜே.பியில் இருக்கின் றனர். சாதிக்கட்சிகள் ஒன்றிரண்டு சாதிகளைக் கொண்டுள்ளன. மாறாக பி,ஜே,பி. ஏழைகளைப் பற்றி பேசினர். ஜே.பி. காலத்திலும் வி.பி.சி.ங். காலத்திலும் சாதிச் சமன்பாடுகள் உடைந்து போயின. இப்போதும் அப்படியானது.இப்போது ஏழை பணக்காரருக்கு இடையே ஒரு கோட்டை வரைய வேண்டும். இதுவர்க்க அரசியல். நாங்கள் சாதிகளை மறுக்க வில்லை. ஆனால் வர்க்க அடிப்படையில் பார்க்கிறோம். நாங்கள் நலிந்த பிரிவினருக்காக தலித்துகள், பெண்கள், ஏழை களுக்காக போராடுகிறோம். சாதி அரசியல் என்பது ஒரு சாதிக்காக பேசுவது. ஒரு சாதித்தலைவர் எல்லா நன்மைகளும் தனது மக்களுக்கு மாத்திரம் வேண்டும் என்பார். இந்த அரசியல் ஒரு சார்புடையது. எங்கள் வேண்டுகோள் அரசியல் சாசனத்தில் உள்ள நன்மைகள் ஏழைகளைச் சேரவேண்டும். நாங்கள் சாதிக்கு சாதிவிரோதம், அல்லது மேல்சாதிக்கெதிரான போக்கு வேண்டாம் என்கிறோம். நாங்கள் தலித்தோ அல்லவோ ஏழைகளுக்காக போராடினோம். மற்ற சாதிகளைப் பிரிக்கிற குரல் எழுப்பவில்லை. உங்கள் கட்சி ஒரு சாதிக்கானது என்றால், மற்ற சாதிகள் ஏன் வாக்களிக்கவேண்டும்?)

(இந்தக் கோணத்தில் பார்த்தால் சில சாதிகள் ஒன்று சேர்ந்து சாதியை அழிக்கமுடியாது என்றாகிறது. எல்லா சாதிகளையும் ஒன்று சேர்த்து வர்க்க அடிப்படையில் சாதியை ஒழிக்க வேண்டும். எல்லா சாதியினரும் தன்னிச்சையாக இப்படியாக தீர்மானிக்க வேண்டும். தலித்துகள் இந்த லட்சியத்துடன் உழைக்கவேண்டும்)

சுவாமிஜியும்– தலித் ஆத்மாவும்

நாடு முழுவதும் சாதி மோதல்கள் அவ்வப்போது நடை பெறுகின்றன. பாதுகாப்பற்ற சக்தியில்லாத ஏழைகளாக தலித்துகள் பாதிப்படைகின்றனர். உயர் சாதிகளுக்கு ஆதரவாக பெரும்பாலும் காவல்துறை செயல்படுகிறது. செயலற்ற காவல்துறை முன்பாக வன்முறை நடக்கிறது. சட்டங்கள் தலித்துகளுக்கு ஆதரவாக இருந்தாலும் சில சாதிய சிந்த னையுள்ள அதிகாரிகளும் காவல்துறையும், சட்டத்தை அமல் செயல்வதில்லை. அதற்கான மனப்பாங்கு இல்லை. அகிம்சை தோன்றிய இந்தியாவில் தலித்துகளுக்கு எதிரான இம்சை இம்சையாகக் கொள்ளப்படுவதில்லை. தலித்துகளைக் கொன்ற வர்கள். நரகலோகத்தில் எமதர்மனின் முன்பாக நிற்கும்போது கடவுளும் இப்படி மன்னித்து விடுவாரா? பரமாத்துமா படைத்த தலித்துகளின் ஆத்துமாவும் மற்றவர்களின் ஆத்துமாவும் ஒன்று தான். ஒருவன் மறுபிறவி இல்லாமல் பரமாத்துவை அடையவேண்டுமென்றால் அவன் தலித்தைக் கொல்லக்கூடாது தானே? மனிதவாழ்வின் லட்சியம் சகமனிதருக்கு அன்பு செலுத்துவது என்று காஞ்சிப்பெரியார் கடவுளின் குரல் என்ற புத்தகத்தில் சொல்கிறார். மற்றவனுக்கு அன்பு செய்வதைக் காட்டிலும் பெரிய மகிழ்ச்சி வேறு ஒன்றும் இல்லை. தலித்துகளின் மேல் வெறுப்பைக்காட்ட முகாந்திர மில்லை. காஞ்சிபெரியார் ஒரு சக்கிலியரை குருவாகக் கொண்டு செருப்பு நூலை மூக்கில் நுழைத்து செருப்புதைத்து பயிற்சி செய்தார் என்று சொல்லப்படுகிறது. எல்லா மனிதரும் சமம் என்றார். எல்லா மனிதர்களிடத்தும் அன்பு செலுத்துவதே கடவுளை அடையும் வழி என்று குன்றக்குடி பொன்னம்பல அடிகளார் சொன்னார். உயர்ந்த கொள்கைகளுடன் சைவம், வைஷ்ணவம், ஆகிய மதங்கள் திகழ்கின்றன. ஆச்சரியார் பீடாதிபதி, சுவாமிகள்,

சன்னியாசிகள், ஆகியோர் இவற்றை எல்லா மக்களுக்கும் போதிக்க வேண்டும். மக்கள் ஆத்மா, பரமாத்மாவைப் பற்றி போதிய உணர்வு இல்லாமல் இருக் கிறார்கள். ஒரு தாழ்ந்த சாதிக்காரரைக் கொன்றால் கடவுள் மன்னித்து விடுவாரா?. மதத்தலைவர்கள் இதைத்தெளிவு படுத்த வேண்டும். மக்கள் அறியாமையில் உழல்கிறார்கள். அல்லது தலித்துகள் பலியாடு களைப் போன்றவர்களா? தலித்தலைவர்கள் சிலைகள் அவமரி யாதை செய்யப்படுகின்றன. ஆத்துமாக்களின் சமத்துவத்தை உபன்யாசங்களில் சொல்லப்பட வேண்டும். மதத்தலைவர்கள் பாதிக்கப்பட்டோரை நேரில் சென்று ஆற்றுப்படுத்தலாம். இதைக்காணும் போது மற்றவர்கள் மனம் திருந்துவார்கள்.

பெண்களும் திருமணமும்

மக்கள் தொகையில் ஆண்களும் பெண்களும் 50–50 சரி பாதியினர். இதன் அர்த்தம் என்னவென்றால் பெண்கள் ஆண் களுக்கு சமம் என்றும் சமஉரிமையுள்ளவரும் என்று ஆகிறது. திருமணத்தில் சுயம்வரம் நடந்த காலம் பெண்களின் பொற் காலமாயிருக்கிறது. சுயம்வரம் நடக்கும் போது மாப்பிள்ளைகள் ஒவ்வொருவராக பெண்ணிடம் அறிமுகம் செய்யப்படுவார்கள். தனக்கு பிரியமானவரை மாலையிட்டு அவர் மணந்து கொள் வார். இப்படி, திருமணத்தில் தாங்கள் விரும்பிய பெண்களை அடைய முடியாதவர்கள், இம்மாதிரி சுயம்வர நிகழ்ச்சிகளை நிறுத்திவிட்டனர். இப்போது பெண்களுக்கு பெற்றோர் பார்க்கும் மாப்பிள்ளையல்லாமல் வேறு யாரையும் திருமணம் செய்யமுடியாது. காந்தர்வம் என்ற முறையில் கடவுள் கனவில் தோன்றி பெண்ணை மணப்பதுண்டு என்று சொல்லப்படுகிறது. சாதிமுறைத் திருமணம் பெண்ணின் சுதந்திரத்திற்கு வேட்டு வைத்தது. தான் விரும்புவரை அவர் திருமணம் செய்யமுடியாது. அவர் தனது சாதிகளிலேயே மணம் செய்து கொள்ள வேண்டும். நாடுகளுக்கிடையே தடுப்புக் கோடுகள் படையெடுப்புகளைத் தடுக்கின்றன. இதேபோல் சாதி என்னும் கற்பனைக்கோடு, மற்றசாதிகளில் அல்லது தான் விரும்புவரைத் திருமணம் செய்ய தடைவிதிக்கிறது. சிறைக்கூடத்தில் குற்றவாளிகள் தப்பாதபடி தடை செய்வது போல் சாதியானது ஆண்களையும் பெண் களையும் கடந்துபோக தடை செய்துவிட்டது.

இரண்டாம் உலகயுத்தத்திற்கு பிறகு ஜெர்மனி இரு நாடுகளாகப் பிரிக்கப்பட்டு சுவர் கட்டப்பட்டது. ஜெர்மனி ஒரே நாடு ஆனபடியால், இப்பக்கமும் அப்பக்கமும் உள்ள உறவினர் அன்புக்குரியவர்கள் ஒருவரையொருவர் விரும்பினர். அவர்கள் சுவர் ஏறி கடக்க முயன்ற போது ராணுவ காப் பாளர்களால் இரக்கமின்றி சுடப்பட்டு இறந்தனர். எண் ணிறந்த முறை இப்படி நடந்தது. இறுதியாக மக்கள் கொந்தளித்து எழுந்து சுவர் தகர்க்கப்பட போராடினர். அவ்வாறே செய்து முடித்தனர். சுவர் இடிக்கப்பட்டது. தங்கள் அன்புக்கு உரிய வர்களைக் கட்டித்தழுவினர். பிரிந்தார் கூடினால் பேசவும் வேண்டுமா? அன்பு பேசியது. இது போன்று தான் ஆயிரக் கணக்கான காதலர்கள் சாதியின் பேரால் பிரிக்கப்பட்டு கௌர வக் கொலை செய்யப்பட்டு இறந்தனர். லைலா மஜ்னுவுக்கு உயிரோடு சமாதிகட்டினர்.இப்போதும் மனிதத் தன்மையற்ற இந்தப்பழக்கத்திற்கு ஒருதீர்வும் காண்பதாகத் தெரியவில்லை. பாதுகாப்பாற்றவர்களைக் கொன்றதற்கு மனச்சாட்சியின் குற்ற உறுத்தலும் இல்லை.

காதலர்கள் ரோமியோவும் ஜுலியட்டும் சேக்ஸ்பியரின் நாடகத்தில் சாவுக்குப் பின் இணைவோம் என்று தற்கொலை செய்து கொண்டனர். இந்த துக்கம் நிறைந்த காட்சியில் அவர்களின் பெற்றோர் குற்றமனப்பான்மையுடன் இருவரையும் சேர்த்தே புதைத்தனர்.அவர்களை சேர்ந்து வாழவிட வில்லை யல்லவா? அந்தக் குற்ற மனப்பான்மை அவர்களை வேத னைக்குள்ளாக்கியது. ஆனால் இந்தியச்சூழலில் காதலர் களைச் சேர்த்தே கொன்று தனித்தனியாக புதைக்கின்றனர். ஒரு துக்க மனச்சாட்சியும் இல்லை. சாதி மறுப்புத்திருமணத்திற்கு சாதி மனத்தடை மிகவும் பயங்கரமாக இருக்கிறது. மீறுபவர்கள் கொல்லப்படுவார்கள்.

சட்டப்பிரகாரம் வயது வந்த பிள்ளைகள் காவல்நிலையத்தில் அல்லது நலம் விரும்பிகள் முன்பு திருமணம் செய்யலாம். ஆனால் பெற்றோரின் ஆதரவும் பொருளாதாரமும் இல்லாமல் வாழமுடியாமல் போகிறது. ஆனால் பொருளாதார குறைவுடன் வாழ்க்கை நகர்கிறது.

காதலும் பிள்ளைபெறுதலும் இயற்கையாக நடைபெற வேண்டியது. சாதிய முறையில் பெற்றோர் மக்களுக்கு திரு மணம் செய்து வைக்கின்றனர். இது தோட்டத்தில் செடிநட்டு வளர்ப்பது போல் இருக்கிறது. நிஜவாழ்வில் பொருளாதாரம் கிடைக்கிறது. ஆனால் அன்பும் மகிழ்ச்சியும் மாத்திரம் இருப்பதில்லை. கணவனும் மனைவியும் ஒருவரையொருவர் சகித்து வாழவேண்டியிருக்கிறது. ஏனெனில் ஒவ்வொரு காரியத்திலும் மாற்றுக்கருத்து உண்டு. பெற்றோர் செய்துவைத்த திருமணம் என்பது நான்கு சுவர்களுக்குள் நடக்கும் கட்டாய நிர்ப்பந்தான குடும்ப வாழ்க்கை. பசு கன்று ஈனுவதுபோல் பெண் மக்களைப்பெறுகிறார். சாதியென்னும் மனத்தடைதான் இதற்கு காரணமாகும்.

ஆண் எருமையானது தனது போட்டியாளர்களை சண்டையில் வென்று அதன் பிறகு பெண் எருமையைச் சேர்கிறது. மிருகங்கள் மான், யானை, புலி, யாவும் இப்படித்தான் தங்களை இணை சேர்க்கின்றன. வெற்றியாளர் மட்டும் தான் பெண் இணத்தை அடைய முடியும். நல்ல விதைமாத்திரம் பரவவேண்டும். என்பதற்கு தான் இந்த முறை செயல்படுத்தப்படுகிறது. தகுதியுள்ளதே நிலைத்திருக்கும் என்ற இயற்கைத் தேர்வு முறை பலவீனமான மன வளர்ச்சி குறைபாடுகள் உள்ள குழந்தைகள் நெருங்கிய உறவினர்களின் திருமண முறையில் பிறக்கிறார்கள் என்று ஆய்வுகள் தெரிவிக்கின்றன.

மேலை நாடுகளிலும், நமது வனவாசிகளும், பெண்களே மணமகன்களைத் தேர்வு செய்கின்றனர். ஆணாதிக்க சமூகத்தில் பெண்கள் எழுச்சி பெரிதாக ஒன்றும் சாதித்துவிடவில்லை. ஆனால் சீக்கியர்களுடையே தூரத்து உறவினர்களிடையே திருமணம் செய்து நன் மக்களைப் பெறுகின்றனர்.

வரதட்சணை சட்டப்படி ஆட்சியாளர்கள் பொதுவாக வேண்டிய நடவடிக்கை எடுக்காதபடியால் குற்றவாளிகள் தண்டிக்கப்படுவதில்லை. குற்றங்கள் தொடர்கின்றன. மக்கள் அதிகாரிகளுடன் ஒத்துழைப்பதில்லை. எதிர்காலத்தில் பெண் கள் வரதட்சணை கொடுக்கமறுத்தால், ஆண்கள் தாங்கள் விரும்பிய பெண்களையே திருமணம் செய்வார்கள். இதன் விளைவாக பெண்களும் சுதந்திரமாக மாப்பிள்ளைகளை தேர்வு

செய்துகொள்வார்கள். தற்காலம் பெற்றோர் மக்களை மிரட்டி செல்வத்தைக் கொடுக்க மறுத்து அவர்களைப் கட்டுப்படுத்தி விடுகிறார்கள்.

இன்றைய கட்டத்தில் பெண்கள், ஆண்களைப் போலவே வேலைக்குப்போய் சமபாதித்து வருகின்றனர். சில பெண்கள் தாங்கள் விரும்பும் மாப்பிள்ளைகளைத் தேர்வு செய்து கொள்கின்றனர். மற்ற பெண்களும் அப்படிச்செய்து கொள்ள லாம்.

குன்றக்குடி அடிகளாரின் கூற்றுப்படி மனிதன் உணர்வுக் காகவும், அன்பினாலும் சிநேகத்தினாலும் பெண்ணைத் திரு மணம் செய்ய வேண்டுமேயல்லாது வரதட்சணைக்காகக் கூடாது.

கற்பு என்னும் பெயரில் ஆண்கள் பெண்களைக் கட்டுப் படுத்தி வருகின்றனர். பெற்றோர்களும் இதற்கு உடன்படு கின்றனர். எப்படியாகிலும் ஆண்கள் கற்பு என்னும் கோட் பாட்டினால் கட்டுப்படுத்தப்படுவது இல்லை. ஒரு ஆணால் அல்லாது பெண்ணால் எப்படி கற்பிழக்க முடியும்? அவர் கற்பிழந்து போனால் திருமணம் தடையாகிவிடுகிறது. சில சமயம் ஒரு ஏமாளிப்பெண். திருமணம் செய்து கொள்வதாக ஏமாற்றுப்பட்டு விடுகிறார். பத்திரிகைகளில் செய்திவருவது உண்டு. செய்தி காவல்துறைக்கு செல்கிறது. இது தான் நிஜவாழ்க்கையென்றாகிறது. ஆனால் பணக்கார பெண்மணிகள் செல்வத்தால் கற்பிழப்பை ஈடுசெய்கிறார்கள். பேராசை கொண்டவன் பணத்திற்காக கற்பைபற்றி பேசு வதில்லை. ஆக கற்பு என்பது பெண்ணைக்கட்டுபடுத்த ஏற்பட்ட ஒரு கோட் பாடு என்றாகிறது. பெண்கள் போராட் டத்தின் மூலம் தங்கள் திருமண சுதந்திரத்தையும் சொத்து ரிமையையும் பெண்கள் அமைப்புகள் மூலம் போராடி பெற்றுக்கொள்ள வேண்டும்.

மாயமென்னும் கோட்பாடு

இந்தியா ஒரு மதாச்சார ஆன்மிக நாடு, எல்லாம் கடந்து போகிறது. ஒன்றும் நிலைப்பதில்லை என்பது இந்துக்கொள்கை. உலகமானது நிஜமல்ல. ஒரு தோற்றம், பிணைப்பு, வலி,

மற்றும் தற்செயல் போன்றது. உலகவாழ்வில் ஒருவன் கட்டுண்டு கிடக்கூடாது. ஆக யாரும் எதிலும் அதிக ஈடு பாடில்லாமல் எல்லாவற்றையும் பரமாத்மாவிடம் ஒப்படைத்து விட வேண்டும். ஒவ்வொருவனும் வாழ்க்கை சக்கரத்தில் கட்டப் பட்டிருக்கிறான். அவன் உலக பிடிப்பில்லாமல் வாழ வேண்டியது. கிருகஸ்தனாயிருக்கும் போது சந்நியாசியாக வாழவேண்டும். ஸ்ரீகிருபாணந்த வாரியர் சுவாமி போல் குடும்பவாழ்வு வாழவேண்டும். மனைவியோடு இருந்தாலும் சந்நியாசியாக இருந்தார். இந்துபக்தன் நெற்றியில் திருநீறு பூசுகிறான். ஒருநாள் செத்து சிதை எரிக்கப்பட்டு கங்கை நீரில் கரைக்கப்பட்டு விடுவான் என்பதை நினைவு கூறவே திருநீரு பூசுகிறார். மனிதன் மண்ணிலிருந்து தோன்றி மண்ணில் மறைந்து விடுவான் என்பதின் அடையாளம் தான் இதன் வெளிப்பாடு. இப்படிப்பட்ட வாழ்க்கையில் சாதியின் பேரால் சக மனிதர்களால் துன்பப்படுத்தப்படுகிறது ஏன்? மதம் சொல்கிறமாதிரி மனிதன் வாழவில்லை. ஆக சாதி என்பது மேல் சாதியார் கீழ் உள்ளவரை தீண்டாமையால் தாழ்த்தி அவர்களை வேலைவாங்குவதற்கான ஏற்பாடு தான்.

இயற்கையின் பரிணாமத்தில், தனிமனிதர்கள் மரித்துப் போகவும், மனித இனம் தொடரவும், செய்கிறது. இது உயிருள்ளவைக்கும் மரம், செடி, கொடிகளுக்கும், பொருந்தும், ஒரு சமயம், தெற்கு, ஆப்பிரிக்காவில் ஒரு குழந்தைகாலில் இரண்டு விரல்களோடு பிறந்தது. பொதுவாக ஐந்து விரல்கள் தான் மனித இயற்கையாகும். இதைப்பார்த்த மக்கள் பயந்து போய் குழந்தையைக் கொன்றுவிட்டனர். இரண்டாவதாகவும் பிறந்த குழந்தை இரண்டுகால் விரல்களோடு இருந்தது. அதுவும் கொல்லப்பட்டது. பிறகு மூன்றாவதும் அப்படியே பிறந்தது. எனவே மக்கள் இயற்கை நியதியில் பரிணாமத்தில் தலையிட பயந்து அதைக்கொல்லாமல் விட்டனர். எனவே ஒரு கூட்டம் மக்கள் காலில் இரண்டு விரல்களுடன் இருந்து விட்டனர். ஆகவே இயற்கைநியதியில் மனிதன் தலையிடக்கூடாது. செயற்கையான சாதிக்கோட்பாடுகளால் பரிணாம வளர்ச்சியில் தலையிடக்கூடாது.

சாதி மறுப்புத் திருமணம் செய்யும் கீழ்சாதியரை வன்முறை செய்யப்போவதாக ஒரு சாதி அரசியல் தலைவர் சொல்கிறார். சாதிப்பஞ்சாயத்துகளும், இத்தகைய எச்சரிக்கை விடுத்துள்ளன. மனு சாஸ்திரப்படி சூத்திரருக்கு திருமண உரிமை இல்லை. இவர்கள் மேல் வருணத்தாரால் இழிவுடன் நடத்தப்பட்டனர் என்று சொல்லப்படுகிறது.

எதற்காக ஒருவர் வருணமுறையில் தாழ்ந்த இடத்தை ஏற்றுக்கொள்ளவேண்டும்? அன்பு என்பது இயற்கையின் செய லாகும். மனிதர் ஒருவரை ஒருவர் நேசித்து தாங்கள் கடவு ளுடைய மக்கள் என்று பறைசாற்ற வேண்டும். அப்படி அன்பு செய்து பரமாத்மாவை அடையவேண்டும். அன்பு செய்வதைக் காட்டிலும் பெரிய இன்பம் வேறில்லை. தவறான எண்ணங் களில் மனு தர்மத்தைக் கடைப்பிடித்து வெறுப்பும் பகைமையும் கொண்டு அப்பாவிகள் கௌரவக் கொலை செய்யப்படு கிறார்கள். தேனீக்களைப் பாருங்கள். அவைகள் தேனை அமிர் தமாகச் சேர்த்து உண்டு அனுபவிக்கின்றன. இதே போல் மனிதரும் ஒருவரை ஒருவர் நேசித்து அன்பு செய்து வாழ்க் கையை இயற்கையாக அனுபவிக்கவேண்டாமா?

தலித்துகளின் எதிர்காலம்

பயந்தவனுக்கு கயிறு பாம்பாகத் தெரியும் என்று சொல் வார்கள். பேய்பயம் கொண்டவன் இருட்டில் நடப்பதில்லை. துணிந்தவனுக்கு சமுத்திரம் முழங்காலளவு. துணிவுள்ளவன் வாழ்வில் ஒரு முறைதான் சாகிறான். கோழை ஆயிரமுறை சாகிறான். ஆகவே தைரியமுள்ளவன் சாவதே இல்லை. கோழையோ வாழ்வதே இல்லை என்று கலைஞர் கருணாநிதி சொன்னார். இவையெல்லாம் வெறும் வார்த்தைகள் அல்ல. காலங்காலமாய் அனுபவத்தின் மூலம் கண்டறிந்தவை ஆகும். பயந்த சுபாவம் உள்ளவன் தைரியவானுக்கு அடிமை. ஆகவே கோழைக்கு மரியாதை கிடைப்பதில்லை என்று சூப்பர்ஸ்டார் ரஜினிகாந்த் ஒரு படத்தில் சொன்னார்.

எல்லா மனிதரும் உடல் உள்ளம், ஆவியால், சமமாக பிரமன், அல்லது இயற்கை படைத்தது என்று சொல்வார்கள். அப்படியானால் சமத்துவமின்மை எப்படி உண்டானது?

ஒருவன் சாதியை நெற்றியில் எழுதிக்கொண்டு பிறப்பதில்லை. சாதிகள் தொழிற்பெயரைக் குறிப்பனவாகும். பயம், உயர்வு தாழ்வு மனப்பான்மை ஏற்படுத்தப்படுகிறது. எதிர்க்க முடி யாத போது ஓடிப்போவதோ, அடிமைபுத்தியோ, உண்டாகிறது. சாதிய சக்திகளை எதிர்க்கிறவன். சாதிப்பாதிப்புக்கு நீங்கி விடுதலையாயிருக்கின்றான். உயர்ந்த சாதி, தாழ்ந்த சாதி, பணக்காரன், ஏழை என்ற பேதமில்லாமல் எல்லாமனிதரும், சமம், என்று நமது அரசியல் சாசனம் சொல்கிறது. ஆகவே விடுதலை இந்தியாவில் ஒருவரும் யாருக்கும் தாழ்ந்து போக வேண்டியதில்லை. பணம், ஆள்பலத்திற்கு அஞ்சவேண்டிய தில்லை.

முதலாவது தலித் தன்னை மற்றவர்களைப் போல் தானும், ஒருமனிதன், என்பதை ஏற்றுக்கொள்ள வேண்டும். என்ன விளைவு நேரிட்டாலும் சரிதான்.குழந்தை பிறந்த நாள் முதல் மனிதனுடைய வாழ்வு சாவை நோக்கிப்போய்க் கொண்டி ருக்கிறது. அவன் கடவுளை அல்லது முடிவை நோக்கி பிரயா ணம் செய்கிறான். யமதர்மன் அல்லது சாவானது அதிகபட்சம் 120 வருடங்களுக்குள் ஏதாவது ஒரு நாள் வந்தே தீரும். இயற்கையானது எவரையும் கடவுள் அவதாரம் உட்பட எந்நாளும் வாழும்படி பூமியில் விட்டுவைப்பதில்லை. ஆகவே மனிதன் தன்னுடைய மரியாதையை யாருக்கும் விட்டுக் கொடுக்காமல் வாழவேண்டும். ஏனெனில் எல்லா சாதி மனி தரும் சமம் தான். ஆனால் தலித்தானவன் பழைய குற்றங்களுக்கு எவரையும் பழிவாங்க முயற்சிக்ககூடாது அவருடைய செயல் பாடுகள் நிகழ்காலத்தில் யாருக்கும் தீங்கு விளைவிக்காமல் இருக்கவேண்டும்.

ஒண்டிவீரன் என்கிற தலித் அரசன் அந்நிய ஆட்சிகாலத்தில் வாழ்ந்ததாக சரித்திரம் சொல்கிறது. சிலர் அவரைத் தாழ்மை படுத்துப்படி இதை ஏற்றுக்கொள்ளவதில்லை. தற்கொலைப் படையை இந்தியாவில் முதல் முதலில் அவர் அமைத்தார். கட்டபொம்மன் கோட்டையை காக்கும் படி தனது மனைவி யுடன் பிரிட்டிசாரின் ஆயுதக்கிடங்கில் உடம்பில் தீவைத்துக் கொண்டு குதித்து மொத்த ஆயுதங்களை அழித்து விட்டார். ஊமைத்துரை போரில் வெல்ல வழியுண்டானது.

தளபதி மதுரைவீரன் நாயக்கர் கால ஆட்சியில் படைத் தளபதியாயிருந்தார். அவர் சக்கிலியர் என்று சொல்லப்படுகிறது. சில பாண்டிய மன்னர்கள் தலித் மன்னர்கள். வங்காளத்தில்ராய் என்போர் தலித் அரசர்கள். அய்யன் திருவள்ளுவர் உலகம்புகழ் திருக்குறள் எழுதினார். வால்மீகி ராமாயணத்தை எழுதினார். வள்ளுவர், வால்மீகி என்போர் தலித்துகள் என்று கருதப் படுகிறது. ஆன்மிககுரு நந்தனார், ரவிதாஸ், என்போர் தலித் துகள். வாழ்வின் ஏற்றத்தாழ்வுகள் மக்களிடத்தில் உயர்வு தாழ்வு உண்டாக்குகிறது. ஆகவே சாதி என்பது ஒரு நிரந்தர ஏற்பாடு அல்ல என்று தெரிகிறது. மன உறுதியுடன் கடின உழைப்பால் தலித்துகள் சாதிப்பழக்கங்களை மேற்கொள்ள முடியும்.

1) பனை மரமானது நாட்டு சுமார் 20வருடத்தில் பலன் தருகிறது. சமூக மாற்றத்திற்கான முயற்சிகள் காலமாற்றத்தில் பலன்தரும்.முனைவர் ஏ.பி.ஜே. அப்துல்காலம் மாணவர்கள் மேல் நம்பிக்கைவைத்தார். ஆலோசனைகள் வழங்கி ஊக்கு வித்தார். மாணவர்கள் மாற்றத்தை ஏற்றுக்கொள்ளும் திறனு டையோர் ஆவார். தங்கள் காலத்தில் நன்மைகளைக் காண வல்லார். கலாம் அவர்கள் இப்போதைய குழப்பமான சமூகச் சூழ்நிலைகளை புறந்தள்ளினார். எனவே தலித் மாண வர்கள் படிப்பினாலும் பயிற்சியாலும், தகுதியான வேலை களைப் பெறலாம்.அவர்கள் சாதிபேதங்களுக்கு அப்பாற்பட்டு மான முள்ள வாழ்வு வாழமுடியும்.

2) தலித்துகள் தங்களது குறைந்த வருமானத்தினாலும் அதிக செலவுகளாலும் சேமிக்கும் பழக்கம் இல்லாமலிருக்கிறார்கள். ஆனால் வீணான கொண்டாட்டங்களிலும் சடங்குகளிலும் கைவசம் உள்ள சேமிப்பையும் வீணாக்குகிறார்கள்.மேலும் அவர்கள் அடிப்படைத் தேவைகளுக்காக மிக அதிகவட்டிக்கு கடன் வாங்குகிறார்கள். கழுகுகள் செத்த உடலை பீறிப் போடுவது போல் மேல்சாதி மக்கள் தலித்துகளுக்கு அதிக வட்டிக்கு கடன் கொடுத்து அவர்களது சேமிப்பைத் தின்று விடுகிறார்கள். குறைந்த காலத்தில் கடன் கொடுப்போர் மிகப்பெரும் பணக்காரர் ஆகிவிடுகிறார்கள்.அரசு சட்டம் போட்டுத் தடுத்தும் ஆட்சியாளர்களும் காவல்துறையும்

குறைந்த நடவடிக்கையே எடுக்கிறார்கள். 2017-ம் வருடம் திருநெல்வேலி ஆட்சியர் அலுவலகத்தில் ஒரு குடும்பமே தங்களைத் தீவைத்து மாண்டுபோனது.எனவே அரசு தக்க நடவடிக்கை எடுத்து தலித்துகள் கந்துவட்டிக்கும் பலிடமிருந்து காக்கவேண்டும்.கந்து வட்டிக்காரர்களுக்கு அனுமதி கொடுத்து அவர்கள் நடவடிக் கைகள் கண்காணிக்கப்பட வேண்டும்.

வாழ்க்கை முறையை ஒருவர் வகுத்துக்கொண்டால் யாரும் அவருடைய வாழ்வில் தலையிட முடியாது.தலித்துகள் சேமிப்பு பழக்கத்தைக் உண்டாக்கி வீண்செலவுகளைத் தவிர்க்க வேண் டும். அவர் 10 சதவீதமானது தனது வருமானத்திலிருந்து தினமும் உண்டியலில் சேமிக்க வேண்டும். சேர்ந்ததை வங்கியில் வரவு வைக்கவேண்டும். வங்கிகள் புதிய திட்டத்தில் இனமாக கணக்குகள் தொடங்குகின்றன. சேர்க்கப்பட்ட பணம் பிள்ளை களின் படிப்பு மற்றும் அடிப்படைத் தேவைகளுக்கு செலவு செய்யப்படவேண்டும். வருமானத்திலிருந்து முதலில் செலவு செய்யாதீர்கள். முதலில் சேமியுங்கள் மிச்சம் இருப்பதை செலவு செய்யுங்கள் என்று உலகப்பணக்காரரில் முதலிடத்தில் உள்ள வாரன்பட் சொல்கிறார். இந்த லட்சியம் யாருக்கும் பொருந்தும். பொய்யான தலைகனத்தை நிலைநாட்ட கடன் வாங்கி செலவு செய்யாதீர்கள். சேமித்து அதிலிருந்து செலவு செய்யுங்கள். வருமானத்திற்குள் வாழுங்கள் படிப்பு, திருமணம், இதற்காக திட்டமிடுங்கள். உங்கள் சேமிப்பு பூர்த்தியாகும் வரை செலவைத் தள்ளிபோடுங்கள்.

குடித்து பணத்தை வீணாக்கக்கூடாது. பட்டினியால் மனை வியும் மக்களும் தூக்கமின்றி வாடும்போது இவருக்கு மனச் சாட்சி உறுத்துவதில்லை. குடியால் தினமும் வீட்டில் சண்டை.

இறுதியில் மனைவி மக்களுடைய கொலை அல்லது தற்கொலையில் முடிகிறது. குடும்ப வாழ்க்கை நாசமாகி விடுகிறது. அரசு மதுபானத்தை விற்கக்கூடாது. மக்கள் குடித்துத்தான் ஆகவேண்டும். என அரசு விரும்பினால் அதை நியாயவிலை கடையில் அரிசி இனாமாகத் கொடுப்பதுபோல் மதுபானத்தைக் கொடுக்கவேண்டும். அறம் என்ற அடிப்படை யில் மட்டும் அல்லாது ஏழைகளுக்கிடையே வரு மானத்தை அரசு மதுபானம் மூலம் பிடுங்கிக்கொள்வதை மறுபரிசீலனை

செய்யவேண்டும். அரசுக்கு வருமானம் வேண் டுமானால் பணக்காரர்களிடம் வரிமூலம் பெற்றுக்கொள்ள லாம்.

3) மாட்டிறைச்சி உண்பதைப்பற்றி சரியான தீர்மானம் எடுக்கவேண்டும். அது மனிதனை மந்த புத்திக்குள்ளாக்கி. ரத்தத்தில் கொழுப்பை உண்டாக்குகிறது என்று சேக்ஸ்பியர் சொல்லி இருக்கிறார். மரக்கறி உணவானது நல்லநடத்தையும் சிந்தனைத்திறமையையும் கூட்டுகிறது. இந்திய மக்களில் பாதிபேர் இறைச்சியை மத அடிப்படையில் உண்பதில்லை. புத்தர்கள் இறைச்சியே உண்பதில்லை. பசுவானது கடவுள் சம்பந்தபட்டது. கொரியர் நாய்மாமிசமும் சீனர்கள் பாம்புகள், புழுக்கள், பூச்சிகளையும், உண்கின்றனர். நாம் இதன்பேரில் அவர்களை நேசிப்பதில்லை. நல்லுறவு உண்டாகும் படி ஒருவர் வெறுப்பதை மற்றவர் உண்ணாதிருப்பது நலம்.

4) அகிம்சையைக் கொண்டுள்ள இந்தியாவில் சரீரப் பிரகாரமாகவும் மனரீதியாகவும் இம்சைக்கு இடமில்லை. சரீரத்தை தாக்குவது இம்சை. அசுத்தவார்த்தைகளால் திட்டுவது மனரீதியாகவும் அடுத்தவருடைய மரியாதையைக் குறைப்பது மாகும். தலித்துகள் இம்சையைத் தெரிந்து கொள்ளக்கூடாது. இது அழிவுப்பாதை. தர்ணா, உண்ணா, நோன்பு அகிம்சை வழியாகும். இழிந்தவேலைகள் செய்யாது தலித்துகள் தங்களது மரியாதையையும் மீட்டெடுக்கவேண்டும். தங்கள் குறைகளை அரசு, காவல்துறை, நீதிமன்றம், மூலம் நிவர்த்தி செய்து கொள்ளவேண்டும். உடலையும் மனத்தையும் நல்ல நிலையில் வைத்துக்கொள்ளவேண்டும் என்று சுவாமி விவேகானந்தர் சொன்னார். உடம்புக்கு உடற்பயற்சியும் தற்காப்புக் கலைகளும் நன்மை செய்யும்.தலித்துகள் யாருக்கும் தீங்கு விளைவிக்கக் கூடாது. ஏதாவதுதொரு அரசியல் கட்சியில் சேர்ந்து தங்கள் நலன்களைப்பாதுகாத்துக் கொள்ளவேண்டும்.

5) இழிந்த வேலைகளை ஏற்று செய்யக்கூடாது. நாற்ற மெடுத்த சுகாதார வேலைகளுக்கு இயந்திரங்களைப் பயன் படுத்தச்சொல்ல வேண்டும். அரசு உதவியாளர்களின் சம்பளம் கேட்க வேண்டும். சங்கம் மூலம் சம்பளத்தீர்வு பெறவேண் டும்.தம் பிள்ளைகளுக்கு உயர்கல்வி, தொழிற்கல்வி, இனாமாக வழங்கும் படி கேட்கவேண்டும்.வாடகை இல்லாத அரசு வீடு

வேண்டும்.வங்கிகள் வட்டியில்லாக் கடன் வழங்கவேண்டும். வட்டியை அரசு செலுத்திவிடலாம்.

6) நாட்டில் அகில உலகில் அன்றாடம் என்ன நடைபெறு கிறது என்று தலித்துகள் தெரிந்துகொள்ளவேண்டும். முதியோர் கல்வித்திட்டத்தில் படித்து செய்தித்தாள்களை வாசிக்க வேண்டும். தொலைக்காட்சிப் பெட்டியின் மூலம் செய்தி களைப்பார்த்து உலக அறிவை வளர்க்கவேண்டும்.இதன் மூலம் தங்கள் நிலை உணர்ந்து முன்னேறவழி காணலாம்.

7) இந்தியாவில் அநேக அவதாரங்களும் கடவுள்களும் உண்டு. ஆண்டவன் நாடுகளையும் மக்களையும் வேறுபடுத்திப் பார்ப்பதில்லை. தலித்துகள் தங்களுக்குப்பிரியமான தேவர் களை வணங்கலாம். அநீதியும் அநியாயமும் தலைதூக்கும் போது ஆண்டவன் பூமிக்கு வருகிறார் என்று சொல்லப்படுகிறது. எல்லா நதிகளும் இறுதியில் கடலையே சென்றடைகின்றன. இது போல் எல்லா ஆத்துமாக்களும் பரமாத்மாவைச் சென்ற டைகின்றன என்று நமது சுவாமிகளும் சொல்லி இருக்கின்றனர். ஆண்டவன் ஒருவழியை மாத்திரம் உண்டாக்கவில்லை. அப்படியிருக்குமானால் பொய்க்கடவுள் களை அழித்துப் போட்டிருப்பார். அவர்கள் விருப்பம் போல் ஆன்மிகவழியில் மோட்சமடையலாம். வேறு வார்த்தைகளில் சொல்வதானால் கடவுளுடைய அழைப்பு ஒருவருக்கு எப்படி அமைகிறதோ அவ்வழியில் அவர் வணங்குவார். சமூகம் ஒருவரது சாதி யைத்தான் கேட்கிறது. மதத்தைப்பற்றி கவலை இல்லை. ஒருவரது விருப்பம் போல் பகுத்தறிவு வழியிலும் போகலாம்.

8) தலித்துகள் இந்தியப்பண்பாட்டின் நாகரிகத்தையும் பின்பற்றுவது நலம், உலகில், இந்தியரின், குடும்ப சமூகவாழ்வு போற்றப்படுகிறது. பிள்ளைகளை வளர்ப்பதற்கும் பொரு ளாதாரமும், உடல்நிலை, ஆதரவு, இவற்றின், அடிப்படையில் கூட்டுக்குடும்ப, வாழ்க்கை நல்லது வாழ்வின் எல்லா காரி யங்களிலும், மூத்தோர் வழிகாட்டிகள் ஆவர். குடும்ப, சமூக விழாக்களில் உறவினர் பங்கெடுக்கின்றனர். அடுத்துள்ள வரும் உறவினரும் சாவு வீட்டில் ஆறுதல் படுத்துகின்றனர். நிகழ் காலத்தில் அரசியல் தலைவர்களும், பகுத்தறிவாளரும் தலித் துகளின் வீடுகளுக்கு வருகை தந்து, நன்மை செய்கின்றனர்.

இதே போல் பூசாரிகளும் சாதி வீட்டில் சாவுச்சடங்குகளைச் செய்து ஆறுதல் படுத்தலாம்.

9) தலித் பிரதி நிதிகள் எம்.எல்.ஏக்கள், எம்.பிக்கள், நேர்மை யாக கடமை செய்யவேண்டும். தாங்கள் சார்ந்த கட்சிகளை காட்டிலும் தலித்துகளின் நன்மையை பெரிதாகக் கருத வேண்டும். அவர்கள் தங்கள் கட்சித்தலைவர்களுக்கு பணிந்து போய்விட்டால் தலித்துகளின் நலம் பறிபோய் விடும், அவர்கள் நன்மைக்கு மாறாகச் செய்யக்கூடாது.

அரசு தலித்துகளுக்கு ஒதுக்கிய நலத்திட்டங்களை மற்றவர் களுக்கு அனுமதிக்கக்கூடாது. தலித்துகள் ஒடுக்கப்படும் போது அவர்கள் காக்கப்படவேண்டும். சமூக உரிமை தீண்டாமை வழக்குகள் முன்னெடுத்துச் செய்யப்படவேண்டும். தேசிய கழகம், மனித உரிமைக்கழகம், ஆகியோருக்கு அறிவிக்க வேண்டும். ஒடுக்குவோர் தாமாக அடிமையை விடுவிப்பாரா? புலியானது தனது உணவை விட்டுபோகுமா? சகமனிதனை சாதிபார்த்து அதன்படி நடத்துகிறவர் நியாயம் செய்வாரா? இப்படியான சமூக அமைப்பில் தலித்தலைவர்கள் பயமின்றி தலித்துகளைக் காக்க முன் வருக.

10) ஏழை தலித்துகளின் பிள்ளைகளுடைய படிப்புச்செல வுக்கு படித்த பணக்கார தலித்துகள் உதவவேண்டும். அம்பேத் கர் கேட்டுக்கொண்டபடி மாத வருமானத்தில் 5% ஏழை தலித்து முன்னேற்றத்திற்கு இனாமாக கொடுக்கவேண்டும். அவர் களுடைய கல்வியறிவை பொருளாதார நிலைமையை உயர்த்த உதவி செய்யவேண்டும். புத்தகம், உடுப்பு, கட்டணம், இவற் றிக்கு கொடுக்கவேண்டும். அவசரத்தேவைகளுக்கு வட்டி யில்லாத அல்லது குறைந்த வட்டிக்கு பணம் கொடுக் கலாம். கந்து வட்டிக்காரர்களிடம் கடன்பெற அனுமதிக்ககூடாது. தலித்து பிள்ளைகள் கடின உழைப்பு, செய்து கல்விகற்க வேண்டும். முனைவர் அம்பேத்கர் இரவு நேரங்களில் வெகு நேரம் உழைத்துப் படித்து விற்பன்னர் ஆனார். விஞ்ஞான முனைவர் பட்டம் பெற்று சமூகத்திற்கே உலக அளவில் பேர் பெற்றார். மத நம்பிக்கைகள், செயல்பாடுகள், நடத்தை, உண்மை, போன்றவற்றைப்பற்றி தலித்துகள் ஆய்வு மனப் பான்மை கொண்டு உண்மை கண்டறிய வேண்டும். விதியே

என்று விட்டுவிடக்கூடாது. சாதிப்பிரிவுக்களுக்கு அப்பாற்பட்டு ஒன்றுபட்டு தலித்துகளுக்கிடையே அன்பால் தகுதியால், திருமணங்களை ஊக்குவிக்க வேண்டும்.

மத நல்லிணக்கம்

சுவாமி விவேகானந்தர், பரிசோதனை முறையில் ஹூக்கா என்னும் புகைப்பிடிப்பான் மூலம் அநேக சாதி மத மனிதருடைய புகைப்பிடிப்பான்களை கொண்டு புகைபிடித்து நோக்கினார். அதாவது மனிதர்களுக்கிடையே வித்தியாசம் இருக்கிறதா என்று கண்டறிய இந்த பரிசோதனை செய்து பார்த்தார். ஆனால் ஒரு வித்தியாசமும் காணவில்லை. கால வெள்ளத்தில் மனிதர்கள் யாவரும் ஓரினம் என்று கண்டறிந்தார். தான் கருப்புநிறத்தவர் ஆனதால் இந்த சோதனை எனலாம். அகில உலக மதங்களின் மாநாட்டில் சிகாகோவில் சகோதர சகோதரிகளே என்று பிரதிநிதிகளை அழைத்தார். உலகமக்கள் அவரை மிகவும் பாராட்டினர். அப்படியானால் தலித்துகள் சகோதர சகோதரிகளாக தானே இருக்கவேண்டும். அர்த்த சாஸ்திரம் எழுதிய சாணக்கியர் பிராமணர், சத்திரியர், வைசியர், சூத்திரர், புத்தர், இவர்களுடைய ரத்தங்கள் ஒன்றே என்று 323 கி.மு.–ல் கண்டறிந்தார். ஆக எல்லா மனிதரும் ஒரே மனித இனம் என்ற முடிவுக்கு வந்தார். இவர் ஒரு தமிழ்பிராமணர் என்று சொல்லப்படுவது உண்டு.

பண்டய நாட்களில் அரசர்கள், பிறநாட்டின் மேல் படை யெடுத்து தங்கம், வெள்ளி, பசுக்கள், நிலங்கள், முதலியவற்றை அபகரித்தனர். தற்காலம் இது நடைபெறுவதில்லை. உலக நாடுகளின் கூட்டமைப்பு இதைக்கண்காணித்து வருகிறது. தோற்றவர் அடிமையாகும் நிலையுமில்லை. ஒவ்வொரு நாடும் தன்னதிகாரம் பெற்ற நாடகத் திகழ்கிறது. பொருளாதார சமூக தீண்டாமை, பேதங்களும், சட்டமூலம், தடைசெய்யப்பட்டு விட்டன. மதசமத்துவம், என்பது இந்து, முஸ்லீம், கிறிஸ்து, புத்தம், ஜைனம், சீக்கியம், ஆகிய எல்லா மதங்களுக்கும் ஆனது. இவைகளைப்பின்பற்றுவர் சுவாமி விவேகானந்தர் கூற்றுப்படி சகோதர்களாகக் இருந்து வருகின்றனர்.

அந்நிய ஆட்சி பிரித்தாளும் சூட்சியைமேற்கொண்டதாகச் சொல்லப்படுகிறது உண்டு. இது முழு உண்மை என்று கொள்ளமுடியாது. காந்திஜியில் அகிம்சை வழி சத்தியாக்கிரகம் நாடு சுதந்திரம் பெற உதவியது. நாடு பிரிக்கப்பட்டபோது வன்முறை வெடித்து சுமார் 10 லட்சம் பேர் மாண்டதாகச் சொல்லப்படுகிறது. தியாகவேள்வியல் காந்திஜி பலியானர். இப்பவும் மத வன்முறை தூண்டப்பட்டு தலைவிரித்தாடு கிறது. இந்தியா மதச்சார்பற்ற நாடு ஆகையால் ஒருவர் எந்த மதத்தையும் பின்பற்றலாம். ஒருவர் மதத்தை இன்னொருவர் மேல் திணிக்கவேண்டியதில்லை. ஒருவர் தமக்கேற்ப கடவுளை வணங்கி சுபிட்சம் பெறலாம். மதமானது நாட்டு மக்களுடைய உறவுகளில் தலையிடவேண்டியதில்லை. இந்தியா விருந்தோம் பலுக்கு பேர் பெற்றது. எல்லா மதஸ்தருடைய விழாக்களும் கொண்டாடப்பட வேண்டும். குடும்பவிழாவிற்கு அழைக்கப் படுகிறது போல் மற்ற மதஸ்தரை வீடுகளுக்கு அழைக்கலாம். கேரளாவில் ஓணம், பண்டிகை, எல்லோராலும் கொண்டாடப் படுகிறது. மலேசியா, சிங்கப்பூர், நாடுகளில், மற்றமதங்களைப் பற்றி பெரிதாகக் எடுத்துக்கொள்வதில்லை. பொறாமை, எரிச்சல், சகிப்பின்மை, ஆகியவற்றைகளைய வேண்டும். கட்டில்லாத வன்முறை தவிர்க்கப்பட வேண்டும். மற்றமதஸ்தர் கடவுள் சிலைகளச் செய்கின்றனர். மற்ற மதங்களைப் சேர்ந்தவர்கள் கோயில்கள், முஸ்லீம், பள்ளிகள், கிறித்து, கோயிலில், வரம்வேண்டி தொழுகின்றனர். சுவாமிவிவே கானந்தர் ஷீரடிசாய்பாபா, சத்யாசாய்பாபா, பகவான், ரஜனீஷ், கபிர்தாஸ், ஏக்நாத், துக்காராம், ஸ்ரீநாராயணகுரு, அய்யாவை குண்டசாமி, குருநானக், போன்றோர், ஆன்மிகத்தை, சாதி மத பேதமின்றி பரப்பினர். சமூகத்தில் அனைவரும் அவர்களைப் பின்பற்ற வேண்டும். சாதி, மத, பொதுப்பந்தி நடத்துவதற்கு, அரசு நிதி ஒதுக்கீடு, செய்யவேண்டும். இதன் மூலம் அமைதி யும், நல்லிணக்கமும், உண்டாகும். தன்னார்வ கொண்டு நிறுவனங்கள் பொது மக்களிடம் நிதி திரட்டி நிரந்தர அமைதிக் குழுக்களை அமைக்கவேண்டும். சகிப்பினாலும் அன்பு செய்வ தாலும் மதங்களுக்கிடையே உள்ள வெறுப்பு அகற்றப்பட்ட வேண்டும். காந்திஜி விரும்பியது போல் இந்தியா நலமுள்ள நாடாக மக்களிடையே நல்லுறவு வேண்டும்.

புராணபுதையல்—முனைவர் எஸ்.சவுந்தர பாண்டியன்

சமூகத்தில் வெற்று நம்பிக்கைகள் பெருத்துவிட்டன. மெய் அறியும் முயற்சி இல்லாத படியால் இப்படியானது. சமூகக் கேடுகளுக்கு தீர்வு காணமுடியாத படியால் தீவிரவாதம் உண்டானது. அவரவர் தங்கள் வேலையுண்டு என்று இருக் கின்றனர். சில சமூகங்களில் காணப்படும் குறைகள், அநீதிகள், வன்முறைகள் தீர்க்கப்படவில்லை. பாதிக்கப்பட் டோர் நிவர்த்தி இல்லாத போது தங்களுக்கு தோன்றும் வழியில் செல்கின்றனர்.

ராமத்தேவர் என்ற சித்தரின் கூற்றுப்படி தமிழ்மக்கள், கடவுளால் படைக்கப்பட்டனர். அவர்கள் விவசாயமும் பால் பண்ணையும் வைத்திருந்தனர். பண்ட மாற்று செய்தவர்கள் வியாபாரிகளாவர். அரசர்கள் மக்கள் பிணக்குகளைத் தீர்த்தனர். பிராமணர்கள் குறைவான எண்ணிக்கையில் ஆசிரியர்களாக இருந்தனர். சாதிகளுக்கிடையே திருமணமும் பொதுப்பந்தி களும் நடைபெற்றன. சாதி பேதமும் இல்லை. பிறவி அடிப்படையில் சாதிகள் உண்டாக்கப்படவில்லை. கடவுள் சாதிகளை உண்டாக்கவில்லை.

நிகழ்காலத்தில் சாதி என்பது சாவுக்கேதுவான நோய் போன் றதாயிருக்கிறது. இதை சட்டம் போட்டு தடுக்கலாம். ஆனால் நாம் இதை விரும்பவில்லை. தவறான முறையில் சாதிக் குழுக்கள் தம்மை வளர்த்து வருகின்றன. தங்கள் சாதியின் பிரதி நிதியாக மக்களவைக்குச் செல்கின்றனர். பிறகு சாதி எப்படி ஒழியும்? பெருவாரியான சாதி மக்கள் உள்ள தொகுதியில் அந்த சாதிக்காரரர் வேட்பாளராக நிற்க முடியாது என்று சட்டம் போட முடியாதா? சாதிக்குழுக்களின் சொத்துக்களை அரசாங்கம் எடுத்துக்கொள்ள வேண்டும். அப்படியானால் சாதிகளை வளர்க்கயாரும் இருக்கமாட்டர்கள்.

கடமை செய் பலனை எதிர்பாராதே

கல்வியை மறுத்து, ஒடுக்கப்பட்டோரின் நிலங்களையும் சொத்துக்களையும் வருணசாதியின் பேரால் அபகரித்துக் கொண் டனர். கட்டாய வேலையின் மூலம் மனித உரிமை யின்றி பண்னை அடிமைகளாக்கினர். அவர்கள் மனத்தால் கட்டப்பட்டு

தங்கள் தொழில்களை மாற்றமுடியாமல் செய்து விட்டனர். கர்மா என்ற மத விதியின் கீழ் தொழில்களை சாதி அடிப்படையில் செய்தனர். பிராமணர்களும் உயர்சாதிகளும் ஒடுக்கப்பட்டோரின் உழைப்பினால் பெருகினர். கடமை செய்பலனை எதிப்பாராதே என்றனர். ஒடுக்கப்பட்டோர் உழைக்கவும் அதன் பலன் உயர்சாதிகளுக்கும் என்றாக்கினர். மத அடிப்படைவாதம் போல் சாதி ஒரு தீவிரவாதம். சாதியவாதிகள் ஒடுக்கப் பட்டோருக்கு எதிரான தீவிரவாதிகள். சாதியானது மதத்தின் வழித்தோன்றியது. காலமாற்றத்தில் மதத்தலைவர்கள் மனிதத் தன்மையற்ற சாதிப்பழக்கங்களை மாற்ற வல்லவர்கள். ஒடுக் கப்பட்டோரின் நீதி வேண்டும் குரல்கேட்டால் அவர்கள் நியாயம் செய்வார்கள். பொதுமக் களை நல்வழிப் படுத்து வார்கள்.

கோயில் வரி

தனிநபர் தொழில்,கம்பெனி, வருமானவரி, விதிப்பது, போன்று எல்லா மதங்களுடைய வழிபாட்டுத்தலங்களிலும் வரிவிதிப்பது பற்றி அரசு ஒரு குழு அமைத்து ஆராயவேண்டும். நிதியை, கல்வி, ஏழ்மை, ஒழிப்பு, மருத்துவமனை, ஆகிய மக்கள் நலத்திட்டங்களுக்கு சாதி வித்தியாசம், இல்லாமல் உபயோகிப்பதைக் குறித்து ஆலோசிக்க வேண்டும். இதன் இலக்கு என்னவென்றால் மக்கள் நலத்திட்டங்களில் மத ஸ்தாபனங்களும் பங்கெடுக்க வேண்டும் என்பதேயாகும்.

நடனம் மன அழுத்தத்தைக் குறைக்கும்

மன அழுத்தம் நீங்கி– மகிழ்ச்சி, மாய்மாலம் நீங்கி– நேர்மை, கோபம் நீங்கி– இன்பமும் சாந்தமும் முதலியன நடனம் மூலம் ஏற்படுவதாக மேற்கத்திய நாடுகளில் கண்டறிந்துள்ளனர். பாட்டையும் நடனத்தையும் நாடகம் மற்றும் வெள்ளித்திரையில் நாம் கண்டு களிப்பதோடு சரி. இதில் பங்கெடுத்து நடனமாடி முழு நன்மையையும் பெறுவது இல்லை. மக்கள் கற்பனையிலும் பகல் கனவுகளிலும் மூழ்கிநிஜ வாழ்க்கையை அனுபவிக்க முடிவதில்லை. ஆராய்ச்சியாளர்கள் ஸ்கார்லட் ஸ்வெண்டலர், நீல்சன், ஸ்டெபானிப்ரிட்ஜ் ஆகியோர் நடனம் பெரியமாற்றத்தை கொண்டுவரும் என்கின்றனர். மாணவரிடையே நிலவும்

வன்முறை, வம்பிழுத்தல் பிரச்சனைகள் தீரும். பரிவுணர்வு மரியாதை, ஒருங்கிணைவு குழுவுணர்வு உண்டாகும். மன அழுத்தம் குறையும்.

சம்பாதித்தே அல்லாது கடன்வாங்கி செலவு செய்யாதீர்கள்

அவசியமில்லாத நிகழ்ச்சிகள், சடங்குகளில் பணத்தை செலவு செய்து ஏழைகள் எப்போதும் ஏழைகளாகவே உள்ளனர்.

கந்துவட்டிக்கு கடன்வாங்கி செலவு செய்து வீண்பெருமை கொள்கின்றனர். உடல் சுகவீனம், படிப்பு போன்ற அவசிய மானவற்றிற்கு அல்லாமல் கடன்வாங்கக் கூடாது. திருமணம் என்பது சம்பாத்தியத்திற்கு ஏற்றவாறே நடைபெறவேண்டும். நிதி நிலைமையை பாதிக்காமல் சம்பாதித்து செலவு செய்யலாம்.

ஆர்.எஸ்.எஸ்.திட்டம்

இந்துக்களை ஒன்றுபடுத்த திட்டம் தீட்டப்பட்டுள்ளது

1) இந்துக்கள் மத்தியில் பெரும் அளவில் சாதி பேதம் இருக்கிறது. சில சாதிகள் தீண்டத்தகாதவர்களாக நடத்தப்படு கின்றனர். தீண்டாமை ஒழிய வேண்டும்.

2) ஒரே தண்ணீர் குளம், ஒரேகோவில், மற்றும் ஒரே சுடுகாடு மூலம் இந்துக்கள் ஒன்று படுத்தப்படுவார்கள். இதன் மூலம் சாதிபேதங்கள் ஒழிந்து மதமாற்றம் தடுக்கப்படும்.

3) பிறப்பால்,சாவால், கடவுள் வணக்கத்தால் மற்றும் சடங்குகளால் இந்துக்கள் அனைவரும் ஒன்றேயாவர்.

கோவில் சொத்துக்கள்–அறிஞர் அண்ணா

ஏழைகளின் நலத்திட்டங்களுக்கு மடங்களின் தங்கம், நகைகள், நிலங்கள், உபயோகப்படுத்தப்பட வேண்டும். அப் படிச் செய்யாவிட்டால் அது வீண் பெருமை மற்றும் உப யோகப்படாத செல்வங்களாகும். வேலைவாய்ப்பு உரு வாக்கம் கல்வி அறிவு மற்றும் ஏழ்மை ஒழிப்பு ஆகியவை கடவுளின் கருணைக்கு எதிரானது அல்ல. மகாத்மா காந்திஜியின்

அறக்கட்டளைத் திட்டத்தில் கோயில் சொத்துக்கள் சமூக நலத்திட்டங்களுக்கு உபயோகிக்கலாம். வெறுமனே வைத் திருக்கும் பணம், தங்கம், நிலங்கள், வருமானம், உண்டாக்கு வதில்லை. மக்கள் நலத்திட்டங்களால் மக்கள் வளமடைந்து கோயிலுக்கு காணிக்கை மூலம் மேலும் வருமானம் தருவார்கள்.

கைவிடப்பட்டோரின் வலிநீக்குங்கள்– அன்னைதெரிசா

அன்பு காட்ட ஆளில்லாமல் மனிதர் சில சமயம் சமூகத்தால் புறக்கணிக்கப்படுகிறார்கள். இது மிகவும் வலி மிகுந்தது. இது கொடுமையான காத்திரமான வலியாகும். நிகழ்காலத்தில் இது தான் சமூகத்தைப் பாதிக்கிற நோயாகும். தள்ளப்பட்ட மனிதன் சமூகத்திற்கு பிரயோசனமில்லாத, தேவையற்ற, அன்பில்லாத மனிதனாக கைவிடப்பட்டு கவனிப்பில்லாமல் தனிமைப் படுத்தப்படுகிறான். (தீண்டாத்தகாத சமூகம் காலங்காலமாய் மற்ற சமூகங்களால் இவ்வாறுதான் துன்பத்திற்குள்ளாகித் தவிக்கிறது)

சாணக்கிய நீதி– முனைவர் ஸ்ரீதரன்

சாக்ரடீஸ் போல சாணக்கியர் தத்துவஞானி. அவர் 300 கி.மு.ல் வாழ்ந்தார். அவர் பிராமணர் (தமிழ்) சந்திரகுப்த அரசருக்கு வழிகாட்டியவர். அர்த்த சாஸ்திரம் என்னும் புத்த கத்தை எழுதினார். விக்கிரக ஆராதனையில் அவருக்கு நம்பிக் கையில்லை. கடவுள் எங்கும் நிறைந்திருக்கிறார். பேத மற்றவர். கடவுளை எல்லாவற்றிலும் காண்கிறார். துறவிகள் காடுகளில் வாழ்கிறார்கள். அங்கு கோயில்கள் இல்லை. அவர்கள் இரு தயத்தில் தியானித்தார்கள். நம்பிக்கையே நங்கூரம். அண்ட சராசரத்தில் உண்மையே நிலைத்திருக்கிறது. சத்தியம் எல்லா விசயங்களிலும் இருக்கிறது. ஆகவே உண்மையே கடவுள். நம்பிகையே கடவுளை அடையும் வழி.

கோயில் வாசற்படியும் கடவுளும் கல்லால் செதுக்குப் பட்டிருக்கிறார்கள். ஒருவர் பார்க்கும் விதத்தில் கால்களால் படிகளைக் கடந்து தலையால் கடவுளை வணங்குகிறார். ஒரு நாய்கல்லால் செதுக்கப்படுகிறது. கல்லைக்கண்டால் நாயைக்

காண்பதில்லை, நாயைக்கண்டால் கல்லைக்காண்பதில்லை கடவுளும் தேவிகளும் மரம், கல், மண்,சிற்பங்களில், இல்லை. அவர்கள் மனிதனின் ஆத்துமாவில் உள்ளனர். இரக்க உணர்ச்சியே சிறந்த மதம். இரக்கம் காட்டுவதே சிறந்த செயல். மனிதன் கருணையும் இரக்கமுள்ளவனானால் அவனே மதத்திற்கு சிறந்த உதாரண புருஷன். இரக்கம், என்பது ஒரு வழிகாட்டு முறையே ஞானம் முகத்தியை அடையும். சடங்குகள் முக்தி பெறாது.

நன்னடத்தையும், கல்வியும் உள்ள கீழ்சாதிக்காரன் மதிக்கப் பட வேண்டும். நன்னடத்தை உள்ள பெண் அவருடைய குடும்ப பாரம்பரியத்தை நோக்காமல் உயர்வாய் நடத்தப்பட வேண்டும்.

சாதி மறுப்புத்திருமணம் மருத்துவர் ப.ராம்தாஸ் தலைவர் பா.ம.க.

சமூக பொருளாதார வாய்ப்புகள் எல்லா சாதிகளுக்கும் அளிக்கப்பட்டால் தான் சாதி ஒழியும். கலப்புத்திருமணம் செய்பவர்கள் ஏதாவது ஒரு சாதி மூலம் சலுகை பெறுகிறார்கள். ஆகவே சாதி ஒழியவழியில்லை. தற்காலத்தில் யாரையும் ஒடுக்கமுடியாது. யாவரும் உயர்கல்வி பெற்று விழிப்புடன் இருக்கிறார்கள். பழையசூழல் இப்போது இல்லை. அது குறைந்து வருகிறது.

எதிர்காலத் திட்டம்

முன்பு என்ன நடந்தது என்பதை நாம் மறந்துவிடுவோம். நாம் எதிர்காலத்தை நிர்ணயித்து நிகழ்காலத்தில் அதற்காக உழைப்போம். நாம் சாதிய சிந்தனைகளைக்கை விடும் திட்டங்களில் இதுவும் ஒன்று எனக்கொள்வோம்.

வள்ளலார் பெருமான் இராமலிங்கம் அடிகள்– கே.பால கிருஷ்ணன்

1) கடவுள் ஒருவரே அவரே தனிப்பெருங்கருணை

2) உயிருள்ள யாவும், நமது சகோதர்கள்

3) சாதி, மத, இனப்பேதங்களை விட்டுவிடுங்கள்

4) மிருகப்பலி, கேட்கும் சிறு தெய்வழிபாடுகளைக் கைவிடுவோம்.

5) இறைச்சி உண்ணாதீர், மிருகங்களை கொல்லாதீர்

6) பசிபுற்றோருக்கு, உணவளிப்பதே பேரின்பத்தை அடையும் வழி

7) இறந்தோரை கருமாதி, திதி, இல்லாமல் அடக்கல் செய்க

8) ஆன்மிக வழி கொண்டு நடவுங்கள்

9) உங்களுக்குள் கடவுளின் ஒளியைக்கண்டு அன்புடன் வழிபடுங்கள்

10) உயிருள்ளவை யாவும் கடவுளின் வசிப்பிடம் அவைகளிடம் இரக்கம் காட்டுங்கள்

மக்களை சாதிப் பிணைப்பிலிருந்து விடுவிப்போம்

மக்களை அரசியல் கொள்கைகளால் பிணைத்து உண்மையான மக்களாட்சி அமைத்திடுவோம். மக்களைச் சாதிப் பிடியிலிருந்து விடுவிப்போம். இந்த லட்சத்தியத்திற்காக தனி ஒரு அரசியல் கட்சி தொடங்கிட வேண்டும். நிகழ்காலத்தில் அரசியல் கட்சிகள் சாதிகளிலிருந்து மக்களை விடுவிக்க வாயளவில் பேசுவதோடு சரி, காரியம் ஒன்றுமில்லை. சாதிகளைக்கடவுள் உண்டாக்கினார் என்ற பயம் தலைவர்களிடத்தில் இருக்கிறது. அவர்களது நோக்கத்தை மறைத்து விடுகிறார்கள். அரசியல் கட்சிகளின் சாதிச்செயல்பாடுகளை சீர் தூக்கிப்பார்க்க வேண்டும். அவர்கள் சாதிப்பெயரால் வாக்குகள் பெறுவதை எளிதாகக் கருதி செயல்பட்டு சாதி உணர்வுகளை மென்மேலும் வளர்த்து விடுகிறார்கள்.

தலித்துகளுக்கு புதிய சாதிப்பெயர்கள்

தங்கள் பெயர்களோடு சாதிப்பெயர்களையும் சேர்த்து உயர் சாதிகள் கனம் பெறுகிறார்கள். தலித்துகள் சாதிப்பெயர்களைச் சொல்லுவதில்லை. இந்த மனத்தடையை நீக்குவதற்காக புதிய

சாதிப்பெயர்களைக் கண்டுபிடித்து தங்கள் மரியாதையை உயர்த்திக்கொள்ளலாம்.

கேரளாவில் நாயர்களுக்கு முடிதிருத்துவோர் தங்களை வி. நாயர் என்று சொல்லிக்கொள்கிறார்கள். (விளக்குதலை நாயர்) இப்படியாக வி.நாயர் தங்களை பெருமையை நிலை நிறுத்திக் கொள்கிறார்கள். ஒரு கிராமத்தில் ஒரு தாழ்ந்தப்பட்டோரின் பெயர் அவர் பிறந்தது போது பாசத்தால் ஒரு உயர்சாதிப் பெயரால் அழைக்கப்பட்டு அவருடைய ஜீவித கால முழுவதும் அந்தப்பெயராலேயே எல்லா மக்களாலும் உயர்சாதிகள் உள்பட அழைக்கப்பட்டார். என்ன குடி மூழ்கிப்போய்விட்டது.? தமிழ்நாட்டில் ஒரே கோத்திரத்தில் பெண் எடுப்பதுமில்லை. கொடுப்பதுமில்லை. ஒரு சமயம் ஒரே கோத்திரத்தில் அறி யாமல் திருமணம் நடக்கவிருந்தது. ஆனால் தாலிகட்டும்போது அது தெரிந்துவிட்டது. திருமணமோ முடிவாகிவிட்டது. ஆனால் நடத்தமுடியாத சூழ்நிலை. ஆகவே ஒரு பெரியவர் ஒரு வழிகண்டார் அந்த கோத்திரத்தில் ஒரு சிறுபெயர் சேர்த்து புதுகோத்திரம் உண்டாக்கினார். திருமணம் நிறைவேறியது. அன்று முதல் ஒரு புதிய கோத்திரம் உண்டானது.இப்படித்தான் சாதிகளும் உண்டாயின என்போர் உண்டு. முக்குலத்தோர் தேவர்கள் என்று அழைக்கப்படுகிறார்கள். கலைத்துறையில் உள்ளோர் இசைவேளார் என்று மாரியாதையாக அழைக்கப் படுகிறார். வனவாசிகள் கொண்டா ரெட்டி என சொல்லிக் கொள்கிறார்கள். சிலர் தம்மை காட்டுநாயக்கன் என்கிறார்கள். படையாச்சி கவுண்டர் என்ற பெயர் இப்படித்தான் தோன்றி–யிருக்க வேண்டும். மண்பாண்ட தொழில் புரியும் குயவர்களில் சிலர் செட்டியார் என்கின்றனர். அல்லது மண்வேளாளர் என்கின்றனர். வியாபாரம் செய்யும் ஆதிவாசிகள் உப்புக்குறவர் என்போர் செட்டியார் என்றும் சொல்லிக்கொள்கிறார்கள். அருந்ததியர் எனப்படுகிற சக்கிலியர் படைத்தளபதி மதுரை வீரன் வழிவந்தவர்கள். அவர்கள் ஒண்டிவீரன் என்ற அரசர் வழித்தோன்றல்கள். அவர்கள் தங்களுடைய பெயரோடு வீரர் என்று சேர்த்துக்கொள்ளலாம். வீரர் என்றால் படைவீரர் என்றாகிறது. இதனால் கொஞ்சம் கௌரவம் உயர்த்தப்படும் அருந்ததியர் அல்லது சக்கிலியர் என்றால் நமக்கு மனத்தாழ்மை அவர்களுக்கு மன மேட்டிமை தோன்றுகிறது. வீரன் என்றால்

நமக்கு தைரியம் உண்டாகிறது. தெலுங்கு பேசுபவர் குடியேறியவர். அவர்கள் கொல்ல கம்பளத்து தொட்டிய நாயக்கர் பாணர்களில் பொம்முநாயுடு என்பார் சக்கிலியர் என பிரபஞ்சன் எழுத்தாளர் சொல்கிறார். எனவே சக்கிலி ச.நாயக்கர் எனவும் சொல்லலாம். பறையர் என்பார் ஆன்மிக நந்தனார் எனச் சொல்லாம். அல்லது நந்தன் என்கிற பறய அரசர் வழித்தோன்றல் எனலாம். மள்ளர் அல்லது பள்ளர் என்பார் பாண்டிய அரசர்கள். ஆகவே தங்களை தீரர் என்ற பெயரில் அல்லது ராஜாக்கள் என்னும் ராஜீ என்று சேர்த்துக் கொண்டால் மதிப்பு உயரும். மாறாக பாண்டியர் என்றும் அழைக்கலாம். இப்படியாக கீழ்சாதியர் உயர் சாதிப்பெயர்களிலிருந்து மரியாதை உண்டாக்கும். புதிய பெயர்களை தங்கள் பெயரோடு சேர்த்து மற்ற உயர் சாதிகளைப் போல் தலை நிமிர்ந்து கனம் பெறலாம். மாற்றாக சாதிப்பெயருக்கு பதிலாக தொழில் பெயரை சேர்த்துக் கொள்ளலாம். விவசாயி, ஓட்டுநர், கலைஞர், இசைஞர், காவலர், ஆசிரியர், கட்டுநர், மின்சாரகர், அலங்காரர், எனலாம். எதிர்காலத்தில் இதனால் உயர்சாதிதாழ்ந்த சாதி என்ற பேதம் மறைந்து சாதி சமத்துவம் உண்டாகவழியாகும்.

உண்மையான கௌரவம் ஆனந்த் விகடன்

இந்தியாவில் காதல்கொலைகள் மூலம் சாதி மறுப்புத் திருமணங்கள் தடுக்கப்படுகின்றன. இதற்காக பெண்கள் மனிதப்பலி செலுத்தப்பட்டுவருகின்றனர். வட இந்தியாவில் கிராமம் மொத்தம் வெகுண்டழுந்து வன்முறை செய்கிறது. தமிழ்நாட்டில் பெண்களின் நெருங்கிய உறவினர் இதைச் செய்கின்றனர்.

மத்திய அரசு இந்த கௌரவ கொலைகளைத் தடுக்க ஒரு சட்ட முன்வரைவு தயாரித்து மாநில அரசுகளுக்கு அனுப்பியது. 21 மாநிலங்கள் இதை ஆதரித்தனர். ஹாரியனா, பஞ்சாப், உத்திரப்பிரதேசம் முதலில் எதிர்த்தாலும் பிறகு ஆதரித்தன. ஆனால் தமிழக அரசு எந்த அபிப்ராயத்தையும் சொல்லவில்லை. பகுத்தறிவுக் தந்தை பெரியார் பிறந்த பூமி.சமூக உரிமைகளின் முன்னோடி அமைதிகாக்கிறது. வாக்குவங்கி அரசியல் இதன் பின்னணியாகும். பிள்ளைகள் கண்ணில் தூசிவிழுந்தால் பெற்றோர் துடித்துப்போவார்கள். ஆனால் தங்கள் அன்புக்குரிய

மகள் புற சாதியானைத் திருமணம் செய்தால் அவளை வேட்டையாடிக் கொடூரமாகக் கொல்கிறார்கள். இது மன்னிக்க முடியாத பயங்கரம்.

அறியப்படும் வழக்குகள் ஒன்றிரண்டு தான். வெளியில் வராத சம்பவங்கள் அநேகம். இதில் வினோதம் என்ன வென்றால் கொலை செய்யப்பட்ட பெண்கள் தேவதைகளாக வணங்கப்படுவது தான். குடும்ப உறவுகள் கொலையில் தொடர்பு உள்ளதால், வெளியில் ஒன்றும் தெரியாது. அப்படியே தெரிந்தாலும் அது தற்கொலை என்று முடிக்கப்பட்டு விடும். இதற்காக பிடிபடும் குற்றவாளிகள் வெட்கப்படுவதில்லை. இதில் ஆபத்து என்னவென்றால் இந்தக்கொலை ஒரு தீரச் செயல் என்று பேசப்படுவதுதான்.

தமிழக அரசு காதல் கொலைகளைத் தடுத்திட மத்திய அரசின் சட்டத்தை ஆமோதிக்க வேண்டும். இதேபோல் எரிச்சலுட்டும் பகைமை, உண்டாக்கும் வெறுப்பை விதிக்கும் சாதிவிழாக்களை தடைசெய்ய வேண்டும். சாதிக்கொலை காரர்களை வேண்டிய நடவடிக்கை எடுக்காமல் காவல்துறை சில சமயம் பார்த்துக்கொண்டிருக்கிறது. உண்மையான கௌர வம் என்பது நமது ரத்தத்தில் ஊறிப்போயிருக்கும் பயங்கரமும் கொடுமையுடன் சாதியை வேறுப்பது தான்.

உடல் உழைப்பும் – கல்வியும் பாரதி தம்பி

கல்வியானது அறிவை வளர்க்கும் என்பது மிகச்சரியானது. ஆனால் கல்வி உடல் உழைப்பை தரம் தாழ்த்தி இழிவானதாக எண்ணக்கூடாது இந்தியக்கல்வி, உடலுழைப்பை பற்றி கீழான அபிப்ராயம் உண்டாக்கி இருக்கிறது. உழைப்பு தான் உலகை உருவாக்கியது. இப்போதும் கட்டமைக்கிறது. பொருள் உற் பத்தி, கட்டிட கட்டுமானம் தொழில் சாலை அமைப்பு முதலிய எல்லாவற்றிலும் கடின உடல் உழைப்பு செய்யப் படுகிறது. குரங்கிலிருந்து மனிதன் வளர்ச்சியடைவதற்கு பெருமைக்குரிய இந்த உழைப்பு தான் காரணமாகும். நம்முடைய வளர்ந்த குனிந்த முதுகு நேராவதற்கும் இதுதான் மார்க்கமாகும். மூளையின் சிந்தனை சக்தி உண்டானது, உடல் உழைப்பு மூலம்தான். உலகம் முழுவதும் ஒருவினாடி கூட உழைப்

பில்லாமல் இல்லை. மகிமையான உழைப்பை நாம் என்ன விதமாக நடத்துகிறோம்.? நமது மனநிலையில் மிகவும் கீழான இடமே உழைப்புக்கு கொடுக்கிறோம். உழைப்பானது உலகமுழுவதும் கனத்துடன் நடத்தப்படுகிறது. சாதிபேதங்களா லும், உழைப்பாளிகள் கீழ்சாதிகள் என்று அழைக்கப்படுவ தாலும் உழைப்பு தரம் தாழ்ந்ததாக இந்தியாவில் நடத்தப் படுகிறது. உழைப்பானது சாதியால் மரியாதையில்லாமல் கருதப்படுகிறது. படித்து மதிப்பெண்கள் பெற்றால் போதாது. சமூகச்செயல்பாடுகளைமாணவர்அறிந்து செயல்படவேண்டும். பிற்போக்கு சிந்தனைகளைச் கைவிடவேண்டும். சாதிய அவ மரியாதைக்கெதிராக தைரியமாக போராட வேண்டும். இம் மாதிரி எண்ணமும் செயல்பாடும் இல்லாத கல்வி வீணாகும்.

தில்லியில் கௌரவக்கொலை

இன்னுமோர் காதல் கொலை *30.11.2014*–ல் சம்பவித்தது. இதுயாரால் கௌரவக்கொலை என்று அழைக்கப்பட்டதென தெரியவில்லை? இது தர்மபுரி, தேனி, பரமக்குடி, ஆகிய தமிழ்நாடு ஊர்களில் மட்டுமல்ல புதிய தில்லியிலும் நடக்கிறது. சாதியப்பண்பாட்டால் இந்தியாவின் மானம் உலக அரங்கில் தாழ்ந்து போய்விட்டது. கல்லூரி மாணவி பாவனா ஜனாதிபதி அலுவலகத்தில் வேலைபார்க்கும் அபிஷேகசேத் என்பரைக் காதலித்தார். காதல் ஒரு விபத்தைப்போன்று எதிர்பாராமல் மலர்கிறது. எப்படியோ ஒருவரையொருவர் சந்தித்து காதல் செய்தார்கள். இதை அறிந்து பாவானாவின் பெற்றோர் மகளுக்கு வேறு ஒருவரோடு திருமணம் ஏற்பாடு செய்தனர். காதலர் வேறு வழியின்றி கோவிலில் மணம் செய்து கொண்டனர். பெற்றோர்அவர்களைப் பிரித்து ஊரறிய திருமணம் செய்வதாகப் பெண்ணை அழைத்துச்சென்றனர். பிற்பாடு பெண் பாம்பு கடித்து இறந்துவிட்டதாகச் செய்திவந்தது. தில்லியிலிருந்து 150 கி.மீ. அப்பால் உள்ள ஒரு கிராமத்தில் பிணம் எரிக்கப்பட்டுவிட்டது. பெற்றோர் ஆகிய ஜெகன்மோகயாதவ் மற்றும் சாவித்திரி இருவரும் கைதாயினர்.

கௌரவக் கொலை என்ற அநாகரீக பண்பாடு கிராமங்களில் மட்டும்தான் நடைபெறுகிறது என்பது மாறிவிட்டது. பாவனா வின் பெற்றோர் உயர்வகுப்பு பிரிவினர். உயர்கல்வியும் நல்ல

பொருளாதார நிலைமையும் பகுத்தறிவையும் தரும் என்பது பொய்யானது. ஏனெனில் சாதி இதற்கும் மேலானது. லஞ்சம், தீவிரவாதம், கற்பழிப்பு, மற்றும் அநேக சமூகக் கேடுகளுக்கு எதிராக இந்தியா மத்திய தரவர்க்கம் தெருக்களில் கைகோர்த்து போராடுகிறது. ஆனால் சாதிக்கேடு என்று வரும் போது கள்ளமௌனம் காக்கின்றனர். பெற்றோரே தங்கள் மகள் கல்லூரி மாணவி என்றும் பாராமல் கொன்றுவிட்டனர். சமூக அநீதிகளுக்கெதிராக போராடும் மாணவர்களும் அமைதி காக்கின்றனர். இந்த சம்பவம் வெட்ககரமானது என்று சொல்லப்பட்டது. பழமையான கொலைகார செயல்களையும் மனிதத் தன்மையற்ற் செயல்பாடுகளையும் மாணவர்களும் இளைஞர் களும் மாத்திரமே மாற்றமுடியும். சதி என்ற மனைவியை கணவனுடைய சிதையில் எரிக்கிற தீயசெயல் பிரிட்டிஷாரால் தடைசெய்யப்பட்டது. இப்போது மகளைக் கொல்வதை நிறுத்தவேண்டும்.

தேசியகுற்ற அலுவலகம்

இந்தியாவில் மூன்றில் ஒருவர் மிகவும் ஏழையானவர். ஏழ்மைக்கோட்டிற்கு கீழ் உள்ளவர் ஆவார். தென் இந்தியாவில் தமிழகம் தற்கொலைகள் அதிகம் நடைபெறும் மாநிலமாகும். முதல்வர்ஜெயலலிதாநீதிமன்றத்காவலில்வைக்கப்பட்டபோது 230 பேர் தற்கொலை செய்தனர் என்று சொல்லப்படுகிறது. மனைவிகள் அதிக எண்ணிக்கையில் தற்கொலை செய்து கொண்டனர். இந்திய மக்களில் பாதிப்போருக்கு மேலாக வெளியிடங்களில் கழிப்பிடம் போகின்றனர்.

மதம்–ஸ்ரீராமகிருஷ்ண பரமஹ்சர்

தண்ணீர் அநேக பெயர்களால் அறியப்படுவது போல, கர்த்தர், அல்லா மற்றும் இந்துக்கடவுள்கள் யாவரும் ஒரு வரேயாவர். சாதி என்பது மதத்தால் தோற்றுவிக்கப்பட்டது. வருணமே ஆரம்பம். ஆச்சாரியர்கள் மடாதிபதிகள் ஜீயர்கள் துறவிகள் ஆகியோரது தலையீடு மூலமே சமுகத்தில் சாதிப் பழக்கங்களை கைவிடமுடியும்.சாதி பேதங்கள் அரசியல் தலை யீடு மற்றும் அரசு நடவடிக்கைகளால் ஓரளவுக்கே ஒழிக்க

முடியும் சாதிப்பிரச்சனை எங்கே ஆரம்பித்ததோ, அங்குதான் அதன் முடிவும் செய்யமுடியும்.

குருபூசை

சாதித்தலைவர்களுடைய குரு பூசை சமூக அமைதியைக் கெடுக்கின்றன என்று சென்னை உயர்நீதிமன்றம் 2014– வருடம் தீர்ப்பு சொன்னது. சமூக இணக்கமும் சமாதானமும் நிலைத் திருக்கும் படியாக புதிய குரு பூசைகள் நிறுத்தப்படவேண்டும் என்று உத்தரவு போடப்பட்டது.

பெண்களைப்பற்றிய பார்வை சுகிசிவம் ஆன்மிகபேச்சாளார்

சமூகவியல் கற்ற ஒரு அமெரிக்கா பிரயாணியிடம் சுகிசிவம் கலந்துரையாடினார். அவருடைய கருத்து இப்படியிருந்தது. ஏன் வெளிநாட்டுப் பெண்களை இந்திய ஆண்கள் வெறித்துப் பார்க்கின்றனர்? பொதுவாக வெளியில் காரியமாகப் போகும் போது ஆண்கள் மனைவியை கூட்டிக்கொண்டு போவதில்லை. இப்படி வெளிநாட்டுப் பெண்களை அசிங்கமாகப் பார்ப்பது குறைக்கும்படி அவர்கள் மனைவிமார்களோடு செல்லலாம் அல்லவா? தெருமுனைகளிலும் பொது இடங்களிலும் ஆண்கள் மாத்திரம்தான் நின்று உரையாடுகின்றனர். கட்டுப்படுத்தப்பட்ட அடக்கப்பட்ட பாலியல் உணர்வுகள் மூலம் பாலியல் குற்றங் கள் திருட்டுத்தனமாகவும், வன்முறையாகவும் இந்தியாவில் வெளிப்படுகின்றன.

கோவிலில் தீண்டாமை

தீண்டாமை மறைவான வழிகளில் பீகார்மாநிலத்தில் வெளிப்படுவதாக செய்தித்தாள்களில் 29.09.14 அன்று வெளி யானது. இது பீகார்மாநிலத்தின் தலித் முதலமைச்சருக்கே சம்பவித்தது என்றால் பாருங்கள். அவர் பரமஸ்வாரிஸ்தான் ஜில்லாவில் உள்ள ஒரு கோவிலுக்கு சாமி கும்பிடப்போனார். அவர் தரிசனம் முடிந்து திரும்பிய பின்பு கோயிலும் சிலைகளும் ஆச்சாரமாக கழுவப்பட்டன. இந்த புதிய நூற்றாண்டில் தீண்டாமை இப்படித்தாண்டவமாடுகிறது அதிர்ச்சி அளிக்கிறது.

ஆன்மிகம் – எம்.கே.குமரேசன் எழுத்தாளர்

ஆன்மிகம் என்பது பகுத்தறிவைக் கைவிடாது மனதைத் தூய்மைப்படுத்துவதாகும். இயற்கை வளங்களை அழிக்காது அவைகளை உற்பத்திக்கு விஞ்ஞானம் உபயோகிக்க வேண்டும். காவடி தூக்குவது, கரகாட்டம், தீக்குழிமிதித்தல், தீச்சட்டி, ஏந்தல், உடம்மை ஊசிகளால் துளைப்பது கட்டைகளிலிருந்து தொங்குவது மற்றும் ஆடுகோழிகளை சமைத்தும் சமைக்காம லும், சாப்பிடுவது என்பது ஆன்மிகம் ஆகாது. ஏனென்றால் இந்தக் காரியங்கள் மகிழ்ச்சிக்காகவும் பிறர் காண்பதிற்கும் ஏற்படுத்தப்பட்டவை. இவை சில மணித்துளிகளே நிலைக்கும். ஆனால் ஆன்மிகம் என்பது என்ன? ஆத்துமாவை புனிதமாக் குவது. நாம் வாக்கினாலும் செய்கையாலும் பிறருக்கு தீங்கு செய்யாது மகிழ்ச்சியில் இருப்பது ஆகும்.

இந்தியச்சமூக சமவிடுதலை மார்த்தாபாம் –சிகாகோ பல்கலைக்கழகம்

அம்பேத்கர் ஒரு சூடான வெயில் வேளையில் குடிப்பதற்க்கு தண்ணீர் பள்ளியில் அனுமதிக்கப்படவில்லை. ஆசிரியர்களும் சகமாணவர்களும் அவர் தலித் ஆகையால் தண்ணீரின் புனிதத்தைக் கெடுத்துவிடுவார் என்று கருதினர். மற்ற மக்க ளோடு பழகவோ பிரயாணம் செய்ய முடியாதாகையால் தங்கும் விடுதிகளும் உணவகங்களிலும் அவருக்கு அனுமதி கொடுக்க வில்லை. ஆகையால் அம்பேத்கர் உணமையான விடுதலை என்பது இருக்க முடியாது என்று எண்ணினார். ஏனெனில் சமூகமே கொடுங்கோலனாதாயிருந்தது. ஆத்து மாவை அடி மைக்குள்ளாக்கியது. அரசியல் சாசன விடுதலை என்பது தாளில்தான் இருக்கும். அரசு அதை நடைமுறைப் படுத்த முயற்சி செய்யவில்லையானால் என்று அம்பேத்கர் கருதினார். தங்கள் குடியுரிமையை நிலைநாட்ட ஒடுக்கப் பட்டோர் முயன்றால் ஆச்சாரமான சமூகம் மொத்தம் அவர்களை முழுமூச்சுடன் எதிர்க்கும் என்பதில் சந்தேகமில்லை. விடுதலை என்பது வாக்குறுதிகள் மாத்திரமல்ல. அவை அமுல் செய்யப் பட்டால் தான் அவை உண்மையானதாய் இருக்கும். மனிதருக்கு செயலூக்கும் தரும்.

ஆணவக்கொலைகள்
–பிரிந்தாகாரட் சி.பி.எம்

ஆணவக்கொலைகளும் சாதி மத கற்பழிப்புகளும் சமூக அங்கீராத்துடன் நடைபெறுகின்றன. பிரத்தியேக சட்டங்களால் மட்டுமே இவை தடுக்கப்பட்ட முடியும் நிலைமை மிகவும் மோசமயிருக்கிறது.

தூய்மை இந்தியத்திட்டம்
–மாலன் எழுத்தாளர்

பிரதமர் மோடியின் திட்டம் தூய்மை இந்தியா.மகாத்மா காந்தி வெள்ளையனே வெளியேறு மற்றும் தூய்மை இந்தியா ஆகிய லட்சியங்களைக் கொண்டிருந்தார். எல்லாவீடுகளிலும் கழிப்பறை கட்டப்படும் என்று பிரதமர் திட்டம் சொல்கிறது. இதற்கு இரண்டு பெரிய சவால்கள் உள்ளன.ஒன்று எண்ணம் மற்றது பணம். சுமார் ஒரு லட்சம் கோடிரூபாய் கழிவு மேலாண்மைக்கும் கழிப்பறைகள் கட்டப்படுவதற்கும் அவசியம். இவ்வளவு பணம் எவ்வாறு திரட்டப்படும் என்று தெரியவில்லை. சுயநலம் இந்தியர்களின் பலவீனம். நமது வீடுகளைச் சுத்தமாக வைத்துக்கொள்கிறோம். ஆனால் வீதிகள் அசுத்தமாயிருப்பதைப் பற்றி நமக்கு கவலை இல்லை. ஏனென்றால் வீடு நம்முடையது. தெருவைப்பற்றி நமக்கு அக்கறையில்லை. யாவரும் தெருவில் குப்பையை கொட்டு கிறார்கள். இந்த மனப்பான்மையை நாம் எப்படி மாற்றுப் போகிறோம். நமது நடத்தைக்கு ஒரு காரணம் உண்டு. சுத்தம் செய்வது கீழ் மக்கள் வேலை என்ற எண்ணுகிறோம். ஒரு வகையில் சமூகம் அதிகாரப்படி நிலையில் நீட்சியாகும். நெடுங்காலமாக சுகாதாரப்பணி செய்ய ஒரு சாதியை நாம் வைத்திருக்கிறோம். அவர்களுக்குத் மனித உரிமைகள் ஒன்றும் இல்லை. காந்திஜி தமது ஆசிரமத்தில் கழிப்பறையைச் சுத்தம் செய்தார். வீட்டில் பெண்களும் வீதியில் தலித்துகளும் மாத்திரம் சுத்தம் செய்ய வேண்டும் என்று அவர் நினைக்கவில்லை. மக்களின் இந்தமனப்பன்மையை சுத்தம் செய்யாமல், நாட்டை சுத்தம் செய்யமுடியாது. மோடி அவர்களின் திட்டம் மக்களின் மனநிலையை மாற்றும் என்று நாம் எதிர்பார்க்கிறோம்.

இந்தியா ஒற்றுமை– வி.இறையன்பு இ.ஆ.ப:

அக்பருக்கு எதிராக ராஜாரானா பிரதாப் பல முறை யுத்தம் செய்தார். அந்நாட்களில் ராஜாவும் சத்திரியர்களும் மாத்திரம் யுத்தத்தில் பங்கெடுத்தார்கள். நாட்டைப் பாதுகாக்க ராஜா பொது மக்களும் யுத்தத்தில் ஈடுபட வேண்டும் என்று விரும்பினார். ஒரு வருண சாதி மக்கள் மாத்திரம் யுத்தம் செய்வது பிற்போக்கு கொள்கை என்று எண்ணினார். ஆகவே எல்லா சாதிகளிலும் வீரர்களை உட்படுத்தினார். ராஜஸ்தானில் உள்ள பில்வானவாசிகளையும் ராணுவத்தில் சேர்த்தார். அந் நாட்களில் ஒரு வருணம் மாத்திரம் யுத்தம் செய்தபடியால் இந்தியர்கள் இலகுவாக தோல்வியடைந்தார்கள். நிகழ்காலத்தில் நாட்டின் வளர்ச்சி தாமதமாவதற்கு காரணம் மக்களிடம் உள்ள சாதி பேதங்கள் தான்.

சாதி பேதங்கள்– மகாகவி பாரதியார்

கடவுள்கள் அநேகம் என்று அறியாதார் சொல்கிறார்கள். பகைமைத் தீயை வளர்க்கிறார்கள். அண்டசராசரத்தில் கடவுள் எங்கும் நிறைந்திருக்கிறார். கடவுள் ஒருவரே என்பது அவர் படைத்த பொருள்கள் மூலம் அறியலாம். பார்ப்பனர், தீயை, வணங்குவர். திசைநோக்கி துருக்கர்கள் வணங்குவர். சிலு வையை ஜெசுட்கள் பணிகின்றனர். கடவுளை வணங்கும் எவரும் படைக்கப்பட்ட பொருள் மூலம் அவர் ஒருவரே என்பதை அறிவர். எனவே மதத்தின் பேரில் சண்டையிடுவதை நிறுத்துக.

மதம் – கவிஞர் தமிழன்பன்

மதம் ஒரு செடியென்றால் அதற்கு மனித எலும்புகளை உரமாக இட்டுவளர்க்கவேண்டும் என்று எந்தக்கடவுள் சொன்னார். மனிதத்தன்மை இயற்கையானது. மதம் என்பது மனிதன் உண்டாக்கியது. ஆகவே மனிதநேயம் காப்போம்.

வருணம் ஒரு சதிச் செயல் – பாரதிதாசன்

மதத்தால் கட்டமைக்கப்பட்ட நான்கு வருணங்கள் பொய்களே!உன்னை அடிமையாக வைக்க இது ஒரு சதிச்செயலே!

சாதிப்பிரச்சனை – நாசர் அகமது எழுத்தாளர்

உலகநாட்டில் சாதிப்பிரச்சனை என்பது இனவேற்றுமையால் உண்டாகிய மனித உரிமை மீறல் என்று முன்னெடுப்பதற்கு ஆசார பழமைவாதிகள் ஆட்சியிலுள்ளவர்கள் அனுமதிக்க வில்லை. இந்துக்கள் இருதயத்தில், இனவெறியர்கள் என்பதை வெளிக்கொணர்ந்தால் அது அவர்களை மோசமாக எண்ண இடம் உண்டாகும் என்று நினைக்கிறார்கள். ஆகவே உலக அமைப்புகள் சாதிப்பிரச்சனைக்கு தீர்வு காணமுடியவில்லை. தலித்துகளுக்கு விடிவு ஏற்படவழியில்லை. இவர்கள் தொடர்ந்து சமூகத்தில் ஒடுக்கப்படுகிறார்கள்.

மகாபாரதத்தில் வருணங்கள்– பிபேல் தெப்ராய்– ஆசிரியர்:

கீதையிலிருந்து ஒரு சுலோகம்

"ஒருவனுடைய தகுதிக்கும் வேலைக்கும் ஏற்றவாறு நான்கு வருணங்களை நான் உண்டாக்கினேன்"

இது பணியின் சிறப்புக்கேற்ப பிரிவினையாகும், மற்றபடி யல்ல. வருணம் என்பது பாரம்பரியமானது பிறப்பைச் சார்ந்தது என்று எங்கும் சொல்லப்படவில்லை. இது அன்றைய சமூக பொருளாதார நிலையை வெளிப்படுத்துகிறது. வருணம் என் பது நிறம் அல்லாது சாதியல்ல. நால் வருணத்திற்கு அப் பாற்பட்ட திவாரா, கைவசா, தாசா என்ற மக்கள் குழுக்களால் பிடிக்கப்பட்ட மீன்களை பிராமணர்கள் உண் ணலாம். சில கடின அசாதரண சூழ்நிலைகளில் வருண அடிப்படை வேலை களிலிருந்து மாறிச்செயல்படலாம் என்று அபட்தர்மா மகா பாரதமும் அனுமதிக்கிறது. வருணம் என்பது பிறவி அடிப் படையில் உண்டாகவில்லை. பிற்காலத்தில் அப்படியாகி விட்டது. முதல் தலைமுறையில் உடலுழைப்பு செய்யாமல் சுகம் கண்டவர்கள் அதை விட்டுக்கொடுக்க மறுத்துவிட்டனர். இக்காரணத்தால் நாம் தெளிவடைந்து வருணாசிரமத்தை மறக்கவேண்டும்.

சபாய் கரும்சரி அந்தோலன்– பெஜவாடா வில்சன்

வில்சன் 2016 ஆம் ஆண்டின் ரமோன்மக்சாசே விருது அளிக்கப்பெற்றார். மேற்கண்ட அமைப்பின் மூலம் கழிப்

பறைகள் கைகளால் சுத்தம் செய்வதிலிருந்து விடுவிக்கப்பட போராடி வருகிறார். இந்த மாற்றத்தின் மூலமே சாதி பேதங் களை ஒழித்து தலித்துகளுக்கு விடுதலையுண்டாக்க முடியும்.

விடுதலைக்கான போராட்டம்–சிமோன் பொயிலார்

லேடின் அமெரிக்கா நாடுகளுடைய விடுதலைவீரர்களின் தந்தை சிமோன் ஆவார். நாம் விடுதலையோடு வாழ்வோம். இல்லா விட்டால் போராட்டத்தில் மடிவோம். இது எல்லா வற்றைக்காட்டிலும் பெருமைக்குரியதாகும். நீதி அழகானது.

நடனமாடி நேர்மையான நடத்தை பெறுவோம்

நடனம் தசைகளை இறுக்கத்திலிருந்து விடுவித்து தளர்த்தி– விடுகிறது. பயம் மற்றும் நரம்புத்தளர்ச்சி நீங்குகிறது. உடலுக் கும் பயிற்சியாகிறது. மகிழ்ச்சியும் நேர்மையான நடத்தையும் தருகிறது. நடனமில்லாமையினால் கவலை மாய்மாலம் இறுக் கம் மனநோய் மூலம் உடல் நோய்கள் மற்றும் குற்றச் செயல்பாடுகள் உண்டாகின்றன. நடனமாடுவோர் திறந்த மனதுடன் பழகுகின்றனர். அவர்கள் நலமுடன் சக்தியுடன் செயல்படுகின்றனர். நடனம் நமக்கு புதிதல்ல. சமூக மன நலத்தை வளர்ச்சியை விரும்பாதோர் நடனத்துக்கு எதிரான வராவர். அவர்கள் குறுகிய சிந்தனையுடன் இருள் சூழ்ந்த மகிழ்ச்சியில்லாதவர்களாக நடந்து கொள்கின்றனர்.

கடவுள் நம்பிக்கை

ஒவ்வொரு மனிதனும் தனது நம்பிக்கையைத் தான் தீர் மானித்து கொள்ளவேண்டியது. ஒருவரும் தமது நம்பிக் கையை மற்றவர்கள் மேல் திணிக்கலாகாது. கடவுளை ஒருவனும் கண்டதில்லை என்று சொல்லப்படுகிறது. கடவுளை கண்ட தாகச் சொன்னவர்களும் அவரவர் பாணியில் ஒன்றைச் சொல் கிறார்கள். கடவுள் பலருக்கும் பல விதத்தில் பல பெயர்களில் தோன்றியிருப்பாரானால் ஒருவரையொருவர் எதிர்க்கவேண்டிய அவசியம் என்ன? சுதந்திரப் போராட்ட காலத்தில் இந்தியர்களை அனைவரும் மத, இன, மொழிகளை கடந்து ஒன்று படவேண்டும் என்று காந்திஜி சொல்லி ஒன்றுபடுத்தினார். அகிம்சையை இதன் அடிப்படை என்றார்.

மெய்யான இந்து என்பர் இந்தியாவைப் புனித பூமியாக ஏற்று இங்கு இரத்த உறவுகள் உள்ளவராவார் என்று சாவர்கர் சொன்னார். இந்தியாவில் பிறந்தவர் யாவரும் இந்தியா வழித் தோன்றல்கள் உடையவராவார். இயற்கையாகவே அவர்கள் இந்தியாவை தாய், பூமியாக, புனிததேசமாக கொண்டுள்ளனர். இந்துத்துவம் என்பது ஒரு வாழ்க்கை முறை ஒரு பண்பாடு என்று முன்னாள் பிரதமர் ஏ.பி.வாஜ்பேயி சொன்னார். இந்தியப்பண்பாட்டை ஏற்று நடக்கிறவர்கள். யாவரும் இந்தி யர் ஆவர் என்று தெளிவாகிறது. இங்கு எண்ணில்லா தெய் வங்கள் உண்டு. இந்திய மதங்கள்யாவும் இந்து மதமாகும். விஷ்ணு, சிவா, மற்றும் நூற்றுக்கணக்கான தெய்வங்கள் வனவாசிகள் உட்பட இந்தியாவில் வணங்கப்படுகின்றன. பிரிட்டிஷார் இந்தியா மதங்கள் அனைவற்றையும் ஆட்சி எளிமையாகப்புரிய ஒரே இந்து மதத்தின் கீழ் கொண்டுவந்தனர். அப்படிச் செய்திருக்கவில்லை என்றால் இன்று வைணவர் என்றும் சைவர் ஒன்றும் சிறு தெய்வங்கள் என்றும் வனவாசிகள் என்றும் அநேக மதங்களாக பிரிந்திருக்க ஏதுவாகியிருக்கும். வெள்ளைக்காரன் அப்படிச்செய்தானோ நாம் பிழைத்தோம் என்று சங்கராச்சாரியர் சொன்னதாக அறியப்படுகிறது. வடக்கே வைணவர் என்றும் தெற்கே சைவர் என்றும் ஆகிப்போயிருக்கும் ஆகவே இந்து மதம் என்பது இந்திய மதங்களின் கூட்டமைப்பு அல்லது மத சங்கமம் என்றாகிறது. ஒரே கடவுள் ஒரேகொள்கை, ஒரேபக்தர்கள், ஒரேமதத்தவர்கள் என்பதல்ல. இதைத்தான் ஒரு பண்பாடு அல்லது புனிததேசம் என்று சொல்லப்படுகிறது. ஒரே மதம் என்று சொல்லப்படுகிறது. ஆட்சி செய்யப்படுகிறது. இப்பவும் கர்நாடகாவில் வனவாசிகளுக்கு இடஒதுக்கீடும் உண்டு.

ரோஜா மலர் என்ன பெயரில் அழைக்கப்பட்டாலும் ரோஜா தான் என்று சேக்ஸ்பியர் சொன்னார். ஒருவர் தமது எண்ணப்படி இந்தியாவில் வணங்கப்படும் எந்தக்கடவுளையும் வணங்கலாம். மக்களாட்சியின் தத்துவம் சமூக பொருளாதார வளர்ச்சி என் பதாகும். அரசியலில் தனி ஒருவரது ஆன்மிகம் மற்றும் மரித்தபின்பு உள்ள வாழ்வுக்கான கடவுளைப்பற்றிய முக்கி யத்துவம் குறித்து எண்ண வேண்டியது இல்லை.

தலித்திற்கு மதத்தைப்பற்றிய சாரம் என்ன? அவர்கள் சாதி அடிமைத் தனத்தில் ஊருக்கு வெளியே ஒதுக்கப்பட்ட இடங்களில் வாழ்கின்றனர். ஆணவப்படுகொலையில் சாகிறான். உயர்சாதிகளால் ஏற்படுத்தப்பட்ட அருவருப்பான வேலைகளைச் செய்து பிழைக்கிறான். சட்டத்தின் ஆட்சி தீண்டாமையை ஒழித்துவிட்டது. பெரும்பான்மை சமூகம் இதை நாட்டில் ஏற்றுக்கொண்டிருக்கிறதா? அதனால்தான் இட ஒதுக்கீடு என்பது இந்து தலித்துகளுக்கு மட்டுமில்லாமல், சீக்கியர், புத்தர் எல்லா மதத்தையும் சேர்ந்த வனவாசிகள் யாவருக்கும் வழங்கப்படுகிறது.

இதில் கிறித்தவர் இல்லை. சமூகம் தலித்துகளை அவர்கள் எந்த தெய்வத்தை வணங்கினாலும் எந்த மதத்தவராயினும் அவர்களை தலித்துகள் என்றே அழைக்கிறது. எனவே அவர்களை மதத்தின் அடிப்படையில் ஒதுக்கீடு மறுப்பது சரியாகுமா? ஆயிரக்கணக்கான வருடங்களாக ஒதுக்கப்பட்ட தலித் தனது கடவுளை மாற்றியதால் பெரிய சாதி ஆவாரா? நிகழ்காலத்தில் குஜ்ஜார்களும், படேல், இனத்தாரும், ஜாட்டுகளும், போன்ற உயர்சாதியார் இட ஒதுக்கீடு கேட்டு போராடுகின்றனர். மதம் மாறிய பிற்படுத்தப்பட்ட சாதியார் அதே ஒதுக்கீட்டில் அனுமதிக்கபடுகின்றனர். அவர் உயர் சாதியார் ஆகிவிட்டார் என்று ஒதுக்கீடு மறுக்கப்படுவதில்லை. இதே நிலைப்பாட்டில் தலித்தும் ஒதுக்கீடு வழங்கப்பெறுவது தானே, சரியாகும்? மதத்தின் பேரில் மறுக்கப்படுவது நியாயமாகுமா? ஆகவே மதம்மாறிய தலித்துக்கு இடக்கீடு அதே நிலையில் தொடர்வது தான் சரியாகும். இதுவே மக்களின் நிலைப்பாடாக இருக்கிறது.

மாகத்மா காந்திஜியின் பொது பிரார்த்தனை

ரகுபதிராகவ ராஜாராம்
பதித்த பாவண சீதாராம்
இஸ்வர அல்லா தேரேநாம்
சப்கோ சன்னைத்தே பகவான்

பொது பிரார்த்தனை நிறுத்தப்பட்ட போது மதக்கலவரங்கள் தலைதூக்கின. ஆகவே மத நல்லிணக்கம் பேண பொது பிரார்த்தனைகளை தொடரவேண்டும். பொது போஜன

பந்திகளும் நடக்கவேண்டும். கடவுள் எல்லா மதத்தினருக்கும் நம்பிக்கைகளுக்கும் பொதுவானவர் என்று கருதப்படுகிறது. காந்திஜியின் அறிவுரைகளைப் பின்பற்றி மத நல்லிணக்கமும் சமூக சமாதானமும் பேணப்படவேண்டும்.

மோட்சமும் நரகமும் – ஷோபாடே – எழுத்தாளர், புக்கர் பரிசாளர்

மோட்சம் என்பது என்ன? நரகம் என்பது என்ன? யாராவது அங்குபோய் திரும்பியது உண்டா? எப்படி நம்புவது?

இனம் – அசோகச்சக்கரவர்த்தி

மனிதர் இனத்தின் பேரில் ஒருவரையொருவர் தூஷிக்கக் கூடாது. மற்ற மனிதர்களின் இனமும் யாதோ ஒரு காரணத்தால் புகழப்படத்தக்கதேயாகும்.

மதம் – அக்பர் சக்கரவர்த்தி

ஒருவர் மற்றவரின் மதத்தில் தலையீடு செய்தல்கூடாது. ஒருவர் தனது விருப்பம்போல் வழிபடலாம்.

உயர்சாதிகள் உரிமைகள்–அம்பேத்கர்

இந்துத்துவத்தின் நிலைப்பாடு உயர்வு தாழ்வு பேதம் என்பதே. தர்மமும் உடலுழைப்பின்மையும் ஒரு வகுப்பு மக்களின் நலம் மற்றும் உரிமையுமாகும். இந்து சமூகம் என்பது படிநிலை சமூகமாகும். உரிமைகளும் சலுகைகளும் இதன் அடிப்படையில் அமையும். தீண்டாத்தகாதவருக்கு சலுகையும் முன்னுரிமையும் இல்லை. உயர்சாதிகளும் பிராமணர்களும் தீண்டதகாதவரை இந்து மதம் மனிதராகக் கருதவில்லை. பழகுவதற்கு ஏற்றவர் அல்ல என்று கருதினர். ஒதுக்கி வைத்தனர்.

மனித உரிமை மீறல்கள்

பழங்காலத்தில் தீண்டாமை சாதி அடிப்படையில் செயல் படுத்தப்பட்டன. சட்டத்தின் ஆட்சி தீண்டாமையை ஒழித்தது. நிகழ்காலத்தில் தலித்துகள் ஆணவப்படுகொலை செய்து புதிய

வடிவில் தீண்டாமையை நிலைத்திருக்கச் செய்கின்றனர். குறிப்பிட்ட கடவுள்களைத்தான் வணங்க வேண்டும். இல்லா விட்டால் அரசு வேலை ஒதுக்கீடு மறுக்கப்படுகிறது. அனைத்து சாதிகளும் ஆண்களும் பெண்களும் தங்கள் வாழ்க்கை துணையை தேர்ந்தெடுக்க உரிமை மறுக்கப்படுகிறது.

சாதிகளுக்கிடையே திருமணம் – காந்திஜி

பெண்ணடிமை இல்லாத தீண்டாமை விலக்கிய இந்திய சமூகம் அமையவேண்டும் என்று காந்திஜி விரும்பினார். சாதி மறுப்பு திருமணத்தை ஆதரித்தார். இந்தியா அவருடைய ஆலோசனைகளைச் செயல் படுத்த ஏன் மறுக்கிறது? தலித் துகளுக்குகாந்திஜி கொடுத்தவாக்குறுதிகள்மறுக்கப்படுகின்றன.

ஸ்ரீசங்காரச்சாரியாரின் ஆலோசனை

வரதட்சணை பிராமணர்களையும் மேல் சாதிகளையும் மிகவும் பாதிக்கிறது. ஆச்சாரியர்கள் வரதட்சணை வேண்டாம் என்று ஆலோசனை வழங்கினார். வாழ்க்கைப்பயணம் என்ற நூலில் சி.டி.சங்கரநாரயணன் என்பார் கூற்றுப்படி ஸ்ரீஆச்சாரியர் சாதிப்பழக்கங்களை விடும்படி பக்தர்களுக்கு வழிகாட்டலாம் என்கிறார். இதனால் பொது நன்மை உண்டாகும் சாதிப் பழக்கங்கள் ஒழியும்.

வளர்ச்சி – டி.எஸ்.சஞ்சீவ்குமார்

எல்லாவற்றையும் கேள்வி கேட்காமல் அப்படியே ஏற்றுக் கொள்கிற சமூகம் ஆராய்ந்து பார்க்காத அறிவற்ற சமூகமாகும். அது வளர்ச்சியில்லாமல் தேங்கிப்போகும். பிறப்பின் அடிப் படையில் (தத்துவஞானி பிளட்டோ ஈ.சாந்தி மங்கலம் முருகேசன்) தொழில்களை நிர்ணயம் பண்ணுகிற வருணாஸ் ரமம், நாட்டின் செயலாக்கத்தையும் சக்தியையும் அழித்துவிடும். வருணாஸ்ரமத்தைப் பின்பற்றியவர்கள் எதை யும் புதிதாகக் கண்டுபிடிக்கவில்லை. பிற்போக்குச் சிந்தனை களால் தடை படாமல் மேற்கத்திய நாடுகள் விஞ்ஞானம் மூலம் முன்னேற்றமடைந்தன. ஒருவனுடைய பிறவி அடிப்படையில் வகுப்பு மற்றும் சாதிக்கும் அவனுடைய செயல்திறமைக்கும் தொடர்பில்லை.

கல்வி மற்றும் பயிற்சி மூலம் திறமையை வளர்த்துக் கொள்ளலாம். ஆண்களுக்கு பெண்கள் கீழானவர்களல்ல,கல்வி விஞ்ஞானம், ராணுவசேவை முதலியவற்றில் பெண்களுக்கு பயிற்சி கொடுக்கலாம். பிள்ளைகளை வளர்த்து ஆளாக்க அரசு முன்வரவேண்டும். திறமையான வளர்சியுள்ள வெற்றிகரமான இளைஞர்களை மேற்கு நாடுகள் உருவாக்குகின்றன. பெண் களால் என்ன செய்ய முடியும்? என்று நாம் அவர்களைக் கீழ்ப்படுத்தி வைத்திருக்கிறோம்.

சுவாமி விவேகனந்தரின் சுயசரிதை – கீர்த்தி, ஆசிரியர்

சர்வேஸ்வரரின் படைப்பில் உயர்ந்தவன் என்றும் தாழ்ந்த வன் என்றும் இல்லை. பரமேஸ்வரரின் தோற்றம் தான் மனிதன் ஆகும். ஞானி, மூடன், செல்வந்தர், ஏழை,பிராமணர், உயர்ந் தவர், தாழ்ந்தவர், என்றும் இல்லை. எல்லாப் பொருள் களும் எல்லா மனிதரும் பிரமம் என்பது தான் வேதத்தின் உட் பொருளாகும். வேதாந்த அறிவும் இஸ்லாத்தின் பலமும் கொண்டு புதிய பாரதம் என்பது இலட்சியம். ஒருவனுடைய தகுதி அல்லாது பிறவியின் அடிப்படையில் அல்ல அவனது சமூக அந்தஸ்து அமையவேண்டியது. மற்றவனுடைய தேவை யறிந்து சேவை செய்வதற்கு ஒருவனது மோட்சத்தையும் துறக்கதயாராயிருக்க வேண்டும். கருணையானது மிகுதியாக பைபிளில் காணப்படுகிறது. ஏழை, செல்வந்தர், இந்து, முஸ்லீம், கிறித்தவன் என்றில்லாமல், அனைவரிடத்தும் விவே கானந்தர் அன்பு செலுத்தினார். ஒரு தோட்டியின் குடிசையில் அவர் பலநாள் வாசம் செய்தார். அவர்களுடைய துன்பம் கண்டு மத மற்றும் சமூக சீர்த்திருத்தவாதியானார். கடவுளைத் தேடுவதும் அவருக்கு சேவை செய்வதும் என்றால் என்ன? அது ஏழைகளை நாடி அவர்களுக்கு சேவை செய்வது தான். ஒவ் வொரு ஆன்மாவும் தெய்வீகமானது தான். தலித்துகளைச் சமூகம் எப்படி நடத்துகிறது. தலித்துகளுக்கு ஆன்மா உண்டா?

மதம்–வி.ஜே.பிலிப்பு, முதல்வர் சென்னைக் கிறித்துவக் கல்லூரி

மதம் என்பது நமது வாழ்க்கைக்கு வழிகாட்டுவதில் முக் கியப்பங்கு வகிக்கிறது. சமூக அமைப்பில், குழுவில், உறவு

களில், உள்ள தவறுகளை மதத்தால் மட்டுமே மாற்ற முடியும். இதுவே யதார்த்தம்.

மனித உரிமைகள் – எவிடென்ஸ் கதிர்

இந்தியாவில்,அனேக மொழிகள்,பண்பாடுகள்,நடத்தைகள் உள்ளன. எதிர்மறையாக ஒரு கோடு அவர்களைப் பிரிக்கிறது. சாதிதான் அந்தத் தீர்மானமான கோடு. இரண்டு கட்சிகள் உள்ளன. சாதியின் பேரால் ஒடுக்கும் கட்சி, மற்றது ஒடுக் கப்படும் கட்சி. ஒன்று ஆதிக்க இந்தியா மற்றது பணிந்து போகும் இந்தியாவாகும். சாதிப் பேதத்தைக் காட்டும், இரண்டு விதமான குவளைகள், இரண்டு வகைக்குடியிருப்புகள், இரண்டு பிரிவான சுடுகாடு இடுகாடுகள் உள்ளன. சாதியினால் எல்லாம் பிளந்து கிடக்கிறது. இத்தகைய பிரிக்கும் சமூக சாதிக்கோடு எப்போது மறையும்.? வாளா இருக்கும் 99% சதவீத மக்கள் தங்கள் உறக்கத்திலிருந்து வெளியே வந்து வன்முறை– யிலிருந்து தங்களைத் தற்காத்துக்கொள்ள வேண்டும்.

அம்பேத்கரின் பரிகாரம்

இந்துக்கள் தலித்துகளை இழிவாக நடத்துவதிலிருந்து மீட்கப்பட்ட அம்பேத்கர் அவர்கள் சமத்துவம் மரியாதை அளிக்கும் மதத்திற்கு மாறும் படி சொன்னார். தான் புத்த மதத்திற்கு மாறினார். உதாரண புருசனாக வழிகாட்டினார்.

சமூக மாற்றம், யோககுரு பாபாராம் தேவ்

வேதங்கள் சாதிகளை முன்னெடுக்கவில்லை. வேதங்களின் கூற்றுப்படி மக்கள் சாதிகளோடு பிறக்கவில்லை. நமது கர்மமே நம்மைச் சாதியில் இருக்க வைக்கிறது. அநேக நூற்றாண்டுகளாக பேதங்கள் உண்டாகி விட்டன. சூத்திரன் தீண்டத்தகாதவனாக ஏற்படுத்தவில்லை. சமூகத்தில் சுத்தம் உண்டாக்கும் படி பணிக்கபட்டான்.அது சேவையாகக் கருதப்பட்டது. சாதியத்தில் மாற்றம் உண்டாக்க எல்லாக் காரியங்களிலும் தீவிர மாறுதல் செய்யவேண்டும். சங்கராச்சாரியர் நியமனத்தில் மாற்றம் வேண்டும். பிராமணர் தான் சங்காரச்சரியாக வேண்டும் என்ற அவசியம் இல்லை. யாதாமொருவர் உபநிடதம் அறிந்தவராக இருந்தால் போதுமானது அவர் மடத்தை நடத்துவார். சமூகத்தில்

வேகமாக மாற்றம் வேண்டுமென்றால் மடங்கள் முன்னெடுக்க வேண்டும். ஒருவன் நாகரிகமானவனா அல்லது நடத்தை கெட்டவனா என்பது அவனது நடத்தையால் தீர்மானிக்க வேண்டும். அவனது சமூக பொருளாதார நிலைமையால் அல்ல.

ஆணவக் கொலைகள்–ரவிக்குமார்–எழுத்தாளர்கள்

இந்துப் பெண்கள் தங்களுக்கு விருப்பமானவரைக் திருமணம் செய்து கொள்ள பாரதீய ஜனதாகட்சி (பி.ஜே.பி) ஏன் ஆதரிப்பதில்லை.? அவர்கள் ஆணவக்கொலைகளுக்கு எதிராக கருத்துக் கூறவில்லை. ஆணவக்கொலைகளுக்கு எதிரான சட்டம் ஏன் உண்டாக்கப்படவில்லை.?

விஞ்ஞான கண்டுபிடிப்புகள் –சந்திரசேகர், நோபல் பரிசாளர்

அதிவேகக் கணிணியோ அல்லது துணைக்கோள்களோ பெரிய கண்டுபிடிப்புகள் அல்ல.மனிதனது பெரிய கண்டு பிடிப்பு கடவுள் ஆகும். நாம் கடவுளைக் கண்டுபிடித்து அவரே நமது இன்பத்திற்கும் துன்பத்திற்கும் காரணம் என்று சொல்லிவருகிறோம். இவர் கடவுள் மறுப்பாளார் என்று தன்னை அழைத்துக்கொண்டார்.

மக்களாட்சியில் சாதியம் –அறிஞர் அண்ணா

சாதியும் மக்களாட்சியும் இணைந்திருக்க முடியாது. யூக நம்பிக்கையும் விஞ்ஞானமும் ஒத்துப்போகாது. கொடுமையின் வடிவங்களும் சுதந்திரகொள்கைளும், சமத்துவமின்மையும், சகோதரத்துவமும், இசைந்திருக்கமுடியாது. பழங்காலத்தில் தமிழனிடம் சாதிகள் இல்லை. அவன் சாதிகளை விரும்ப வில்லை. பண்டைய தமிழகத்தில் சாதிக்கு இடமில்லை. பிற்காலத்தில் தான் சாதி ஊடுருவியது. ஆகவே பேதம் செய்வது அர்த்த மற்றது. பிறப்பால் மனித குலம் ஒன்றே ஒன்றே குலம். ஒருவனே தேவன் என்று 2000 வருடங்களுக்கு முன்பாக திருவள்ளுவர் சொல்லியிருக்கிறார்.

நல்வாழ்வு–பியூஸ்மனு, சமூக செயல்பாட்டாளர்

பியூஸ் 2014–ம் வருடம் இந்தியாவின் சிறந்த மனிதர் என்ற பட்டத்தை சி.என்.ஜ.பி. என்ற அமைப்பிடம் பெற்றவர். தாய் தந்தை மற்றும் சமூகத்தால் நாம் உருவாக்கப்பட்டோம். கட்டமைக்கப்பட்ட பாதையிலேயே செல்லாமல் நம் எதிர் காலத்தை நாமே தீர்மானிக்க வேண்டும். இதன் மூலம் நல்வாழ்வு வாழமுடியும் முழு வளர்ச்சி அடைய ஏதுவாகும்.

பெண்விடுதலை – சோபானா ரவி

பெண்கள் கொடுமைப்படுத்தப்படும் விசயம் அறியும் போது எனக்கு எல்லையில்லா கோபம் வருகிறது. கோபத்தால் என் குரல் தடுமாறுகிறது. ஏன் இப்படி கொடுமைகள் நடக்கின்றன?

உடலாலும் மனதாலும் பெண்களும் ஆண்களும் சமம். ஆனால் அடிமைத்தனம் சகித்துக் கொள்ளப்படுகிறது. ஆண் களின் தூற்றுதலுக்கு பெண்கள் துன்பப்படுகிறார்கள். என்னத் திற்கு இந்த நிலைமை? பெண்கள் பணிந்து போகிறார்கள். சம்மாக பிரதிபலிக்கிறதற்கு என்ன சிரமம்? பெண்கள் குறித்த மனப்போராட்டம் இப்படி இருக்கிறது.

கடவுள் வழிபாடு –டி.எஸ்.தாகூர், முன்னாள் உச்சநீதி மன்ற தலைமை நீதிபதி

நான் மதத்தை எப்படி ஆதரிக்கிறேன் என்பது கடவுளுக்கும் எனக்கும் இடையே உள்ள தனிமனித சம்பவம். கொள்கைக்கு நடத்த யுத்தங்களைக் காட்டிலும் மத மோதல்களில் அதிகம் மக்கள் மடித்தனர். நான் கடவுளை வணங்க எங்கே போகிறேன். குருத்துவாரா, மசூதி, சர்ச்சு, கோயில், எங்கே என்பது எனது தீர்மானமாகும். சகோதரத்துவம் மூலமே மக்களது ஒற்றுமை சாத்தியமாகும். நமது அரசியல் சாசனத்தின் அடிப்படைப் பண்பு சகோதரத்துவம் ஆகும். மற்ற மதங்களில் காணப்படும் சிறந்த பண்புகளை மக்கள் பின்பற்றவேண்டும். இதனால் ஒருவரையொருவர் மதித்து நடக்க ஏதுவாகும்.சமூகத்தில் ஒற்றுமை வளரும்.

சிந்தனைச் சுதந்திரம் – பி.ஆர்.அம்பேத்கர்

சமூகத்தில் ஒரு பிரிவினர் மாத்திரம் கல்விகற்க முடியும். இரண்டாவது பிரிவினர் யுத்தம் செய்யவேண்டும். மூன்றாவது பிரிவினர் வணிகம் செய்யவேண்டும்.இறுதியாக நான்காவது பிரிவினர் யாவருக்கும் அடிமைகளாக சேவை செய்யவேண்டும் என்று வரையறை செய்கிற மதத்தை நான் ஏற்கமுடியாது. இது தான் வருணாஸ்ரம் என்னப்படுவது. தலித்துகள் ஐந்தாம் வகுப்பினர் தீண்டாத்தகாதவர் என்று முன்பு தள்ளப்பட்டனர். சமூகத்தில் ஒவ்வொருவரும் கல்வி கற்க யுத்தம் செய்ய வணிகம் செய்ய சுதந்திரம் வேண்டும். ஒரு பிரிவினருக்கு மட்டும் கல்வி வழங்க மற்றயாவரையும் அடிமைகளாக அறியாமை இருளில் வைக்கும் மதம் ஏற்றுக்கொள்ளத்தக்க தல்ல. இது மதமல்ல மற்றயாவரையும் அடிமைகளாக வைக்கச் செய்த ஒரு ஏற்பாடு சூழ்ச்சிகரமான சதியாகும். தலித்துகளுக்கு சமூக அங்கிகாரமே வேண்டும். சட்டத்தின் உரிமை மாத்திரமல்ல. சுதந்திர சிந் தனையே உண்மையான விடுதலையாகும். அப்படியில்லா விட்டால் அவர்கள் இப்போதும் அடிமைகள் தான். கைவிலங் கிடப்படாத அடிமைகள் உயிருள்ள போதே செத்த பிணத்திற்கு சமம்.

மக்களாட்சி – பிளாட்டோ தத்துவஞானி

மக்களால் வாக்களிக்கப்பட்டு தெரிந்தெடுப்பது மக்களாட்சி என்று நினைக்கமுடியாது. கல்வி கற்றவர்களே அரசைத் தேர்ந்தேடுக்க முடியும். ஏனென்றால் மக்கள் யாவரும் அரசைத் தேர்ந்தேடுக்க வல்லவர்கள் என்று சொல்லமுடியாது. அரசியல் வாதிகளின் பேச்சைக்கேட்டே மக்கள் வாக்களிக்கிறார்கள். அது நேர்மையான பேச்சாக இல்லாமல் போகும்போது நல்லாட்சி அமைய ஏதுவில்லாமல் போகிறது.

தலித்துகள் – அறிஞர் அண்ணா

நாங்கள் தீண்டத்தகாதவர்கள் பொய்களை ஏமாற்றுதலை, மாய்மாலத்தை, நாங்கள் தீண்டுவதில்லை. விஞ்ஞானத்தைப் புரிந்து கொள்வது. பகுத்தறிவு நம்பிக்கையை அடிப்படையாக கொண்டபகுத்தறிவற்றைகளைத் தள்ளிவிடுதல் ஆகும். கால

மாற்றத்திற்கேற்ப புதியவைகளை ஏற்றுக்கொள்வோம். தடைகளைத் தகர்த்து வாழ்வின் எல்லா துறைகளிலும் முன்னேறுவது பகுத்தறிவு.சனாதன செடியின் உரங்களாவது புராணமும் இதிகாசமும் காலமாற்றத்திற்கேற்ப வருண பேதங்களை ஒழிக்காதபடி அவைதடுக்கின்றன. அவைகளை நம்பியபடியால் நமது நாடு நலிவடைந்தது. திருக்குறளைப் பின்பற்றி மக்கள் நலவாழ்வு அடையலாம்.

மூர்த்தியின் மேல் எண்ணையையும் பொருள்களையும் படைப்பது மதமானால் நான் மதக்காரன் இல்லை. கடவுளை உயர்த்தி மனிதனை இகழ்ந்தால் நான் மதக்காரன் இல்லை. மனிதனுக்கு சேவை செய்து கடவுளை அதன் மூலம் பார்த்தால் நான் அத்தகைய மதத்தைப் பின்பற்றுவேன்.

அரசியல் சாசனம்

குடிகளின் அடிப்படைக் கடைமைகள் 421ஏயு:

4 நாட்டுக்கு சேவை செய்வது மற்றும் நாட்டைக்காப்பது விஞ்ஞான மனப்பான்மை, மற்றும் சமூக சீர்த்திருத்த எண்ணங்கள் வளர்த்துக்கொள்ளல், இந்த அடிப்படைக் கடமைகள் நமது அரசியல் சாசனத்தில் சேர்க்க வேண்டிய அவசியம் என்ன? ஏனென்றால் நம்மில் பலர் நமது நாட்டைப் பாதுகாப்பது இல்லை? நமது நாட்டுக்கு சேவை செய்யத் தயங்குகிறோம். நமக்கு விஞ்ஞான மனப்பான்மை இல்லை. ஆராய்ச்சி மனப்பான்மையில்லாமல் பழைய ஏடுகளில் உள்ள வைகளை அப்படியே உண்மை என்று ஏற்று பகுத்தறிவற்ற நம்பிக்கைகளோடு வாழ்கிறோம். தீவிரவாதம்,கலவரத்தில், பொதுச்சொத்துகள் நாசம் செய்தல் கூட்டுவன்முறை சாதி மத பேதங்கள் சாதிய நடத்தைகள் ஆணவக்கொலைகள் சாதி பேதங்கள் முதலிய சமூகக்கோடுகளை நாம் ஒழிக்க வேண்டும். நமது அரசியல் சாசனத்தில் கண்ட கடமைகளைச் செய்து அவைகளை பின்பற்ற வேண்டும்.

அடிமைத் தனம் – சுபாஷ்சந்திரபோஸ், சுதந்திரபோராட்டவீரர்

அடிமைகளாக வாழ விரும்புவது போல் பெரிய சாபம் இல்லை. அநீதிக்கும் கொடுமைக்கும் பணிந்து போவது பெரிய

பாவமாகும். இயற்கை நியதிப்படி என்றென்றுமுள்ள வாழ்வை விரும்பினால் நிகழ்கால வாழ்வைத் தியாகம் செய்தல் வேண்டும். ஒரு உயர்ந்த நோக்கத்திற்காக ஒருவன் தனது வாழ்வை தியாகம் செய்யவேண்டும். உலகில் எல்லாம் அழிந்து போகிறது. ஆனால் மரித்தவனுடைய கொள்கைக்காக ஆயிரம் பேர் போராட முன்வருவர்.

கௌரவம் –வில்லியம் டெல் சுதந்திப் போர் வீரர்

கடவுள்–கடவுளுக்கு மாத்திரமே
எனது முழங்கால்கள் மடியும்
எனது உயிர் ஆஸ்திரியரின் கையில்

மேற்கண்ட தீர்மானத்தோடு வில்லியம் டெல் தனது நாட்டுக்காகப் போராடி சுதந்திரம் பெற்றார்.

வருணாஸ்ரமம் – பாலகுமரன் நாவலாசிரியர்

வருணாஸ்ரமம் ஒரு தீங்கான சுழற்சியாகும். முகம்மதிய ஐரோப்பிய ஆட்சியாளர்களின் காலத்தில் உயர் சாதி தாழ்ந்த சாதிகளுடைய சுழற்ச்சக்கரம் மேலிருந்து கீழாக சுழன்றது. சனாதன பழக்க வழக்கங்கள் பெருவாரியாக மாற்ற மடைந்தன. சுதந்திரம் பெற்றபின் மத சாதிய சக்திகள் அரசியல் பின் பலத்தோடு சனாதனத்தை முன்னெடுத்து கட்டுப்பாடு செய்கின்றன. தலித்துகள் துன்பப்படுகின்றனர்.

கடவுள் வழிபாடு – பாரதியார்

சடங்குகள் செய்து வழிபட பணமும் பொருளும் அவசியமாகிறது. தியானத்துடன் கூடிய ஆன்மிகத்திற்கு செலவில்லை. ஆனால் பூசாரிகள் தங்கள் நன்மைக்காக இதை அனுமதிப்பதில்லை. சடங்குகள் அவர்களது வாழ்வாதாரமாகும்.

அறியாமையின் காரணம் – அறிஞர் அண்ணா

விதி என்னும் கொடியவிலங்கு, சாதி என்னும் சதி, கடவுள் என்னும் பயங்கரம் ஆகியவை அப்பாவிகளை நரகம் என்னும் படுகுழிக்குள் தள்ளிவிட்டன. தாழ்ந்த சாதிகளுக்கு கற்க அனுமதியில்லை. இதனால் அறியாமையுடைய தாழ்ந்த சாதியினர்

சமூகத்தில் அளவில்லாமல் பெருகினார். பகுத்தறிவு வளர்ச்சியால் இவை மாறிவருகின்றன.

அன்பு - தமிழ்வேதம், மாத இதழ்

மனித அன்பை வளர்க்க மதம் ஏற்படுத்தப்பட்டது. மனிதனுடைய துன்பத்தை நீக்கும்போது கடவுளின் அருள் எல்லை-யில்லாமல் பெருகுகிறது. அன்பு கிரியை செய்யு மிடத்தில் பேதம் இல்லை. பேதம் ஆட்சி செய்யுமிடத்தில் அன்பு இல்லை. மனிதனிடத்தில் கடவுளைக்காண்க. உலகம் உன்னால் பயன் பெறட்டும் அறச்செயல்ளைச் செய்வதன் மூலம் கடவுளைச் சென்றடையலாம்.

உலக மதங்கள் - சுவாமி விவேகானந்தர்

உலகிலுள்ள அனைத்து மதங்களையும் இந்து மதம் ஏற்றுக் கொள்கிறது. சூரியனுக்கீழ் இந்தியாவில் எந்தக் கடவுளையும் ஒருவர் வணங்கலாம்.

மத விடுதலை -அறிஞர் அண்ணா

அறிவே தெய்வம் -தாயுமானவர்

அன்பே கடவுள் -திருமூலர்

ஒன்றே குலம் ஒருவனே தேவன் -முதுமொழி

வேதங்களும் புராண இதிகாசங்களும் மெய்யை மறைத்து வருணங்களையும்அநேககடவுள்களையும்உண்டாக்கிவிட்டன. மெய்ஞானத்தை மறைத்து அறியாத நம்பிக்கைகளையும் அடிமைத் தனத்தையும் உண்டாக்கினர். காலக்கிராமத்தில் அறிவை முன்னெடுத்த தமிழ் நூல்களை அழித்து விட்டனர். சுயமரியாதை இயக்கம் பெண்கள் மற்றும் ஒடுக்கப்பட்டோரின் விடுதலையை நாடுகிறது. மக்களை இழிவு செய்யும் மதம் உதவுவதில்லை.

சாதி தப்பெண்ணம் கட்டாய எதிர் வினையாற்றுகிறது

ஒரு தாழ்ந்த சாதிக்காரரை உயர்சாதிக்காரர். சந்திக்கும் போது இவருடைய ஆழ்மனத்தில் புதைந்து கிடக்கிற வெறுப்பு மற்றும் எதிர்வினை செயலாற்றுகிறது. தப்பெண்ணம் கட்டாய

எதிர்மறைச் செயலாக வினையாற்றுகிறது. இந்த எதிர்மறைச் செயல் தீங்கான சூழற்சியாக நடைபெறுகிறது. அவர் தலித் சகோதரர்மேல் அன்புடையவரானால் அவரது. மறுவினை நல்ல விதமாக நேசமாக இருக்கும். இந்த தீய சுழற்சியானது சாதியம் என்னும் தப்பெண்ணம் அகற்றப்படும் வரைக்கும் தொடரும். ஆக சாதி என்பது ஒருமனநோய் போல செயல்படுகிறது.

பகுத்தறிவு – பேராசிரியர் பெருமாள் முருகன், நாவலாசிரியர்

சாதி அடிப்படையில் அமைந்த சமூக அமைப்பைக் கொண்டது நமது நாடு. அறிவான தர்க்கம் மற்றும் புரிந்து கொள்ளும் முயற்சியுள்ள சமூகமாக நாம் இன்னமும் வளர்ச்சியடைய வில்லை. அறம் மற்றும் நடத்தைகளை மதிப்பீடு செய்ய இரட்டை நிலைப்பாடு கொண்டிருக்கிறது. உயர்சாதிக்கு ஒரு அணுகுமுறையும் தாழ்ந்தோருக்கு வேறு விதமாகவும் நிலைப் பாடு கொண்டிருக்கிறது. தனிநபரானாலும் சமூகமானாலும் இப்படித்தான் தீர்மானிக்கப்படுகிறது.

சகமனிதன் – சுவாமிவிவேகானந்தர்

மதச்சார்பற்ற இணக்கமான கோட்பாடுகளில் தேசியக்கல்வி கொள்கை அமையவேண்டும். நன்னடத்தை மனித நேயம் மற்றும் சிங்கம் போன்ற தைரியத்துடன் ஒரு சாதாரண மனிதன் வாழ்க்கைச் சவால்களை எதிர்கொள்ளும் படியாக கல்வி அவனைத்தகுதிப் படுத்த வேண்டும். வாழ்க்கைத் தேவைகள் பூர்த்தியடைய கல்வி உதவவேண்டும். நமது சகோதர மனி தனைக் கடவுளாகப் பாவிக்கவேண்டும். ஒடுக்கப்பட்ட பொது மனிதர் நமது சகமனிதராவார்.

தாழ்ந்த சாதிபெண்கள் திருமணத்திற்கு தடையில்லை

உயர்சாதி ஆண்கள் தாழ்ந்த சாதிப்பெண்களை தயக்கமின்றி திருமணம் செய்து கொள்கின்றனர். மற்றபடி தாழ்ந்த சாதி ஆண்கள் உயர்சாதிப் பெண்களை திருமணம் செய்ய அனு மதியில்லை. ஆண்களின் சாதி அடையாளத்தைக்காக்கவே இந்த ஏற்பாடு என்று சொல்லப்படுகிறது.

புதிய இந்தியாவில் சாதிகள் – பிபின் சந்திரா, எழுத்தாளர்

சூத்திர வருணப் பிடியிலிருந்து இந்திய நடுத்தரவர்க்க பிற்பட்ட சாதிகள் விடுபடவில்லை. ஆனால் அவர்கள் தாழ்த்தப்பட்டவர்களை நிர்ப்பந்தமாக ஒடுக்கப்பட்டவர்களாக வைத்திருக்கின்றனர். சாவர்கர் பகுத்தறிவுவாதியாகவும் கடவுள் மறுப்பாளராகவும் இருந்தார். அவர் இந்தியாவை பண்பாட்டு அடிப்படையிலேயே வருணித்தார். ஏனென்றால் இந்தியாவில் அனேக கடவுள் நம்பிக்கைகளும், தர்மங்களும் அநேக நாடு களும் உள்ளன. இந்துக்கள் சாதி அடிப்படையில் பிரிந்திருக் கின்றனர். மதத்தில் அநேக பிரிவுகளும் காணப்படுகின்றன. ஒவ்வொரு சாதிக்கும் ஒரு தர்மநீதி உண்டு. வேதம் படிக்க தாழ்ந்த சாதிகளுக்கு அனுமதியில்லை. அநேகர் பசு மாம்சம் உண்கின்றனர்.

சுதந்திரம் – மால்கம் எக்ஸ், சமூகச் செயல்பாட்டாளர்

சுதந்திரம் பெறுவதற்காக நீ மரிக்க ஆயத்தமாயில்லாவிட்டால் சுதந்திரம் என்கிற வார்த்தையை உன்னுடைய அகராதியிலிருந்து நீக்கி விடு. சுதந்திரம் நீதி, சமத்துவம் எதையும் கொடுக்க மாட்டார்கள். நிஜமாகவே நீ அதை விரும்பினால் அதை நீயே எடுத்துக்கொள்ள வேண்டும். நீ சுதந்திர மனிதனாக் கருதிச் செயல்பட வேண்டும்.

உலகத் தொழிலாளர்கள்

தச்சர்கள், பொற்கொல்லர், காலணி செய்வோர், மருத்துவர், குயவர், சலவைத் தொழிலாளர், போன்ற அநேக தொழில் செய்வோர், உலகம் முழுவதும் உள்ளனர். ஆனால் அவர் களுடைய தொழிலை பொருத்து அவர்கள் சூத்திரர், பஞ்சமர், தள்ளப்பட்டோர், தீண்டத்தகாதவர், என்று இந்தியாவில் உள்ளது போல் சொல்லப்படுவது இல்லை. அமெரிக்க ஜனாதிபதி ஆப்ரகாம் லிங்கன், ரஷ்யாவின், பிரிமியர் ஜோசப் ஸ்டாலின் ஜெர்மன் சர்வாதிகாரி அடால்ப் ஹிட்லர், ரஷிய நாவலாசிரியர் மாக்ஸிடம் கார்க்கி முதலானோர் காலணி செய்வோர் குடும் பங்களிலிருந்து வந்தவர் ஆவார். அவர்கள் ஒரு போதும் தாழ்ந்த

வர்க்கத்தார் என்றோ தாழ்ந்த சாதியார் என்றோ சொல்லப் பட்டதில்லை. நிஜத்தில் ஹிட்லர், தன்னை மேலான ஆரிய இனத்தைச்சேர்ந்தவர் என்று சொன்னார்.

யூதர்கள்

எகிப்தியருக்கு யூதர்கள் அடிமைகளாக இருந்தனர் என்று சொல்லப்படுகிறது. மோசஸ் தலைமையில் அவர்கள் விடுதலை பெற்று கானான் நாட்டில் குடியேறினர். பிழைப்பிற்காக நிலம் பெற்றார்கள். ஒரு பகுதியினர் நிலம் பெறவில்லை. அவர்களுக்கு கோயிலில் பூசாரிவேலை நியமிக்கப்பட்டது. அவர்கள் மக்கள் வழங்கும் காணிக்கைப் பொருள்களை பெற்று ஜீவனம் செய்தார்கள். அவர்கள் மத்தியில் யூதர்கள் என்றும் பூசாரிகள் என்றும் உயர்வு தாழ்வு இல்லை. இந்தியக் கோயில்களும் பூசாரிகளும் இப்படித் தோன்றியிருக்கலாம். ஆனால் அரசர்கள் கோயிலுக்கு நிலம் ஒதுக்கினர். வருணாசிரமம் சாதி மூலம் பேதங்கள் உண்டாயின எனலாம்.

திருமணம்–லியோ டால்ஸ்டாய்

மணமகனுக்கும் மணமகளுக்கும் பெரியோர் திருமணம் ஏற்பாடு செய்கிறார்கள். பொதுவாக முதலில் அவர்கள் ஒருவரையொருவர் நேசிப்பதில்லை. பிற்பாடு ஜோடிக்குள் அன்பில்லை என்பதைக்கண்டு மூத்தோர் திகைத்துப்போகி றார்கள். உடமையாளரின் விருப்பப்படி மிருகங்களை வேண்டு மானால் ஒன்று சேர்க்கலாம். ஆனால் மனிதகுலத்திற்கு சொந்த விருப்பு வெறுப்புகள் உண்டு. பெண்ணானவள் தான் நேசிக்காத ஒருவனோடு எப்படி வாழ்நாள் முழுவதும் காலந்தள்ள முடியும்? இப்படிப்பட்ட ஜோடிகளில் சிலர் ஒருவருக்கொருவர் உண்மையில்லாமல் விபச்சாரம் செய்து ஏமாற்றுகின்றனர். திருமணத்திற்கு முன்பான தமது காதலர்களுடன் சேர முயற்சி செய்கிறார்கள். இது வெளியில் தெரியும் போது மணநீக்கம் செய்கின்றனர். பல திருமணங்கள் விரும்பத்தகாத கொலை தற்கொலையில் முடிகின்றன. சிலர் தங்கள் மனைவிகளை விட்டுவிட்டு போய்விடுகின்றனர். அத்தகைய மனைவிமார்கள் கட்டாய விதவைகளாகத் துன்பப்படுகின்றனர்.

இத்தகைய சம்பவங்கள் இந்தியாவில் நடப்பதில்லையா? ஆகவே மன மொத்த மணமக்களுடைய திருமணங்களை அனுமதித்தால் அவர்கள் நலமாக வாழ்வார்கள் அல்லவா?

புனித கங்கை

தூய கங்கையில் மூழ்கி எழுவதால் மோட்சமடையலாம் என்பது நம்பிக்கை. இத்தகைய புனித கங்கையானது ரசாயன கழிவுகளாலும், நகரங்களிலும், மனித கழிவுகளாலும், பக்தர் களுடைய ஜலசமாதி பிணங்களாலும், அசுத்தப்படுகிறது. கங்கையைச் சுத்தம் செய்ய அரசும் தன்னார்வ அமைப்புகளும் மெச்சத்தக்க வகையில் முயற்சிக்கின்றனர். நமது சிந்தைகளில் புனிதமாகவும் செயல்பாட்டில் அசுத்தமாகவும் செய்து வருகி றோம். இந்துத்துவம் என்பது ஆன்மிகத்தில் தெய்வீகமாகவும் செயல்பாட்டில் நேர்மையற்ற வருண சாதிபேதங்களாலும் காணப்படுகிறது. மனிதநேய செயல்பாடுகள் செய்யும்படி எண்ணங்கள் நல்லவனாக இருத்தல் வேண்டும். கங்கையை அசுத்தங்களிலிருந்து விடுவிக்க முயல்வது போல் சாதி வெறுப்புகளைக் களைந்து மனதைக் தூய்மையாக்க வேண்டும். தூய மனதலிருந்து கெட்ட எண்ணங்கள் எப்படி உருவாகும்? நல்லதே நடக்கும்.

மோட்சம் அடைவோம்

சாதிய பழக்கங்கள் கடவுளால் உண்டானதென்று சிலர் தப்பாக எண்ணிக்கொண்டிருக்கிறார்கள். அவைகளைக் கைவிட் டால் மோட்சம் கிடைக்காது என்று எண்ணுகின்றனர். வருண அடிப்படையில் உயர்வு தாழ்வு செய்வது கீதைக்கும் வேதங் களுக்கும் மாறானது என்று சுவாமிவிவேகானந்தர் ராமகிருஷ்ண பரமகம்சர், மகாத்மா காந்திஜி ராஜகோபாலச்சாரியார், மகாத்மா பூலே,ராஜாராம் மோகன்ராய், மற்றும் ரிஷிகளும் வாக்கருளி யிருக்கின்றனர். பேதங்களைக் கடவுள் உண்டாக்கவில்லை என்று அவர்கள் சொன்னார்கள்.ஆகவே வெறுக்கத்தக்க சாதிப்பழக்கங்களை சந்தேகமில்லாமல் விட்டுவிடத் தடை-யில்லை. மேலும் வெறுப்பு என்னும் குணம் உள்ளோர் மோட்சம் செல்லமுடியாது. அது கடவுள் சித்தத்திற்கு மாறானது என்று கருதப்படுகிறது.

உயர்கல்வி

ஆயிரக்கணக்கான வருடங்களாக தலித்துகளுக்கு கல்வி மறுக்கப்பட்டது. இப்போது அரசு எல்லா மாணவர்களுக்கும் கல்வி அளிக்கிறது. உயர்கல்வியில் தலித்துகளுக்கு இட ஒதுக்கீடு செய்யப்படுகிறது. இடஒதுக்கீடு இல்லாத உயர் சாதிகள் மனப்போக்கு வளர்ந்து தலித் மாணவர்கள் மர்மமான முறையில் தற்கொலை செய்து கொள்ளும் அளவுக்கு வளர்ந்து விட்டதாகக் கருதப்படுகிறது. அவர்கள் தகுதியும் திறமையும் இல்லாதவர் என்று குற்றப்படுத்தப்படுகிறார்கள். அவர்கள் ஒதுக்கீடு முறையில் சேர்க்கப்பட்டாலும் தகுதியும் திறமையும் எப்படி இல்லாமல் போகும்? தலித்மாணவர்கள் தங்களைத் தகுதிப்படுத்திக்கொள்ளவேண்டும். ஒரு விமான ஓட்டுநர் அறிவும் திறமையுமில்லாதிருந்தால் பயணிகளது உயிருக்கு ஆபத்தல்லவா? இது போலவே மருத்துவம், நீதி, மன்றம் ஆட்சி அதிகாரம் மேலாண்மை, முதலியவற்றிலும் திறமை அவசியம். இப்படியிருந்தாலும் நமது பல்கழைக்கழங்கள் உலக அளவீடு களுக்கு ஒப்பாக இருக்கின்றனவா? தலித்துகள் மட்டுமே இதற் குக் காரணமாகுமா?

எதுவானலும் தலித்மாணவர்களின் வாழ்வு கொலை தற்கொலையில் முடியலாமா? தலித்துகள் அப்பாவிகள் இறந்த மாணவரின் குடும்பம் ஆதரவற்றுப்போகிறது. என்றாலும் அரசு எல்லா தலித்மாணவர்களுக்கும் பாதுகாப்பு கொடுக்கமுடியுமா?

ஆகவே தலித்மாணவர்கள் தைரியங்கொண்டு வாழ்க்கைச் சாவல்களை எதிர்கொள்ளவேண்டும். தன் குடும்பத்திற்கும் சமூகத்திற்கும் நன்மைசெய்யாமல் கோழைகளாக வாழ்வை முடித்துக் கொள்ளகூடாது. பாதிக்கப்படும் மாணவர்களுக்கு பல்கலைக்கழகங்கள் மனநல சமூக நல ஆலோசனை வழங்க வேண்டும். அரசு தனிச்சட்டம் மூலம் ஆசிரியர் மாணவர் களிடத்தில் உள்ள சாதிய பழக்கங்களைக் கட்டுப்படுத்த வேண்டும்.

இட ஒதுக்கீடு – மருத்துவர் கிருஷ்ணசாமி, புதியதமிழகம்

தமிழகத்தில் எல்லா இடஒதுக்கீடு பெறும் பிற்பட்ட வகுப்பினரும் ஒரேமாதிரி பார்க்கப்படுவதில்லை.அவர்கள்

இடஒதுக்கீடு பெற்றாலும் தங்களை கௌரவமாக வன்னியர், தேவர், நாடார், என்று சொல்லிக்கொள்கிறார்கள். ஆனால் துரதிருஷ்டவசமாக எல்லா தாழ்த்தப்பட்ட சாதிகளும் ஒரே அட்டவணையில் சேர்க்கப்பபட்டுள்ளனர். அவர்கள் எஸ்.சி என்று இகழ்ச்சியுடன் நடத்தப்படுகின்றனர். அவர்கள் இ.ஆ.ப மற்றும் இ.கா.ப போன்ற உயர்பதவிகள் அடைந்தும் இதுதான் நிலைமை. இந்தியாவில் எஸ்.சி அட்டவணையில் 2000 சாதிகள் உள்ளனர். ஒவ்வொரு சாதியும் தனித்த பண்பாடும் சரித்திரமும் உடையது. மகாரஷ்டிராத்தில் மாகார் போல தேவேந்திரர். தீரமிக்கவர். எங்களை எப்படி எஸ்.சி அட்டவணையில் சேர்த்தார்கள்? எங்களுக்கு இப்படியான ஒதுக்கீடும் தேவை–யில்லை. எல்லா சாதிகளும் ஒதுக்கீடு பெறும் போது எஸ்.சி மாத்திரம் ஏன் இகழ்வாக நடத்தப்பட வேண்டும். பி.சி. எம்.பி.சி. மற்றும் எஸ்.சி பிரிவுகள் எதற்காக ஆக்கப்பட்டிருக்கின்றன. எல்லாரையும் ஒதுக்கீடு பிரிவினர் என்று அழையுங்கள். இதன் கீழ் ஒவ்வொரு தனிநபரது குடும்ப நிலை, கல்வி ஆகியவற்றைக் கணக்கிட்டு ஒதுக்கீடு வழங்குங்கள் அது முடியாவிட்டால் தேவேந்திரருக்கு தனிஒதுக்கிடு வழங்கு கள். இதே போல மற்ற சாதிகளுக்கு மக்கள் தொகை அடி ப்படையில் ஒதுக்கீடு வழங்க நாங்கள் ஆட்சேபிக்கமாட்டோம். பிற்பட்ட வகுப்பினரைப் போல கௌரவமாக தேவேந்திரர் ஒதுக்கீடு பெறவேண்டும் என்று நான் வற்புறுத்துகிறேன்.

அம்பேத்கர் எல்லா தாழ்த்தப்பட்ட சாதிகளையும் ஒரே அட்டவணையில் கீழ் கொண்டு வந்ததின் மூலம் தவறு செய்தார். காந்திஜியுடன் இரட்டை வாக்குரிமை பெறாமல் நிலவிலுள்ள ஒதுக்கீடு பெற்றதின் மூலம் தவறு செய்தார். இப்போதய நிலைமையில் தாழ்த்தப்பட்டோருக்கு ஒதுக்கீடு மூலம் என்ன நன்மை உண்டானது? தேர்ந்தெடுக்கப்பட்டோர் தாழ்த்தப்பட்டோர், தற்போதைய கட்சிகளை மீறிகுரல் கொடுக்கிறார்களா? ஆகவே தற்போதய நிலைமை தேவையில்லை. இது என்னுடைய நிலைப்பாடு மட்டுமில்லை. அநேக தலித் குழுக்கள் இந்த நிலைப்பாடு கொண்டுள்ளன.

சத்யம் சிவம் சுந்தரம் – என்.கஸ்தூரி

ஷீரடி சத்யசாய் பாபாவின் அவதாரம் பகவான் ஸ்ரீசத்ய சாய்பாபா ஆவார். சாதி மத பேதம் அவர் கடைபிடிக்கவில்லை.

காலணி செய்யும் பக்தரின் குடிசைக்கு சென்று அவரை ஆசிர்வதித்தார். உசேன் மற்றும் உசைன் நினைவாக நடைபெற்ற முகரம் பண்டிகையில் இந்துக்களுக்கும் முகம்மதியருக்கும் நடுவராக புட்டபர்த்தியில் செயல்பட்டார். தொழுகைக் கூடத்தில் ராமகிருஷ்ணர், விவேகானந்தர், ராமானுஜர், மத்வாச்சாரி, துக்காராம், சங்கராச்சரியர், புத்தர், இயேசு கிறிஸ்து, ராமர், கிருஷ்ணர், அல்லா, யேசு, சாயி ஆகியோரது பெயர் சொல்லி அழைக்கும் போது அவர்களுக்கு அருள்பாலினார். மக்பூப்கான் என்பவரது குதிரைகளைத் தேடிக்கண்டு பிடிக்க உதவினார். பாடல்களும் நாடகங்களும் எழுதி தாழ்த்தப்பட்டோர், மற்றும் சமூக பிரச்சனைகளுக்கும் குரல் கொடுத்தார். மதக்கல்வரங்களைத் தடுத்தார், கடவுள் சாதி, இனம், ஏழை, செல்வர் என்ற வித்தியாசமில்லாதவர் என்றார். முழு அன்பும் சகோதர மனப்பான்மையும் மறைந்தபடியால் இந்தியாவில் அநேக பிரச்சனைகள் தோன்றின என்றார். சத்யமே உயர்ந்த தர்மம், அன்பே சமாதானத்திற்கு அடிப்படை. மக்கள் குழந்தைகளிடம் பயத்தை உண்டாக்குகின்றனர். ஓடாதே, விழுவாய், ஏறாதே காயப்படுவாய் என்கின்றனர்.பிள்ளைகள். மரம் ஏற நீச்சல் போட மற்றும் உபயோகமான காரியங்கள் செய்யவேண்டும். முனி பேய் திருடர் என்று பிள்ளைகளை பயப்படுத்துகின்றனர். பிள்ளைகள், தன்னம்பிக்கை தைரியம் ஆர்வம் கொள்ள வேண்டும். யாவரும் சாதி வருண பேதமின்றி தெய்வத்தை ஆராதிக்கவேண்டும்.

சங்கரச்சாரியர் – லாலு பிரசாத்யாதவ், அரசியல்வாதி

நான்கு சங்கராச்சரியர் இடங்களில் மூன்று தலித்துகளும் ஒரு பிற்படுத்தப்பட்டோரும் நியமிக்கவேண்டும். அரசியல் சார்ந்த மதக்கட்சிகள் அனுமதிக்குமா? இதே வேண்டுகோளை அம்பேத்கர் சாதி உயர்வு தாழ்வு நீங்கும் படியாக முன்வைத்தார். அவை ஏற்றுக்கொள்ளப்படவில்லை.

சட்டமும் நீதியும் – வழக்கறிஞர் ஸ்டார் தோரூ

பழங்காலத்தில் நீக்ரோக்கள் அடிமைகளாக விற்கப்பட்டனர். கூலியில்லாமல் வேலை செய்தார்கள். சோற்றுக்கு உழைத்தார்கள். ஏனென்றால் அவர்கள் நிறம், கறுப்பு, அவர்களது

நிலைமை தலைமுறையாக மாறவில்லை. மனிதர்கள் கூடி வாழ்வது இயற்கையானது. அன்பு, பண்பாடு மனிதத்தன்மை, இல்லாமல் சுதந்திரம் என்பது வெறும் பேச்சாகும். இந்த நடத்தையில்லாமல் சட்டமியற்றுவது வீண்செலவாகும். நீதி மன்றம் மூலம் அல்ல, மக்களிடமிருந்து சுதந்திரம் வரவேண்டும். அநீதியும் ஒடுக்குதலும் கொண்டு நீக்ரோவின் வாழ்வு துக்கம் நிறைந்தது. அவர்கள் சமத்துவமான மனிதர்கள் என்று சட்டம் சொல்கிறது. ஆனால் மற்றவர்கள் ஏற்றுக்கொள்ளவில்லை. ஒற்றுமையுடன் வாழ பொறுமை சகிப்பு, புரிதல், வேண்டும். இந்தியாவில் தலித்துகளின் நிலைமை ஏறக்குறைய இது மாதிரி தான் இருக்கிறது.

உழைப்பு – ஆப்ரகாம் லிங்கன், அமெரிக்க ஜனாதிபதி

"நீ பாடுபாடு நீ உடலுழைப்பு செய், பயிர், செய், நான் உண்ண மட்டுமே செய்வேன்" என்பது ஒரு இனம் வேறு இனத்தை அடிமைப்படுத்தி வரும் கொடுமையாகும். காலங் காலமாக சூத்திரரும் தலித்துகளும் இப்படி இந்தியாவில் அடிமைப்பட்டிருந்தனர் என்று சொல்லப்படுகிறது.

சாதி – தலாய்லாமா, புத்த மதத்தலைவர் நோபல் பரிசாளர்

இந்தியாவின் முழுவளர்ச்சிக்கு தடையாயிருப்பது சாதி யாகும். அன்பு, அறிவு, சுதந்திரம், சமத்துவம், சகோதரத்துவம், ஆகிய புத்தரின் போதனைகளை அம்பேத்கர் இந்திய அரசியல் சாசனத்தில் சேர்த்தார், இந்தியாவில் சாதிக்கொடுமை நிலவு கிறது. என்பது வெட்ககரமானது. சாதி பேதம், என்பது மிகவும் வேதனையானது. தனி மனிதரையும் சமூகத்தையும் சாதி மோதல்கள் பேதங்கள், கெட்டெண்ணங்கள், பாதிக்கிறது. ஒரே ரத்தம், தசை, மூளை, இதயம், உள்ள மனிதர் அடிமைப் படுத்தப்படுவது அறிவீனம். சக மனிதரை அடிமைப்படுத்தும் சாதி ஒழியாமல் சமூகம் முன்னேற முடியாது. இந்திய வளர்ச்சிக்கு எதிராக உள்ள தடுக்கல் சாதியாகும். அம்பேத்கர் போல தலித்துகள் கல்வி கற்க வேண்டும்.தன்னம்பிக்கையால் அவர்கள் சாதிக் கெதிராக பின்வாங்காமல் போராட வேண்டும்.

கீழ் நிலையில் உள்ள தலித்துகள் முன்னேறினால் தான் இந்தியா முன்னேறியதாகக் கொள்ளப்படும்.

இந்து என்பவர் யார்? – பகவாத் ஆர்.எஸ்.எஸ். தலைவர்

இந்தியாவில் பிறந்த யாவரும் இந்துக்களே. இதில் சிலர் சிலை வணக்கம் செய்பவர். சிலர் அப்படிச்செய்வதில்லை இந்தியக்குடிமக்கள் என்ற அடிப்படையில் முகம்மதியரும் இந்துக்களே.கடவுள் நம்பிக்கையில் தான் அவர்கள் முஸ் லீம்கள். ஆங்கிலேயர் இங்கிலாந்திலும் அமெரிக்காவி லும் ஜெர்மானியர் ஜெர்மனியிலும் வாழ்கிறார்கள். இதேபோல் இந்தியாவில் இந்துக்கள் வாழ்கிறார்கள். யதார்த்தத்தில் இந்தியர் என்று இருக்கவேண்டும்.

யூத மதம்

மற்றவர்களை வெறுப்பது என்பது அவர்களைப்படைத்த கடவுளை வெறுப்பதாகும். உனக்குத் தீங்கு செய்கிற காரியங் களை மற்றவர்களுக்குச் செய்யாதே அந்நிய மனிதர்கள் மேல் அன்பு செலுத்துவாயாக.கடவுள் கோபமுள்ளவர் அதே சமயம் கருணையுள்ளவர். கடவுள் உலகைத்துறக்கச் சொல்ல வில்லை. துறவி ஆகச் சொல்லவும் இல்லை.

குருநானக்

குரு சமூகத்தின் உறவுப்பிரச்சனைகளைத் தீர்க்க முயற்சி செய்தார். கடவுள் ஒருவரே மத அடிப்படையில் மக்கள் பிரிந்து கிடப்பது அவசியமற்றது. எல்லா மனுக்குலமும் ஒரே குடும்பம் சாதிப்பிரிவினையைக் கைவிட்டு மனிதன் மனிதனாக நடத்தப்படவேண்டும். பரப்பிரம்மம் என்னும் ஒரே கடவுளை வணங்க உபநிடதங்கள் சொல்கின்றன. இந்து மதத்தில் வருண அடிப்படையில் பல கடவுள்கள் அவதாரங்கள் மிருகங்கள் மற்றும் மரங்கள் வணங்கப்படுகின்றன. சந்நியாசிகள் மாய்மாலத்தைக் கண்டு உலகைத் துறப்பதை எதிர்த்தார். மனிதன் உழைத்து தேவையுள்ளவர்களுக்கு உதவவேண்டும். அவசியமானால் தன்னைத்தியாகம் செய்து சத்யத்தை நிலை நாட்டவேண்டும்.

பகாய் மதம்

மத இன வேறுபாடுகள் நீங்கி உலகசகோதரத்துவம் நிலை நாட்டப்படுகிறது. தனிமனிதர் தனது தேவைகளுக்காக கடவுளைப் பிரார்த்திக்க வேண்டும். சமூகத்திற்கும் அரசுக்கும் விசுவாசமாக நடந்து கொள்ளவேண்டும்.

வாழ்க்கைத் தத்துவம் – ஜே.கிருஷ்ணமூர்த்தி

சந்தோஷ உலகிற்கான சாவியை யாதாமொருவன் வைத்திருக்கிறார் என்று நினைக்கிறீர்களா..? அப்படியான சாவியாரிடமும் இல்லை. ஒருவருக்கும் அதிகாரமில்லை. உங்கள் மனது தான் அந்தச்சாவியாகும். கட்டுகடங்காத எண்ணங்களால் மனம் அநேக துன்பம் உண்டாக்குகிறது.

ஒன்றைத்தவறு என்று சொல்வதை விட்டு, அந்த இடத்தில் சரியான காரியத்தை முன்வைக்கவும். மக்கள் சுமூகமாக ஏற்றுக்கொள்வார்கள். ஒரு விஷத்திற்கு மற்றொருவிஷம் முறிவு ஆகும். சுய நினைவுடன் வாழ்க்கைப்பிடிப்பு தொடர்கிறது. பொய்யான நிகழ்ச்சிகள் கற்பனைகள் இழிவுகள் நட்டங்கள் மற்றும் வலிகளை பதிவு செய்கிறது. ஒருவருடைய மெய்யான காரியங்களை நாம் காணத்தவறுகிறோம். நம் எண்ண ஓட்டத்தில், மனப்படங்களை கருத்துகளை காண்கிறோம். இதனால் இரண்டு பேரிடம் ஒரே மனதாய் இருப்பதில்லை. நமது சுயமுயற்சியை விடும்போது கடவுள் வழிநடத்துகிறார். கவலையிலிருந்து விடுபடுவதே மனிதனுடைய இலக்கு, பேராசை, பணஆசை, பொறாமை, ஆதிக்கம் மாய்மாலம் இவைகளின் அடிப்படையில் மனிதனுடைய உறவுகள் சமூகத்தில் அமைகின்றன. அதே சமயம் இப்படிப்பட்டவைகளுக்கு கெதிராக சமூகம் அபிப்ராயம் கொண்டிருக்கிறது. ஆகவே ஒருவன் மெய்யான நடத்தையை மறைத்து பொய்யாக நடந்து கொள்கிறான். நிகழ்காலத்தில் சாதியம் இப்படிப்பட்ட நடத்தையில் காணப்படுகிறது.

மத நல்லிணக்கம்

முகம்மதியர் இந்தியாவுக்கு வருமுன்பே அநேக மதங்கள் இந்தியாவில் இருந்தன. வேத மதம், சைவம், வைஷ்ணவம்,

சிறுதெய்வ வழிபாடுகள் ஜைனம் மற்றும் புத்தம் ஆகியன பெருவாரியாகப் பின்பற்றப்பட்டன. சாதி மதங்களின் பேரில் சச்சரவுகள் இருந்தன. இப்போதும் மத அடிப்படையில் ஒற்றுமையாக இருப்பதாகச் சொல்லமுடியாது. சில அடிப்படை வாதிகள் பழையவைகளுக்கு சரிக்கு சரி கட்ட வேண்டுமென்று இருப்பதாகச் சொல்லப்படுகிறது. நாட்டு வளர்ச்சியை முன் னெடுக்காது. சாதி மதக்கட்சிகளால் மக்களை பிரிவு படுத்த முயற்சி நடப்பதாகச் சொல்லப்படுகிறது.இதன் விளைவால் பொருளாதாரமும் முன்னேற்றமும் பின்னுக்கு தள்ளப்பட்டு விடும் என்ற அச்சம் இருக்கிறது. ஐ.எஸ்.ஐ.எஸ்.ஆ தீவிரவாதி கள் மற்றவர்களை ஒழிந்து விடவேண்டும் என்று தீர்மானித்து விட்டதாகத் தெரிகிறது. இந்த அணு ஆயுத உலகில் இது எப்படி சாத்தியமாகும். இதை எப்படி ஏற்றுக்கொள்ளமுடியும்?

இந்தியா சாதி மத பேதமின்றி பொருளாதார முன்னேற்றம் ஏற்பட முயற்சிக்க வேண்டும். நேரத்தையும் முயற்சியையும் வீணக்காமல் தனிநபரும் அரசியல் கட்சிகளும் அனைவரையும் ஒற்றுமைப்படுத்த முயல வேண்டும். பிரிவினை முயற்சிகள் கூடாது.

இந்தியாவில் அனைத்து மதங்களும் வேர்விட்டு வளர்ந்து இருக்கிறது. யதார்த்தத்தில் இந்தியாவில் ஒரே மதம் மாத்திரம் இருந்தது இல்லை. சரித்திர ஆசிரியர்களின் தீர்மானத்தின் படி ஆரியர்கள் 1500 கி.மு வருகைக்கு முன்பு இந்தியாவில் திரா விடர்கள் இருந்தனர். அவர்கள் கடவுள்களைக் கொண்டிருக்க வில்லை. வேத ஆரியர்கள் அநேக கடவுள்களைக் கொண்டு வந்தனர். சிறு தெய்வங்களும் உருவாயின. அந்நிய ஆட்சியில் அதிகார சவுகரியத்திற்காக அவர்கள் அனைத்து மதங்களையும் ஒரே இந்துக்கள் என்ற பெயர் பட்டியலில் கொண்டு வந்தனர். அனைத்து இந்திய மதங்களும் ஒரே குடையின் கீழ் வந்ததினால் சமூக பொருளாதார முன்னேற்றத்திற்கு பாடுபட உதவியது. மற்ற மதங்களுடைய கருத்துகளை எதிர்க்காமல் ஒன்று பட்டு உழைப்போம். இந்த இலக்கின் அடிப்படையில் எல்லா மதங்களுடைய உருவங்களையும் படங்களையும், பொது இடங்களில் அலுவலகங்களில் வைத்து சகிப்புத்தன்மையை

வளர்ப்போம். பொதுக்கூட்டங்களில் காந்திஜியைப் போல பொது கடவுள் வணக்கம் செய்வோம்.

ஒவ்வொரு வரும் அவரவர் மதத்தைப் பின்பற்றி முக்தியடை வோம். தனது சொந்த மத மக்களோடு மதத்தைப் பின்பற்றலாம். தனிநபர் மத சுதந்திரத்தில் தடை கூடாது.ஒருவர் மதக்கருத்து களை மற்றவர் மேல் திணிக்ககூடாது. பொது நன்மைக்காக சகிப்புத்தன்மை வேண்டும். தேச முன்னேற்றத்திற்காக மற்ற மதங்களிடம் அனுசரணை வேண்டும். மத வன்முறைகளில் சேதமாகும், பொருளாதாரத்தை நாட்டு நன்மைக்காக திசை திருப்பலாம். காந்திஜி அந்நிய ஆட்சியிலிருந்து விடுதலை பெறுவதற்காக எல்லா மதங்களையும் சாதிகளையும் ஒன்றி ணைத்தார். நாடு இரண்டாக பிரிக்கப்பட்டதால் மத மோதல்கள் நிகழ்ந்தன. சுதந்திரப் போராட்ட காலத்தில் ஒற்றுமையை மீட்டெடுத்து சமூகக்கேடுகளை ஒழித்து பொருளாதார விடு தலைக்காக பாடுபடுவோம். சாதி மத மோதல்களில் நடந்த தவறுகளை மன்னித்து நாட்டு நலனுக்காக உழைப்போம்.

உலக முழுவதிலும் மக்கள் வாழ்கிறார்கள். அமெரிக்காவில் சிவப்பு இந்தியர்களை கொலம்பஸ் கண்டறிந்தார். நாம் அறியாத மொழி, பண்பாடு, கடவுள்களை, அவர்கள் உடைய வாரயிருந்தனர். ஆஸ்திரேலியாவில் ஆதிவாசிகளை மாக்மில் லன் வெளிப்படுத்தினார். அவர்கள் தமிழர்கள் போலிருப்பதாக சொல்லப்படுகிறது. ஒரு வேளை அவர்கள் லெமூரியாக் கண்டத்தைச் சேர்ந்தவர்களாயிருந்து கடலில் பிளவு பட்டவர் களாயிருக்கலாம். உலகில் ஒவ்வொரு நாட்டிலும் அவர்கள் மொழி, பண்பாடு நாகரிகம் கடவுள் உண்டு.

சீனர்கள் அவர்கள் மொழியோடு தாவோயிசம் என்ற மதத்தைக் கொண்டிருக்கின்றனர். இந்தியாவில் தமிழ், இந்தி, வடமொழிகள், மற்றும் சைவம் வைணவம் வேறு பல மதங்கள் உள்ளன. ஐரோப்பாவில் லேடின் ஆங்கிலோ சாக்சன் மொழி களோடு யூதம் இஸ்லாம், கிறித்து மதங்கள் உள்ளன. ஆப்பிரிக்காவில் அநேக மொழிகள் கடவுள்கள் உண்டு.

இடி, முழக்கம், பூகம்பம், தீ, வெள்ளம், முதலிய இயற்கை பயங்கரங்களைக் கண்டு மனிதன் பயந்து அவற்றைக்கடவுளாக வழிபடத்தொடங்கியதாக கூறப்படுகிறது. அத்தகைய கடவு

ள்கள் பெயர் வைக்கப்பட்டு மனித மிருகபலிகள் செலுத்தி பாதுகாப்பு, நன்மைகள் பெறப்பட்டன. ஆப்ரகாம் என்பார் தனது மகனை பலி செலுத்த முனைந்தார் என்று சொல்லப் படுகிறது. இந்தியாவிலும் இவைகள் நடைபெற்றன. நிகழ் காலத்திலும் செல்வம், நலம், முதலியவை பெற மனித பலி முயற்சிகள் நடைபெறுவதாக செய்தித்தாள்கள் அறிவிக்கின்றன. இப்படியாக உலகமுழுவதும் இடத்திற்கேற்றப்படி பண்பாடு களும், கடவுள்களும் காணப்படுகின்றன. அதானல் தான் சுவாமி விவேகானந்தர், ராமகிருஷ்ணர், குருநானக்தேவ், மற்றமுள்ள துறவிகள் உலக மதங்கள் யாவும் சத்யமே என்றனர். படைக்கப்பட்ட பொருள் இவற்றின் அடிப்படையில் ஒவ் வொரு மதமும் ஒரே கடவுளைத் தான் கொண்டிருக்கின்றன. வணங்கப்படும் இடத்தைப் பொறுத்து கோவில், மசூதி, சர்ச்சு, குருத்துவாரா இவற்றில் வணங்கும் முறைகள் மாத்திரம் வேறுபடுகின்றன.

மனிதன் ஆறாம் அறிவாகிய நன்மை தீமை அறிந்திருப்பதால் பயிர் செய்யவும் மீன் பிடிக்கவும் மிருகங்களை வளர்க்கவும் அறிந்திருக்கின்றனர். நிலத்திலும் ஆகாயத்திலும் கடலிலும் நட்சத்திரங்களிலும் அதிவேகமாக பயணம் செய்கிறான். அதற் கான உபகரணங்களைக் கண்டறிந்திருக்கிறான். மருத்துவ அறுவை சிகிச்சையின் மூலம் நோய்களைக் குணமாக்கி வாழ் நாள் நீட்டிக்கிறான். இப்படிச் செய்யும் போது மனிதன் சகமனி தனை முதலீடு உழைப்பு மூலம் துன்பப்படுத்துகிறான். மதம், கடவுள், பண்பாடு, அரசியல், தளங்களில் பகைமை கொண்டு அனுகுண்டுகள் மூலம் மனுக்குலத்தையே அழிக்கவும் அறிந்திருக்கின்றனர். மற்ற மிருகங்களைப் போலவே பகல் முழுவதும் உணவு தேடவும் இரவில் ஓய்வு கொள்ளவுமாக மனிதன் வாழ்ந்திருந்தால் மனிதனுக்கு மனிதன் ஒரு துன்பமும் உண்டாகியிருக்காது.

இப்போது மனிதனுடைய அறிவு மிகுதியால் சமூக பொருளா தார மத அரசியல் இனப்பிரச்சனைகள் உண்டாகி பெருகி விட்டன.

எல்லா மனிதர்களின் நல்வாழ்விற்காக நாம் எல்லோரும் ஒரே கடவுளைத் தான் வேறு பெயர்களில் வேறு முறைகளில்

வணங்குகிறோம் என்று ஏற்றுச் செயல்படுவது நல்லது. மத வெறுப்பால் ஒருவரையொருவர் நாசம் செய்யாமல் மதக்கூடு கைகளிலும் அரசியல் மேடைகளிலும் மக்கள் வெறுப்பு உணர்வுகளைப் பரப்பாமல் ஒருவர் மேல் ஒருவர் நேசம் கொள் ளும் கொள்கைகளை அறிவிக்க வேண்டும். வன்முறைக்கும் பதிலடிக்கும் அமைதி நாடும் சமூகத்தில் இடமில்லை.

இந்தியப் பழ்கலைக்கழகங்கள் – நரேந்திர மோடி ஜி, பிரதமர்

உலகில் 500 தரம் வாய்ந்த பல்கழைக்கழங்களில் இந்தியப் பல்கலைக்கழகங்கள் இடம் பெறவில்லை. பழைய போதனா முறையில் மாற்றப்பட்டு புதிய முறைகள் புகுத்தப்பட வேண் டும். பிரதமரின் ஆலோசனை சரியானது. ஏற்க வேண்டியது. நமது பல்கலைக்கழங்களின் தரம் உயர வேண்டும். யதார்த் தத்தில் இவை உயர்சாதிகளால் நடத்தப்படுகின்றன. ஆனால் அவர்கள் தாழ்த்தப்பட்ட மாணவர்களைக் குற்றப்படுத்தி நியாய மற்ற முறையில் நடத்துகின்றனர். அரசு இத்தகையோரை நெறிப்படுத்தி தாழ்த்தப்பட்டவர்களை ஊக்குவிக்கஆலோ சனை செய்யலாம்.

ஆன்மிகம் மதமும் –திரிஷா, சினிமா நடிகை

திரிஷா தென்னிந்திய முன்னனி நடிகை. அவர் சொல்கிறார், நான் கடவுளைப் நம்புகிறேன். மதத்தை நம்பவில்லை. திருமணம் செய்யாமல் சேர்ந்து வாழும் வாழ்க்கை நல்லது. இரண்டு குடும்பங்களும் சம்மதிக்க வேண்டும். திருமணம் செய்து பிரிவினை செய்வதைக்காட்டிலும் சேர்ந்தே வாழ்வதே நலம். அன்பானது வாழ்விற்கு அவசியமானது. தலித்துகள் ஆணவக் கொலைகளால் வதைக்கப்படுகின்றனர். கடவுள்கள் மதச்சார்பற்றவர்கள் உண்மை அன்பு உள்ளவர்கள் திரிஷாவின் ஆலோசனையைக் கேட்கலாம்.

கடவுள்கள் மதம் பார்க்கவில்லை – கேப்டன் பிரேம் ஜி. நாத், எழுத்தாளர்

நாத் பொதுத்துறையில் எஸ்.பி.டி. வங்கி அலுவலர். இவர் ஒருஐயப்பபக்தரைப்பற்றிய ஒருசம்பவத்தைஎழுதியிருக்கிறார்.

சகாதேவன் கேரளா அரசு, அதிகாரி, ஐயப்பபக்தர். அய்யப்பனை தரிசிப்பதற்கு ஒரு புதியவர் இவருக்கு உதவினார். புதியவராது உதவி இல்லாமல் பக்தர் தனது இருமகன்களோடு மிகவும் சிரமப்பட்டிருப்பார். கடினமான சூழலில் பல மணிநேரம் காக்கவேண்டியிருக்கும்.

அரவணப்பாயாசம் வாங்குவதற்கும் புதியவர் உதவினார். அய்யப்பனே நேரில் வந்து தனக்கு உதவியதாக பக்தர் கருதினார். காணிக்கைப்பெட்டியில் போட இருந்த பத்தாயிரத்தை புதிய வருக்கே கொடுத்துவிட்டார். ஆனால் இந்தப் புதியவரோ ஒரு ஏழைக்கிறித்தவர்.தனது குடும்ப காரியமாக முந்தினநாள் மேரி மாதாவுக்கு பணம் வேண்டி பத்து மெழுகுவர்த்தி வைப்பதாக வேண்டுதல் செய்திருந்தார். பணம் கிடைத்து விட்டதால் மேரிமாதாவிற்கு பத்து மெழுகுதிரி வைத்தார். அப்போது அன்னையின் முகத்தில் புன்னகை காண்பதாக அவருக்குத் தெரிந்தது. அதே சமயம் அய்யப்பனின் முகத்திலும் புன்னகை பூத்திருக்கலாம். ஆனால் நாமோ, மதத்தின் பேரால் கடவுள் களை சரியாகப்புரியாமல் சண்டையிடுகிறோம். இது போலவே கடவுள் படைத்த மனிதர்களும் சம்மானவர்களே. அய்யப் பனுக்கு ஒரு முகம்மதிய நண்பர் இருந்தார். பக்தர்கள் அவரையும் பார்த்து வருகின்றனர் என்று சொல்லப்படுகிறது.

நடனம் உடம்பையும் உள்ளத்தையும் உற்சாகப்படுத்துகிறது – ஆதி வள்ளியப்பன் எழுத்தாளர்

மனிதன் கடின உழைப்பின் மூலம் அனைத்தையும் கற்றுக் கொண்டான். கடின உழைப்பாலுண்டான அசதியைப்போக்கி உள்ளத்தை மகிழ்ச்சியாக்க குழுவாக மனிதர்கள் நடனமாடிக் களித்தனர். வனவாசிகள் சொந்த நடனங்களைக் கொண்டிருக் கின்றனர். பெண்கள் வேலை முடிந்து மாலையில் நடனமாடினர். விழாக்காலங்களில் கும்மி, ஒயிலாட்டம், போன்ற நடனங் களால் மனதை உற்சாகப்படுத்தி உடல், அசதியைப் போக்கினர். நிகழ்காலத்தில் உடலுழைப்பு குறைந்துவிட்டது. இப்போதும் நல்ல இசையமைக்கப்பட்ட பாட்டு மனதை மகிழ்ச்சியாக்குவது போல உடம்பை குதூகலமாக்க நடனம் உதவுகிறது. ஜிமிக்கு கம்மல் போன்ற பாடல்களில் இந்த வாய்ப்புகள் உள்ளன.

கணிணித்துறையில் உள்ளவர்கள் பெருநகரங்களில் வாரநாட்களில் ஆடிக்களிக்கின்றனர். (நடனம் மனிதனைப் பேசவைக்கிறது. ஒதுங்கியிருப்பதை தவிர்த்து நேர்மையாக நடக்க ஏதுவாகிறது. நேர்மையான நடத்தை பிரிவினை செய்யும் சாதி எண்ணம் மனச்சுவற்றை நகர்த்து விடும். மனிதனுக்கு கேடு செய்கிற மாய்மாலம் கர்வம், பேதம், வெறுப்பு, பிரிவினை, துக்கம், மனச்சோர்வு, கொலை, தற்கொலை, மகிழ்ச்சியின்மை, சாதியம் போன்றவை மாற நடனம் உதவுகிறது).

நல்லகுலப் பெண்மணியின் இலட்சணம் – எஸ்.தமிழ்ச்செல்வன் எழுத்தாளர்

கற்புள்ள பெண்மணியின் இலட்சணம் பற்றி ஒரு சமஸ்கிருத ஸ்லோகம் இப்படிச்சொல்கிறது.

கரயேசு தாஸி
ரூபேசு மந்திரி
சுமாவா தரித்ரி
பொதியேசு மாதா
சயனேசு வேஸ்ய
சமதர்ம யுக்தா
குலதர்ம பத்தினி

வேலைக்காரியைப் போல் சேவை செய்கிறாள். மந்திரியைப் போல் திட்டமிடுகிறாள். லட்சுமி தேவியைப்போல் அழகுள்ளவள். பூமா தேவியைப்போல் மன்னிக்கிறாள். தாயைப்போல் ஊட்டுகிறாள். வேசியைப் போல் படுக்கிறாள். கற்புள்ள குலப்பெண்மணி.

நிகழ்காலத்தில் பெண்கள் ஆண்களுக்கு வேலைக்காரியைப் போலிருக்க சம்மதிப்பதில்லை. ஆண்கள் கேள்வி கேட்கும் பெண்களை ராமாயண சூர்ப்பனகைகள் என்கின்றனர். இப் படிப்பட்ட ஆண்கள் குழு அமைத்து செயல்படுகின்றனர். சூர்ப்பனைக்கு மூக்கு வெட்டும் நாள் கொண்டாடுகின்றனர். இது நியாயமான கொண்டாட்டமாகுமா?

ஒரு ஆங்கிலோ இந்தியரின் தனிமை வாழ்க்கை –எஸ்.வீரமணி, எழுத்தாளர்

மால்க்கம் ஆக்னர் என்பர் 90 வயதையுடையவர். இந்தியப் பண்பாடு. குறிப்பாக தமிழகம் மிகவும் பிடித்துப்போய் விட்ட தால் சுதந்திரத்திற்கு பிறகு இங்கிலாந்து திரும்பாமல் இங்கேயே தங்கிவிட்டார். அவர் ஒரு மணி நேரம் உடற்பயிற்சி செய்கிறார். நலத்துடன் இருக்கிறார். முன்னாள் ராணவவீரரும் கூட மற்ற நாடுகளில் வாழ பணம் அவசியம் வேண்டும். இந்தியாவை அன்பு வாழவைக்கிறது. என்கிறார். (சோம்பல் என்பது ஒரு மறைந்திருக்கும் நோயாகும் நல்ல உடற்பயிற்சி அலலது கடின உழைப்பு அதைக்குணமாக்கும். சோம்பல் அநேகருடைய உழைப்பைப் பாதிக்கிறது. பள்ளிப்பாடத்திட்டங்களில் கடின மான உடற்பயிற்சி வற்புறுத்திப்படுவது இல்லை. இதனால் நமது மாணவர்கள் விளையாட்டுகளில் பிரகாசிப்பது இல்லை. உடற்பயிற்சி என்பது செயல், தியானம், யோகா என்பது மறைமுக தியானம். இது உடலின் உள்ளுறுப்புகளுக்கும் தியானம் சுகமில்லாதவர்களுக்கும் வயதானவர்களுக்கும் ஏற்ற தாகும். இது தனித்த சுயநன்மையுள்ள அமைதியான சாந்தமான தன்மையுள்ளது.

இது திருப்தியையும் கீழ்ப்படிதலையும் உண்டாக்குவது. இது மனிதரை அநீதிகண்டு வீறுகொண்டெழும் சுபாவத்தை உண்டாக்காது. சரியான வழிகாட்டுதலின்றி செய்தால் உடல் நலம் பாதிப்படைய ஏதுவாகும். மாறாக உடற்பயிற்சி என்பது ஒரு குழுசெயல்பாடு ஆகும். இதன் மூலம் போட்டிகளில் பங்கெடுப்பு உடல்நலம், உற்பத்தி பெருக்கம், மற்றும் ஒருவரது அதிகப்படியான பங்களிப்பு போன்றவை உண்டாகும். இது ஒரு குழுவின் லட்சியங்களை அடையும் படியாக மனிதரை ஒற்றுமைப்படுத்தும்.பாதிப்புகளை நேர் செய்யும் பலத்தையும் பொதுக்காரியங்களில் நியாயம் பெறும் முயற்சிகளையும் உண்டாக்கவல்லது. செயல்பாட்டை அதிகரிக்கும். உடற்ப–யிற்சியை மக்கள் தெரிந்து கொண்டு விளையாட்டுகளிலும் வேலையிலும் சிறப்படைந்து நாட்டு நலன் நாடவேண்டும். யோகா மூலம் சரீர உள்ளுறுப்புகளை பலப்படுத்தலாம்.)

கந்து வட்டியால் ஏழைகள் நாசமடைகின்றனர்

தமிழகத்தில் ஒரு மாவட்ட அலுவலக வளாகத்தில் கணவன், மனைவி, இரண்டு குழந்தைகளுடன் கந்து வட்டி கொடுமையால் சமீபத்தில் தீயிட்டு தற்கொலை செய்து கொண்டனர். கந்து வட்டிக்கொடுமையிலிருந்து ஆட்சியரும் காவல்துறையும் தங்களைக்காக்க முன்வரவில்லை என்று சொல்லப்பட்டது. இளங்குருத்துகளையும் அன்பான இளம் மனைவியையும் தீவைக்க அவருக்கு எப்படி மனம் வந்தது? அவர்கள் ஏழைகளின் குரலுக்கு செவிசாய்ப்பதில்லையா? கந்து வட்டிக்காரர்களின் கொடுமையும் அதிகாரிகளின் அலட்சியமும் அவர்களை இந்த நிலைக்கு தள்ளியதாக சொல்லப்படுகிறது. கந்து வட்டித் தடைச் சட்டம் 2003–ம் வருடம் முதல் செயல்படுகிறது. என்றாலும் இம்மாதிரி சம்பவங்கள் நாடு முழுவதும் நடைபெறுவதாக செய்தித்தாள்கள் அறிவிக்கின்றன. சட்டத்தை அமுல் செய்கிற வர்கள். மக்கள் சேவகர்கள், மக்கள் அவர்களது சேவை பெறுவோர். யதார்த்தத்தில் சேவகர்கள் மன்னர்கள் போன்றும் மக்கள் சேவகர்களாகவும் செயல்படுகின்றனர். கேரளா அரசு தகுந்த நடவடிக்கையின் மூலம் வட்டிக்கொடுமையை கட்டுப் படுத்தியது. நீதிமன்றங்களின் மூலம் சட்டத்தை அமுலாக்குவதே தீர்வாகும். ஏழை இசைக்கிமுத்து ஆறுமுறை விண்ணப்பித்தும் பலனில்லை. குரல் கொடுக்க முடியாத அறியாத ஏழைகளின் நன்மைக்காக வழக்கறிஞர்கள் அவர்களுக்கு விழிப்புணர்வு ஏற்படுத்தவேண்டும். செய்தித்தாள்களும் ஊடகங்களும் மக்க ளுக்கு விழிப்புணர்வை ஊட்டவேண்டும்.

பிராமண இளைஞர்களுக்கு அரசு திருமண இனாம்

தெலங்கானா மாநில அரசு மனப்பெண்களுக்கு இனாம் ரூபாய் மூன்று லட்சம் அவர்கள் பிராமண இளைஞர்களைத் திருமணம் செய்வதற்காக என்று அறிவிப்பு செய்கிறது. ஏனெ னில் பூசாரிகள் காலங்கடந்து அல்லது திருமணம் செய்யா மலேயே போய்விடுகிறார்கள் என்று சொல்லப்படுகிறது. மணப்பெண்கள் அவர்களை மணக்க தயங்குகின்றனர். ஏனெ னில் அவர்களுக்கு வருமானம் குறைவாகும். அரசின் செயல் பாரட்டத்தக்கது. அவர்கள் திருமணமில்லாமல் போவது

மக்களில்லாமல் ஆவது என்பது ஏற்கமுடியாது. இதேபோல் நல்லெண்ண அடிப்படையில் தலித்துகளை திருமணம் செய்யும் தலித் அல்லாதவர்களுக்கு தகுதியான அரசுத்தொகை தந்து அவர்களைக்காக்க முன்வரவேண்டும். வருணாசிரமத்தில் நாலாயிரம் வருடங்களாக அவர்கள் மிகவும் ஏழைகளாகக் சாதிக்கொடுமைகளால் பாதிக்கப்பட்டிருக்கிறார்கள். சாதிக் கொடுமையிலிருந்து தலித்துகளை விடுவிக்க அரசு இத்தகைய ஆவன செய்யலாம். முதல்வர் ஸ்டாலின் இப்படியான தேர்தல் வாக்குறுதி கொடுத்துள்ளார். போற்றத்தக்கதாகும்.

மனநோய்கள் இளைஞர்களைப் பாதிக்கின்றன

சமூகப்பணித்துறை அழகப்பா பல்கலைக்கழகம் ஒரு கருத் தரங்கை நடத்தியது. தமிழகத்திலுள்ள 7.90 கோடி மக்களில் 67 லட்சம் இளைஞர்களும் 3.8 லட்சம் வளர் பருவத்தினரும் மனநோய்களால் பாதிக்கப்பட்டிருப்பதாக அறிவித்தனர். போதை அடிமைத் தனம் சம்பந்தப்பட்ட மனநோய்களால் 12.6% சதமானம் பேர் நான்கு மாவட்டங்களில் பாதிக்கப் பட்டுள்ளனர். மக்கள் தொகையில் 5.9% சதவீதம் பெண்கள் மனச்சோர்வு மனநலநோய்களால் துன்பப்படுகின்றனர். இது குடும்பத்தையும் சமூகத்தையும் பாதிக்கிறது. சமூகப்பணி யாளர்கள் இவர்களுக்கு ஆலோசனை சேவை செய்யலாம் என்று ஜே.சேகர் பெங்களூர் மனநோய் தடுப்புத்துறை தலைவர் சொன்னார். சாதியம் என்பது தப்பெண்ணத்தால் வரும் சமூகப் பிரச்சனையாகும் ஆரம்பசுகாதார மையம், மருத்துவமனை, பள்ளிகள், கல்லூரிகளில், சமூகப்பணியாளர்களை அமர்த்தி அரசு மக்களின் மனநலத்தைப் பாதுகாக்க வேண்டும்.

எல்லா சாதிகளும் வேலைவாய்ப்பில் ஒதுக்கீடு பெறவேண்டும் – ஜி.கே.மணி.பா.ம.க.

தமிழகத்தில் சமூகநீதிக்காக பெரியாரும் பசும்பொன்தேவரும் உழைத்தார்கள். அய்யா ராமதாசும் இதற்காக முயற்சிக்கிறார். சுதந்திரம் பெற்று 75 வருடங்களாக ஆகியும் இட ஒதுக்கீடு மக்களைச் சென்றடையவில்லை. விலையில்லா அரிசியும் துணியும் நம்பி குடிசைகளில் வாழும் மக்கள் இப்போதும் இருக்கிறார்கள். ஆகவே எல்லா சாதிகளும் பிற்பட்டோர்

முக்குலத்தோர் வனவாசிகள் ஒதுக்கீடு பெற்று சமூக நீதி பெறவேண்டும்.

ஒரு பள்ளி ஆசிரியரின் முன்னோடியான வாழ்வு

பரமக்குடி வட்டம் வெங்கிட்டன் குறிச்சி என்ற கிராமத்தில் தேவநேசன் என்ற பள்ளித்தலைமையாசிரியர் இருந்தார். அவர் அருந்ததியர் ஆவார். ஒரு கன்னட ஆசிரியை மணந்தார். அவருடைய பெண்மக்களில் மூன்று பேர் தங்கள் விருப்பம் போல் நாயுடு, பறையர், பள்ளர், சாதி ஆடவரை மணந்தனர். இத்தகைய திருமணங்கள் சாதிகள் மறைய ஏதுவாகும். இவருடைய ஒரே குடும்பத்தில் ஐந்து சாதிகள் ஒன்றிணைந்தன.

சமூக நீதியில் முன்னோடி கேரளா அரசு

தேவஸ்வம் கோயில்களில் பூசாரிகளாக பிராமணர்களோடு தலித்துகளையும் பிற்பட்ட சாதிகளையும் கேரளா அரசு நிய மித்துள்ளது. சமூக நீதியை முன்னெடுக்க கேரளா அரசு செய்தகாரியம் மிகவும் பாரட்டத்தக்கதுமாகும். மற்ற மாநில அரசுகள் பின்பற்றத்தக்கதுமாகும். தமிழகம் அரசும் பிறசாதியை சேர்ந்த பூசாரியை நியமித்துள்ளது. தமிழகத்தில் பகுத்தறிவு தந்தை பெரியார், அண்ணா, கலைஞர், அயோத்திதாசர், அம்பேத்கர் மற்றும் பல சமூகச்சீர்திருத்தவாதிகள் முதன் முதலில் அனைத்து சாதிகளும் பூசாரிகளாக வேண்டும் என்று முயற்சித்தனர். இத்தருணத்தில் மத்திய அரசு இத்தகைய சமூக நீதியை நடப்பிடுக்கும்படி அனைத்து மாநிலங்களையும் அரசாணை மூலம் அறிவுறுத்தவேண்டும். முதல்வர் ஸ்டாலின் இதை நடைமுறைப்படுத்தி பேர் பெற்றார்.

காஞ்சி சங்கராச்சரியர் விஜயேந்திரர் சுவாமிகள்

சுவாமிகள் சென்னையில் 20.1.17 தேதி நடந்த தமிழ்சமஸ்கிருத அகராதி வெளியீட்டு விழாவில் தமிழ்தாய் வாழ்த்து பாடப்பட்ட போது எழுந்து நிற்கவில்லை. இது சர்ச்சையை ஏற்படுத்தி யுள்ளது. ஆனால் தேசியகீதம் பாடப்பட்டபோது எழுந்து நின்றார். மடாதிபதிகள் தியான நிலையில் இருந்து மரியாதை செய்வர் என்று விளக்கம் சொல்லப்பட்டது. தமிழர்கள் சூத்திரர் அவர்களது மொழி நீச பாஷை என்ற வருணாஸ்ரக் கருத்து

முன்பு நிலவியது. அந்தக்கருத்து மாறிவிடவில்லையோ என்று மக்களிடம் கேள்வி எழுகிறது? வருணாஸ்ரமத்தை மீண்டும் கொண்டுவர முயற்சி நடைபெறுகிறதோ என்று மக்கள் சொல் கிறார்கள். அப்படியானால் சாதி பழக்கங்கள் மறையும் சாதி கொடுமைகள் ஒழியும் என்ற எதிர்பார்ப்பு என்னவாகும்? ஆகவே சுவாமிகள் மக்களுடைய பயத்தை நீக்கி சாதி வேறுபாடுகள் ஒழியும் படி மக்களை நல்வழிப்படுத்தினால் அவர்கள் சுபிட்சம் அடைவார்கள். அரசு இப்போது அரசாணை வெளியிட்டிருக்கிறது.

ஒரே சாதிக்குள் திருமணங்கள் உயிரியல் நோய்களை பெருக்குகின்றன தீர்வு என்ன?

டி.வி. வெங்கடேஸ்வரன் சி.எஸ்.ஐ.ஆர். மூத்தவிஞ்ஞானி ஆவார். அவரது கணிப்பின்படி சாதிக்குள் நடக்கும் திருமண ங்களால் ஜெனிடிக் நோய்கள் பெருகிவருகின்றன. குமாரசாமி தங்கராஜ் ஹைதராபாத் மற்றும் டேலிட்ரீச் ஹார்வர்டு மருத்துவக்கல்லூரி ஆகியோரின் கண்டுபிடிப்பின்படி ஜம்மு காஷ்மீரில் குஜ்ஜார் சாதி, உத்தரபிரதேஷ் பனியா சாதி, தெலங்கான ரெட்டி சாதி, தமிழகத்தில், பிராமணர், கள்ளர், அருந்ததியர் சாதிகள் மற்றும் யாதவர் சாதி. இவர்களுக்குள் உயிரியல் ஜெனடிக் நோய்கள் உண்டாகி பெருகிவருகின்றன. நிகழ்காலத்தில் பரவும் நோய்கள் குறைந்து ஜெனடிக் உயிரியில் நோய்களால் சாவுகள் கூடி வரும் என்பதாகும். அநேக ஆராய்ச்சியாளர்கள் இதே முடிவுக்கு வந்துள்ளனர். இருந்த போதிலும் நமது மக்கள் சாதிகளைவிடாமல் பிடித்துக்கொண் டுள்ளனர் என்பதே யதார்த்தநிலை. பெருகி வரும் இத்தகைய மரணங்களை தடுக்கும் வண்ணம் சாதி மறுப்புத்திருமணங்கள் செய்வதே உயிருக்கு பாதுகாப்பாகும் வழியாகும் என்று கூறுகின்றனர்.

தலித்து விவசாய உழைப்பாளிகளின் குரல் –பி.சீனிவாச ராவ்

இவர் பிறப்பால் பிராமணர் ஆவார். தஞ்சாவூர் மாவட்டத்தில் தலித்துகளுக்கு குரல் கொடுத்தார். காலை 3 மணி முதல் இரவு 8 வரை அவர்கள் கொத்தடிமைகளாக துன்பப்படுவதை பார்த்து

வேதனைப்பட்டார். அவர்கள் சவுக்கடிபட்டு சாணிப்பால் குடிப்பதை கண்டு மனம் பதைத்தார். தலித்துகள் கொடுமைகளை எதிர்த்து போராட வேண்டும் என்றார். அவர்களது ஒடுக்கு தலையும் சுரண்டுதலையும் தடுத்தார்.

பழங்கால கொடூர பழக்கவழக்கங்கள் தொடர்கின்றன

ஆந்திரமாநிலம் தேவரகட்டா கர்னூல் மாவட்டத்தில் மக்கள் தடிகளையும் கம்புகளையும், வைத்து திருவிழாவில், ஒருவரை யொருவர் ஆயுதபூசையன்று அடித்துக்கொள்கின்றனர். கடவுள் சிலைகளைக் கைப்பற்றுவதே நோக்கம் என்று சொல்லப் படுகிறது. ஒருவர் மரிக்கவும் 70 பேர் கடுங்காயம் அடையவும் செய்தனர், இது 2017–ல் நடக்கும் சம்பவம். கிராமத்தார் இதைக்கைவிட மறுத்து விட்டனர். இது அவர்கள் பண்பாடு என்கின்றனர். இது மாதிரிதான் சாதிப்பழக்கங்கள் பழங்கால பாரம்பரியமாக நாட்டில் தொடர்ந்து சமூக பொருளாதார முன்னேற்றம் இந்தியாவில் எதிர்பார்க்கும் அளவு ஏற்படாமல் தடைபட்டுவருகிறது. நல்லெண்ணம் கொண்டோர் சமூக சீர்த்திருத்தவாதிகள் பகுத்தறிவாளர்களின் செயல்பாடுகள் போதிய அளவு செயல்படவில்லை என்பதையே இது பிரதி பலிக்கிறது எனலாம்.

சிந்தனை அலைகள்– டாக்டர் மகாலிங்கம்

கல்வியில் பொறுப்புணர்ச்சி:

சிந்தனை சக்தியை வளர்ப்பதற்கு தரப்படும் பயிற்சிதான் கல்வி என்பது. அது மட்டுமல்ல கல்விதான் உள்ளத்தை மென்மை படுத்துகிறது. உணர்ச்சிகளையும் கட்டுபடுத்த உதவுகிறது.

காரியங்களைச்செய்யும் ஒருவர் அதற்குரிய விளைவுகளையும் அனுபவிக்க வேண்டும். நல்ல செயலுக்கு பலன்கிடைக்க வேண்டும். அதேபோல் திறமைக்குறைவும் தண்டிக்கபட வேண்டும். பல்கலைகழகம் கல்லூரி, நிர்வாகம், ஆசிரியர், மாணவர், ஆகிய அனைவரும் பொறுப்பேற்க வேண்டும்.

பல்கலைக்கழகம் சிறந்த குறிக்கோள் கொண்ட ஆண் களையும் பெண்களையும் உற்பத்தி செய்யவேண்டும். சமூக நலன்களை விளைவிக்க கூடிய திட்டங்களை உருவாக்க வேண்டும். கல்லூரி வெறும் செய்திகளை திரட்டி தராமல், சிந்திக்க தூண்டவேண்டும். ஆசிரியர் ஒரு போதனையாளர், வழிகாட்டி, புத்திமதி, சொல்லக்கூடியவர். இப்படி பல நிலைகளில் செயல்படவேண்டும். போதனையின் தரத்திற்கு ஆசிரியரே பொறுப்பு. அமெரிக்க கல்வி முறையில், ஆசிரி யருக்கு நிரந்தர நியமனம் இல்லை. ஆசிரியரின் செயல் திறன் அங்கு மதிப்பீடு செய்யப்படுகிறது. அதன் மூலம் அவர் பொறுப்பாளி ஆக்கப்படுகிறார். நமது கல்வி முறையில் தற்போது உள்ள அமைப்பில் ஆசிரியரை எந்த நிலையிலும் பொறுப்பாளியாக்க முடியாது. எங்கே திறமை மதிக்கப்பட்டு திறமையின்மை தண்டிக்கப்படுகிறதோ, அங்கேதான் ஆசிரி யரை பொறுபாளியாக்க முடியும். இப்போது நமக்கு தேவை அப்படிப்பட்ட ஒரு அமைப்புதான்.

மாணவர் ஆசிரியருக்கு கல்லூரிக்கு அரசுக்கு பதில் சொல்லியாக வேண்டும். தோழமை, உணர்வு, தேசப்பற்று, சமூக உணர்வு, சட்டத்திற்கு பணிந்து ஒழுக்கம் உள்ளவனாக மாணவன் உருவாக வேண்டும்.

காந்திஜியின் வழிகாட்டுதல்

பலாத்காரமற்ற அரசியல் முறை சுரண்டலற்ற சமுதாய அமைப்பு, சத்தியத்தையும் அன்பையும் வழிபடல், நிலத்தில் உழைத்து வரும் உணவை உண்ணல், உடலுழைப்பு கடமை, எளிய வாழ்வில் இன்பம் சகிப்புத்தன்மையின் அடிப்படையில் உருவான சமயம் ஆகியவை வேண்டும்.

வாஸ்டோவின் உபதேசம்

ஒரு மனிதனுடைய விரோதி வெளியே இல்லை. தீயசக்தி ஒவ்வொரு மனிதனிடமும் புதைந்து கிடக்கிறது.

அலையும் மனத்தை தன்வயப்படுத்த ஒவ்வொரு மனிதனும் முயல வேண்டும். தன்னைத்தானே வெற்றி கொள்வதே மனிதனின் இலட்சியமாக இருக்க வேண்டும். ஒன்றாக

காண்பதே காட்சி. புலன் ஐந்தும் வென்றான் தான் வீரமே வீரமாம் என்றும்தான் சாவாமல் கற்பதே கல்வி, பிறர் தம்மை ஏவாமல் உண்பதே ஊண். ஔவையார்.

அறிவின் கூர்மையாலும், ஆழ்ந்த சிந்தனையினாலும் மனம் விசாலப்படுகிறது. பாடங்களினால் அறிவு கொஞ்சம் கொஞ் சமாக கூர்மையாகிறது. ஆழ்ந்த சிந்தனைக்கான பயிற்சி அளிக்கப்படுகிறது. கல்லூரிகளிலும் நூலகத்திலும் மாணவர் களின் சிந்தனைகள் முறையாக வளர்ந்து விடுகிறது. கற்றுக் கொடுத்த ஆசிரியர்களும் படித்து வைத்த புத்தகங்களும் தான் எந்தப்பிரச்சனைகளையும் சமாளிக்க துணை செய்யும். திறமை யும் உழைப்பும் ஜெயம் தரும். சிபாரிசுகளும் குறுக்கு வழிகளும் நிலைத்த பயன்தராது. சமயம் ஒரு சமுதாயத்தில் ஒரு கால கட்டத்தில் தோன்றிய ஒரு கருத்து. அக்கால கட்டத்தோடு மறைந்து போகாது. அக்கருத்து தொடர்ந்து வந்து கொண்டே தான் இருக்கும். அவ்வப்போது தோன்றும் ஞானிகள் அக்கருத் துகளோடு தமது எண்ணங்களையும் சிந்தனைகளையும் கலந்து புதுப்பித்து கொடுத்து வந்துள்ளார்கள். இது தான் இந்து தர்மம்.

காஞ்சி மகாசுவாமிகள்– சர்ச்சில் பாண்டியன்

காற்றே இல்லாமல் மூடி மூடி புழுக்கமாக வைத்திருந்த அறையில் ஜன்னலைத்திறக்கிற மாதிரி, பிறத்தியாரிடம் சொல்லிக்கொள்ள முடியாதபடி மூடி மூடி வைத்த கஷ்டங்களை சிரமங்களை பக்தர்கள் என்னிடம் திறந்து விடுவதே அவரகளுக்கு ஒரு திருப்தி– நிம்மதி அடைகிறார்கள். தங்களுக்கு தங்களாகவே ஏற்படுத்திக் கொள்ளும் திருப்தி அது. மற்றபடி இதைக்காது கொடுத்துக் கேட்கிறதைதவிர எள்ளளவும் ஒத்தாசை பண்ணவில்லை.

வெள்ளைக்காரன் மட்டும் ஹிந்து என்ற பெயர் வைக்கா விட்டால் ஒவ்வொரு ஊரிலும் சைவர், வைஷ்ணவர், முருகபக்தர், பிள்ளையார், உபாசகன், ஐயப்ப பக்தர், எல்லை யம்மனைக் கும்பிடுகிறவர் என்று நம்மை நாம் பிரித்து கொண்டு தனித்தனி மதமாக நினைத்துக்கொண்டிருப்போம். இப்போது ஹிந்து சமூகம் என்ற பொதுப்பெயரில் சொல்லப்படுகிறோம்.

பாரதியார் பாடல்கள்:

எல்லோரும் ஓர்குலம்
எல்லோரும் ஓர்இனம்
எல்லோரும் ஓர் நிறை
எல்லோரும் ஓர் நிலை
எல்லோரும் இந்நாட்டிம் மன்னர்!!!

சாமி.சிதம்பனார்.

பாரதியார்

செத்த பிறகு சிவலோகம் வைகுந்தம் சேர்ந்திடலாம் என்றே எண்ணியிருப்பர் பித்த மனிதர். அவர் சொல்லும் சாத்திரம் பேய் உரையாம் என்று இங்கே ஊதேடா சங்கம். ஜாதிப்பிரிவு ஆரம்பத்தில் பிறப்பில் வேற்றுமையுண்டு என்ற கருத்தில் தோன்றவில்லை. தொழில் வகுப்புகளாக மக்கள் பிரிந்தனர். ஒவ்வொரு தொழில் செய்யும் மக்கள் ஒவ்வொரு பிரிவினர். இத்தகைய பிரிவு பழந்தமிழ் நாட்டில் இருந்தது. ஆரியர்கள் பாரத நாட்டில் புகுந்தபோது தமிழரிடம் அமைந்திருந்த நால்வகை பிரிவை அவர்களும் பின்பற்றினர். தமிழரிடம் இருந்த நால்வகைபிரிவே நாளைடைவில் நால் வகை சாதி பிரிவாக மாறிற்று. இதுவே பல ஆராய்ச்சியாளர்களின் கொள்கை ஆகும். சாதி என்னும் சொல் தமிழ் சொல் அன்று பண்டைய காலத்தில் தமிழர்களிடையே அந்தணர், அரசர், வணிகர், வேளாளர் என்ற பிரிவுகள் இருந்தன.

இவையே சாதிகளாக மாறின. ஆரியர் இந்நாட்டில் புகும்போது அவர்களிடம் வகுப்பு பிரிவுகள் இல்லை. ஒரே கும்பலாக வாழ்ந்த அவர்களிடம் வகுப்பு பிரிவுகள் இருந்திருக்க முடியாது. பண்டையகாலத் தமிழகத்தில் உயர்ந்தவராகக் கருதப்பட்ட சமுதாயத்தில் தான் பெண்ணடிமை முறை பிறந்து ஆணுக்கொரு நீதியும் பெண்ணுக்கொரு நீதியும் தோன்றிற்று. உயர்ந்தவர்களாக கருதப்பட்ட சமுதாயத்தில் ஆண் பெண் உறவு சமத்துவமாக இருந்தது.

கலப்புத்திருமணத்தால் மட்டுமே சாதிகள் ஒழியும்–புதிய தலைமுறை

தஞ்சை மாவட்ட பேராவூரணி நாட்டாணிக்கோட்டையைச் சேர்ந்த பொன்னம்மாள் இலங்கையை சேர்ந்தவர். மூன்று

தலைமுறைகளாக சாதி கலப்பு திருமணம் பிள்ளைகள் பேரன்கள் வரை செய்துள்ளனர். பெரியோர் சிந்தனை அறிந்த வர்கள். சில பெரியார் வழி வந்தவர்களும் தலித் தலை வர்களும் தாழ்த்தப்பட்டோர் ஆனையமும் இவர்களை ஆதரிப்பதில்லை.

பண அரசியல் செய்கிறார்கள். மனித சமூதாயத்தில் ஆண் பெண் இருவருக்கும் வேறுபாடு இல்லை. சாதி பெரும் தவறு. நாயை வீட்டுக்குள் விடுபவர்கள் மனிதனை விடுவதில்லை.

அப்படியானால் அந்த மனிதன் விளைவித்த உணவு, உடை, பொருட்களை அவர்கள் அனுபவிக்க கூடாது. அந்த மனிதனை தீண்டிய காற்றை சுவாசிக்க கூடாது. காதல் தான் சமுதாயத்தை வளர்க்கும். பெற்றோர் ஆணவ கொலை செய்வதில்லை. உறவினர்கள் தான் அழுத்தம் கொடுத்து ஆணவ கொலைகள் நடக்கின்றன. மக்களிடமும் சாதி பற்றிய விழிப்புணர்வு இல்லை. அரசு தாழ்த்தப்பட்டோர் ஆணையம் அரசியல் கட்சிகள் இதை முன்னெடுக்கவில்லை. அனைவருக்கும் ஒரே சுடுகாடு என்ற கூட இல்லை. அப்புறம் என்ன இது சுதந்திர நாடு? கலப்பு மணம் செய்பவருக்கு அரசு வேலை, தொழில் தொடங்க உதவி பாதுகாப்பு கொடுக்கப்பட வேண்டும். அப்போதுதான் காதல் திருமணம் பெருகும். உண்மையான காதல் கோட்டையும் ராஜியமும் இவர்கள் வீடுதான். சாதி அமைப்பின் வேராக இருக்கும் கிராமங்களில் எந்தப் பெரிய மாற்றமும் ஏற்படவில்லை. இன்னும் எத்தனை ஆண்டுகள் காத்திருந்தாலும் இவர்கள் மாறப்போவதில்லை என்று தோன்றுகிறது எனப் பெயர் சொல்ல விரும்பாத ஒரு காதலிக்கும் பெண் சொல்கிறார். ஆணவக் கொலையை அஞ்சி மணம் செய்யாமல் காலம் கடத்தி வருகிறார். இது தான் நாட்டின் நிலை. என்றோ தவறாக கட்டமைத்த சாதி நாட்டை ஆட்டிப்படைக்கிறது. சாதிப் பஞ்சாயத்துகள் சட்டத்தை மீறி செயல்படுவது தடுக்கப்பட வேண்டும். இவைகள் காதலரின் உறவுகளை தவறு செய்ய தூண்டுகின்றன.

தேசிய ஒருமைப்பாடு–ஜவகர்லால் நேருஜி

மனிதருள் மாணிக்கம்

முத்து பதிப்பகம் விழுப்புரம் எல்ல.ஏ.கிருஷ்ணமூர்த்தி:

நமது கோஷ்டி.நமது ராஜ்யம் நமது மொழி, நமது சாதி தேசத்தைவிடவும் உயர்ந்தது என்று நாம் கருதினால் நமது தேசிய சமுதாயம் அழித்துவிடும். தாங்கள் நியாயம் என்று கருதும் காரியத்துக்காக போராடக்கூடிய ஆட்களே அவசியம். அநீதிக்கு அடிபணியக்கூடாது. இந்தியா மதச்சார்பற்ற அரசு என்றால், எல்லா மதங்களும் சுயமரியாதை அளிப்பது சமதர்மம் அளிப்பது என்பதே இதன்பொருளாகும். ஜாதி மத கொள்கை பேதமின்றி எல்லோரும் சம உரிமைகளுடன் சுதந்திரத்தடனும் வாழ வேண்டும். மதச்சடங்குகளில் எனக்கு நம்பிக்கை இல்லை. இது நம்மையும் பிறரையும் ஏமாற்றுவதற்கான முயற்சியாகும். மக்கள் அறிவுக்குபுறம்பான வீணான நம்பிக் கைகளையும் பழமைப்பித்துகளையும் விட்டுவிடவேண்டும். பட்டினியால் வாடும் ஒரு மனிதனும் வறுமையால் வாடும் ஒரு நாடும் சுதந்திரமாக இருப்பதில் அர்த்தமில்லை. ஜனநாயகம் என்பது சமவோட்டுரிமை மாத்திரமல்ல. பொருளாதார சமூகச்சமத்துவம் அதில் உண்டு.

கடவுள்கள் நம்மைப்போல் வாழ்ந்த மனிதர்களே

சோ.ஆறுமுகம் சரோஜா பதிப்பகம் பெரியார் நகர் சென்னை. வள்ளுவர் கண்ட கடவுள் சில மனிதர்களே தங்கள் வாழ்நாளில் பிறருக்கு சமூகத்திற்கு நன்மை செய்கின்றனர். அப்படிப் பட்டவர்கள் மரித்தபின் மக்கள் அவர்கள் நினைவாக சிலைகள் வைத்து மரியாதை செய்கின்றனர். கால மாற்றத்தில் அவர்கள் கடவுள்கள் என கோயில் கட்டி வணங்கப்படுகின்றனர். ஆகவே நாம் கடவுள் மற்றும் மதத்தின் பேரில் சண்டையிடுவது தேவையற்றது ஏனெனில் அவர்கள் நம்மைப்போல் மனிதர்கள் தான்.

பூக்காலம் – கவிக்கோ அப்துல்ரகுமான்

நேஷனல் பப்ளிகேசன்ஸ் டி.நகர்.சென்னை

சுகாதாரமே வாழ்வின் ஆதாரம்:

மனிதர்களில் சிலர் தூய்மை செய்யும் பணி செய்கிறார்கள் அவர்களை அழுக்கானவர்கள் என்று ஒதுக்கி வைக்கின்றனர். இது தான் நாம் அவர்களுக்கு செய்யும் நன்றியா? இதற்கு தீர்வு

என்ன? உலக நாடுகளில் உள்ளது போல் தூய்மைப்பணியானது அனைவரது பொறுப்பு என ஏற்கவேண்டும். ஒரு சாதியை தூய்மை செய்யும்படி வற்புறுத்தக்கூடாது. தகுதியான ஊதியம் வழங்கி விருப்ப முள்ளோர் சுகாதார பணி செய்ய வழி செய்யவேண்டும். இதன் மூலம் சாதி பேதம் ஒழிய வழியாகும். மத வாதிபுறவழிபாடு செய்கிறான். அவன் புறந்தூய்மை வற்புறுத்துவான். ஆன்மிகவாதி அகவழிபாடு செய்து அகத் தூய்மையை வற்புறுத்துகிறான். ஆசை, கோபம், காமம், பொறாமை இவற்றை கழுவுவதே தூய்மையாகும். பெண்களின் சூதகத்தில் பிறந்தவன் மனிதன் என்கிறார். சிவவாக்கியர், உயர்ந்த குலம் வானத்திலிருந்தா குதித்தது? மனிதன் அழுக்கில் பிறந்து அழுக்கில் வாழ்ந்து அழுக்கில் இறக்கின்றான். இறை வனை உண்மையாக அறிந்தவனுக்கு எதுவும் அழுக்கில்லை. இறைவன் மனிதனுக்குள் இருக்கிறார். மனிதப்படைப்பில் இல்லை என்கிறார். சித்தர் சிவவாக்கியர். உலகில் அனைத்து மனிதர்களின் மரபணுக்களும் அறுபதாயிரம் ஆண்டுகளுக்கு முன்பு ஆப்ரிக்காவில் வாழ்ந்த ஒரு மூதாதையின் மரமணுவுடன் ஒத்துப்போகிறது என்று டாக்டர் ய்ஸன்சர் வெல்ஸ் கண்டு பிடித்தார். ஆகவே கணியன் பூங்குன்றனார். கூற்றுப்படி மனித இனம் முழுமைக்கும் யாதும் ஊரே யாவரும் கேளிர் (உறவினர்) உண்மை இவ்வாறிருக்க நான்வேறு சாதி, நீ வேறு சாதி நான் உயர்ந்தவன், நீ தாழ்ந்தவன், நீ தீண்டத்தாகதவன், என்று பேசுவோர் அறியாமையில் உழல்கிறார்கள்.

இறைவன் ஒருவனே ஒவ்வொரு சமயமும் அவனுக்கு வேறு பெயர் சூட்டியிருக்கிறது என்கிறார் வேமனர் என்ற தெலுங்கு அறிஞர். இறைவன் பெயரால் ஏன் சண்டையிடுகிறீர்கள்? மதத்தின் பேரில் ஏமாற்றிப்பிழைப்போர் உயர்வுதாழ்வு செய்தனர். முக்கியமானது சாதி அல்ல. பண்புதான். அனைவரும் இறைவனின் குழந்தைகள் அனைவருக்கும் பிறப்பும் இறப்பும் ஒன்றே அனைவரும் சமம். உண்மையான கடவுள் பக்தன் சாதியைத் துறக்கிறான்.

ஒரு தாய் மக்கள் நாம் என்போம்
ஒன்றே எங்கள் குலம் என்போம்
ஒன்று எங்கள் நீதியே

ஒன்று எங்கள் ஜாதியே
உலக மக்கள் யாவரும்
ஒருவர் பெற்ற மக்களே
என்று பாடியவர் கவிஞர் கண்ணதாசன்

சைவமும் வைணமும் சேர்ந்த கூட்டுக்கலவைதான் இந்து மதம்:

முனைவர் முத்தையா – தத்துவ முத்துக்கள்

யாழினி பதிப்பகம் பிராட்வே சென்னை

புத்தமதம் கிறித்துவம் முகம்மதியருக்கும் தலைமைப்பீடம் இருக்கிறது. ஆனால் இந்து மதத்திற்கு இல்லையே. இந்து மதத்தில் உள்ள தீய மூடநம்பிக்கைகளை உதறித்தள்ளிவிட்டு விஞ்ஞான பூர்வமான இந்துமதம் அமையவேண்டும்.

சாதிப்பற்று இருக்கக்கூடாது சுப வீரபாண்டியன் திராவிட இயக்கத் தமிழர் பேரவை:

இனம் என்பது மொழியை மையமாக கொண்டது. சாதி என்பதற்க்கு மையமோ, அடித்தளமோ, இல்லை. சாதி என்பது பொய்யாக உருவாக்கப்பட்ட ஏற்றத்தாழ்வு. ஆனால் மொழியோ இயற்கையின் விளைவு. எனவே மொழி சார்பு என்பது இயற்கையானதும் தேவையானதும் ஆகும். ஒரே மொழி பேசும் எல்லா மதத்தினரையும் எல்லா சாதியினரையும் ஒருங்கிணைக்கும் பெரும் குடை அது.

சமஸ்கிருத மொழியின் தாக்கத்தால் தமிழ் மொழிக்கு ஏற்பட்ட இடையூறுகள்

யஷ்வந்த் பப்ளிகேசன் டி.நகர், சென்னை

முனைவர் இந்திராணி மணியன்

தமிழ் மொழி சமஸ்கிருதத்தை விட தொன்மையானதும் சிறந்ததுமாகும். சமஸ் அறிஞர்கள் சிந்துசமவெளி நாகரிகம் தமிழர்களுடையது என்று ஏற்றுக்கொள்ளவில்லை. மேற்கொண்டு ஆய்வு செய்வதை ஏற்கவில்லை. ஹரப்பா நாகரிகத்தை ஆரியர் அழித்தனர். பகவத்கீதை குலப்பாகுபாடுகளை

வலியுறுத்தும் நூலாகும். கடமையை வலியுறுத்தியது. தமிழ் இலக்கியம் சடங்குகளை வலியுறுத்தியது. வடமொழி இலக் கியம் தமிழிசையை கர்நாடக இசை என்று மாற்றினர். போரில் சூழ்ச்சி செய்து வெற்றி பெறுதலை ராஜதந்திரம் என்றனர். ஆரியக்கலப்பால் வந்ததே சாதி வேறுபாடு. இந்து சமுதாயம் கலையாமல் நிலைத்து வருவதற்கு சாதி முறையே காரணம். பூர்வ ஜென்ம கன்மத்திற்கேற்ப சாதி வந்தடைகிறது என்றனர்.

ஆரியர்கள் மொழிக்கு எழுத்து வடிவம் இல்லை. வேதங்கள் எழுதிப்படிக்கவில்லை. ஓதப்பட்டன சமஸ்கிருதம் என்றால் செப்பனிடப்பட்டது என்று பொருள். காலப்போக்கில் பேச்சு மொழி வழக்கொழிந்து இலக்கிய மொழியாகிவிட்டது.அது பூசை, அவதாரம், இயற்கைக்கு அப்பாற்பட்ட செயல்கள், புராணங்கள், யாகம், மறு உலக வாழ்வு, ஜாதி வேறுபாடு இவைகளையே கூறுகின்றது. மூடநம்பிக்கைகளை உடையது என்று இராஜராம் மோகன்ராய் வெறுத்தார். ஆரியநாகரிகம் பசு, எருமை, இவற்றை புசித்தது. புத்தமும் சமணமும் கொல்லமையை வற்புறுத்தின. தமிழ் மன்னர்கள் கோயில் குளம் யாகம் செய்து ஆண்டியாகினர். வருணாசிரம் புகுத்தப் பட்டது. கல்வி சூத்திரருக்கு மறுக்கப்பட்டது. மக்கள் மனித முயற்சியில் நம்பிக்கை இழந்து சமய வாழ்வில் எல்லாம் ஈசன் செயல் என்று ஆயினர். மன்னர்கள் மக்கள் நலப்பணி செய்யாமல் பூசைகளில் மூழ்கினர். வடஇந்தியா மொழிகளைத் தோற்றுவித்து சமஸ் அழிந்தது. தென் இந்தியா மொழிகளைத் தோற்றுவித்து தமிழ்வாழ்கிறது. ஒருமைப்பாட்டு உணர்வுக்கு சாதி எதிரி மற்றும் மனிதா பிமானத்திற்கு விடப்பட்ட சவா லாகும்.

மத நல்லிணக்கம்

துறவிகள், ஞானிகள்,சந்நியாசிகள், கருத்துப்படி, ஒருவரும் கடவுளைக் கண்ணால் கண்டதில்லை. ஆனால் கடவுளுடைய செயல்பாடுகள் மனிதரால் உணர்வின் மூலம் யூகித்தறியப் படுகிறது. இந்தியாவிலுள்ள முப்பத்தி முக்கோடி தேவர்களும் பத்து அவதாரங்களுக்குள்ளாக உள்படுத்தபடுகிறது என்று சொல்லப்படுகிறது. இதில் மூர்த்தி வணக்கம் உள்ளவர்களும் உண்டு. இல்லாதவர்களும் உண்டு. ஒன்றுக்கொன்று இந்து

மதத்திற்கு எதிரான புத்தமதம் சமண தீர்த்தங்கரர்களும் அவதாரம் என்று எண்ணப்படுகிறது. இந்து மதம் மகாசமுத்திரம். இதில் உலகிலுள்ள அனைத்து கடவுள்களும் மதங்களும் உள்படும் என்று துறவிகளும் புதுயுக அரசியல்வாதிகளும் சொல்கின்றனர். கிறித்தவர்களும் முகமதியரும் இந்துக்கள்தான். அவர்கள் வேறு கடவுள்களை வணங்கினாலும் அவர்கள் இந்துக்கள் தான் என்கின்றனர். இந்த நிலையில் அவர்களை முழுவதுமாக சேர்த்துக்கொள்வதில் தவறில்லை என்றே கருதலாம்.

இந்து மதத்தத்துவத்தின்படி கடவுள் அவசியமுள்ள ஒவ்வொரு சமயத்திலும் மனிதரிடையே வந்து தோன்றுவதாக உள்ளது. தர்மம்மங்கி அதர்மம் ஒங்கும் போது நல்லோரை காத்தும் தீயோரை அழித்தும் தர்மத்தை நிலைநாட்டவே யுகந்தோறும் தோன்றுகிறார். மீன்,ஆமை, வராக, நரசிம்மா, வாமனர், பரசுராம்,ராமர் கண்ணன், புத்தர், கல்கி,ஆகிய அவதாரங்களோடு இவர்களும் தோன்றினார்கள் என்று கருதுவது நன்மையே. கடவுள் அவதாரமெடுப்பது என்பது குறிப்பிட்ட மக்களுக்காக தக்க சமயத்தில் தோன்றுவார் என்று கருதப்படுகிறது.

இந்தியாவில் ஒவ்வொரு தனிப்பட்ட நம்பிக்கையும் தமதே பெரிதன்று கொள்ளப்பட்டு மற்ற யாவும் தாழ்ந்தவை என தள்ளப்பட்டு மதமாச்சரியங்களால் மக்கள் பிரிக்கப்பட்டு அந்நியருக்கு அடிமையானோம். இதைத்தவிர்ப்பதற்காக இந்து மதம் என்று அனைத்து மதங்களையும் கூட்டமைத்து சுதந்திரம் பெற வழியாயிற்று. இந்து மதத்திற்கு ஆதார கட்டமைப்பாக இருக்கிற ஆரிய வேத மதம் மேற்கு ஆசியாவிலிருந்து இந்தியாவிற்கு வந்தது என்று சொல்லப்படுகிறது. இதே வழியில் இந்தியாவில் வேரூன்றி விட்ட கிறித்து, இஸ்லாம், மதங்களை இந்து மதக்கூட்டமைப்பில் சேர்த்து மதநல்லிணக்கம் காண முயலலாம்.

இந்திய மக்கள் அனைவரும் மூன்று வேளை உண்ண உணவு, குடிக்க, தண்ணீர், குடியிருக்க வீடு பிழைப்பிற்கு வேலை, மற்றும் கல்வி, சுகாதாரம் இவை யாவும் உண்டாகும் வழி காணலாம். வாழ்விற்கு தேவையான இவைகளைத் தேடாமல்

கண்காணாத கடவுள் பெயரால் மதத்தின் பெயரால் மக்கள் பிரிந்து கலவரம் செய்து உயிர் மற்றும் உடைமைகளை அழிக்க நினைப்பது சரியாகுமா? மேற்கண்ட இரு மதங்களையும் வேரறுத்து யாவரையும் பழைய மத நம்பிக்கைகளில் திருப்பி விடலாம் என்பதும் நடக்கிற காரியம் என்று சொல்லமுடியுமா?

வென்றவன் ஆண்டான், தோற்றவன் அடிமை என்ற அடிப்படையில் நால்வருணங்களும், அதன் தொடர்ச்சியாக சாதிகளும் தோன்றின என்று சொல்லப்படுகிறது. இதில் ஐந்தாவதாக பஞ்சமர் சண்டாளர் என்ற தீண்டத்தகாதோர் உள்ளனர்.இவர்களுக்கு சட்டம் விடுதலை தந்தாலும் சமூகம் ஏற்றுக்கொள்ளவில்லை. இவர்களை ஏற்றுக்கொண்ட மதம் தான் கிறித்துவமும் இஸ்லாமும் இவர்களுக்கு சமத்துவமும் தன் மரியாதையையும் இவை அளித்தன.

ஆகவே புதிய அடிப்படையில் மத நல்லிணக்கம் உண்டாகி அனைத்து சமூக மக்களும் கண்ணியமாக நல்வாழ்வு வாழ வழி காண்போம். ஸ்ரீராமகிருஷ்ண பரமகம்சர் போன்ற இந்து மதத்துறவிகளும் மகாத்மா காந்தி, மகாகவிபாரதி போன்றோர் எல்லா மதங்களிலும் கடவுள் உள்ளார் என்று கூறி உள்ளது குறிப்பிடத்தக்கதாகும். மத அரசியலுக்கு அப்பால் அனைத்து மக்களின் மேம்பாடுக்காக உழைத்த பிரதமர் வாஜ்பாயின் பண்பு போன்றத்தக்கது.

ஆகவே நாம் யாவரும் இந்தியர் என்ற தேசாபிமான எண்ணங்கொண்டு ஒன்றுபட்டு முன்னேறுவோம்.

இந்து மதத்தினர் தர்காவிலும் மாதா கோவிலும் வேண்டுதல் பிரார்த்தனை செய்கிறார்கள். இதே பாணியில் வெளிநாட்டவர் இந்து மதத்தை ஏற்றுக்கொண்டுள்ளனர் என்பது யதார்த்தம் தான். இந்தியர் யாவரும் இன சாதி மத மாச்சரியங்களைக் கடந்து சமூக நல்லுறவுகளைப்பேணி, எல்லாரும் எல்லாமும் பெற்று, நலவாழ்வு, வாழ முயற்சிப்போம்.

கலப்பு மணம் – பாகவத் விளக்கம்

திருமணம் என்பது இரு ஆணும் பெண்ணும் மனம் ஒப்பி இருவரும் வாழ்க்கையில் இணைவது பற்றி அவர்கள் முடிவு

செய்ய வேண்டியவிசயம். கலப்புதிருமணத்திற்கு ஆர்.எஸ்.எஸ்.எதிரானது அல்ல. கலப்புதிருமணங்கள் பற்றி கணக்கெடுப்பு நடத்தினால் ஆர்.எஸ்.எஸ்சைச் சேர்ந்தவர்கள் தான் அதிக அளவில் திருமணம் செய்தவர்களாக இருப்பார்கள்.

முஸ்லீம்கள் இல்லையென்றால் இங்கு இந்துத்துவமும் இல்லை. எல்லா சமுகத்தினரையும் ஒன்றினைப்பதுதான் நமது நோக்கம். இந்த உலகில் ஒரு குடும்பம் என்று தான் இந்துத்துவா நம்புகிறது. பாரதம் என்பது வேற்றுமையில் ஒற்றுமையைக் காண்பது தான். இந்து என்பதை விட பாரதிய (இந்தியன்) என்று அழைப்பது ஏற்றுக்கொள்ளதக்கது. சாதியைக் கேட்காதே சாதியை சொல்லாதே என்று ஆர்.எஸ்.எஸ் சொல்வதாக இல கணேசன் பி.ஜே.பி பிரமுகர் உரைக்கிறார்.

சாதியும் மதமும் – கபீர் தாஸ்

கண்ணுக்கு தெரியாத சாதியையும் மதத்தையும் வைத்துக் கொண்டு ஏன் மனிதர்கள் சண்டையிடுகிறார்கள். ஒருவரை பண்டிட் என்றும் மற்றவரை தலித் என்றும் சொல்லி பிரித்து வைப்பது ஏன்? அவர்கள் மனிதர்கள் என்பது மறந்துவிட்டது சரியா? ராமர் பெரியவரா? ரஹீம் பெரியவரா? பாமரர் அறியார், அறிஞர் அறியாரா? நூலில் ஏற்றிக்கொள்ளும் நிறத்தைப் பொறுத்து ஆடையின் வண்ணம் மாறுகிறது. நூல் ஒன்று தானே?எனவே காணத கற்பனையான அடிப்படையில் உள்ள சாதி மதத்தைக் கடந்து மனிதனைக் காண்போம் ஒற்றுமையுடன் வாழ்வோம்.

வெற்றியின் முன்னேற்ப்படிகள்–2, திரு,வி.கல்யாண சுந்தரனார்.

மோகன்ராஜ் பதிப்பகம் விநாயகபுரம் கூடுவாஞ்சேரி சென்னை.

சன்மார்க்கம் என்பது உண்மைவழி. அது மார்க்சியம் முகம்மது, கிறிஸ்து, புத்தர், அருகர், கண்ணபிரான், குமரன், தட்சணமூர்த்தி, முதலியோர் கொள்கைகளை உடையது. சைவம் ஒரு குறிப்பிட்ட சமயம் அல்ல. அது பொதுமையுடையது சாதி மதங்கடந்த தொண்டிலே விளங்கும் அன்பு கிறிஸ்துவின்

சுவிசேஷத்தை பிரசாரஞ் செய்யுங்கள் மனமாற்றம் அடைவோர். அடைக. மத மாற்றத்துக்கு அவசியமென்ன? மாணிக்கவாசகரின் திருவாசகமும் கிறிஸ்துவின் சுவிஷேமும் கருத்தில் ஒன்றுதான். வேதாந்தம் ஒரு மதமன்று. அது ஒரு பெருங்கடல். சன்மார்க்கம் சாதி மதம் மொழி நிறம் நாடு முதலிய வேற்றுமைகளைக் கடந்து உலக சகோதர நேயத்தை வளர்ப்பது, தியோசபிகல் சங்கம் பிறப்பில் உயர்வு தாழ்வு தீண்டாமை கருதாத அமைப்பு. கிறிஸ்துவின் போதனையும் சாதனையும் மனிதனை பண்படுத்த வல்லன. சாதியின் வேரை அறவே கல்ல வல்ல மருந்து கலப்பு மணமே. இது காதல் மூலம் அமையவல்லது. ஒரே குடும்பத்தில் இந்து ஜைநர், புத்தர், கிறிஸ்தவர், இஸ்லாமியர் என்ற முறையில் உலகம் சீர்திருத்தம் எய்தல் வேண்டும். சாதி மகாநாடுகள் சங்கங்கள் பத்திரிக்கைகள் ஒழிந்து பொதுமகா நாடுகள் சங்கங்கள் பத்திரிக்கைகள் முதலியன பெருகவேண் டும். கோயில் சொத்துக்களை பொது நல்வினைகளுக்கு பயன் படுத்தவேண்டும்.

திரு.வி.க தமிழ்க்கொடை –இரா.இளங்குமரனார் தமிழ்மண் பதிப்பகம்

2.சிங்காரவேலர் தெரு தி.நகர்.சென்னை–

பஞ்சமர் என்பார் இந்தியப்பழங்குடியினர். அவர்கள் உழைப்பே மேல்சாதியினரை உயர்த்தி இருக்கிறது. வேதங் களிலும் உபநிடதங்களிலும் இந்து என்ற சொல் இல்லை. பிறப்பு வழி ஊயர்வு தாழ்வு இருக்கும். தீண்டாமை கொண் டொழுகல், பெண்ணை அடிமைப்படுத்தல் முதலியவை நாட்டை குலைத்து வருகிறது. சாதி இயக்கங்களால் சாதிகள் வலுப்படலாகாது. கலப்புமணம் சாதி வேற்றுமையை சாய்க் கும். அவுரங்க சீப் மனத்தில் முஸ்லீம் உலகே நின்றது. சிவாஜி மனத்தில் இந்துக்கள் மாத்திரம் இருந்தனர். இந்தியா என்னும் தாய்நாடு நிற்கவில்லை. அன்னியர் ஆதிக்கம் அடிமைப் படுத்தியது. அவதாரம் என்பது தார்வின் பரிணாம வளர்ச்சியை ஒத்தது. மனிதரை மனிதராகப் பாவியாத இடத்தில் சிவனருள் எங்ஙனம் நிலவும்? வெறும் இலெளகிகம் உலகாயதம். வெறும் ஆன்மிகம் ஆன்மார்த்தம். வாழ்க்கைக்கு இரண்டும் வேண்டும்.

சாதிப்பேயை ஓட்டுவமே
சமநிலை எங்கும் நாட்டுவமே
எவரும் தாம் விரும்பும் மதத்தைக் கொள்ளலாம்
பிறர் மதத்தை நித்தித்தல் ஆகாது பிறர் மதத்தை
நிந்திப்பது தம்மத்தை தாம் நிந்திப்பதேயாம்
சித்தம் திருத்தல் அல்லது செத்துப்பிறத்தல் என்பதன்
உள்ளுறை என்ன?
“என்னுள் நீ பிறந்தாய் ஏசு பெருமானே
உன்னுள்ளேயான் இறந்தேன் உற்று”
தன்குறை மறைக்கப் பிறர் குறை பேசுவன்
தன்புகழ்நாடிப் பிறர்தமை இகழ்பவன்
தன்னலம் கருதிப்பிறரை வதைப்பவன்
பருத்த உடலைத்திருத்தவே முயல்வன்
உள்ளம் திருத்த உள்ளவே மாட்டான்
சாதி அமைப்பு நீதி அறை
மீள்பிறப்பு என்பது திருந்திய வாழ்வு புதுவாழ்வு
புதுப்பிறவி கொண்ட வாழ்வு சமயங்களிலுள்ள
ஒருமையை வலியுறுத்துவது சன்மார்க்கம்
ஒன்றே குலமும் ஒன்றே உலகமும் ஒன்றே தெய்வமும்

என்றே வாழ்வர் என்பினுள்ளும் அன்பு நிலவும். இதுவே பொதுமைப்புதுமை மலர்ச்சியாகும்.

ராஜாஜி– யார் பிராமணன்?

பிராமண குலத்தில் உதித்தவர்கள் எல்லாம் பிராமணர்கள் என்றும் பூணூல் போட்டவர்கள் எல்லாம் பிராமணர்கள் என்றும் கருத வேண்டாம். வேதத்தை அறிந்தவனும் பிராமணியத்தை ஒழுங்காகக் கடைபிடிப்பவனும் தான் பிராமணன். அவன் எந்தக்குலத்தில் பிறந்தாலும் அவன் பிராமணனே.

நீதிபதிக்கு எழுதிய கடிதங்கள்– (செந்தமிழ்க்கிழார்)

ஷோபா வெளியீடு–33டீ பிளாக்.பிராகசன்

தெரு திநகர் சென்னை

பொதுமக்கள் நலன் கருதி நீதிமன்ற நடவடிக்கைகளை விமர்சனம் செய்ய எவர் ஒருவருக்கும் உரிமை உள்ளது.

இ.த.ச.499(5) பொதுமக்கள் நலன் கருதி நல்லெண்ணத்துடன் பேசுவது நீதிமன்ற அவமதிப்பாகாது. ஆனால் மக்கள் பொதுவாக இதை செய்யாமல் பயத்தில் உள்ளனர். மக்கள் இதைத்தான் விரும்புகிறார்களா? மீடியாவில் பொதுகாரியங் களை பற்றி எழுதுவது போல் இதையும் செய்யலாம்.

காவல் துறையினர் பொய்யான வழக்கை துவக்கினால் இ.த.ச 211–படி குற்றமாகும். ஆனால் காவல்துறை நடவடிக் கைக்கு பயந்து மக்கள் ஒன்றும் செய்வதில்லை.

சட்டத்தின் முன் அனைவரும் சமம் என்றால் நீதிபதி மட்டும் எப்படி குற்றத்தன்மையில் இருந்து விதிவிலக்கு பெறமுடியும்? ஐநாசபை அரசியல் கோட்பாடு 42–ன் படி தனது நாட்டில் தீர்க்கமுடியாத பிரச்சனை ஏதேனும் இருந்தால் தனிமனிதன் கூட இப்பிரிவில் உலக நீதிமன்றம் நாடலாம்.

கு.வி.மு.ச 309(1) படி ஒவ்வொரு நாளும் அடுத்தடுத்து விசாரித்து வழக்கை முடிக்கும் வரையிலும் நடவடிக்கையைத் தொடரவேண்டும். தெரியாமல் செய்தாலும் செய்யவேண்டி யதைச் செய்யாமல் விட்டுவிட்டாலும் தவறுதான். இ.த.ச. (2) பிரிவு அரசு ஊழியர்கள் சொத்து விபர அறிக்கை–7(2) விதி– தாக்கல் செய்யவேண்டும்

இ.அ.சாமை 51 ஏ ஓ நீதித்துறை அரசு ஊழியர்கள் தங்கள் கட்மையை சரியாகச் செய்கிறார்களா? என சரிபார்ப்பதற்க்கும் விளக்கம் கோருவதற்கும் ஒவ்வொருகுடிமகனுக்கும் உரிமை யும் கடமையும் உண்டு.

வக்கீல் ஆஜராகாமல் போகும்போது வாரண்ட் கொடுத்து காலதாமதம் தவிர்க்கவேண்டும். முக்கிய பொதுநல வழக்கு களில் காலதாமதம் தவிர்க்க 3 அல்லது 5 நீதிபதிகள் ஆரம் பத்திலேயே விசாரித்து தீர்ப்பு செய்யலாம். தவறான தீர்ப்பு செய்யும் நீதிபதிகள் இ.த.ச.பிரிவு 219 படி நடவடிக்கை எடுக்கப்படலாம். மனுதாரர் வழக்கறிஞருக்கு பதிலாக ஒரு பிரதிநிதி கொண்டு வாதாட உரிமை உண்டு.

சமூக நீதிக்காவலர்– டாக்டர் கலைஞர் மு.கருணாநிதி

கலைஞர் அவர்கள் பெரியார் அண்ணா வழியில் வந்த பகுத்தறிவாளர். ஐந்து முறை தமிழகத்தின் முதல்வராக

பதவிவகுத்தார். சுயமரியாதையை ஊட்டினார்.தீண்டாமை ஒழிப்பு ஒட்டல்களில் இரட்டைக்குவளை முறை ஒழிப்பு. சாதி ஏற்றத்தாழ்வு நீக்கம் இவற்றை முன்னெடுத்தார். மதச்சார்ப்பற்ற கொள்கைகளை நடைமுறைப்படுத்தினார். அனைத்து சாதி யினரும் அர்ச்சகராகும் சட்டத்தை கொண்டுவந்தார். எல்லா சாதிகளும் ஒன்றாக குடியிருக்கும் பெரியார் சமத்துவபுரத்தை அறிமுகப்படுத்தினார். மதுரை மாவட்டத்தில் பாப்பாபட்டி கீரிப்பட்டி நாட்டார் மங்களம் விருதுநகர் கொட்டாக் காச்சி யேந்தல் பஞ்சாயத்துகளில் தாழ்த்தப்பட்டவர்களுக்கான தலைவர் பதவிகளை சாதி ஆதிக்கத்திடமிருந்து விடுவித்தார். இஸ்லாமியர், அருந்ததியர், மிகவும் பிற்படுத்தப்பட்டோருக்கு தனி ஒதுக்கீடு வழங்கினார். கட்டாய மதமாற்றத் தடைசட்டம் ரத்து செய்யப்பட்டு மத சுதந்திரம் வழங்கினார். சாதி கலப்பு திருமணம் ஊக்கத்தொகையுடன் ஆதரிக்கப்பட்டது. மதமாறி யவர்களுக்கு கல்வி ஊக்கத்தொகை வழங்கப்பட்டது. அவரது சமூகநீதி செயல்பாடுகள் பின்சந்ததி வழியாக தொடர்வதாக.

காந்திஜியின் சாந்தி சேனா

பேட்டி 2ஆ.ந. வாய்மை, சித்திரா நிலையம்

7/40,கிழக்கு செட்டி தெரு பரங்கிமலை

சென்னை–16

சமயாச்சாரிகள் இந்துக்களை வரவேற்று, பிரிவினை ஏற்படுத்தாமல் அரவணைத்து வழிநடத்தவேண்டும். (ஸ்ரீ. ரமனி காயத்திரி பிரம்மதர்மினி)

நான் இந்தியக்குடிமகன். பாரத அன்னையின் மக்களுள் ஒருவன். நான் எப்படி தாழ்ந்தவனாக முடியும், தாயின் பிள்ளைகள் எல்லாரும் சமம்தானே? மத்திய ஆசியாவிலிருந்து ஆரியர்கள் வருகைக்கு முன்பு இந்த மண்ணில் வேதமதம் என்னும் ஒன்று இருந்திருக்கவில்லை. அவர்கள் வருகைக்குப் பிறகு தான் பெரும்பாலான மதச்சடங்கு சம்பிரதாயங்கள் எல்லாராலும் பின்பற்றப்பட்டன. புராண இதிகாசக் கதைகள் பரப்பபட்டன. இந்து மதம் என்று ஒன்று இல்லவே இல்லை. இந்து என்னும் சொல்லுக்கும் அந்த மதத்திற்கும் எந்தத்

தொடர்பும் இல்லை. இந்து என்பது சைவமா? வைணமா? வேறுபிரிவுகளா? ஒரு மதத்தைக் குறிப்பதன்று. இந்திய மக்களைக் குறிப்பது நான் இந்து என்றால் இந்தியன் என்ற பொருளேயன்றி ஒரு மதத்தைச் சேர்ந்தவன் என்று பொருளா காது. பலருக்கும் ஜாதி உணர்வு இருப்பது போல் நாட்டுணர்வு இருப்பதில்லை. மடபிடாதீபதிகள் ஜாதிக்கு வக்காலத்து வாங்குவதும் எங்கள் மொழிதான் தெய்வ மொழி என்று வாதமிடுவதும் மதமாற்றத்திற்கு காரணமாக அமைகின்றன. சேரிவாழ் மக்கள் மற்றச் ஜாதியோடு கலப்பாக குடியேறி யிருதால் பஞ்சமர் என்னும் பேர் இருந்திராதே.

மதமற்ற ஒரு உலகம் தேவை

ஜாதி மதங்களைத்துறந்து சமதர்மம் நிலவ சாந்தி சேனா என்ற அமைப்பை காந்திஜி உருவாக்கினார். பாரதம் தான் என் கோயில். பாரத மக்களுக்குச் சேவை செய்வது தான் என்வழி பாடு. அனைவருக்கும் பொதுவான உரிமைகள் இருப்பதுபோல் அனைவருக்கும் பொதுவான சட்டம் வேண்டும்.

சாதி மதம் கடந்த முதல்பெண்:(இந்து 17.02.19)

சிநேகா ஒரு வழக்கறிஞர். கணவர் பார்த்திபராஜா பேராசிரியர் திருப்பத்தூர். இவர்கள் தங்கள் மூன்று குழந்தைகளுக்கு சாதியும் மதமும் அற்றவர் என்று சான்றிதழ் பெற்றிருக்கின்றனர். சாதிய அடிப்படையில் தாழ்த்தப்பட்டவர் ஒடுக்கப்படுகின்றனர். சாதி அமைப்பை ஒழிப்பதற்கு தம்பதியர் முன்னுதாரணமாக திகழ்கின்றனர். இவர்கள் பெரும் போற்றுதலுக்கும் மற்றவர்கள் பின்பற்றுதலுக்கும் உரியவராவார்.

வகுப்புவாரி அடிப்படையில் இடஒதுக்கீடு – சமஸ் ஆசிரியர் இந்து தமிழ்

சமூக நீதி என்பது கடந்தகால அநீதிக்கான பிராயச்சித்தமாக மட்டும் அல்லாமல், சமகாலத்துக்கான நீதியாகவும் விரிய வேண்டும். ஆனால் பொருளாதார ரீதியான இடஒதுக்கீடு தீர்வு அல்ல. எல்லாச் சமூகங்களும் அவரவருக்கு உரிய பிரதிநித்துவம் பெற வகுப்புவாரி இடஒதுக்கீடு முறையை நோக்கி நாம் நகர வேண்டும்.

காதல் சரணாலயம். (இந்து 10.03.19)

சமூகத்தின் ஏற்றத்தாழ்வுகளையும் வர்க்கபேதங்களையும் கேள்விக்குள்ளாக்கும் காதல்கள் மொட்டிலேயே நசுக்கப்படு கின்றன. சாதியமறுப்பு அரசியலால் கட்டமைக்கப்பட்ட தமிழகமும் இதற்கு விதி விலக்கல்ல. இந்நிலையில் காதல் மணம்புரியும் இளம் தம்பதியருக்கு அடைக்கலமும் பாது காப்பும் அளிக்கும் நோக்கில் திருச்சியில் ஒரு இல்லம் தொடங்கப்பட்டுள்ளது. உயர்நீதி மன்ற வழக்கறிஞர்கள் ஐந்து பேர் சாதி மதம் ஒழிய கலப்பு மணமே தீர்வு என்ற நோக்கில் இதைத்தொடங்கி உள்ளனர் என்பது பாராட்டுக்குரியதும் வரவேற்றக்கத்தக்கதுமாகும். இதற்கு அரசு உதவித்தொகையும் காவல்துறை பாதுகாப்பும் வழங்கவேண்டும். ஒவ்வொரு நகரத் திலும் சமூகமாற்றம் ஏற்பட இத்தகைய இல்லங்கள் தொடங் கப்படவேண்டும்.

சுஸ்மா சுவராஜ், மத்திய அமைச்சர்

(இஸ்லாமிய நாடுகளில் கூட்டமைப்பில் பேசியது)

கடவுள் ஒருவரே. மனிதர்கள் கடவுளைப் பல பெயர்களால் அழைக்கிறார்கள் என்று வேதங்களில் எழுதப்பட்டுள்ளது.

புத்தரின் போதனைகள்:

புத்தம் என்றால் புத்தி அதாவது ஞானம் என்பதாகும். கடவுள் இருக்கிறாரா? என்பது காரியமில்லை மனிதன் முயற்சியால் தன்னை மேம்படுத்திக்கொள்ளும் வழிகளை புத்தர் கண்டறிந்தார். பகுத்தறிவுக்கு முதலிடம் கொடுத்தார். ஆசையே துன்பத்திற்கு காரணம், உடலை, வருத்தி உபவாசித்து கடுந்தவம், செய்வதால் பலனில்லை. நீக்கும் வழிகள் கள் ளுண்ணாமை, களவு செய்யாமை, கொல்லாமை, பொய் சொல்லாமை, தான் என்கிற அகங்காரமின்மை, பேராசை இல்லாமை, இருவேளை உணவு ஆகியன. இதற்கான எட்டு வழிகள் சரியான புரிதல், சரியான எண்ணம், சரியான சொல், சரியான தொழில், சரியான முயற்சி, சரியான விழிப்புணர்வு, சரியான மனக்குவிப்பு விபாசன தியானம் ஆகியனவாகும்.

அக்பரை காண புத்தர் சென்ற வேளையில் அவர் இறைவனிடம் பலவும் பிரார்த்தித்து கொண்டிருந்தார். அவரிடம் மக்களுக்கு நன்மை செய்ய வேண்டி சென்றால் அவரே பற்றாக்குறையில் இருப்பது கண்டு புத்தர் வெறுமனே எதுவும் கேட்காமல் திரும்பி விட்டார் என்று சொல்லப்படுகிறது.

ஒரு குருநில மன்னர் ஆயிரக்கணக்கில் ஆடுகளை பலிக்காக ஏற்பாடு செய்திருந்தார். இது கண்ட புத்தர் அவரிடம் சென்று ஆடுகளை விடுவிக்கும்படியும் அதற்கு பதிலாக தன்னை பலி–யிடும்படியும் வேண்டினார்.ஏனெனில் மனித இரத்தம் ஆடுகளை விட மேலானது என்றார். இது கேட்ட மன்னர் திகைத்து ஆடுகளை பலியிடுவதை நிறுத்திவிட்டார். இதை பின்பற்றி ஆரியரும் பலியிடுவதை கைவிட்டு புத்த பிச்சுகள் ஆனார்கள். புத்தர்களே மேலானவர்கள் என்று சமூகத்தால் நடத்தப்பட்டார்கள்.

புத்த பிச்சு அசோக சக்கரவர்த்தியை கலிங்கபோரில் வீரர்கள் சிந்திய இரத்த வெள்ளத்தை கண்டு மரண ஒலத்தைக்கேட்டு, ஊனமுற்றோரின் அவலத்தை பார்த்து மனம் உருகச்செய்து அகிம்சையை ஏற்றுக்கொள்ள செய்தார். பின்னாளில் மகாத்மா காந்திஜி அகிம்சை வழியில் நமது நாட்டிற்கு சுதந்திரம் பெற்று தந்தார்.

ஆசையே துன்பத்திற்கு காரணம் என்றார் புத்தர். ஆசையை வெறுத்து மறுபிறவியை நீக்கும் நிர்வாணமே மோட்சம் என்றார். ஆகவே பகுத்தறிவுள்ள, பேதம் நீங்கிய மனித நேயமுள்ள புத்த மத்ததை சாதி உயர்வு தாழ்வு ஒழிப்பிற்காக அம்பேத்கர் தெரிந்தெடுத்தார். புத்த மதத்தில் லட்சகணக்கானவர்களோடு இணைந்து சாதி கொடுமைகளுக்கு ஆளானவர்களுக்கு விடுதலையாக ஆன்மிக நிவாரணமாக வழிகாட்டினார்.

புத்தம் சரணம் கச்சாமி!
தர்மம் சரணம் கச்சாமி!
சங்கம் சரணம் கச்சாமி!

சனாதன தர்மம்– தமிழக காங்கிரஸ் தலைவர் கே. எஸ். அழகிரி:

சனாதன தர்மம் என்பது சமூகத்தில் நிலவும் வேறுபாடுகளை நியாயப்படுத்துகிறது. இது இந்து மதத்தில் ஏற்பட்ட இடைச்

சொருகல். எந்த நாகரீக சமூகமும் இதை ஏற்றுக் கொள்ள வில்லை.

மதங்களுக்கிடையே ஒற்றுமை

முனைவர் ஏ.பி.ஜே அப்துல்கலாம்

ந.இராஜாரம்,அபிநாயா பதிப்பகம் சென்னை– 78

மக்கள் மனங்களிலிருந்து வெறுப்பை துடைத்து அழிக்க வேண்டும். சகிப்புத்தன்மை மூலமே மக்களிடையே ஒற்றுமை நிலவும். பல்வேறு மதங்கள், மொழிகள், இனங்கள், பிராந் தியங்கள் ஆகிய எல்லாவற்றிலும் ஊக்குவிக்க வேண்டும். இத்தகைய அருங்குணம் அனைவரது இல்லங்களிலும் ஆரம்ப பள்ளிக்கூடங்களிலேயே பயிற்றுவித்தல் அவசியம். நாடு முக்கியம் நானல்ல. என் மதமும் முக்கியமல்ல நான் சார்ந் திருக்கும் அமைப்பும் என் நாட்டை விட முக்கியமானதல்ல என்ற எண்ணம் மக்களின் மனங்களிலே வேரூன்ற வேண்டும். ஜாதி. மத, இன, மொழி, அடிப்படையில் வேறுபார்க்க மாட்டேன் என்று மாணவர்கள் உறுதிமொழி எடுத்துக்கொள்ள வேண்டும். (கிராமசபா கூட்டங்களில்,ஆட்சியர் மக்களுக்கு குறைதீர்க்கும் கூட்டங்களிலும் அரசு விழாக்களிலும் இந்த உறுதிமொழி எடுத்துக்கொள்ளப்பட வேண்டும்.)

முனைவர் ஏ.பி,ஜே.அப்துல்கலாம்

தீவிரவாதம் அகற்றும் வழி

ஜாதி.மதம், இனம், மொழியின் அடிப்படையில் நான் எந்த வேறுபாடும் பார்க்க மாட்டேன் என்ற உறுதிமொழியை பள்ளி குழந்தைகள், மாணவர்கள் அனைவரும் எடுத்துக்கொள்ள வேண்டும்.

கொரோனா ஒழிப்பில் சுகாதார பணியாளர்

கொரோணா வைரஸ் 2019–ம் வருட இறுதியில் சீனாவில் தோன்றி உலக நாடுகள் எங்கும் பரவியது என்று சொல்லப் படுகிறது. இது சுனாமி போல் வியாபித்து உலகில் கோடிக் கணக்கான மக்களைப் பாதித்து லட்சக்கணக்கில் பலி கொண்டு

வருகிறது. இந்த உயிர்க்கொல்லி நோய்க்கு எதிராக உலக மக்கள் யாவரும் திரண்டார்கள். இந்தியாவில் சாதி மத இன பேதமின்றி மக்கள் வைரஸை எதிர்த்து போராடி வருகிறார்கள். இது சமயத்தில் சுகாதராத்துறையின் போராட்டம் எதிரி நாட்டில் ராணுவ வீரர்களின் தியாகத்திற்கு நிகரானது என்று சொல்லப் பட்டது. கொரோணா உலகில் மனிதர் யாவரும் சகோதரர்களே என்பது நிருபணமாயிற்று கொரோணா வைரசைப் போல சாதியானது சுமார் 2500 வருடத்திற்கு மேலாக இந்தியப் சமூகத்தைப் பாதித்து வருகிறது. சாதியின் பேரால் மக்கள் பிளவு பட்டு இழிவு படுத்தப்பட்டு துன்புறுகிறார்கள். எனவே சாதிப்பழக்கத்திற்கு எதிராக மக்கள் யாவரும் போராட முன்வரவேண்டும். கொரோணா வைரசைப் போலவே சாதி என்பது கலாச்சார வைரஸ் ஆகும். கொரோணாவுக்கு எதிரான போராட்டத்தில் தூய்மைப் பணியாளர்களின் பங்கு மதத்தானது. எனவே மனச்சாட்சியால் உந்தப்பட்டு பிரதம மந்திரி, உட்பட பூசாரிகள் உயர்சாதிகள் யாவரும் தூய்மைப்பணியாளர்களுக்கு பாத பூசை செய்து கௌரவித்து வருகிறார்கள். இதன்மூலம் தூய்மைப்பணியோ அல்லது இதைச்செய்யும் பணியாளர்களோ மற்ற மக்களைப் போல் சாதி உயர்வு பெற்று விடுவார்களா? தரித்திர நாரயணன் என்ற தெய்வ நிலைக்கு உயர்ந்து விடுவார்களா? மற்ற உலக நாடுகளில் உள்ள மக்களைப் போல இந்தியாவிலும் தூய்மைப்பணியை தங்கள் சொந்த வீடுகளில் செய்து கொள்வதைப் போல பொது வெளியிலும் செய்ய முன்வருவார்களா? அப்போது தான் சாதி இழிவு மாறும். இது போலவே தூய்மைப்பணியாளர்கள் பல தொழில்களைச் செய்து தங்கள் தன்மானத்தைக் காத்துக் கொள்ள முன்வரவேண்டும். சாதி பேதம் ஒழிந்து சாதிக் கொலைகள் நிறுத்தப்பட வேண்டும். உன்னைப் போல் பிறரையும் நேசி என்ற அடிப்படையில் நாம் மனித உறவுகளை சீரமைப்பு செய்வோமா? யாவரையும் சக மனிதர்களாக நடத்துவோமா?

சாதி மறுப்பு இயக்கம்

இலட்சியங்கள்:

- சாதியின் தீமைகளை மக்களுக்கு எடுத்துரைத்தல்

● காதல் மணம் செய்ய பெற்றோர் முன் சம்மதம் பெறு அறிவுருத்தல் கலப்பு மணம் செய்தவர் புதியவர்களுக்கு உதவுதல்

● பத்திரிக்கை, ஊடகம் மற்றும் பொதுக்கூட்டத்தில் மூலம் பரப்புரை செய்தல்

● நிதி சேகரித்தல்

● பத்திரிக்கைகள், கைபிரதிகள், புத்தகங்களை வெளியிடல்

● சாதிகளை கைவிடும் அரசியல் கட்சிகளுக்கு ஆதரவு அளித்தல்

● நடைமுறையில் பெண்களுக்கு சொத்துரிமை, கணவரை தேர்ந்தெடுக்கும் உரிமை வேண்டல்

● காந்திஜி வழியில் பொது மதப்பிராத்தனை செய்தல்

● பொதுபந்தி உண்ணல்

● கிராமக்கோயில்களில் அனைத்து சாதியினருக்கும் பிரவேசம் மற்றும் வழிபடல் உரிமை

● காலகிரமத்தில் சாதி மறுப்போர் மக்கள் கட்சி தொடங்கி அரசியல் விழிப்புணர்ச்சி செய்தல்

● சாதி மதமற்ற ஜனநாயகத்தை மீட்டெடுத்தல்

இப்படியாக அகிம்சையான சத்தியாகிரக வழியில் விடாமுயற்சியுடன் செயல்பட்டு காலகிராமத்தில் சாதியம் மறைந்து உலக நாடுகளில் உள்ளதுபோல் மனிதநேய அடிப்படையில் மனித சமத்துவம் இந்தியாவில் தழைக்கும் என்ற நோக்கத்தில் காரியம் ஆற்றுவோம். இந்திய மக்கள் அனைவரும் நல்வாழ்வு அடைவோம்.

முடிவுரை:

சாதி என்பது பன்முகத்தன்மை கொண்டு சமூகத்தில் பல வடிவங்களில் ஆக்டோபஸ்போல ஊடுருவி பரந்து விரிந்து மக்களை சாதியின் பெயரில் பிரித்து வைத்திருக்கிறது. சாதியானது நான்கு வருணத்தில் தொடங்கி, பஞ்சமர், கல்வி, மறுப்பு, இழிவு செய்தல், வன்கொடுமை, சாதிச்சங்கம், சாதி

கட்சி, சாதி வெறுப்பு, சாதி உணர்வு, தனி குடியிருப்பு, சமய தொடர்பு, தெய்வகட்டளை, குலதர்மம், சாதி உயர்வு தாழ்வு,அகமணம், பெண்அடிமை, பிறப்பு அடிப்படையில் சாதி அமைப்பு, தீண்டாமை, ஆணவக்கொலை,இழிதொழில், ஏழ்மை,குலத்தொழில், கொத்தடிமை என்கிற அநேக நிலைப் பாடுகளில் சமூகத்தை பாதித்து இருக்கிறது. இவை அனைத் திற்கும் ஒரே தீர்வு என்பது சாத்தியமற்றது. ஆகவே ஒவ்வொரு நிலைமைக்கும் ஏற்ற தனித்தனி தீர்வே சாதியத்தை ஒழித்து சமூக சமுத்துவத்தை ஏற்படுத்த முடியும். இந்த இலட்சியத்தை அடையும்படியாக கற்றோர், பகுத்தறிவாளர், நலம் விரும்பிகள் யாவரும் சாதி மறுப்பு இயக்கம் தொடங்கி ஒவ்வொரு ஊர்களிலும் நகரங்களிலும் செயல்பட வேண்டும். அகிம்சை மற்றும் சத்தியாகிரக வழியில் சாதி பிடியில் இருந்து மக்களை விடுவிக்க வேண்டும். இதற்காக செயல்படாமல் மக்கள் ஆதரவு இல்லாமல் சமூக மாற்றம் செய்ய முடியாது. எதிர்காலம் இளைஞர்கள் கைகளில் இருக்கிறது. அவர்களால் தான் சமூக மாற்றத்தை ஏற்படுத்த முடியும். இளைஞர்கள் மாற்றத்தின் பிரதிநிதிகளாக செயல்பட வேண்டும். இளைஞர்கள் வெறு மனே பார்வையாளர்களாக இருந்து சமூகத்தில் காணப்படும் தீமைகளை சகிக்க கூடாது. சாதி மறுப்பு கழகம் கல்வி நிலையங்களில் பொதுமக்கள் மத்தியிலும் இளைஞர்கள் இடையேயும் தொடங்கப்பட்டு செயல்பட வேண்டும்.

வந்தே மாதரம் !

ஜெய்ஹிந்த் !!

சாதியம் - முனைவர் பாபா சாகேப் அம்பேத்கர்

முனைவர் அம்பேத்கர் தலித்துகளின் காப்பாளர் ஆவார். அவர் தலித் என்பதால் எண்ணில்லாத கொடுமைகளைச் சகித்தார். உயர்சாதிகளின் இரும்புப்பிடியிலிருந்து தலித்துகளை விடுவிக்க அவர்களுக்கு தலைமை தாங்கினார். சமூக விஞ் ஞானம் மற்றும் சட்டம் ஆகியவற்றில் உலகப்பிரசித்த பெற்ற அறிஞர். இந்திய அரசியல் சாசனத்தை தன் தலைமையில் உருவாக்கினார். தலித் மக்களைப் பாதுகாக்கும் சட்டங்களை இயற்றினார். தலித்மக்களுடைய நன்மைகளுக்காக அவர் அநேக போராட்டங்களை நடத்தினார். சாதியைப்பற்றி பல புத்தகங்கள் எழுதினார்.

உலக நாடுகளில் ரோமர்களுக்கு அடிமைகளிருந்தனர். ஸ்பார்ட்டன், என்பாருக்கு ஹேலோட் என்பார் அடிமைகள். பிரிட்டாஷுருக்கு வில்லோன்களும், அமெரிக்கர்களுக்கு, நீக்ரோக்களும், ஜெர்மானியருக்கு, யூதர்களும், அடிமைகள். தீண்டத்தாகதவர் இந்துக்களின் அடிமைகள். உலகில் அனைத்து அடிமைத்தனங்களும், மறைந்து விட்டன. ஆனால் தீண்டாமை ஒழியவில்லை. இந்துத்துவம் உள்ளது வரை நிலைத்திருக்கும் என்று தெரிகிறது. தீண்டத்தகாதவர் அசட்டை பண்ணப்படுவது மாத்திரமில்லை. அவர்கள் முன்னேறுவதற்கான எல்லா வாய்ப்புகளும் மறுக்கப்படுகின்றன.

அட்டவணை சாதியார் தற்போதுள்ள குடியிருப்புகளை விட்டு தனியாக தங்களுக்கு கிராமங்களை அமைத்துக்கொள்ள லாம். இவைகள் இந்து கிராமங்களை விட்டு சுதந்திரமாக இருக்கும். தனிக்கிராமங்கள் இந்துக்களின் அடிமைத்தனத்திற்கு விலகி தீண்டாமையிலிருந்து விடுபட உதவும். இவர்களுக்கு உயர்வு தாழ்வு இருக்காது எனலாம்.

தீண்டத்தாகதவர்களுக்கு தனி வாக்குரிமை தொகுதி வேண் டும். தற்போது தீண்டத்தகாதவர் நியமனம் பெற்று இந்துக்களின் கையாளாக இருக்கிறார். இந்துக்கள் ஒரு தலைப்பட்சமாக தீண்டத்தகாதவர்களுக்கு எதிராக செயல் படுகிறார்கள். இந்துக் கள் அவர்களை காலங்காலமாக அசட்டை செய்து மரியாதை

யில்லாமல் நடத்தி கைவிட்டு விட்டார்கள். இகழ்ச்சியான இனமாக நடத்தினார்கள். ஒரு தலைப்பட்சமாக செயல்பட்டு அவர்கள் நன்மைக்கு எதிராக செயல்படுகிறார்கள். தீண்டத் தகாதவர்களுடைய இலக்குகளுக்கும், நன்மைகளுக்கும், ஆர் வங்களுக்கும் மாறாக இந்துக்கள் நடந்து நியாயம் வழங்காமல் பேதம் செய்கிறார்கள்.

இந்துக்கள் பிறவிக்குணமாக வளைந்து கொடுக்காத பழ மைவாதிகள். அவர்களுடைய மதம் விடுதலை சமத்துவம் சகோதரத்துவத்துக்கு பொருத்தமில்லாதது. அதாவது மக்களாட் சிக்கு எதிரானது.

தீண்டாமை என்பது பாவமாகும். சமூககுற்றமாகும். இந்துக் கள் தலித்துகளை இந்துக்களாக நிலைநிறுத்தி அவர்களைத் தங்கள் பிடிக்குள் தீண்டத்தகாதவர்களாக வைத்திருக்க விரும் புகிறார்கள். பெரும்பான்மையானவர்களைக் கண்காணிப்பிலும் சமநிலையிலும், இருக்கும் படி, அரசு பார்த்துக்கொள்ள வேண்டும். அப்படியில்லா விட்டால் அவர்கள் சிறுபான்மை யோருக்கு அநீதி கொடுங்கோன்மை, குரூரம், அநாகரிகம், மற்றும் கொடுமை செய்வார்கள்.

நான் சிலைவணக்கம் செய்வதில்லை அதை மாறவேண்டும் என்று நினைக்கிறேன். யாதொன்றும் நிலைத்ததல்ல, மாறாதது அல்ல. பழமை வாதமல்ல. எல்லாம் மாறிக்கொண்டிருக்கிறது. மாறிவரும் சமூகத்தில் பழமை வாதமும் மாறவேண்டும்.

சுதந்திரம் பெற்று 75 ஆண்டுகள் ஆகியும் தலித்துகள் அருவருப்பான வேலைகளைச் செய்யும் படி வைத்திருக் கின்றனர். இது பெரும்பான்மை சமூகத்தின் மாறாத குணம் என்பதை மறுக்கமுடியமா? உச்ச நீதிமன்ற தீர்ப்பின் அடிப் படையில் அரசு கைகளால் கழிவறை சுத்தம் செய்வதை தடைசெய்கிறது. பத்மனாபன் என்பவர் தாக்கல் செய்த பொது நலவழக்கின் பேரில் இந்த தீர்ப்பு ஆனது. மனிதத்தன்மையற்ற இந்த செயல்பாட்டை நிறுத்துவதற்கு 65 வருடம் ஆகியிருக்கிறது.

தமிழகத்தில் ஒரு பகுத்தறிவு கிராமம்

எம். விஜயராகவன், எழுத்தாளர்,
வசந்தம் வெளியீடு

கோயில் இல்லாத ஊரில் குடியிருக்காதே என்று சொல்வர். ஆனால் செக்கடிக் குப்பம் கிராமத்தில் இரண்டாயிரம் மக்கள் கோயிலும் குளமும் இல்லாமல் வாழ்கிறார்கள். இது ஒன்றி ரண்டு வருடங்களாக அல்ல. சுமார் அறுபது எழுபது வருடங்களுக்கு மேலாக இது தான் நிலை. ஆச்சரியம் இத்தோடு நின்றுவிடவில்லை. அநேக காரியங்கள் உள்ளன. அரசு டாஸ்மாக் சாராயக்கடை, சிகரெட், பீடி, பான்பராக் மேலும் கோயில் குளம் இங்கு இல்லை.

தீபாவளி, ரம்ஜான், கிறிஸ்துமஸ், முதலிய எந்த மத விழாவையும் அவர்கள் கொண்டாடுவது இல்லை. பகுத்தறிவு ஒன்று மட்டுமே உண்டு. ஆகவே தான் அறியப்படாத நம்பிக்கை களும் சாதி பேதங்களும் அவர்களைத் தொடரவில்லை. பெரும் பாலும் கறுப்பு நிற ஆடைகளையே அணிகிறார்கள். மற்ற நிற ஆடைகளை அணியும் போது கறுப்பு நிற ஓரங்களைக் கொண்டு வந்துவிடுகின்றனர்.

பிள்ளைகளை பாலின பேதமில்லாமல் படிக்க வைக்கின் றனர். சிலம்பம் முதலிய தற்காப்புக் கலைகளை இளைஞர் பயிலுகிறார்கள். மேற்படிப்பு எங்கும் போய் கற்கிறார்கள்.

ஒரு வேளை இது எங்களது கற்பனையில் நடக்கலாம் என்று ஒருவர் நினைக்கலாம். அது அப்படியல்ல. பெரியார் பிறந்த மண்ணில் தான் இந்தப்புரட்சி நடைபெறுகிறது. இந்தப் பகுத்தறிவுக் கிராமம் விழுப்புரம் ஜில்லா செஞ்சி தாலூகா மேல் மலையனூரிலுருந்து 4 கி.மீ தூரத்தில் இருக்கிறது.

இந்தக்கிராமம் ஆங்கிலேயர் காலத்திலிருந்து இருக்கிறது. மக்கள் விவசாயம் தான் செய்கின்றனர். அந்நாட்களில் சாராயம் ஆறுபோல் கிராமத்தில் ஓடிக்கொண்டிருந்தது. பெரும்பாலான ஆண்கள் குடி வெறியர்கள். குடும்பத்தைக் கவனிக்காமல் சாராயத்தில் மூழ்கினார்கள். பெண்களும் பிள்ளைகளும் உண

வில்லாமல் வருந்தினர். ஆண்கள் குடும்பத்தில் சண்டை சச்சரவு செய்தனர். சாராயத்திலிருந்து கிராமத்தைக் காக்கும்படி ஒரு வழிதேடிக் கொண்டிருந்ததாக எம்.அருச்சுனன் சொல்கிறார்.

தந்தை பெரியாரும், அறிஞர் அண்ணாவும் அறுபதுகளில் மேல் மலையனூரிலிருந்து பகுத்தறிவைப் பரப்ப வந்தார்கள். இதைக்கேட்டு புது ரத்தம் பாய்ச்சியது போல் இளைஞர் உணர்ந் தனர். கிராமத்தை சீர்திருத்த உறுதிமொழி எடுத்தார்கள். முதலி லேயே கோயில் கிராமத்தில் இல்லை. ஆகவே பெரியாரின் சிந்தனைகளை இலகுவாகப் பரப்பினார்கள். வயதான பெரிய வர்கள் பகுத்தறிவைப் பற்றி ஆர்வம் காட்டவில்லை. ஆனால் இளைஞர்கள் செவி கொடுத்தார்கள். மெதுவாக கிராமத்தை பகுத்தறிவு கிராமமாக மாற்றினார்கள். அறியாத யூக நம்பிக் கைகள் நீக்கப்பட்டன. தமிழ் கலாச்சார உணவு மக்களிடம் ஊறியது.

ஆரம்பத்தில் திருமணச் சடங்குகளைத் தவிர்ப்பதற்கு பலத்த எதிர்ப்பு இருந்தது. சிலர் பூசாரிகள் வேண்டுமென்றனர். தம்பதிகள் வாழ்வு நலமாக இருக்காது என்றார்கள். அவர்களி டம் உடன்பிறந்த பயம் இருந்தது. இதை வாழ்ந்து காட்டினால் மாத்திரமே முடியும் என்ற நிலை. ஆகவே அருச்சுனன் பூசாரி இல்லாமல் திருமணம் செய்தார். பொதுவாக இந்துக்கள் மார்கழி மாதத்தில் திருமணம் செய்யமாட்டார்கள். மார்கழியில் திருமணம் செய்தால் குடும்பம் கெட்டும்போகும் என்ற நம்பிக்கை இருந்தது. இந்த நம்பிக்கை சூழலில் மார்கழியில் 1968–ம் வருடம் அருச்சுனன் திருமணம் செய்தார். சடங்குகளால் மகிழ்ச்சி வருவதில்லை என்று காட்டினார். பகுத்தறிவு திருமணத்தைப் பார்த்து கிராமத்தார் மன நிலை மாறியது. அருச்சுனனுக்கு ஒரு பையனும் இரு பெண்களும் பிறந்தனர். பெண்கள் ஆசிரியை வேலை பார்க்கிறார்கள். பையன் சென்னையில் தமிழ் பேராசிரியராக இருக்கிறார். யாவரும் நலமே. பெண்கள் தமிழ் பெயர்களிலும் பையன் பெரியார் என்றும் அழைக்கப்படுகின்றனர்.

அருச்சுனன் வாழ்வைப் பார்த்து மக்கள் பகுத்தறிவாளர் ஆனார்கள். ஆயிரத்துக்கு மேலான சுயமாரியதை திருமணம் செய்துள்ளார்கள். மணமக்கள் சிநேகிதர்களாக வாழ உறுதி

மொழி எடுத்துக்கொள்கின்றனர். தாலி இல்லை, வரதட்சணை இல்லை. தீபாவளி, ரம்ஜான், கிறிஸ்துமஸ்க்கு பதிலாக தமிழர் தினமும் தமிழரசர் தினமும் கொண்டாடுகிறார்கள். ராவணன், மேகன்நாதன், கும்பகர்ணன் ஆகியோரை வாழ்த்துகின்றனர். 95% பேர் தமிழ் பெயரைத் வைத்திருக்கின்றனர். மரண ஊர் வலத்தில் பறை அடிப்பது இல்லை. ஏனெனில் அது தாழ்த் தப்பட்டோர் வேலை. சாதி பேதம் கிராமத்தில் இல்லை.

பகுத்தறிவு வாழ்வு அநேக நன்மைகளை உண்டாக்குகிறது. கணவனும் மனைவியும் சமத்துவமாக வாழ்கின்றனர். பிள்ளை கள் தற்காப்புக் கலைகளைக் கற்றுக் கொள்கிறார்கள். பெண் கள் மீதான பாலியல் குற்றங்களை யாரும் செய்ய முடியாது.

விளையாட்டுப் போட்டிகளில் தேசிய அளவில் பரிசுகள் பெற்றுள்ளனர். பலர் உயர்கல்வி கற்றுள்ளனர். அறியாமையும் தப்பான நம்பிக்கையும் அகற்றப்பட்டன. பெண்கள் பிரச்சனை கள் இல்லாமல் மகிழ்ச்சியாக உள்ளனர். அதனால் தான் அடுத்த கிராமங்களில் உள்ளவர்கள் தங்கள் பெண்களை இங்கு திரு மணம் செய்து கொடுக்க போட்டியிடுகின்றனர். மது விலக்கால் பொருளாதார வளர்ச்சி மற்றும் சேமிப்பு அடைந்துள்ளனர். ஏதாவது பிரச்சனைகள் ஏற்பட்டால் பேசித்தீர்த்து கொள்கிறார் கள். சமாதானத்திற்காக வீடுகளில் புறா வளர்க்கின்றனர். தமிழகத்தில் இப்படியான கிராமங்கள் உள்ளது பெருமையாக இருக்கிறது. பெரியார் வழியில் வாழ்ந்தால் பகுத்தறிவு வழியாக சாதி பேதம் ஒழியும், நாடு நலம் பெறும்.

தமிழகத்தில் சமூக சீர்திருத்தம்

அருணன், வசந்தம் பப்ளிகேன்சஸ், மதுரை

பொருளாதார வளர்ச்சியின் அடிப்படையில் சமூகத்தில் சீர்திருத்தம் ஏற்படும். உதாரணமாக தாழ்த்தப்பட்டோருக்கு எதிராக தீண்டாமையானது இந்த நிலை அடைந்திருக்க முடியாது. ஜமீன்தாரி முறையிலான விவசாயம் முன்னேறி முதலாளித்துவ முறையிலான ஆலைகள் வந்தது என்பதாகும். ஆனால் இவை தாமாக நடந்து விடுவதில்லை. பொருளாதார அடிப்படையில் மாற்றங்கள் ஏற்படும்போது அவை ஒரே மாதிரி அரசு சட்டம், மதம், கல்வி, கலை, இலக்கியம், குடும்பம், பழக்கவழக்கம், மற்றும் சடங்குகள் ஆகியவற்றில் அதேவேகத்தில் பிரதிபலிப்பதில்லை. இதற்கு போற்றத்தக்க சமூக சீர்திருத்தகாரர்களின் சேவை அவசியமாகிறது. அவர்கள் சீர்த்திருத்தத்தின் அடையாளங்களாக தங்களை வேறுபடுத்திக் கொள்கிறார்கள்.

பண்ட மாற்று நாட்களிலிருந்து சமுக சீர்த்திருத்தங்கள் தோன்றின. சீர்த்திருத்தங்களின் சரித்திரம் என்பது மனிதர் சரித்திரம் போன்றதாகும். பிறப்பின் அடிப்படையிலான பேதம் ஆயிரக்கணக்கான வருடங்களாக இருந்தது. இது இரண்டு வகைப்படும். ஒன்று பிறவி அடிப்படை மற்றது ஆண் பெண் பேதம். ஆணாதிக்கம் உலக முழுவதும் உண்டு. நிறத்தின் பேரிலான இன ஒடுக்குதல் கறுப்பு ஆப்ரிக்கர் மத்தியில் அமெரிக்காவிலும் பழுப்பு நிற ஆரியர்கள் மத்தியில் ஐரோப் பாவிலும் இருந்தது. குறைந்த அளவில் இப்போதும் அந்நாடு களில் காணப்படுகிறது.

இந்தியாவில் பிறவி அடிப்படையிலான சாதி ஒடுக்குதல் இருந்தது. இந்த ஒடுக்குதலுக்கு எதிராக ராஜாரம் மோகன்ராய், பிரம்மசமாஜம் மூலம் வங்களாத்திலும் ஜோதிபாபூலே மாகராஷ்டிரத்திலும் ஸ்ரீநாராயண குருகேரளத்திலும் பணியாற் றினர். நாடு பிரிட்டிஷாரின் ஆட்சியில் 19–ம் நூற்றாண்டில் இருந்தது. இந்தியாவின் சாதி உணர்வுகளைப் புறக்கணித்ததற்கு

எதிராக சிப்பாய் கலகம் 1857–ல் பிரிட்டிஷாருக்கு எதிராக நடந்தது. இந்திய சிப்பாய்கள் பொட்டுவைக்ககூடாது. தலைப்பாகை கட்டக்கூடாது என்று பிரிட்டிஷார் உத்தரவு போட்டார்கள். ஆனால் இவை சாதி அடையாளங்களாகும். முதலாளித்துவ எதேச்சதிகார மக்களாட்சியை பிரிட்டிஷார் அறிமுகப்படுத்தினர். பொது மக்கள் பிரயாணத்திற்காக ரயில்வேக்கள் தொடங்கப்பட்டன. அவை குடிசைத் தொழில் களை பாதித்தன. உச்சநீதி மன்றத்தை நீதி வழங்கும் படி அவர்கள் அமைத்தனர். அவர்கள் சார்பில்லாமல் நியாயமாக நீதி வழங்கிய படியால் சாதிப்பஞ்சாயத்துகள் அதிகாரம் இழந்தன. யாவரும் சட்டத்தின் முன் சமத்துவமாக நடத்தப் பட்டார்கள். உயர்சாதிக்காரர் தாழ்ந்த சாதிக்காரரோடு பயணித்த படியால் தீண்டாமை பேதம் ஒழிந்தது. மேற்கத்திய கல்வி, அரசியல், சமூக வரையறைகளை விரிவாக்கியது. தாழ்த்தப் பட்டோரின் அடிமை முறையை 1843–ல் மற்றும் இந்தியாவின் பீனல்கோடு எக்ஸ் எல்.வி.1861–ல் மூலம் பிரிட்டிஷார் ஒழித்தனர். கீழ்சாதிகளை சாதிக்கொடுமை மூலம் மனுதர்ம சட்டம் அதுவரை ஆட்சி செய்து கொண்டிருந்தது. ஒவ்வொரு வரும் தன் மொழியை விட இனத்தை விட சாதியை பிடித்துக் கொண்டிருந்தனர். யாவரும் சாதிக்கோட்டுக்குள் வாழ்ந்து கொண்டிருந்தனர். சாதிக்கோடு பாதுகாப்பின் வளையமாக இருந்தது. கிணற்றுதவளையாக சமூகம் வாழ்ந்து கொண்டிருக் கிறது. கீழ் சாதிகள் சுய மரியாதையில்லாமல் இருந்தனர். எல்லா சாதிப்பெண்களையும் மனுதர்மம் ஆட்டிபடைத்து சமூக பொருளாதார ரீதியாக பாதித்தது. வேறு வார்த்தையில் சொல் வதானால் சாதிக்கொடுமையும் ஆணாதிக்கமும் சேர்ந்து பெண் ஆனவள் எந்த நிலைமையிலும் சுதந்திரமானவளாகக் கருதப்பட வில்லை. கணவன் மதியீனனாக நடத்தைக்கெட்டவனாக ஆண்மையற்றவனாக இருந்தாலும் கற்புள்ள மனைவி அவனை வணங்கவேண்டும். பெண்கள் வேதம் படிக்கக்கூடாது கல்வி உரிமை சுதந்திரவாழ்வு விதவை மறுமணம் இல்லை. கணவன் இறந்தால் சதி வழக்கப்படி சிதையில் மனைவி எரிக்கப்படுவார். தேவதாசிகள் என்ற பெண்களில் ஒரு பிரிவினர் கோவில்களில் உயர்சாதி ஆண்களுக்கு பாலியல் சேவை செய்தனர். கிறித்துவ பாரதியார் மத மாற்றம் மூலம் சமூகச் சீர்திருத்தம் செய்தனர்.

பெரும்பாலும் அவர்கள் கீழ்சாதிகளையே கவனித்தனர். அவர் களுக்கு கல்விச்சாலைகள் திறந்தனர். புதிய சமத்துவத்தைப் போதித்தனர். பட்டினியாயிருப்போர் நோயாளிகள் ஆகியோ ருக்கு உதவினர். இவர்கள் உயர்சாதிகளால் புறக் கணிக்கப் பட்டிருந்தனர். உயர் சாதிகள் மனு சாஸ்திரம் மூலம் பஞ்ச காலங்களில் பிராமணரை மட்டுமே போஷிக்க வேண்டு மென்று தடுக்கப்பட்டிருந்தனர்.

ராஜாராம் மோகன்ராய் பிரமசமாஜத்தை தொடங்கினார். பிரிட்டிஷாரின் சட்ட மூலம் சதி வழக்கத்தை ஒழித்தார். கணவன் மரித்தபின் மனைவி அவனுடைய சிதையில் எரிக்கப்பட்டார். அபி.ஜெ.ஏடூபே. என்பவர் கூற்றுப்படி சில பிராமணர்கள் மரித்தவரின் எரிசாம்பலை உண்டு மரித்தவர் மோட்சமடைய உதவினார்கள். அவர்கள் பணம் மற்றும் நிலங்கள் வீடுகள் பெற்றுக்கொண்டனர்.

விராஜகோபாலச்சாரியர் மற்றும் பிசுப்பராயலு செட்டியார் வேதசமாஜத்தை ஸ்தாபித்தனர். சென்னையில் 1864–ம் வருடம் சமூகச்சீர்திருத்தம் செய்ய முயன்றனர்.சிலை,வணக்கம், சடங்குகள், சிறுவர், திருமணம், இவற்றை எதிர்த்தும், விதவை மணம், பெண்கல்வியை, ஆதரித்தும் செயல்பட்டனர். சிலைவணக்கம் பிராமணர் பொருளாதார நன்மைகளுக்காகச் செய்யப்பட்டது. தியான முறையிலிருந்து மக்களை திசை திருப்பினார். பூசை, சடங்குகள், செய்து காணிக்கை பணம் சம்பாதித்தனர். அவற்றின் மூலம் வாழ்க்கை நடத்தினர். ஜோசியம் மற்றும் எதிர்காலம் சொல்லி பக்தர்களிடம் பணம் சம்பாதித்தனர். பிராமணர் விதவை மணத்தை எதிர்த்தனர்.

ஏனென்றால் மரித்தோருக்கு சடங்குகள் செய்து பணம் சம்பாதித்தனர். விதவை மறுமணம் செய்தால் பணவரவு நின்று போகும். உச்சிக்குடுமியும் பூணூல் பிராமணர் அடையாளம். அவைகள் பிறக்கும் போது உடன்பிறக்க வில்லை. அவை பிழைப்பிற்காக உண்டாக்கப்பட்ட வேஷம். அவை உயர் சாதியின் அடையாளமாகவும் கொள்ளப்படுகிறது. அவை செயற்கையாக உண்டாக்கப்பட்டிருந்ததால் அவற்றை எந்த மனிதனுக்கும் அணிவித்து செயல்படுத்த முடியும்.ஆகவே சாதி பேதம் அவசியமில்லாதது. வேதம் ஓதுவது மற்ற சாதிகளுக்கு

தடுக்கப்பட்டிருக்கிறது. அவர்கள் சம்பாத்தியத்தை யாருடனும் பகிர்ந்து கொள்ளமாட்டார்கள்.

ராமலிங்க சுவாமிகள் ஆன்மிக சீர்த்திருத்தாவாதி ஆவார். கடவுளை ஒரு கருத்து என்று சொல்கிறார். ஆன்மிக இயற்கையே கருத்து என்பது. கடவுள் சாதியின் பேரால் மக்களைச் சுரண்டும். பூசாரிகளிடமிருந்து மக்களைக் காக்க முயற்சி செய்தார். யாவரும் சகோதர மக்களே என்றார். பெண்கல்வி வேண்டும். மரித்தோருக்கு சடங்குகள் தேவையில்லை. அவை பூசாரிகளின் வருமானத்திற்கே பயன்படுகின்றன. வேத வைஷ்ணவ மதத்தைக் கைவிட்டார். அந்நாட்களில் சாதி மதத்தின்பேரில் தான் பசித்தோருக்கு உணவு வழங்கப்பட்டது. ஆகவே எல்லா மக்களுக்கும் உணவு அளிக்கவேண்டும் என்றார். பசி தீர்ப்பது மனிதநேயமாகும். பசித்தோருக்கு உணவு அளிப்பது 1867–வருடம் தொடங்கியது. இன்று வரை நடக்கிறது. பூசாரிகளும் சடங்குகளும் இல்லாமல் ஜோதி வழிபாடு வடலூரில் தொடங்கப்பட்டது. இப்படியாக பிராமணரின் நியாயமல்லாத பொருளாதார வரவுகள் கட்டுப்படுத்தப்பட்டன.

வேத நாயகம்பிள்ளை ஒரு கிறித்துவர் ஆவார். பெண்கல்வி, சொத்துரிமை, சிறார் மண எதிர்ப்பு, கணவன் மனைவி சமத்துவம் போன்ற பெண்விடுதலைக்காக உழைத்தார். காலரா எப்படி ரயில்வே மூலம் பரவ முடியும் என்று கேள்விகேட்டார்? யாவரும் ஒரே பெட்டியில் ரயில்வேயில் பிராயணம் செய்தபடியால் சாதி சமத்துவம் ஏற்பட்டது.

பெண்கடவுள் சரஸ்வதி கல்விக்கடவுள் ஆகும். அப்படியானால் பெண்கல்வி எப்படி மறுக்கப்படுகிறது? அறியாமையுள்ளவரோடு படித்தவர் பழகுவதில்லை. பிறகு படிக்காத பெண்ணோடு எப்படி காலம் முழுவதும் வாழ்கிறார்கள்? கல்வியறிவில்லாத பெண் படித்த கணவரோடு குடும்பம் நடத்துகின்றனர். இது நீந்தத் தெரியாதவரை கடலில் போட்டதைப் போல் இருக்கிறது பெண்கள் அடிமைகளாக மிருகங்களைப் போல் நடத்தப்படுகிறார்கள். கறவை மாடுகளுக்கு தீவனமும் செயற்கைக் கருத்தரிப்பும் கொடுத்தால் போதும் என்கிறார்கள். பெண்கள் அதிகம் பணம் கொடுக்கும் மண

மகனுக்கு விற்கப்பட்டனர். தாழ்ந்த சாதிகளோடு இரத்தக் கலப்பைத் தடுக்க பெண்கள் கொடுமையாக நடத்தப்பட்டனர்.

(கௌரவக் கொலைகள் இன்றைளவும் தொடர்கின்றன) பச்சிளங்குழந்தைகளை திருமணம் செய்வித்தனர். இதை பெரியோரின் குழந்தைகள் விளையாட்டு என்று வேதநாயகம் சொன்னார். அத்தையிடமும் நாத்தானாரிடமும் மிகவும் தொல்லைப்பட்டனர். வேண்டிய சீதனம் கொண்டு வரா விட்டால் எரிக்கப்பட்டார். ஜோசியம் என்பது உண்மைக்கு மாறானது. நிச்சயமற்ற தன்மையால் வாழ்க்கை மகிழ்ச்சியாக இருக்கிறது. ஆகவே கடவுள் அதை ரகசியமாக வைத்து இருக்கிறார். இப்படியான ரகசியத்தை சாஸ்திரிகளுக்கும் கணியருக்கும் பேய் ஓட்டுகிறவர்களும் வெளிப்படுத்துவாரா? பேய்கள் பிசாசுகள் என்பவை மனப்பிரமையாகும். ஜோசியம் பூசாரி மூலம் பணத்தை அள்ளுகிறார்கள். கணவன் இறக்கும் போது மனைவி எரிக்கப்படுவது போல, மனைவி இறக்கும் போது கணவரை எரிக்க முடியுமா என்று கேட்டார். ஜி.சுப்பிர மணிய ஐயர் ஒரு பிராமணர். அவர் சமூக சீர்திருத்தம் செய்தார். ஆங்கிலக்கல்வி பெற்ற பிராமணரும் மற்றவர்களும் சமம் என்றார். பிராமணர் கடவுள் என்றும் மற்றவர்கள் அறியாத காட்டு மிராண்டிகள் என்றும் கருதினர். இந்து ஆங்கில நாளிதழும் தமிழ் சுதேச மித்ரனும் தொடங்கி சமூக சீர்திருத்தம் செய்தார். தனது கைம்பெண்ணை திருமணம் செய்து கொடுத்தார். மக்களை பூசாரிகளிடமிருந்தும் சாதியத்தினின்றும் காக்கமுயற்சித்தார். மேலைநாட்டார் பிறவியால் பேதம் செய்வ தில்லை. செல்வத்தாலும் நடத்தையாலும் வேல்ஸ் இளவரசரும் காலனி செய்பவரும் சமமாக நடத்தடப்படுகின்றனர்.

சாதியின் பேரில் படித்த நன்னடைத்தையுள்ள ஒரு பறயர் ஒரு குடிகார கள்ள பிராமணருக்கு சமமாக நடத்தபடுவதில்லை. (முனைவர் அம்பேத்கர் மராத்தா பிராமண பியூன்களால் தரக்குறைவாக நடத்தப்பட்டார்) கிறித்துவ மிஷனரிகளால் இந்துக்களுடைய கண்கள் திறக்கப்பட்டது. சாதி வெறி அறிந்து கொள்ளப்பட்டது. மனுதர்மம்படி பிராமணர் கடல் கடந்து பயணம் செய்யமுடியாது. ஆனால் அவர் இங்கிலாந்து சென்றார். நமது மாடதிபதிகளும் பூசாரிகளும் அறியாமையாலும்

அறியப்படாத யூகநம்பிக்கைகளாலும் நிறைந்திருக்கின்றனர் என்றார். அவர்கள் அறிவுச் சீர்த்திருத்தங்களை எதிர்க்கின்றனர். மனுவின் சட்டப்படி பிராமணரின் கொலைக்குற்றம் மன்னிக் கப்பட்டது தண்டனையில்லை.

அ.மாதவையா ஒரு பிராமணர் ஆவார். வேதம், உபநிடதம், சடங்குகள், விழாக்கள் பணம் சம்பாதிப்பதற்கானவை என்றார். ஆண் படிக்கலாம். பெண்கல்வி கூடாது என்பது நியாயமா? கல்வியின் லட்சியம் அறிவு, ஞானம், நன்னடைத்தையாகும். அறிவு அடைவதற்கு மனுக்குலம் மொத்தம் கற்கவேண்டும். சிறார் மணம், கிழவன் கன்னியை மணம் செய்தவதை எதிர்த்தார். தேவதாசிகளின் நடனமும் நாடகமும் விபாச்சார அழைப்பு என்றார். பிராமணர் தாழ்ந்த சாதிகளை இழிவு செய்தால் அவர்கள் கிறித்தவ மிஷனரிகளை நாடுவது தவறல்ல என்றார். தஞ்சாவூர் திவானின் மனைவி கிளாரிந்தா சாதியால் எரிக்கப்பட இருந்தார். ஆங்கில தளபதி விட்டில்டன் என்பார். அவளை மீட்டு திருமணம் செய்து கிறித்தவ பணி செய்வித்தார். சாதியால் எரிக்கப்படும் பெண்ணின் சொத்துக்கள் அவளது உறவினருடையதாகும். ஆகவே சொத்துகளை அடைய அவர் கள் அவளை எரிய நிர்ப்பந்தப் படுத்தினார்கள். மதச்சார்ப் பின்மை கொள்கையை ஆதரித்தார். மதத்திற்கும் திருமணத் திற்கும் சம்பந்தம் இல்லை என்றார். நாகரிக நாடுகளில் காணப்படுவது போல மதம் தனி மனிதனுடைய உரிமை என்றார். (சுதந்திரத்திற்கு பிறகு நாடு மதச்சார்பற்றது என்று ஆனது. கிறித்துவராகிய தலித்துகள் சீக்கிய, புத்த,இந்து சகோதரைப்போல ஒதுக்கீடு சமமாகப் பெறுவதில்லை. அவர்கள் பொருளாதார சமூகக்கேடுகளை மற்றவர்களைப் போல தாங்கிக்கொண்டிருப்பதால் அவர்களுக்கு நியாயம் வழங்கப்படவேண்டும் என்று மக்கள் சொல்கிறார்கள்.)

சூத்திரர் பிராமணரிடம் சமத்துவம் கேட்டுப்பெற்றனர். ஆனால் அவர்கள் பஞ்சமர்களை அப்படி சமமாக நடத்துவ தில்லை. அவர்கள் உணர்வுகளை மதிப்பதில்லை.

பண்டித அயோத்திதாசர் ஒரு தலித் ஆவார். அவர் தான் முதன் முதலில் தலித்துகளுக்கு கல்வி, வேலைவாய்ப்பு நிலம்

பொதுஇடங்களில் அனுமதி போன்றவற்றைக் கேட்டார். இந்துக்கள் அவர்கள் உரிமைகளை மறுக்கமுடியாது என்றார்.

அவர்கள் ஆங்கிலேயரிடம் சலுகை பெறுவதைக் காரணம் காட்டமுடியாது என்றார். சிவன், வைஷ்ணவ, கோயில்களில் அனுமதி இல்லை. காங்கிரசும், இந்துக்களும் அவர்கள் நலத்தில் அக்கறை காட்டவில்லை. அனாதைகள் பிறப்பதும் கைவிடப் படுவதும் விதவைகளுடைய விபச்சாரத்தினால் தான். பூசாரிகள் இறந்தோர் சடங்குகளால் வாழ்ந்த படியால் விதவை மணத்தை எதிர்த்தார்கள்.

ரெட்டமலை சீனிவாசன் ஒரு தலித் பெருமகன் ஆவார். தலித்துகள் நேரிடையாக ஆசிரியரிடம் பாடம் கேட்கமுடியாது. ஆகவே வெளியில் வெராண்டாவிலிருந்து பாடம் படித்தார். சக மனிதருக்கு சமூக பொருளாதார சுதந்திரம் கொடுக்காத நாடு அந்நியரிடமிருந்து சுதந்திரம் கேட்கத் தகுதியற்றது என்றார். பட்டியல் இனத்தவர் சமூக சுதந்திரமும் சுய மரியாதையும் கேட்டனர். கல்வி மற்றும் இதர உரிமைகளை வேண்டினார். அவர்களுக்கு தன்னம்பிக்கை வேண்டும். மாடுகள் நடமாடும் வீதிகளில் பறையருக்கு அனுமதியில்லாதது வருந்தத்தக்கது. அவர்கள் குஷ்டரோகிகளை போல நடத்தப்பட்டார்கள். பறையருக்கு அனுமதியில்லை. என்ற பதாகை மைலாப்பூர் சென்னையில் உயர்நீதி மன்ற நீதிபதியின் வீட்டருகில் வைக்கப்பட்டிருந்தது. பள்ளிகளும் கல்லூரிகளும் பறையரைச் சேர்த்துக் கொள்ளவில்லை. லண்டன் வட்ட மேசைநாட்டில் அம்பேத்கருடன் பங்கெடுத்தார். அரசர் ஜார்ஜும் ராணியும் பங்கெடுத்தனர். தனது மேசையில் ராவ்சாகிப் ஆர்.சீனிவாச பறையர் தீண்டாத்தகாதவர் என்று குறிப்பெழுதி வைத்தார். கீழ்சாதியாரைத் தொடக்கூடமுடியாது. வீதியில் விழுந்தாலும் யாரும் கை கொடுக்கமாட்டார்கள். என்பதை அரசர் அறிந்து அதிர்ந்து போனார். தீண்டாமையை ஒழிக்க வாக்குரிமை ஆட்சி அரசியல் அதிகாரம் வேண்டுமென்றார். காந்திஜி தாழ்த்தப் பட்டோருக்குத் தனித்தொகுதி அனுமதிக்கவில்லை. உண்ணா நோன்பு மூலம் எதிர்த்தார். காந்தி நேர்மையான தர்க்கம் செய்யாமல் தலித்துகளை கெஞ்சுகிறார் என்று சீனிவாசன் சொன்னார்.

அக்காலத்தில் நாடார்கள் ஒடுக்கபட்டவர்களாக கருதப்பட்டு வீதிகளில் நடக்க அனுமதியில்லாமல் கோயில் பிரவேசம் இல்லாமல் இருந்தனர். பின்னாளில் கடின உழைப்பால் வியாபாரத்தால் முன்னேறினர். வைகுண்டசாமியின் தலைமை யில் 1874– ல் கோயில் பிரவேசத்திற்கு போராடினர். மூக்கநாடார் கொலை செய்யப்பட்டார். நீதிமன்றம் கோயில் பிரவேசத்தை அனுமதிக்கவில்லை. பல வருடங்களாக போராடி உரிமையை வென்றார். பொருளாதார முன்னேற்றம் மூலம் சமூக விழிப் புணர்வு அடைந்தனர். பஞ்சமர்களுடைய பட்டியிலிருந்து நீக்கப்பட்டு கௌரவத்தை மீட்டெடுத்தனர்.

மகாகவி பாரதியார் ஒரு பிராமணர். கவிஞர் தாழ்த்தப் பட்டோர் விடுதலைக்காக உழைத்தார். விவேகானந்தருடைய ஆலோசனையை ஏற்று தாழ்த்தப்பட்டோருக்கு பூணூல் அணிவித்து காயத்ரி மந்திரம் சொல்லி அவர்களை பிராமண ராக்க முயற்சித்தார். அதைக்காட்டிலும் தாழ்த்தப்பட்டோருடன் பிராமணர் கலந்து பழகி கலப்பு மணம் செய்தால் நலம் என்றார். மக்களை ஆரியர் என்றும் திராவிடர் என்றும் பிரிப்பது சரி– யில்லை என்றார். இந்தியாவில் இரண்டு துயரங்கள் உண்டு. ஒன்று ஏழ்மை மற்றது சாதி. கீழ்சாதியர் மிகுதியும் ஏழைகள் அவர்கள் உழைப்பாளிகளும் கூட கடின உழைப்பால் செல்வ முண்டாகும். சாதியின் பேரால் வாழ்வாதாரத்திற்கான ஊதியத் திலும் குறைவாகக் கூலி கொடுக்கப்பட்டார்கள். ஆகவே ஏழ்மை உண்டானது. இத்தகைய அநீதி உலகில் வேறு எங்கும் இல்லை. இங்கு வருணசாதிகள் வர்க்கங்கள் என்பது இந்தியாவுக்கு புதியதாகும். இருபதாம் நூற்றாண்டில் எல்லா வருணசாதிகளிலிருந்தும் தொழிலாளிகள் வர்க்கம் தோன்றியது. எழுத்தாளர் பிராமணர்களும் தாழ்த்தப்பட்ட சுகாதார தொழி லாளிகளும் ஒன்று பட்டு வைசிய முதலாளிகளை எதிர்த்தனர். ஐரோப்பாவில் தொழிற்சாலைகளும் கொள்கைகளும் பரவிய தால் இந்தியாவில் இந்த நிலை தோன்றியது. ராமருடைய ஒருதாரமணத்தைப் புகழ்ந்தாலும் நிஜவாழ்வில் பலதார மணம் நடைமுறையில் இருந்தது. இந்து தர்மவாதிகளும் மடாதிபதி களும் ஒழுக்கத்தைப் போதிக்கவில்லை. ஐரோப்பிய பாதிரிகள் பலதார மணத்தை ஆதரிக்கவில்லை. அவர்கள் மணமுறிவையும் ஆதரித்தனர். இதனால் தாழ்ந்தசாதியினர் கிறித்துவத்திற்கு

மாறினர். பாரதியார் மணமான பெண்கள் ஆண்களுடன் சிநேக உறவுகளை ஆதரித்தார். பெண்வேலை வாய்ப்பு, உயர்கல்வி, அரசியல், பிரவேசம் இவற்றை ஆதரித்தார். விதவை மணம் முன்னெடுத்தார். விவேகானந்தருடைய மிதவாத போக்கை பெண்கள் சமூக சீர்த்திருத்த தயக்கத்தை குறைகூறினார்.

நீதிக்கட்சி 1916–ல் தொடங்கப்பட்டது. சி.நடேச முதலியார் மருத்துவர் டி.எம்.நாயர்,தியாகராஜ் செட்டியார் ஆகியோர் முன்னெடுத்தனர். பிராமணர் மக்கள் தொகையில் 3 % ஆவார். அவர்கள் சமூக, பண்பாடு, அரசியல் தளங்களில் முன்னிலையில் இருந்தனர். பிராமணர் அல்லாதார் பொருளாதார நிலையில் நன்றாக இருந்தனர். ஆனால் அரசியல்ரீதியாக பின் தங்கி இருந்தனர். பிராமணர்கள் அரசியல் ஆட்சி அதிகாரத்தில் இருந்த படியால் மற்றவர்கள் முன்னேறஇயலவில்லை. அவர்கள் எதேச்சதிகார அந்நிய ஆட்சியில் ஒத்துப்போய் சலுகைகள் அடைந்தனர். பிராமணர் அல்லாதார் விகிதாச்சார அடிப்படையில் அரசுவேலைகளில் கல்விக் கூடங்களில் வாய்ப்புகள் அடைந்தனர். அரசு வேலைத் தேர்வு இயக்கம் அமைக்கப்பட்டது. பெண்கள் வாக்குரிமைபெற்றனர். இந்து அரசியலைமைப்பு சட்டம் இயற்றப்பட்டது.பெரிய கோவில் கள் அரசு மேற்பார்வையில் வந்தது. வேத பிராமணர்கள் இதை எதிர்த்தனர். கோயில் சொத்துக்கள் அவர்களது அதிகாரத் திலிருந்து எடுக்கப்பட்டது. கட்டாய சமஸ்கிருத படிப்பு மருத்துவ கல்லூரியிலிருந்து நீக்கப்பட்டது.

ஈவெரா பெரியார் மிகப்பெரிய பகுத்தறிவாளர். நாயக்கர் என்ற சூத்திரர் குலத்தில் பிறந்தார். அவர் மூன்றில் ஒரு பகுதி பதவிகள் தாழ்த்தப்பட்டோருக்கு காங்கிரசு கட்சியில் வேண்டு மென்றார். பிராமணர் மற்றவர் தனித் தனி பந்தியில் அறநிலைய விடுதியில் உணவு உண்பதை எதிர்த்தார். இந்த விடுதி காங்கிரசு கட்சியின் பணத்தில் நடத்தப்பட்டதாகும். காங்கிரசின் வருண சாதிய கொள்கைளை எதிர்த்து வெளியேறி சுயமரியாதை இயக்கத்தைக் தொடங்கினார். அரசியல் அதிகாரத்தில் விகிதாச் சார அடிப்படையில் பதவிகள் வேண்டும். மதம், வேதம், சாஸ்திரம், புராணம், இவற்றை நீக்கி பிறப்பால் உயர்வு தாழ்வு ஒழிக்கப்படவேண்டும் என்றார். பிராமணர், சத்திரியர், வைசியர்,

சூத்திரர், பஞ்சமர், ஆகியபிரிவுகள் ஒழியவேண்டும். பண்பாடு தேசிய வளர்ச்சிக்கு எதிரான தீண்டாமை நீக்கப்படவேண்டும். சாதிப்பெயர்கள் கைவிடப்படவேண்டும். நிலமில்லாதாருக்கு நிலம் தந்து, பயிர்ச்செலவும் தரப்பட வேண்டும், தீண்டாத் தகாதாரின் மக்களுக்கு புத்தகம், உடை, உணவு, இனாமாகத் தரப்படவேண்டும், சாதி பேதங்கள் காட்டும் உணவகங்கள் மூடப்படவேண்டும், பிராமணரல்லாதவர் சாதிப் பெயர்களைக் கைவிட்டு ஒற்றுமைப்படவேண்டும். மனிதக்கழிவை விட கீழாக தீண்டத்தகாதவர் கருதப்படுகின்றனர். யாராவது அவர் களைத் தொட்டால் குளித்து தீட்டு நீக்க வேண்டும் என்ற நிலை மாற வேண்டும். கடவுளுக்கும் மனிதனுக்கும் இடையே பூசாரியின் தரகு பக்தனின் சுயமரியாதைக்கு இழுக்காகும். இது தேவையில்லை. கடவுளை வணங்க பணம் செலவு செய்வது அநாவசியம். கோயில் மட வருமானம் மக்கள் கல்விக்கு நலத்திற்கு செலவு செய்யவேண்டும் என்றார். பூசாரிகள் இல்லாமல் சுயமரியாதை சாதி மறுப்புத் திருமணங்கள் செய் வித்தார். சாதி மத வேறுபாடின்றி ஆணும் பெண்ணும் தங்கள் இணையைத் தேர்ந்து கொள்ளவேண்டும். தேவதாசிப் பெண்கள் திருமணம் செய்து அடிமைத் தனத்திலிருந்து விடுதலை பெறவேண்டும், பெண்கள் சொத்துரிமை பெற்று ஆணாதிக்கம் அடிமைத்தனம் இவற்றிலிருந்து விடுதலை பெறவேண்டும் என்றார்.

சிங்கார வேலர் மீனவர் குடும்பத்தில் பிறந்தார். சாதிப் பிரச்சனையை பொருளாதார கோணத்திலிருந்து பார்த்த முதல் பொதுவுடமை கட்சியார். பிராமணர் தங்கள் சாதிப் பெருமை யைக் கைவிட வேண்டினார். சாதிப்பெருமையும் தீண்டாமை யும் நீக்கிய பின்னர்தான் ஜப்பான் முன்னேறியது. சாமுராய் உயர் சாதியினர் தாங்களாகவே சாதிப்பெயரைக் கைவிட்டனர். ஆகவே பிராமணரும் அப்படிச்செய்ய வேண்டும் என்றார். முதலியார், நாயுடு பிள்ளை, செட்டியார் இவர்களில் உள்ள பகுத்தறிவாளர்கள் சாதிப் பெயர்களை நீக்கவேண்டும்.ராஜ கோபாலாச்சாரியர் சத்யமூர்த்தி ஆகியோர் பூணூல் அகற்ற வில்லை. அவர்கள் வருணாசிராம அர்த்தமற்ற சடங்குகளைச் கைவிட வேண்டும். பொதுவுடமைக் கட்சியார் சாதி மதத்தைப் பார்ப்பதில்லை. தீண்டாமை என்பது பொருளாதார அடிமைத்

தனத்துடன் சம்பந்தப்பட்டிருக்கிறது. தீண்டாமை என்ற சமூகக்கேடு பொருளாதார அடிமைத்தனம் நீங்கும் போது தானாக மறைந்து விடும். நிலஉடமையின் குறைபாடு சாதி அடிமைத்தனத்தின அடித்தளமாகும். கோயில் குளம், சாலை அனுமதி மாத்திரம் தாழ்த்தப்பட்டவர்களை உயர்த்திவிடாது. அடிப்படையில் சாதி ஒரு விவசாயம் சார்ந்த பிரச்சனையாகும். பொருளாதார அடிமைத்தனத்திலிருந்து விடுவிக்காமல் சாதி தீண்டாமை பற்றி பேசுவது நேர்மையாக இருக்கமுடியாது. பட்டினி ஏழ்மையை குறித்துப்பேசாமல் காங்கிரஸ் தீண்டாமை பற்றி பேசுகிறது. இந்தியச் செயல்பட்டாளர்களின் முதலாளித் துவத்தை இது காட்டுகிறது. நில உடமையாளர்களின் கொடு மையை பற்றி அவர்கள் மவுனமாக இருக்கிறார்கள். விவசாயக் கூலிகள் பொருளாதார அழிவில் நாசமடைகிறார்கள். தாழ்த்தப் பட்டவர்களை உயர்சாதிகளுடைய பொருளாதார நிலைமைக்கு உயர்த்துவதே அறிவான செயல்படாகும். பொதுவுடைமை வாதிகள் அவர்கள் நலமாய் வாழ போதுமான கூலி கொடுக்க வேண்டும். பொருளாதார உரிமைக்குரல் கொடுக்கவேண்டும். பொருளாதார நிலைமைக்கும் சமூக அநீதிகளுக்கும் உள்ள சம்பந்தம் வெளிக்கொணர வேண்டும். பொருளாதார ஏற்றத் தாழ்வு சமூக அநீதிக்கு அடிப்படையாகும். பறையருக்கும், பிராமணருக்கும், உள்ள பொருளாதார ஏற்றத்தாழ்வு நீங்க வேண்டும். இதைச் செய்யவில்லையென்றால் எந்த அரசும், காங்கிரஸ், மிதவாதிகள், சமூகசெயல்பாட்டாளர்கள் யாரும் தீண்டாமையை நீக்க முடியாது. ஆணுக்கும் பெண்ணுக்கும் பொருளாதார சமத்துவம் வேண்டும். பெண்கள் பிள்ளை பெற்று வளர்க்க வேண்டும் என்பது இதனால் தான் பிள்ளை களை வளர்ப்பது சமூகப் பொறுப்பாகும். வளர்ந்த நாடுகளில் அரசே பிள்ளைகளை வளர்க்கிறது.

சமூக சீர்திருத்தத்தை பாரதிதாசன் பரப்பினார். சூத்திரர் களிடையே ஆயிரக்கணக்கான சாதிகள் உள்ளன. உயர்சாதிகளின் ஒடுக்குதலை அறியாதிருக்கிறார்கள். பஞ்சமர்கள், சூத்திரருக்கு கீழாக வைக்கப்பட்டிருக்கிறார்கள். இது சரியல்ல. கடவுளின் தலை, தோள், தொடை, பாதத்திலிருந்து பிராமணர், சத்திரியர், வைசிரியர், சூத்திரர் பிறந்தார்கள் என்று சொல்லப்பட்டது. பஞ் சமர்கள் மாத்திரம்தான் இயற்கையாக பிறந்தார்கள் என்று

பெரியார் சொன்னார். கடவுள் தீட்டுப்படுவார் பஞ்சமர் கோவில் பிரவேசம் செய்தால் என்று வேதியர் சொன்னார்கள். பஞ்சமர் கோயில் பிரவேசம் செய்தால் கடவுள் சக்திபோகும் என்றால் அது எப்படி கடவுளாகும். காக்கை, மைனா, நாய், எலிகள், கோயிலுக்குள் செல்லலாம். மக்களில் ஒரு பிரிவினர் செல்லமுடியாது. இவர்கள் இந்தப்பிராணிகளை விடகீழான வர்களா?

உண்மையான பிராமணர் பறையருக்கும் தனக்கும் பேதம் செய்யமாட்டார் என்றார் காந்திஜி. அப்படி பிராமணர் பறை யரை மரியாதையாக நடத்தினால் மற்ற சாதிகள் மறுப்பார்களா? ஆகமதாபாத்தில் 50 சதவீதம் தமிழர்களோடு ஆஸ்ரமம் காந்திஜி தொடங்கினார். பஞ்சமர்களுடைய விவகாரத்தில் பிராமணர் விட்டுக்கொடுக்க வேண்டும். ஆப்பிரிக்கருக்கும் ஐரோப்பிய ருக்குமான இனப்பிரச்சனையை விட சாதி பேதம் கொடுமை யானது. கடவுளை அடைய பிராமணர் தனக்கும் மற்றவர் களுக்கும் உதவவேண்டும். சமூகம் அவர்களுக்கு உணவும் உடையும் கொடுக்கவேண்டியது.

பிறப்பின் அடிப்படையில் அமைந்து வருணாஸ்ரமம் சிறந்த அமைப்பாகத் தெரிகிறது. என்னைப் பொறுத்தவரையில் உயர்வு தாழ்வுக்கு இடமில்லை என்றார். காந்திஜி, பஞ்சமர்கள் சூத்திரராக கருதப்படவேண்டும். ஏனென்றால் அய்ந்தாம் இடமில்லை. தவறான செயல்படுத்தல் எதிர்க்கப்படவேண்டும். அமைப்பை அல்ல என்றார். அரிசனங்களுக்கு கோயில் பிரவேச மில்லை என்றார். சங்கராச்சரியர் பழக்கத்திலும் இடமில்லை என்றார். காலமாற்றத்திற்கு ஏற்றபடி மாறாமல் பின்னோக்கிச் செல்கிறார். தீண்டாமை மிகப்பெரும்பாவமாகும். சாதி இந்துக்கள் இதை நீக்குவது அவர்கள் கடமையாகும். காந்திஜி வருணாசிரமத்தைப் பின்பற்றுவதாக சொன்னாலும் நிஜத்தில் ஆன்மிக அரசியல்வாதியாக அதை அழித்துக்கொண்டிருந்தார்,

வ.உ.சிதம்பரம்பிள்ளை செக்கிழுந்த செம்மல், விகித்தாச்சார செம்மல், விகிதாச்சார அடிப்படையில் பதவிகள் வேண்டும் என்றார். பத்து பேர் உள்ள குடும்பத்தில் இரண்டுபேர் மாத்திரம் எல்லாவற்றையும் அனுபவித்துக் கொண்டிருந்தால் பாக்கி உள்ளவர் தங்கள் உரிமையைக் கேட்கும்போது முறு

முறுக்காமல் கொடுத்துவிட வேண்டியது தான் சரி? நான்கு வேலைகளைச் செய்ய நான்கு சாதிகள் வேண்டும் என்கின்றனர். ஆனால் இது பிறப்பின் அடிப்படையில் ஏன் இருக்கவேண்டும்? பிறவி அடிப்படையில் உயர்வு தாழ்வு ஏன்? அவை திறமையின் அடிப்படையில் இருக்கவேண்டும். மற்ற உலக நாடுகளில் மக்கள் முன்னேறுகிறார்கள் இந்தியா சாதி பழக்கங்களால் அந்நியருக்கு அடிமைப்பட்டிருக்கிறது.

சிறார் திருமணம் பாவம் என்று சொல்லப்பட்ட போது காந்திஜி அதை ஆதரித்தார். கோயிலில் பாலியல் சேவைக்கு பெண்களை வைத்திருப்பது கசப்பான காரியம். சொத்துரிமை வந்தால் பெண்கள் நடத்தை கெடுவர் என்றார். ஆணின் அகங்காரம் நடத்தையின் பேரால் பெண்கள் சொத்துரிமை–யில்லாமல் வைத்திருக்கிறார்கள். இது தர்மமா? தனக்குப்பி–ரியமில்லாதவனோடு வாழும்படி பெண்ணை நிர்ப்பந்திக் கலாமா? கடவுள் சம்மதிப்பாரா? உலகம் எல்லோருக்கும் சுதந்திரம் என்று செயல்படும் போது பெண்கள் கொடுமைக் குள்ளாகலாமா?

முனைவர் அம்பேத்கர் முதல் முதலாக வெளிநாட்டில் படித்து பட்டம் வாங்கிய தலித் ஆவார். அவர் தலித்துகளுக்கு தனித் தொகுதி வேண்டும் என்றார். காந்திஜி சாகும் வரை உண்ணாவிரதம் என்று சொல்லி அதை இல்லாதாக்கினார். சமூக முன்னேற்றத்திற்கு சாதி ஒழிப்பு வேண்டும் என்றார். கலப்பு திருமணம் தான் சாதியை ஒழிக்கமுடியும் வேறெதுவும் சாதியைக்கரைக்க முடியாது. சாதி மறுப்புத் திருமணமும் பொதுப்பந்தியும் இந்துக்களின் நம்பிக்கைக்கு எதிரானது. சாதி என்பது கல்சுவரோ அல்லது கம்பிவேலியோ அல்ல. சாதி என்பது மனப்பாங்கு. சாதி ஒழிப்பு என்பது சுவரையோ அல்லது வேலியையோ தகர்ப்பது அல்ல. இது மக்களின் மனமாற்றத்தை உண்டாக்குவதாகும். சாஸ்திரங்களின் அடிப்படையில் இந்துக் கள் சாதிப்பழக்கங்ககளை வைத்துக்கொண்டிருக்கிறார்கள். சாஸ்திரங்களைப் புறந்தள்ளுதல் மட்டுமல்ல அவற்றின் அதிகாரம் மறுக்கப்படவேண்டும். புத்தரும் குருநானக்கும் இதைத்தான் செய்தனர். மதம் சாதியை புனிதமாக வைத்துக் கொண்டு எல்லாக்கேடுகளுக்கும் காரணமாகிறது என்று

இந்துக்கள் உணரவேண்டும். பெண் அடிமை, சாதிபேதம் இரண்டும் ஒன்றோடு ஒன்று இணைந்தது என்றார் அம்பேத்கர். மனு சாஸ்திரம் பெண்களை ஏன் இழிவு நிலை செய்தது? அரசியல் அதிகாரத்தில் தலித்துகளுக்கு வாய்ப்பு வேண்டும் என்றார். அம்பேத்கர் எழுதிய இந்துக்கடவுள்கள் என்ற புத்தகம் தடைசெய்யப்பட்டது. ஒதுக்கப்பட்டோருக்கும் பிற்பட்ட சாதி யாரும் வருணாஸ்ரமத்திற்கு எதிராக இணைந்து போராட வேண்டும். தலித் அமைப்புகள் பெண்விடுதலைக்காகப் போராட வேண்டும். ஏன் என்றால் இது தலித் விடுதலையோடு தொடர்புடையது ஆகும்.

விவசாயிக்கூலிகள் பாடுகளை விவசாயிகளின் இயக்கம் முன்னெடுத்து பண்ணையாளர்கள் அவர்களைக் கொத்தடிமை களாக வைத்திருந்தனர். அமெரிக்க நீக்ரோக்களைப் போல விவசாயக்கூலிகள் குடும்பமாக தலைமுறை தலைமுறையாக உழைத்தார்கள். ஆண் வயலில் வேலைசெய்பவர். அவர் மனைவி மாட்டுக்கொட்டில் சுத்தம் செய்வார். பையன் மாடுகளை மேய்ப்பவர், பெண்பிள்ளைகள் புல்வெட்டுவார் கள், அவர்களுக்கென்று சொந்தமாக வாழ்க்கை கிடையாது. அவர்களுக்கு எதிர்காலம் இல்லை. அவர்களுக்கு தெரிந்த தெல்லாம் பண்ணை உடைமையாளர் மாத்திரம் மட்டுமே. அவர்கள் வாழ்வு பண்ணையில் ஆரம்பித்து பண்ணையிலேயே முடிந்தது. அவர்களுடைய சந்ததியும் இதே அடிமைத்தனத்தில் கழிந்தது. அவர்கள் யாவரும் தாழ்த்தப்பட்ட சாதிகள் பொருளாதார சமூக அடிமைத்தனத்தால் பாதிப்படைந்திருந் தார்கள். வேலையில் குறைபாடுகளுக்கு சாட்டையடிபட்டார் கள். விவசாயிகள் இயக்கம் அவர்களுக்கு சுயமரியாதை உண்டாக்கியது. சாட்டையடி சாணிப்பால் குடிப்பதற்கு எதிராக விடுதலை செய்து ஏற்றகூலி கிடைக்கும்படி செய்தார்கள். கீழ்வெண்மணி தஞ்சாவூரில் 1968– ல் 44 தலித்துகள் கூலி உயர்வு கேட்டதற்காக உயிருடன் குடிசைக்குள் வைத்து எரிக்கப் பட்டார்கள்.அவர்களுடைய தியாகம் வீணாகிப்போய் விட வில்லை. சமூக விடுதலைக்கான பொருளாதார அடித்தளம் பலப்படுத்த உதவியது.

ராஜாஜி தமிழகத்தில் 1953–ல் குலக்கல்வித் திட்டத்தைக் கொண்டு வந்தார். ஆரம்ப பாடசாலையில் மாணவர்கள் காலையில் மாத்திரம் கல்வி கற்றனர். மாலையில் அவர்கள் வீட்டில் தமது தந்தையின் வேலையை செய்தனர். இது தாழ்த்தப்பட்டோரின் முன்னேற்றத்திற்கெதிராக. பெண் விடு தலைக்கெதிராக வருணாஸ்ரமத்தை மீண்டும் புகுத்தும் வகையில் கொண்டு வந்த கல்வித்திட்டமாகும். தந்தையின் வேலையை மகன் செய்யவேண்டும் என்றார் ராஜாஜி. பிராமணர்கள் நலனுக்காக பஞ்சமர்கள் கோயில் பிரவேசம் மறுத்த சனாதனிகள் குலக்கல் வித்திட்டத்தை ஆதரித்தனர். உழைப்பாளிகள் கல்வி கற்று அரசுவேலைகள் பெறக்கூடாது என்று சொல்வது சரியா? தனது தவறான திட்டத்திற்காக ராஜாஜி முதல்வர் பதவியைத்துறக்கும்படி நிர்ப்பந்திக்கப்பட்டார். காமராஜர் முதல்வராகி குலக்கல்வி திட்டத்தை இல்லாதாக்கி மதிய உணவுடன் அதிக பள்ளிக்கூடங்களைத் திறந்தார். கல்வி மறுக்கப்பட்ட எல்லா சாதிகளுடைய பிள்ளைகளும் கல்வி பெற்று முன்னேற ஏதுவாகியது.

தீண்டாமை 1955–ம் வருடம் எந்த வடிவத்திலும் சட்ட மூலம் விலக்கப்பட்டது. கழிப்பறை,தெரு, சுத்தம் செய்தல் செத்தமாட்டை நீக்கச்சொல்லல், விஷக்கழிவுகள் அகற்றல் முதலியவற்றைச் செய்யச்சொல்லுதல், சட்டப்படி குற்றமாகும். கலப்புதிருமணம் 1949–ம் வருடம் இந்து திருமணச்சட்டப்படி செல்லுபடியாகும். ஆண்களும் பெண்களும் வேறுசாதிகளில் தம்சாதிக்கு வெளியே திருமணம் செய்து கொள்ள உரிமை உண்டு. இது மனுசாஸ்திரத்திற்கு பெரும் பின்னடைவு. மணமக்கள் மணமுறைவு செய்து கொள்ள உரிமை உண்டு. மத சாஸ்திர சடங்குகள் இல்லாத திருமணம் செல்லும் என்று தி.மு.க அரசு சட்டமாக்கியது. அரசு தங்கபதக்கம் கொடுத்து சாதிகலப்பு திருமணங்களை ஊக்குவித்து அரசு அலுவலங் கலிருந்து கடவுள் படங்குகளை நீக்கும்படி உத்தரவு பிறப் பித்தது. பஞ்சமர்களும் மற்ற சாதிகளும் பயிற்சி மூலம் கோவில் பூசாரிகளாக நியமிக்க அரசு வகை செய்தது. இந்து ஆகமங்களின் படி இது செல்லாது என உச்சநீதி மன்றம் சொன்னது. இப்போது எல்லா சாதிகளும் அர்ச்சர்கள் ஆகலாம் என்று தீர்ப்பளித்து விட்டது. மத்திய அரசு பாரளுமன்றத்தில் எல்லா சாதிகளும்

அர்ச்சகராகலாம் என்று சட்டம் இயற்ற வேண்டும். சாதி பேதங்களை ஒழிக்க வழி செய்யவேண்டும்.

தமிழகத்தில் பெண் சிசுக்கொலைகள் பரவலாக காணப்படு கின்றன. ஆண்கள் தொகைக்கு மாறாக பெண் மக்கள் தொகை குறைந்து வருகிறது. வரதட்சணை கொடுக்க பணம் இல்லாத படியால் சில ஏழை பிற்பட்ட சாதியினர் அரளிவிதை நெல்மணி மூலம் பெண்சிசுவை நீக்கிவிடுவதாக செய்தித்தாள்கள் அறிவிக் கின்றன. பெண் குழந்தைகளைக்காக்க பெண்கள் அமைப்புகள் முயன்று வருகின்றன. அவர்கள் மக்களவையிலும் மாநில அளவையிலும் 33% இட ஒதுக்கீடு கோரி வருகின்றனர். பிற் பட்ட சாதிகளுக்கு 69% இடஒதுக்கீடு தமிழக அரசு செய்துள்ளது. சாதி மறுப்புத் திருமணத்திற்கு ரொக்கஊக்கத்தொகை கொடுத்து ஊக்குவிக்கிறது.

ஆர்.எஸ்,எஸ் அமைப்பானது சாதியையும் ஆணாதிக்கத் தையும் காத்து வருகிறது. ஆண் பெண் சமத்துவம் விரும் பவில்லை. மணமுறிவு மற்றும் விதவை,மறுமணத்தை ஏற்ப தில்லை. இந்து மதத்தின் வருணாசிரமம் சனாதனத்தை நிலை நிறுத்த விரும்புகிறார்கள். ஆனால், வள்ளலார், பெரியார், சிங்காரவேலர் முயற்சிகளால், பிறவி அடிப்படையிலான சாதி பேதம், ஆணாதிக்கம் எதிர்ப்பு தொடரும்.

பொருளாதார அடிப்படையில் சாதி என்பது வர்க்கம் என்பது தெளிவாகிறது. பெண் அடிமைத்தனமும் பொருளாதாரத்துடன் தொடர்புடையது. மக்களை சிறுசிறு பிரிவுகளாகப் பிரித்து தனித்தனி சாதிப்பெயருடன் சாதிய அமைப்பு கட்டமைக் கப்பட்டுள்ளது. வேறு வேறு சாதிகள் திருமண உறவு கொள்வ தில்லை. இது கால்நடைகளைத் தனித்தனி கொட்டகைகளில் வைத்திருப்பதைப் போல இருக்கிறது. பெண்கள் தங்கள் சாதி ஆண்களுக்கு அடிமைகளை போல வைக்கப்பட்டிருந்தார்கள். அவர்கள் வேறு சாதி ஆண்களைத் திருமணம் செய்யமுடியாது. ஒவ்வொரு சாதியும் அதற்கான வேலையைச் செய்கிறது. பொதுவாக மற்ற சாதிகளுடைய வேலையை அவர்கள் செய்வதில்லை.

மத அடிப்படையிலான பூசாரி சடங்கு, விழாக்காரியங்கள், பிராமணர் செய்கின்றனர். சத்திரியர்கள், யுத்தவீரர்கள்,வைசியர்

வியாபாரம் விவசாயம் செய்வார். உயர்சாதிகளுக்கு சூத்திரர், வேலைக்காரர் ஆவர். கால மாற்றத்தில் சூத்திரர் நிலை உடமையாளராகவும் விவசாயம் செய்பவர்களாகவும் மாறினர். பஞ்சமர்கள் தீண்டத்தகாதவர்கள் நாண்கு வருணங்களின் கீழ் 6500 சாதிகள் உண்டாயின. ஒவ்வொரு சாதிக்கும் கைத்தொழில் உண்டு. பரம்பரை வேலையிலிருந்து வரும் வருமானத்தோடு அவர்கள் திருப்தியடைய வேண்டியது தான். நிலத்தைப் பயிரிடுதல் நகை செய்தல், மரவேலை, இரும்புப் பொருள்கள், மண்பாண்டம், வீடுகட்டுதல் போன்ற தொழில்கள் செய்யப் பட்டன. ஆகவே சாதி என்பது தொழில் அடிப்படையில் ஆயிரக்கணக்கான வருடங்களாக செய்து வரப்பட்டது. பிராமணர் வருணத்தில் உயர் சாதி அவருக்கு பெரிய அண்ணன் நடத்தை உண்டு. மற்ற சாதிகள் தங்கள் தொழிலிருந்து வரும் வருமானத்தோடு திருப்தி அடையவேண்டும். பிராமணர் கீழ்க்கண்டவழிகளில் பணம் சம்பாதித்தனர்.

1. காணிக்கை ஆராதனைக்கு சடங்கு

2. ஜோசியம்

3. பரிகாரபூசை

4. பேய் பிசாசுகள் விரட்டுதல்

5. செல்வந்தர் வீடுகளில் சத்யாகிரகம்

6. அரசருக்கு யாகம் செய்தல் யுத்தத்தில் வெல்தல், மழை வருத்தல், கெட்ட ஆவிகளை விரட்டுதல் முதலியன

7. திருவிழா பூசைகள்

8. இறந்தோருக்கு திதி செய்தல்

9. திருமணம் செய்வித்தல்

10. சதி பூசை (நிறுத்தப்பட்டது)

11. மரித்தோருக்கு சடங்குகள்

12. யாக பூசைக்காக அரசர் நிலம் மற்றும் பொருள் கொடை முதலியன.

பிராமணர் மந்திரிகளாகவும் கணக்கர்களாகவும் இருந்தனர். அவர்கள் அரசருக்கு சமீபமாய் இருந்தபடியால் எதிரிகள் அஞ்சினர். மதத்தின் பேரால் மனத்தடைகள் மூலம் மனு உண்டாக்கிய சாதி அமைப்பு பிராமணரால் முன்னெடுக்கப்பட்டது. சாதித்தடைகள் மீறப்பட்டால் கடவுள் தண்டனை உண்டாகும் என்று தவறாக மக்கள் பயப்படுத்தப்பட்டனர். ஆயிரக்கணக்கான வருடங்களாக அரசபயம் கடவுள் பயம் இவற்றால் மக்கள் சாதித்தளையால் கட்டப்பட்டிருந்தனர். பழக்கப்பட்டயானை தன்னால் சங்கிலியை அறுக்கமுடியாது என்று கட்டுப்பட்டு நிற்கிறது. அது தன்னால் சங்கிலியை உடைக்கமுடியும் என்று நினைக்கும்வரை பிராமணர் உண்டாக்கிய சாதியிலிருந்து மக்களுக்குத் விடுதலை உண்டாகாது. சாதிக்கும் கடவுள் மதத்திற்கும் சம்பந்தமில்லையென உணரவேண்டும். அவர்கள் சாதி மனத்தடையை புதைமணலாகிய மத ஆகமங்களின் வழி கட்டமைத்திருக்கிறார்கள். பெர்லின் சுவர் ஜெர்மனியில் மேற்கு கிழக்கு ஜெர்மனிக்கிடையில் கற்களால் கட்டப்பட்டிருந்தது. அது கற்களால் ஆனதால் உடைக்கப்பட முடிந்தது. சாதி என்பது மனத்தடயால் உண்டானது. மன தைரியத்தால் மட்டுமே அது தகர்க்கப்படமுடியும். ஒரே நாட்டிலுள்ள ஒரு குடிமகனுக்கும் அடுத்த குடிமகனுக்கும் இடையே உள்ள மனப்பிரிவு காலங்காலமாக நிலைத்திருக்க முடியாது. ஒருவனுடைய தினக்காரியங்கள் மற்றும் வேலைகளோடு சாதித் தடை சம்பந்தப்பட்டிருக்கிறது. சாதித்தொழிலை மாற்ற முடியாவிட்டால் சாதியையும் மாற்றமுடியாது. பகுத்தறி வாளரின் முயற்சிகளால் பிராமணர் மாறிவிட்டனர். ஆனால் ஒரு காரியம் மாத்திரம் பாக்கி இருக்கிறது. அது பூணூல் அணிந்து பூசை செய்யும் வேலை. அதே போல் பறை அடிக்கிறவர்கள்.. சிகைத்திருத்துவோர், துணிவெளுப்போர், தோட்டிகள்,சாதி அடிமைக்கட்டில் இருக்கின்றனர். இந்த தொழில் செய்வோர் சாதியை ஒழிக்க இவற்றிலிருந்து வெளிவரவேண்டும். இப்படியாக சாதியானது பொருளாதாரத்துடன் சம்பந்தப்பட்டிருக்கிறது. சாதியானது பெண் அடிமைத்தனத்துடனும் தொடர்பு உடையது. ஆதலால் கடவுள் பேரால் மதத்தின் மூலம் சாதி உண்டானது. ஆகவே சாதியை ஒழிக்க பல முனைகளிலும் சீர்திருத்தம் வேண்டியிருக்கிறது. முதலாவது தொழிலிருந்து

விடுபடவேண்டும். பாதிக்கப்பட்டோர் சாதி தொழிலை மாற்ற வேண்டும். எல்லாத் தொழில்களும் வாழ்க்கைக்கு போதுமான வருமானம் உள்ளதாயிருக்கவேண்டும். சாதி வேறு பாடின்றி அனைத்து முதியோருக்கும் ஒய்வூதியம் வழங்கப்படவேண்டும். எல்லாத்தொழிலாளர்களுக்கும் வேண்டிய கூலி கொடுக்கப்பட்டு பொருளாதாரம் உயரவேண்டும்.கடவுள் வருணங்களை சாதி களை உண்டாக்கினார் என்ற தவறான கருத்து நீக்கப்பட வேண்டும். சீர்த்திருத்தவாதிகளும் மடாதிபதிகளும் இதைச் செய்யவேண்டும். அவர்களுக்கு மக்களை மாற்றக்கூடிய அதி காரம் இருக்கிறது. பெண்கள் தங்கள் சாதியிலேயே திருமணம் செய்ய வேண்டும் என்ற நிர்ப்பந்தத்திலிருந்து விடுவிக்கப்பட வேண்டும். அவர்கள் தங்கள் கணவன்மார்களை தங்கள் மனம் போலதேர்ந்தெடுத்துக் கொள்ளலாம்.

மனு சாஸ்திரம்

தமிழ் நாடன், குயில் பண்ணை, சேலம்.

சட்டத்திட்டங்களின் தந்தை மனுஆவார். மனு என்பவர் நாலு முதல் எழுவராவார் என்று சொல்லப்படுகிறது. ஆரம்பத்தில் இவை ஒரு லட்சம் எண்ணிக்கையாக இருந்து பிறகு 194ஆக குறைந்தது. சிந்து சமவெளிநாகரிகத்திற்கு முற்பட்ட சட்டங்கள் இதில் உண்டு. ஆரியர் உள்ள அனைத்து தேசங்களுக்கும் இவை பரவியுள்ளது. இந்திய சட்டங்கள் பண்பாடுகளில் ஆழமாக வேரூன்றி உள்ளது. சட்டங்களில் பல தலைப்புகளில் உள்ளன. அவை உலக ஆரம்பம், கல்வி, திருமணம், பிராமணர், குடும்ப வாழ்வு, உணவு, துறவு அரசர், பொது அதிகாரம், நிலம், வருணங்கள், அய்ந்து பெரிய பாவம், மற்றும் நல்லது கெட்டது என்று உள்ளன.

உலகத்தோற்றம்:

ஒலி,ஒளி உருவமில்லாமல் உலகம் உறங்கிக்கொண்டிருந்தது. கடவுள் அதிகாலையில் எழுந்து உலகைப்படைத்தார். முதலில் தண்ணீரை உண்டாக்கி விதைத்தார். பிறகு பிரமாவைப் படைத்தார். அவர் எல்லா உயிர்களின் தந்தையாவார். அவருக்கு ஆரம்பமும் முடிவும் இல்லை. ஆகாயத்தையும் பூமியையும் எட்டுத்திசைகளுடன் எல்லைகளுடன் பிரமா உண்டாக்கினார். ஆகாயம், தீ என்பவை ஐந்து மூலகங்கள் அவர். மனிதனையும் மிருகங்களையும் உடல், வாய், கண்கள், மூக்கு, காதுகளுடன், படைத்தார். சிறு தெய்வங்கள், உண்டாயின தீக்கடவுள், சூரியக்கடவுள், உண்டாயினர், யாசூர், சாம, வேதங்கள் வந்தன. நட்சத்திரம், துணைகோள், ஆறுகள், மலைகள், பள்ளத் தாக்குகள், இவற்றை பிராம படைத்தார், நல்லது கெட்டது, குளிர், கணப்பு, இன்பம், துன்பம், எதிர், எதிரிகள் உண்டா–யின. முதல் மனிதர் படைக்கப்பட்டு தேவர்கள் பூதங்கள், வந்தனர். பிறகு அரசர்களும் மற்றவர்களும் இடி, மின்னல்கள், பூகம்பம், முதலிய அழிவு சக்திகள்,வந்தன. ஊர்வன பூச்சிகள் செடிகள், மிருகங்கள், மனிதர்கள், வந்து சேர்ந்தனர்.

நால் வருண கடமைகள்:

பிராமணர்

வேதம், படித்தல், ஓதுதல், போதனை, தீச்சடங்கு, செல்வம், பெறுதல்.

சாத்திரியர்:

வீரர்கள், ஆட்சி, மக்களைக் காத்தல், இனாம் தருதல், தீச்சடங்கு, வேதப்படிப்பு, தைரியம்.

வைசியர்– வியாபாரம்:

செல்வம்,சேர்த்தல், கடல், மண், பூமியில், பொருள் கொணர்தல், வியாபாரம், பசுக்காப்பு, விவசாயம், பணம் சம்பாதித்தல்.

சூத்திரர்– வேலைக்காரர்:

பிராமணர், சத்திரியர், வைசியர்களுக்கு, அவர்கள் மனம் போல் வேலை செய்தல் பொறாமை கொள்ளாதிருத்தல்.

பிராமனுடைய முகத்திலிருந்து பிராமணர் முதலில் படைக்கப்பட்டனர். ஆகவே அவர்கள் வேதத்துடன் பிறந்தவர் கள். எனவே அவர்கள் மனுகுலத்தில் உயர்ந்தவர். சமூக மதச்சட்டங்களை அமுல் செய்யும் தலைவர் நாட்டின் செல்வ மனத்தையும் பெற்றுக்கொள்ள உரிமையுள்ளவர். உணவு, உடை, மற்ற பொருள்களை மற்ற மூன்று வருணங் களிடமிருந்து பெற்றுக்கொள்கிறார். ஏனெனில் அவரே அவற்றின் சொந்தக் காரர். அவர்கள் பிராமணருடைய செல்வத்தில் வாழ்கிறார்கள். பிராமணர் சாஸ்திரம் படித்து போதனை செய்வார்.மற்ற யாரும் அதைச்செய்ய முடியாது. வேதமே மூலமும் அதிகாரமும் உள்ள புத்தகம்.

ஸ்மிருதி அதனின்று தோன்றியது. சட்ட சரத்துகள் சுமிருதி யில் எழுதப்பட்டுள்ளன. அவை தர்க்கிக்கவோ ஆராயப்படவோ கூடாது. அவை அப்படியே பின்பற்றப்பட வேண்டும். மனிதனுக்கு கீழ்படிய வேண்டியது மட்டும்தான் கடமை. யார் அதைப் படித்து தர்க்கித்தால் அவர் கடவுள் மறுப்பாளர். நாத்திகர் ஆவார். அவர் சமூகத்தைப் விட்டு தள்ளப்பட்டு விடுவார்.

பிள்ளைகளுக்கு பெயர் வைத்தல்:

பெயர்கள் ஒருவருடைய சாதியை வெளிப்படுத்த வேண்டும். பிராமணர் வைசியர் நலமுள்ள பெயர்களையும் சத்திரியர் வீரப்பெயர்களையும் வைசியர் செல்வத்தைக் குறிக்கும். பெயர்களையும் சூத்திரர் அடிமைப்பெயர்களையும் கொண் டிருக்கவேண்டும். சர்மா எனப்பிராமணரும்,வர்மா, என சத்திரியர்களும் பூபதி என வைசியரும் தாசர் அடிமைகள் என சூத்திரரும் அழைக்கப்பட்ட வேண்டும். பெண்கள் இன்பம், அழகு, ஞானம், நிலம், என்றும் அழைக்கப்பட வேண்டும்.

உடை:

பிராமணர் பருத்தி, நூலும், சத்திரியர், சாக்குநூலும், வைசியர் ஆட்டுமயிரும் தரிக்கவேண்டும். பிராமணர் வில்வ மரத்தின் குச்சியும், சத்திரியர் ஆலமரக்குச்சியும், வைசியர், அரளி அல்லது அத்திக்குச்சியையும், வைத்திருக்க வேண்டும். பெண்கள் தாலி கட்டிக்கொள்ளவேண்டும். கணவருக்கு சேவை செய்யவேண்டும்.

பொது:

பிராமணர்,சத்திரியர், வைசியர், சூத்திரரிடம் கற்றுக்கொள்ள தடை இல்லை. சூத்திரப் பெண்களைத் திருமணம் செய்ய தடை இல்லை. பிள்ளைகளிடம் யோசனைகளையும் எதிரி களிடம் நன்னடத்தையும், விஷத்திலிருந்து தேனையும் ,மனிதக் கழிவுகலிருந்து தங்கத்தையும் பெற்றுக்கொள்ளலாம்.

மாணவர்:

கெட்டவனுக்கும் ஏழைக்கும் கல்விபோதிக்கக் கூடாது. இது பதர் நிலத்தில் விதைத்தது போன்றது. கல்வியை வீணாக்குவதை விட சாவது மேல். கல்வியைப் விற்றுப்பிழைக்கக் கூடாது.

பெண்கள்:

பெண்கள் தங்களை அழகுபடுத்தி ஆண்களைக் கவர்வது இயற்கையானது. அறிவாளிகள் கவனமாக இருக்கவேண்டும். அவர்கள் ஆண்களைக்காம விகாரமுடையவர்களாக ஆக்குவர்.

பெண்களோடு தனித்து இருக்கக்கூடாது. அம்மா, அப்பா, மகள்,யாரானாலும் சரி பாலியல் தூண்டப்படும் அறிவாளி களையும் மயக்குவர்.

சிநேகம்:

பத்து வயது பிராமணர் சிறுவன் மற்ற வருணங்களுக்குத் தந்தைபோன்றவன். நூறு வயது சத்திரியன் அவனுக்கு மகன் போல நடத்தப்படுவான். செல்வம் வயது நடத்தை கல்வியால், மூன்று வருணங்களும் மதிப்பாக ஒருவருக்கொருவர் நடந்து கொள்வார்கள். தொண்ணூறு வயது சூத்திரன் மற்ற வருணங்களிடம் மரியாதை பெறுவான்.

திருமணம்:

பெண்ணை நிர்ப்பந்தப் படுத்தி திருமணம் செய்வது காட்டுமிராண்டித்தனம். குடிவெறி, தூக்கம், அல்லது பைத்தியம் இவற்றால் பாதிக்கப்பட்ட பெண்ணை அடைவது பேய்த்தனம்.

கலப்பு திருமணம்:

பிராமணரும் மற்ற வருணத்தாரும் கீழ்வருணத்தாருடன் திருமணம் செய்யலாம். சூத்திரன் மேல் வருணத்தாருடன் திருமணம் செய்யக்கூடாது. அவர்கள் மக்கள் கீழ்வருணத்தார் ஆவர். கீழ்வருணத்தாரை திருமணம் செய்யும் பிராமணர் நரகம் செல்வான். பிள்ளை பிராமணன், ஆகாது. பெண்ணின் தந்தை, சகோதரர், கணவன்,நாத்தனர், அவளுக்கு பரிசு கொடுக்கலாம். இது அவர்கள் கடமையாகும்.

குடும்ப வாழ்க்கை:

கலைகளைக் கற்றல், வழக்குரைத்தல், கிழ்வருணத்தாரைக் கல்யாணம் செய்வது குதிரை வண்டியை விற்பது விவசாயம், அரசுவேலை பிராமணர் மதிப்பைக் குறைக்கும்.

மரித்தோருக்கு சிரார்த்தம்:

எமனின் தெற்கு நரகம். துறவிகள், தேவர்கள், செத்தவர், பிசாசுகள், விருந்தினர், வேண்டிய பொருள்களைகுடும்பஸ்திரம்

பெற்றுக்கொள்வர். துறவி வேதம் ஓதுவார் கடவுள் காணிக்கை பெறுவார். மரித்தோர் சடங்குகள் பெறுவர். உயர்ப்பலி மூலம் பிசாசுகள் மற்றும் விருந்தினர் உணவால் மகிழ்வார், மரித்தோரின் நினைவாக செய்யப்படும் சடங்கில் பிராமணர் மரித்தோர், இடத்திலிருந்து விருந்து உண்பர். காணிக்கைகளும் பெற்றுக்கொள்வார்.

வேதம் ஓதுதல்:

மரித்தோர் சடங்கில் வேதம் ஓதுதல் கூடாது. காலைக்கடன் கழிவறையில் ஓதக்கூடாது. சூத்திரர், காதில் வேதம் கேட்கப் படக்கூடாது. பாவிகளும் சூத்திரரும் வேதம் கேட்கக்கூடாது.

உணவு:

வேதம் அறியாதவர் வீட்டில் பிராமணர் உண்ணக்கூடாது. பைத்தியக்காரன், நோயாளி, திருடன், வேசி, எதிரி, குடிகாரன், சிகைதிருத்துபவர், ஆசாரி சாரயம் விற்பவர், நன்றியில்லாத அரசனின் உணவு உயிரைக்கொல்லும். கீழ் சாதி, சாத்தியம், கொல்லர், ஆயுள், காலணி செய்பவர், புகழ் சமையற்காரர், பிள்ளைகள், துணி வெளுப்போர் பலம், வேசி–நலம், இவற்றை அடுத்த பிறவியில் கெடுக்கும். முடித்திருத்துவோர் உணவு, உப்பு நீர் ஆயுத விற்பவர் எச்சில் வேசி இந்திரியர் வட்டு வாங்குபவர், மனிதக்கழிவு மற்றும் முள்ளவர் கேசம் தோல் எலும்பு போன்றவையாகும். அவை தள்ளப்பட வேண்டும். அறியாமல் உண்டால் மூன்று நாள் விரதம் இருக்க வேண்டும். தெரிந்தே உண்டால் மனிதக்கழிவு சிறுநீர், இந்திரியம், போலாகும். உண்ணாநோன்பு முறிவு ஆகும். வட்டித்தொழில் புரிவோரிடமும் இனாம் பெறலாம்.

இனாம் தருதல் பெறுதல்:

மற்றவனைக் கெடுத்து தான் வாழ்பவன் கொடுமைக்காரன். ஏமாற்றுபவன் மாய்மால தந்திரக்காரன் கொக்கு போன்றவன் கீழானவன்பிறர்பொருளைஇச்சிப்பவன்காட்டிக்கொடுப்பவன் நேர்மையற்றவன், பொறாமைக்காரன் ஆவான். வேதம் ஓதாதவனுக்கு இனாம் கொடுக்கக்கூடாது.

ஏற்றுக்கொள்ள முடியாதவை:

சூத்திரன் ஆளும் நாட்டில் பிராமணர் வாழக்கூடாது. கெட்டவர்களும் பாவிகளும் வாழுமிடத்தில் இருக்கக்கூடாது. மனு சாஸ்திரத்தை ஏற்காத பிராமணரும் வேதம் சூத்திரரும் ஆசம்விருதா என்ற நரகம் சேர்வார்.

பிராமணர் உணவு:

தீ சடங்கில் தரப்படும் மாமிசத்தை உண்ணலாம். மற்றபடி மிருகவதை செய்து உண்பது காட்டு மிராண்டித்தனம். மந்திர ஓதாமல் பசுவை உண்ணக்கூடாது. மீறுகிறவர்கள் அடுத்த பிறவியில் கொல்லப்படுவார்கள். தீ யாகத்திற்கு மிருகங்களைக் கொல்லலாம். தீ யாகத்திற்கு பிரமா பசுவைப்படைத்தார். உலக நன்மை வேண்டியாகம் செய்யப்படுகிறது. யாகத்திற்கு பசுவைக் கொல்வது பாவமில்லை. மற்ற படி பசுவைக்கொன்று தின்பது பாவம்.யாகத்தில் கொல்வது பாவமில்லை. அது அறமாகும். மாமிசத்தைப் பேய்கள் உண்ணக்கூடாது. மாமிசம் உண்ணாதவர் மிருகங்களை நேசிக்கிறார். அவர் நீண்ட நாள் வாழ்வார்.

பெண்களின் கடமை:

பெண்கள் தங்கள் சித்தப்படி நடக்ககூடாது. குழந்தையா யிருக்கும் போது தந்தை, திருமணத்திற்கு பிறகு–கணவன், விதவையான பின்–மகன்கள் அவரது காப்பாளர்கள். எந்த வயதானலும் பெண் தனித்து செயல்படக்கூடாது. இது வீட்டிற்கு அவப்பெயரைக் கொடுக்கும். வாழ்நாள் முழுவதும் தந்தை சகோதரன், அல்லது கணவனைச் சேவிக்க வேண்டும். கணவனே கண்கண்ட தெய்வம். கணவனே எல்லாம். அவன் நடத்தை கெட்டவனே வேசிகளோடு தொடர்புள்ளவன் என்றாலும் அவனே. கணவனுக்குச் சேவை செய்வதே அவளது யாகம் கணவனுக்கு எதிராக ஒன்றும் செய்யக்கூடாது.

கணவன் இறந்து போனால் சைவ உணவை உட்கொள்ள வேண்டும். அடுத்தவன் பெயரை சொல்லவே கூடாது. அவனுக்கு திதி செய்யவேண்டும். சுத்தமாக பொறுமையுடன், யாருடனும் போகாது குடிக்காமல் மாமிசம் உண்ணாமல்

கற்புடன் வாழவேண்டும். மறுமணம் கூடாது. மணம் செய்தால் மறுபிறவியில் குஷ்டரோகம் அடைந்து நரியாகப்பிறப்பார்.

தீட்டு:

சூத்திரன் தரை மட்டும் குனிந்து சாஷ்டாங்கமாய் சாத்திரப்படி பிராமணரை வணங்கவேண்டும். தீண்டத்தகாத சண்டாளன், தீட்டுள்ளபெண், பிணம், பிணத்தைப் தொட்டவரை தொட்டு விட்டால் குளிக்கவேண்டும். அசுத்தரைக் கண்டால் மந்திரம் சொல்லவேண்டும். இறந்தவனை அவனது வருணத்தாரே தூக்கவேண்டும். கீழோர் தூக்கக்கூடாது.

செத்தவனுக்கு அடுத்த பிறவியில் நன்மை கிடைக்காது பிராமணர் இறந்தால் கிழக்காகவும், சத்திரியர் வடக்காகவும், வைசியர் மேற்காகவும், சூத்திரர் தெற்காகவும் தூக்கிச்சென்று அடக்கவேண்டும்.

அரசர்:

நான்கு வருணத்தாரையும் காத்து சட்டங்களைக் செயல் படுத்தவேண்டும். பலவீனர் அரசர் இல்லாமல் பயந் திருப்பார். பிராமணரைக் காத்து உணவளிக்க வேண்டும். இல்லாவிடில் நாட்டில் பஞ்சமுண்டாகும். மக்கள் மனு சாஸ்திரத்தை மீறிநடப்பார்கள், வருணங்களை மீறுவார்கள், மரியாதை இல்லாமல் போகும். அடுத்தவன் மனைவியைக் கடத்துவர், திருடுவர், வன்முறை செய்பவர்களைகளைப் பிடுங்கி செடியைக்காப்பது போல் கேடு செய்வோரை அழித்து நல்லோரை அரசன் காக்கவேண்டும்.

நீதி:

பிராமணர் நடத்தை கெட்டவரானாலும் தீர்ப்பு வழங்கலாம். ஆனால் சூத்திரன் அப்படிச்செய்யக்கூடாது. பசு புனித மணலில் உழல்வது போல நாடு கெட்டுப்போகும். நாட்டில் நாத்திகரும், சூத்திரரும், வளமாகவும் பிராமணர் சிரமத்திலும் இருந்தால் நாடு வறுமையில் வாடும். நீதி மன்றத்தில் வருணச்சட்டங்களின் படி நடத்தப்படவேண்டும்.

விசாரணை:

பிராமணச்சாட்சியிடம் சொல் எனவும், சத்திரியரிடம் உண்மையைச் சொல் எனவும் வைசியரிடம் பொய் சொல்வாயெனில் விவசாயம் பசு,தங்கம், அழியும் என்றும் சூத்திரனிடம் பொய் சொல்வாயெனில் அது வேத பிராமணரைக் கொன்ற பாவத்திற்கு சமமாகும் என்றும் சொல்லவேண்டும்.

பிராமணர் பண்டம் விற்றல், மாடுவளர்ப்பு, வேலைக்காரர், வியாபாரம், லேவாதேவி, பாடகர், சிற்பம் செய்தல் இவைகளைச் செய்தால் சூத்திரர் என்றே கருதப்படுவார். குற்றத்தில் சம்பந்தமான உடலுறுப்பு தண்டிக்கப்படவேண்டும். பிராமணர் இதற்கு விலக்கானவர் மன்னிக்கப்படுவார். பிராமணர் எதையாவது பொருள் கண்டு எடுத்தால் அவரே வைத்துக் கொள்வார். மற்றவர் அரசரிடம் பொருளைக்கொடுத்து விடவேண்டும்.

கடன்வட்டி:

பிராமணரிடம் 2% சத்திரியரிடம் 4% வைசியரிடம் 4% சூத்திரரிடம் 5% வட்டி வசூலிக்கவேண்டும்.

திருட்டும் தண்டனையும்:

திருடர்கள் மூன்று வழிகளில் தண்டனை பெறுவர். சிறை, சங்கிலி, கைகளை வெட்டுதல், திருட்டின், தன்மையைப் பொறுத்து சூத்திரர் 16 மடங்கும் சத்திரியர் 32 பிராமணர் 64 மடங்கும் தண்டனை பெறுவர். வைரம், கற்புள்ள பெண்ணைக் கடத்தல் முதியோரை கடத்தல் ஆகியவற்றிற்கு மரணதண்டனையாகும்.

சேனவ செய்தல்:

பிராமணரைச் சேவிக்கவே சூத்திரர் பிறந்தனர். அவர்களிடம் வேலையை வாங்கிக்கொண்டு பணம் தரவோ, தராமலிருக்கவோ செய்யலாம். மறுபிறவியில் இன்பம் பெறுவதற்கு சூத்திரர் அவருக்கு வேலை செய்யவேண்டும். வைசியரும் சூத்திரரும் வேலையற்றிருந்தால் நாட்டைக் கெடுத்து விடுவார்.

சூத்திரர் பிராமணரைக் தாக்கினால் தண்டனை:

பிராமணரைத் தாக்கினால் சூத்திரரது உடலுறப்பு வெட்டப்படும். பிராமணருடன் சமமாக அமர்ந்தால் சாதி விலக்கு செய்யப்படுவார். துப்பினால் உதடு வெட்டப்படும். சிறுநீர் கழித்தால் உயிர்நாடி வெட்டப்படும் மனிதக்கழிவை எறிந்தால் கைகள் தரிக்கப்படும். தலைமயிரை இழுத்தால் மணிக்கட்டு. திட்டினால் நாக்கு துண்டிக்கப்படும்.

வருணங்கள் கலந்து விடும். பிறன் மனைவியைச் சேர்வதின் மூலம் நாடு மழையின்றி வாடும். நீதி செய்யப்படாது. சூத்திரன் மேல் வருணனின் மனைவியைச் சேர்ந்தால் மரணதண்டனை. பிராமணப் பெண்ணைச் சேர்ந்தால் உயிர்நாடி வெட்டப்படும். சொத்துகள் பிடுங்கப்படும். (கௌரவக் கொலைகளின் அடிப் படை இது தான்)

பெண்களின் இயற்கை குணம்:

பெண்கள் நிலையற்ற மனமுடையோர் கற்பில்லாதவர். ஆண்கள் அவர்களைத் காத்து கற்பை பாதுகாக்கவேண்டும். இரவும் பகலும் பெண்கள் கண்காணிக்கப்பட வேண்டும். அவர்களை புனிதமாக்க வழிமுறையோ மந்திரமோ இல்லை. அவர்களுக்கு சுத்தமனதில்லை. பொய்யைக் போல அசுத்தம் உடையோர், பிராமண விதவைக்கு மறுமணமில்லை. ஒருவன் அடுத்தவனுக்காக பிள்ளை பெறக்கூடாது. அது மிருகங்களைப் போன்றதாகும். சில தருணங்களில் இதற்கு அனுமதி உண்டு. வேணன் என்ற அரசர் வருணக் கலப்பு நடக்க அனுமதித்தார். மனு சாஸ்திரப்படி அரசாட்சி செய்யவில்லை.

தீர்ப்பு:

குடிகார பிராமணர் தங்கநகை, திருடுவோர், குருவின் மனைவியை சேர்பவர், கொலைகாரர்,ஆகியோர் பெரும் பாவிகளாவர் சூதாடிகள், குடிகாரர், கூத்தாடிகள், பாடகர், வேதநிந்தனை செய்வோர், வருண கடமை செய்யாதோர் ஆகியோரை அரசர் நாடு கடத்துவார். தேசதுரோகம், கருவூலத்தை கோயில் நாசம் செய்தல், பேயாடுதல் ஆகியவற் றிற்கு மரணதண்டனை.

சிறு குற்றங்கள்:

திறந்த வெளியில், தெருவில், கோயிலருகில், கழிவு சிறுநீர், கழித்தல் ஆகியவற்றிற்கு அபாரதம் விதிக்கப்படும். அவர்கள் இடத்தை சுத்தம் செய்து கொடுக்கவேண்டும்.

பிராமணரின் அறம்:

பிராமணரின் கட்டளையால் தீ சுடுகிறது. கடல் உப்பாக இருக்கிறது. சந்திரன் தண்மையாக இருக்கிறது. பிராமண கோபத்தால் அரசர் உட்பட யாவரும் அழிந்து போவர். பிராமணரின் தியானத்தால் வேறு உலகும் பிறவியும் உண்டாகும். நலம் விரும்புவோர், பிராமணரைக் கோபப்படுத்த மாட்டார்கள்.

(மனு சாஸ்திரம் ஆரிய பிராமணருடைய நன்மைக்காக உண்டானது என்று சொல்லப்படுகிறது. மற்ற மக்களையும் இதைப் பின்பற்றும்படி செய்யப்பட்டு விட்டது.)

தலித் மக்கள் பிரச்சனைகள்

முனைவர் பி. டிசத்யபால், ஆந்திர பல்கலைக்கழகம்

சத்யாபால் சமூக செயல்பாட்டாளர். சமூக அநீதிக்கு குரல் கொடுத்து வருகிறார். அவர் இந்திய மக்களைப்பற்றி ஒரு கட்டுரை எழுதியிருக்கிறார். அதன்படி ஆரியர்கள் இந்தியாவில் குடியேறியவர்கள் ஆவர். அவர்கள் இந்நாட்டின் குடிகளல்ல. ஆனால் ஏன் எப்படி இந்தியாவுக்கு வந்தார்கள் என்பது தெரியவில்லை. இந்த ஆய்வு இரு உண்மைகளைக் கண் டறிந்தது.

முதலாவது பிற்பட்ட மற்றும் பட்டியல் இனமக்களுடைய ஜீன்கள் அப்பா வழியிலும் அம்மா வழியிலும் ஆசியர்களுக்கு ஒப்பாக இருந்தன. அதே சமயம் 40% ஜீன்கள் பிராமணர் சத்திரியர், வைசியருடையது. தாய் வழியில் ஆசியர்களுடைய தாகவும் தந்தை வழியில் கிழக்கு ஐரோப்பியருடையதாகவும் இருந்தன. அவர்கள் ஆதிக்குடிகளாயிருந்தால் ஜீன் வித்தியாசப் பட வாய்ப்பில்லை. அப்படியானால் தாய்வழியில் ஆசியர் களிடையதாயிருந்து எப்படி?

விடை என்னவென்றால் அவர்கள் ஐரோப்பியவிலிருந்து குடியேறியவர்கள் என்பதாகும். அவர்கள் இடப்பெயர்ச்சியின் காரணமாக வந்திருந்தால் பெண்பிள்ளைகளோடு வந்திருப்பார். இது அப்படியில்லாமல் படையெடுத்து வந்தபடியால் இங்குள்ள பெண்களோடு வாழவேண்டியதாயிற்று எனலாம். கல்வியறிவற்ற பெண்கள் என்று புராண இதிகாசங்கள் சொல்வது இந்த அடிப்படையில் தான் என்பது தெளிவு. அவர்களுக்கு அடிமை குறிப்புகள் இருந்தன.

இரண்டாவதாக பிற்பட்டோர் மற்றும் தலித்களுடைய ஜீன்கள் ஒரே மாதிரி ஒரே இனத்தைச்சேர்ந்தனவாக இருந்தன. பிரித்தாளும் சூழ்ச்சியினால் பிற்பட்டோரும் தலித்துகளும் பிரிக்கப்பட்டு பிற்பட்டோர் மேம்பட்டோர் என்று பொய்யாகச் நம்பச் செய்தனர். இவர்கள் சிந்து சமவெளி நாகரிகத்தைச் சேர்ந்தவர் ஆவர். அவர்கள் சமூகத்தில் முன்னேற்ற மடைந்

திருந்தனர். அவர்கள் விவசாயம் செய்தனர். அவர்கள் தாய்வழிச் சமூகத்தினர் தாயைக் கடவுளாக வணங்கினர். செம்பில் உபகரணங்கள் செய்தனர். அவர்கள் சமூகத்தில் அமைதி விரும்பிகள் ஆவர். அவர்கள் ஆயுதம் இல்லாமல் சகோதரத்துவம் கொண்டிருந்தனர். அவர்களுக்கு ஆயுதம் படை அவசியமாயிருக்கவில்லை. ஆரியர்கள் ஆயிரவருடத்திற்கு பிறகு படை எடுத்தனர். அவர்கள் வாழ்க்கை வேறு விதமாக இருந்தது. ஆரியர் ஆண்களைத் தலைவர்களாகக் கொண்டிருந்தனர். அவர்கள் ஆயுதங்களும் ரதமும் இரும்பினால் செய்தார்கள். ஆக்கிரமிப்பும் ஆயுதங்களும் அவர்களுக்கு இரு கண்களாயிருந்தன. அவர்கள் அமைதியையும் சகோதரத்துவத் தையும் விரும்பவில்லை. பிராமணத்துவம் தோன்றி, ஆயிரத்தை நூறு ஆண்டுகளுக்கு பிறகு புத்த மதம் தோன்றியது. பொய்யான கருத்துகள் புத்த மத்தைப் பற்றி பரப்பினர்.

பிராமணர்களைப்பின் பற்றியவர்கள் அரசைவிட்டு துரத்தினர். புத்தர் வருணாஸ்ரமத்திலிருந்து மக்களை மீட்கவிரும்பினார். அவர் கற்பனை வாதியல்ல அவர். உண்மைக்குப் புறம்பாக எதையும் சொல்லமாட்டார். அவருடைய போதனைகள் திட்டமிட்டு ஞானமாய் செயல்படுத்தப்பட்டு அறவழியில் உயர்வு தாழ்வுக்கு எதிராக செய்யப்பட்டது. பகுத்தறிவற்ற சிந்தனைகளுக்கிடையே எழுந்த முதல் மனப்புரட்சியாகும். பக்கிரிகள் தவம் செய்து கடவுளோடு தொடர்புடையவர்களாக சொல்லப்பட்டது. புத்தரின் பகுத்தறிவு தியானம் கடவுளை அடைவது அல்ல.ஆழ்ந்த தவம் உணவில்லாமல் செய்வது உடல் பல வீணமாகுமேயல்லாது வேறு நன்மை இல்லை என்றார். பிராமணக் கடவுள்களுடைய கட்டுக்கதைகளை அவர் வெளிப்படுத்தினார்.அரசர்கள்புத்தருடையஆலோசனைகளைப் பின் பற்றி ஆட்சி செய்தனர்.

கி.மு. 365–ல் பிராமணர் விவசாயமும் படை வீரராகவும் சந்திர குப்தமௌரிய அரசரின் கீழ் இருந்தனர். புத்தருடைய போதனைகளைப் பின்பற்றி அசோகப்பேரரசர் கி.மு. 265–ல் ஆட்சி செய்தார்.சாலையோரங்களில் மரங்கள் நட்டார். அவர் குடியாட்சி முறையில் ஆட்சி செய்தார். அவர் மக்களிடையே சமத்துவத்தை நிலை நாட்டினார்.சட்டப்படி ஆட்சி செய்தார்.

இலவச கல்வியும் மருத்துவமும் அளித்தார். புத்தரின் சீடர்கள் இவற்றை முன்னெடுத்தனர். பிராமணர்கள் படையில் சேவை புரிந்தனர். புத்தருடைய நியாய சட்டப்படி பிராமணர்கள் 500 வருடங்கள் கீழ்படிந்து இருந்தனர். பிறகு புஷ்யமித்ரா சுங்கர் என்ற சங்கர் ஆரியர் பிரிகந்தரா என்ற அசோக அரசரின் பேரரைக்கொன்று பிராமணத்துவத்தை புதுப்பித்தார். ஆக்கிர மிப்பாளர்கள் நால் வருணத்தைப்பற்றி அதன் கீழ் ஆயிரக் கணக்கான சாதிகளை உண்டாக்கி மக்களைப் பிரித்தனர். மனு தர்மம் எழுதப்பட்டது. கிராமங்களும் புறஜாதியாரும் தோன்றி னார். புஷ்யமித்ரா சுங்கரை எதிர்த்தவர்கள்.காடுகளில் மறைந்து வாழ்ந்தனர். தற்காலத்தில் அவர்கள் தான் வனவாசிகள் என்போர் ஆவர்.போரில் தோற்றவர்கள் வேலைமறுக்கப்பட்டு செத்த மிருகங்களை உணவுக்காக உண்டனர். தற்காலத்தில் அவர்கள் தீண்டத்தாகவர்கள் ஆவர். அவர்கள் கீழான சுகாதர பணிகள் செய்விக்கப்பட்டனர். புஷ்யமித்ரா சுங்கரிடம் சரண டைந்து பிராமணத்துவத்தை ஏற்றுக்கொண்டவர்கள் சூத்திரர் என்னப்படுகின்றனர். இப்படியாக பல்கலைக்கழக மனித ஆராய்ச்சி சாதிகளின் தோற்றத்தை உறுதி செய்தனர்.

பிரிட்டிஷாரின் ஆட்சியில் மகாத்மா ஜோதிராவ் பூலே முனைவர் அம்பேத்கர் ஆகியோர் சமூக சீர்திருத்தவாதி களாயி ருந்தனர். தனது பிராமண நண்பரின் திருமணத்தில் பூலே சாதி அவமானப்படுத்தபட்டார். ஆகவே அவர் சாதிக்கு எதிராக புரட்சி செய்தார். அவர் பெண்களுக்கும் ஆலையத் தொழிலாளர் சங்கமும் நடத்தினர். எட்டுமணி நேர வேலையும் வார விடுமுறையும் பெற்றுந்தந்தார். அவர் சமூகசமத்துவ வீரராக போராடினார்.

சாதிகளை ஒழிக்க விரும்புவோர் பகுத்தறிவோடு பிரா மணரைக் கேள்வி கேட்காமல் அதைச் செய்யமுடியாது. அவதாரங்களின் உண்மை முகத்தை குலாம்கிரி என்ற புத்தகத் தில் எழுதினார். அவர் தீண்டத்தகாவருக்கு கல்வி. விவசாயம், ஆலையப்பணி, அரசு நிர்வாகம் இவற்றில் பங்களிப்பு வேண்டுமென்றார். அதனால் இட ஒதுக்கீட்டின் தந்தை என்று அழைக்கப்படுகிறார். மக்கள் அவரை மகாத்மா பூலே என்று அழைத்தனர்.

மதவாதிகள் நெற்றியில் திலகமிடுவதற்கும், தலைக்குமேல் காக்கை பறப்பதற்கும் விளக்கு வைப்பதற்கும் வீட்டுமுன் கோலம் போடுவதற்கும் விளக்கம் சொல்கிறார்கள். மெய்யான காரணம் பயங்கரமானது. உதாரணமாக புத்த மதத்தை ஒழித்த புஷ்யமித்ர சுங்கர் புத்த பிட்சுகளின் தலைகளை உடைக்கும்படி சொன்னார். அதற்கு தங்க நாணயம் பரிசளித்தார். பிறகு தேங்காய்கள், உடைக்கப்பட்டு புத்த பிட்சுகளின் தலைகளை உடைத்ததற்கு அடையாளமாகக் கொள்ளப்பட்டது. இதற்கு முன் கோயில்களில் தேங்காய் உடைக்கும் பழக்கம் இல்லா திருந்தது. பிராமணர், வைசியர், சத்திரியர், இந்து மதத்தை ஸ்பாபித்தாக தவறாக எண்ணப்பட்டது. மெய்யாக இந்து என்ற ஒன்று இல்லாதிருந்தது. 1920– ம் ஆண்டுவரை தங்களை ஆரியர் என்றே அவர்கள் சொல்லினர். பிறகு பிற்பட்டவரையும் தலித்துகளையும் சேர்த்துக்கொண்டு தங்களை பெரும்பான்மை யினராகக் காட்டிக்கொண்டனர். சுதந்திரப் போராட்டம் 1920–ல் தீவிரமாக இருந்தபோது அவர்கள் தங்களை நாடற்றவர் என்று சொல்லி கைவிட்டு விடுவர் என்று பயந்தனர். 1922– ம் வருடம் ஆரிய சமாஜம் தொடங்கி மத அரசியலை முன்னெடுத்தார்கள். முன்பு இந்து மதம் என்று இருந்ததில்லை. இந்து மதம் என்பது சாதிகளின் சங்கிலித் தொடர். யாவரும் சாதிச்சங்கிலியில் இணைக்கப்பட்டனர். மத ரீதியாக அல்ல.

அவர்கள் பெரும்பான்மை சுதேசிகளிடம் அபாயத்தை எதிர்கொள்ளவேண்டியிருந்தது. அவர்கள் ஆரியராயிருந்தவரை. ஆகவே இந்து மதம் என்பது சாதிகளின் சங்கிலி சாதிச்சங்கிலி தொடர்பு அறுந்தால் பிராமணியம் அழிந்து போகும். பகுத்தறி வாளர்களிடமிருந்து மற்ற மதங்களிடமிருந்து சாதிச்சங்கிலிக்கு ஆபத்து வந்தால் பயந்து போகின்றனர்.

சாதிகள் கடவுள் பேரால் உண்டாயின சாதிகள் கடவுள் பெயரால் காக்கப்படுகின்றன. சாதிகள் இல்லாத இடம் இந்தியாவில் இல்லை. சாதி பேதம் மற்ற மதங்களிலும் உள்ளன. முஸ்லீம் சிறுபான்மையினர் மக்கள் தொகையிலும் 13% ஆவர். முஸ்லீம்கள் ஒரே இனம் அல்ல. அஸ்ரப் என்பவர் பிராமணர் அஜலால் பிற்பட்டவர். அரசல் தலித்துகள் பட்முஸ்லீம், ஆசாத்முஸ்லீம்களும் உண்டு. 1922 முதல் இன்று

வரை தலித்துகளும் பிற்பட்டவர்களும் தான் சாதிச்சண்டையில் செத்தனர். முல்லாக்களும் பூசாரிகளும் துன்பமடையவில்லை. சரித்திரம் திரிந்து எழுதப்பட்டிருக்கிறது. ஆகவே இளைஞர்கள் மெய்யை அறிய வேண்டும். பழையவைகளை அறிந்து எதிர் காலத்தை கட்டமைக்கவேண்டும். எதிர்காலம் சாதி ஒழிப்பில் தான் இருக்கிறது.

சகசம். சாதி மறுப்பாளர் சங்கம்

பாரதி தம்பி, இதழியழாளர்.

சாதி மறுப்புத் திருமணம் இது கலப்புத் திருமணமாகாது. ஏனெனில் நாம் மனிதரையும் பசுக்களையும் திருமணம் செய்விக்கவில்லை. நாம் சாதிகளைத் தான் தள்ளிவிடுகிறோம் என்றார் பெரியார். நாம் இப்போது பெரியாரின் நாட்களை விட்டு வெகுதூரம் கடந்து வந்து விட்டோம் அவருடைய நாட்களில் இளைஞராயிருந்தவர் இப்போது 'வயதாகி பேரப் பிள்ளைகளையும் பேத்திகளையும் பார்த்து விட்டார்கள். ஆனால் பெரியார். ஒழிக்க முயன்ற சாதி இப்போது அனேக வழிகளில் பெருகிவருகிறது. வாக்குகளுக்காக பெரியாரின் கொள்கைகளை விற்கும் அரசியல்வாதிகள் சாதிக்கு ஆதரவாக இருக்கிறார்கள். சிலர் நாணமில்லாமல் கலப்பு திருமணம் பற்றி பேசி அதன்படி செய்வதில்லை இந்தச்சூழ்நிலையிலும் திருவண்ணாமலையில் சகசம் என்னும் அமைப்பு சாதி மறுப்புத் திருமணங்கள் செய்விக்கிறது. சகசம் என்றால் சாதி மறுப்பவர் சங்கம் என்பதாகும். ஹரிகிருஷ்ணா என்ற ஓய்வு ஆசிரியர் திராவிடக்கொள்கைப்பற்றாளர். இதன் அமைப்பாளர் ஆவார். அவர்கள் 25 வருடங்களில் 300 சாதி மறுப்புத் திருமணங்கள் செய்துள்ளனர். பள்ளி நாட்களில் அவர் விபத்தில் பாதிக்கப்பட்டவர்.

வேட்டவலம் கிராமத்தில் ஒரு பிராமண ஆசிரியர் ஒன்பதாம் வகுப்பு ஆசிரியராக இருந்தார். அவருடைய மகன் அந்த வகுப்பில் இருந்தார். தனது மகனிடம் பாட சம்பந்தமாக ஒரு கேள்வி கேட்டார். பையன் பதில் சொல்லவில்லை. பிறகு அதே கேள்வியை ஏழுமலை என்ற தலித் மாணவரிடம் கேட்டார். அவனும் பதில் சொல்லவில்லை ஹரிகிருஷ்ணனி டம் கேட்டார். இவர் பதில் சொல்லிவிட்டார். பாராட்டை எதிர்பார்த்தார். ஆனால் ஆசிரியர் தனது மகனை அடிக்கத் தொடங்கிவிட்டார். ஏழுமலை சுமைதூக்கியாவது அல்லது குப்பை பொறுக்கியாவது பிழைத்துக்கொள்வான். ஒரு பிரா மணர் எப்படி இவைகளைச் செய்யமுடியும் என்றார். ஆசிரியர்

இதைக்கேட்ட ஹரிகிருஷ்ணா அதிர்ச்சியாக விட்டார். சாதியின் சக்தியை அறிந்து கொண்டார்.

ஹரிகிருஷ்ணர் கல்லூரி திராவிட இயக்கத்துடனும் பொதுவுடமை தத்துவத்துடனும் தொடர்பு கொண்டார். ஆசிரியர் ஆனபின்பு என்.டி.சுந்தரவடிவேலு ஆளுநர், கல்வி இயக்குநரகம் இவரோடு தொடர்பு கொண்டிருந்தார். இவர் அந்நாட்களில் சாதி மறுப்புத்திருமணம் செய்வித்துக் கொண்டிருந்தவராவர். ஹரிகிருஷ்ணனும் அவருடைய சகோதரிகளும் சாதி மறுப்புத் திருமணங்கள் செய்தனர்.

காந்தா என்ற வன்னியப் பெண்ணுக்கும் ஆறுமுகம் என்ற தலித்பையனுக்கும் 1943–ல் திருமணம் செய்தார். பொதுவுடைமைத் தோழர்கள் உதவினர். மணமக்கள் இப்போது அமெரிக்காவில் நல்ல நிலைமையில் இருக்கிறார்கள். சாதி மறுப்புத்திருமணத்தில் என்ன கெட்டுப்போய்விட்டது என்கிறார். ஏதாவதொருவர் தலித் என்றால் பிரச்சனை வருகிறது. இதில் பெண்தலித்தென்றால் பிரச்சனை இல்லை. பெண் உயர்சாதியானால் சாதி தனது முகத்தைக்காட்டுகிறது. ஏன் என்றால் சாதித்தூய்மை என்பது பெண் மூலமாக நிலை நிறுத்தப்படுகிறது.

அவர் ஒரு முஸ்லீம் இந்து மதக்கலப்புத் திருமணமும் செய்வித்தார். அவர்கள் ரம்ஜான் பிரியாணியும் திருவண்ணா மலை தீபமும் கண்டுளிக்கின்றனர். சகசம் அமைப்பு மணமக்களை மறைத்து வைப்பதில்லை. அவர்கள் இரு மண வீட்டாருக்கும் செய்தி சொல்கின்றனர். மறைந்து வாழ்வதற்கு அவர்கள் என்ன கொலையா செய்தார்கள். அவர்கள் ஒருவரையொருவர் காதலித்தனர். காதலிப்பது ஒரு குற்றமாகுமா? எங்களது அனுபவத்தின் படி மணமக்களிடம் காதலனாது பெற்றோரின், பிடிவாதத்தைவிட மேலானது. ஏனென்றால் இந்தியப் பெற்றோர் தாய் தகப்பன் மாத்திரம் அல்ல. அவர்கள் பண்பாடு சாதியம், சடங்குகள், மற்றும் பொய்யான பெருமையின் காப்பாளர் ஆவர். ஆனால் மணமக்கள் காதலால் நிறைந்துள்ளனர். ஒரு சௌராஷ்டிர பெண் மதுரையில் வீட்டுக்குள் வைத்து பூட்டப்பட்டிருந்தார். அவள் அதை மீறி இரவு உடுப்புடன் விமானத்தில் சென்னை வந்தார். அவர் விருப்பப்படி

திருமணம் செய்து கொண்டார். அவளது காதலை யாராவது பூட்டிவைக்க முடிந்ததா? அவளது குணமடையோர் பெருகு வார்களாக.

அரசு சாதி மறுப்புத் திருமணம் செய்வோருக்கு வேலை இடஒதுக்கீடு வழங்கவேண்டும். வேகமாக மாறிவரும் உலகில் நமது சிந்தனைகளும் நம்பிக்கைகளும் அதை ஒத்து மாற வேண்டும். நாம் பொய்யான சமூக மதிப்பீடுகளை புறந்தள்ளி பகுத்தறிவோடு வாழவேண்டும். திருமணம் என்பது மகிழ்ச் சியானது. சாதி, வழக்கொழிந்த தர்க்கம், பொய்யான குடும்பப் பெருமையின் பேரால் இந்த மகிழ்ச்சியான திருமணவாழ்வைத் தியாகம் செய்யக்கூடாது என்கிறார். ஆசிரியர் ஹரிகிருஷ்ணா வாழ்க அவரது சேவை. இத்தகைய அமைப்புகள் பெருகி நாடு முன்னேறுவதாக.!

திருமணமும் சாதியும்

ஈ.வெ.ரா. பெரியார்

ஒவ்வொருவரும் தனக்காக மட்டுமல்ல மற்றவர்களுக்காகவும் உழைக்கவேண்டும் என்பதே வாழ்வின் நோக்கம். சமூக வீழ்ச்சி எதனால் ஏற்பட்டது என்றால் பணத்திற்காக எதையும் தியாகம் செய்யதாயாராயிருப்பவர்களால்தான். இந்திய சமூகம் மதம், சாஸ்திரம், சாதியினால் கட்டமைக்கப்பட்டிருக்கிறது. பிராமணர், சாதியை எதைச்செய்தாவது, காத்து தங்கள் மேன்மையை நிலை நிறுத்திக்கொள்வார்கள். காந்திஜி, ஆச்சாரியார்கள், சன்னியாசிகள், சாதி அமைப்பை மாற்றத்தயாராயில்லை.

முன்காலத்தில் சூத்திரர் திருமணம் செய்யவில்லை. ஆரியப் படையெடுப்புக்குப் பிறகுதான் பல பெயர்களில் இது அறிமுகமானது. ஆண் தலைவன் பெண் தலைவியாக பங்காளார்களாக அன்பினால் சமத்துவமாக சூத்திரர் வாழ்ந்து வந்தனர். பெண்களை ஆண்களுக்கு அடிமையாக்கி, சாதி முறையை நிலை நிறுத்துவதற்காக திருமணம் உண்டானது.கணவன் அடித்தாலும் மனைவியை அடகுவைத்து சூதாடினா லும் கடன் வாங்கினாலும், தான் பலதார மணம் செய்தாலும் மனைவி ஏன் என்று கேட்கமுடியாது.

ராஜாராம் மோகன்ராய் முன்னெடுப்பின் மூலம் பெண் சிசுக்கொலை மனைவியை சிதையில் எரித்தல், போன்றவை 1835–ல் பிரிட்டிஷார் தடை செய்தனர். சாதியை ஒழித்து, நிச்சயமற்ற, தீய நம்பிக்கைகளை நீக்கி, அடிமைத்தனம் தேவையற்ற சடங்குகளை நீக்கி, மனிததன்மையை நிலை நிறுத்துவதே பகுத்தறிவாளரின் கொள்கை. மதத்தின் பேரால் சூத்திரர் கல்வி மறுக்கப்பட்டு அறிவிலிகளாக ஆயிரக்கணக்கான வருடங்களாக இருந்தனர். கடவுள் பேரால் வாழ்க்கைக்கு தேவையான நெல்லை தீயில் எரிப்பது பாலை ஊற்றுவது கூடாது. உலகப்பொருள்கள் மேல் யாவருக்கும் சம உரிமை உண்டு. பெண்களுக்கு அவர்கள் வாழ்வுக்கு ஆண்களைச் சார்ந்திருப்பதால் வருமானமில்லாத படியால் அடிமையாக

இருக்கிறார்கள். பெண்கள் படித்து வருமானமுள்ள வேலை பார்த்து ஆணைச்சாராமல் கௌரவமாக வாழவேண்டும்.

ஒருவர் வருமானத்திலிருந்து செலவு செய்து சேமிப்பாக சிக்கனமாக வாழவேண்டும். அதிகச்செலவு செய்வது விபச் சாரம் போன்றது. அவர் கடனாளி ஆகி கட்டமுடியாமல் சிரமப்படுவார். ஊழலை ஒழிக்க ஒருவர் பேராசைப்பட்டு செலவு செய்யக்கூடாது. தமிழகத்தில் சேர, சோழ, பாண்டியர், மனு சாஸ்திரத்தை நிலை நாட்டி பிராமணர் செயலால் பகுத்தறிவாளர்களை வேரறுத்தனர். நடத்தைக்கேடும் விபச் சாரமும் புராணங்களிலும் சாஸ்திரங்களிலும் போற்றப்படு கிறது. வழியைகாட்டிலும் முடிவே பெரிதெனப்படுகிறது. தவறான வழி முறைகள் மதத்தால் கண்டிக்கப்படவில்லை.

உலக மதங்களில் ஒரு கடவுளே உண்டு. இந்தியாவில் ஆயிரக்கணக்கில் உண்டு. வேதமும் தர்மமும் காரண காரியங் களை அறிவை புறந்தள்ளி கேள்வி கேட்காமல் சடங்குகள் செய்யும் படி சொல்கின்றன.

அவர்கள் அநியாயத்தை செய்து அதற்கு தர்மம் என்று சொன்னார்கள் . புத்தர் பகுத்தறிவை அறிமுகம் செய்தார். அவர் கேலி செய்யப்பட்டு பிட்சுகள் கொல்லப்பட்டனர். கோயில், திருவிழா, சடங்குகளால் புத்தருடைய போதனைகளை இல்லா தாக்கினார்கள். மதக் கருத்துகளில்,உள்ள உண்மை கண்டறிந்து காரணகாரியத்தை அறியவேண்டும். எப்பொருள் யார் யார் வாய் கேட்பினும் அப்பொருள் மெய்ப்பொருள் காண்பதறிவு என்று திருவள்ளுவர் சொன்னார்.

பெண்கள் கல்வி கற்று வேலை பெற்றார்கள். சொத்துரிமை, விதவை, மறுமணம், இருதாரமண ஒழிப்பு ஆகியவை பகுத் தறிவு இயக்கம் பெற்றுத்தந்தது. மாற்றமே வாழ்க்கை, நியதி. காலமாற்றத்திற்கு ஏற்ப சமூகம் மாறிவரவேண்டும். மனிதன் கேள்வி, ஞானம் அடைந்து சுயமரியாதையுடன் வாழவேண்டும். கோயில், திருவிழா, சினிமாவுக்கு போகக் கூடாது. அவை நிச்சயப்படாத காரியங்களில் நம்பிக்கை உண்டாக்குகின்றன. ஆலைகள் விஞ்ஞான பொருட்காட்சிகள் சென்று அறிவை வளர்த்துக் கொள்ளவேண்டும்.

பெரியார் பகுத்தறிவு கழகம் பெண்களுக்கும் தலித்துகளுக்கும் விடுதலை பெற்றுத்தந்தது. என்றாலும் மக்கள் லட்சக் கணக்கில் கோயில்களில் திருவிழாக்களில் கூடுகிறார்கள். நிகழ் காலத்தில் பகுத்தறிவு ஜீவிகள் இதற்கான காரணத்தை ஆராயலாம். நோய்கள், சாவுபயம், பிள்ளைப்பேறின்மை, மறு பிறப்பு, சிந்தனைகள், வறுமை, கெட்டெண்ணம், பொறாமை பணப்பேராசை, சொத்துநட்டம், வியாபாரபோட்டி, மன அமைதியின்மை, மனச்சோர்வு, வேலையின்மை, கல்வியறி வின்மை, பொழுதுபோக்கு அம்சங்கள் போன்ற காரணங்களால் கடவுளிடம் மாடதிபதிகளிடம் மக்கள் தள்ளப்படுகிறார்கள். மக்களின் இத்தகைய பிரச்சனைகளை பகுத்தறிவாளர்கள் ஆராய்ந்து தீர்வு சொல்லவேண்டும். பெரியார் சொன்னது போல் ஐரோப்பிய நாடுகளில் மக்களை பகுத்தறிவோடு சிந்திக்கவைத்தார்கள். அவர்களது வழி முறை என்ன? இந்தியப் பிரச்சனைகளை சுதேச தீர்வுகளால் நோக்கவேண்டும். பகுத் தறிவாளர்கள் சாதி மறுப்புத் திருமணம் செய்வோரைப் பாதுகாக்க வழி காணவேண்டும். மக்களுக்கு பொழுதுபோக்கு பண்பாட்டு நிகழ்ச்சிகள் தொலைக்காட்சிபெட்டியில் வருவது போல் இருக்கவேண்டும். மதத்தலைவர்களுடைய செயல்பாடு கள் பெரும்பணத்தோடு நடைபெறுகிறது. உலகிலேயே பெரும் பணக்கார கோயில் இந்தியாவில் இருக்கிறது. கேரளா அரசர் நாட்டின் அளவில்லாத செல்வத்தையே கோயிலில் வைத்திருக் கிறார். ஆகவே மதத்தையும் சடங்குகளையும் எதிர்கொள்வது எளிய காரியமல்ல.

புத்த தத்துவம் தோற்றத்தின் காரணம் சாந்த குணமான அகிம்சையாகும். வன்முறையை எதிர்கொள்ள இயலவில்லை. சமணர்கள் ஆயிரக்கணக்கில் கழுவு மரத்தில் உயிரைமாய்த் தார்கள் என்று சொல்லப்படுகிறது. பெரியாரும் அம்பேத்கரும் வலிமை மிக்க இந்து மதத்திற்கு எதிராக தோற்றுபோன தத்துவத்தை முன்னெடுத்தார்கள்.

சுதேச அரசர்களின் வாளும் ஈட்டியும் பீரங்கிகளுக்கு சமமாக வில்லை. ஆகவே நாடு பல நூற்றாண்டுகளாக அடிமைப் பட்டிருந்தது. பகுத்தறிவு நடத்தை பெருங்குரலெழுப்பும் சக்தி களுக்கு சமமாகவில்லை. தொலைக் காட்சிகள் 24 மணிநேரமும்

மக்களைக் கட்டுக்குள் வைத்திருக்கிறது. மதத்திற்கு ஆதரவாக சினிமா தொடர்கதைகள் செயல்படுகின்றன. தாராசிங் 550 போட்டிகளில் சம்பாதித்ததைக் காட்டிலும் அதிகமாக அனுமானாக நடித்து சம்பாதித்தாகச் சொல்லப்படுகிறது.

பெரியார் ஐரோப்பாவின் ஒரே கடவுள் தத்துவத்தை முன்னெடுத்தார். ஆனால் அந்த தத்துவத்திற்கு உரியவர் யார். என சொல்லப்படவில்லை. ஆகவே மக்கள் இருந்த நிலையிலேயே இருந்து விட்டனர். மாடாதிபதிகள் சொந்த தொலைக் காட்சி வைத்துக்கொண்டு பக்தர்களை நடத்திவருகின்றனர். பகுத்தறிவாளர்களிடம் இப்படி இருக்கிறதா?

தந்திரவேலைகள் செய்து தங்க சங்கிலி,மோதிரம், பிரசாதம், என்று மக்களைக்கவர்ந்து வைத்திருக்கிறார்கள். மக்கள் தங்கள் சொத்துகளை அவர்களுக்கு அர்ப்பணம் செய்து பெரும் பணக்காரராக்கி விட்டார்கள். கடவுள் எங்கும் நிறைந்து கண்களுக்கு புலப்படாதவர் என்று சொல்லி மூர்த்தியை வணங்கும் படி செய்கின்றனர். படைத்தவர் உள்ளிருக்கும் போது மூர்த்தி பேசுமா? என்றார். ஒரு பக்தர் மூர்த்தியை உண்டாக்கி இதோ உன் கடவுள் பார்த்து வணங்கு தெரிந்ததை வைத்து தெரியாதை உருவத்தை வைத்து அருவம் காண். அறியாமையிலிருந்து, அறிவைக் காண். அஞ்ஞானத்திலிருந்து ஞானம் அறிவாய். ஆறாம் அறிவிலிருந்து ஏழாம் அறிவு மனிதனிடமிருந்து ஆன்மிகம் என்கின்றனர்.

பகுத்தறிவாளர் கடவுள் இருப்பை மறுத்த நாத்திகராக உண்டாக்கப்பட்ட மூர்த்தியிலிருந்து ஒன்றும் இல்லை என்கின்றனர். கடவுள் இருக்கும் என்று நம்பும் இடத்தை வெற்றிடம் என்றனர். மனதின் இயற்கைப்படி எதையாவது பார்த்து திருப்தியடைய வேண்டும். கடவுளைக் கண்களால் பார்க்கமுடியாது என்ற நிலைமையில் ஒன்றையும் பார்க்காமல் திருப்தியடைய மனம் விரும்புவதில்லை. இது மனிதனின் பலவீனம். முன்னாள் ஜனாதிபதி இந்து மதத்தில் சீர்திருத்தம் செய்யும் படி கேட்டார். ஆனால் பெரியார், மதம் இருக்கும் வரை நிச்சயப்படாத யூகநம்பிக்கைகள் இருந்தே தீரும் என்றார். ஆகவே சமூகத்தை சீர்திருத்த மதம் நீங்கவேண்டும் என்றார். சுமார் 80 வருட பெரியாரது முயற்சிக்குப் பிறகும் மக்கள்

உடன்பிறந்த பயத்தால் வாழ்வின் சிக்கல்களால் மக்கள் மதத்தைபிடித்துக் கொண்டிருக்கின்றனர்.

நாம் கசாயத்தைக் குடித்து இருதயநோய்களைக் குணமாக்கி கொள்கிறோமா? இருதய மாற்று அறுவை சிகிச்சை செய்வ தில்லையா? தகுதியுள்ளோர் வாழ்வர் என்ற இயற்கை விதிப்படி சாதி வருண அடிப்படையிலான வேலைகள் தகுதிக்கேற்றப்படி மாற்றி அமைக்கப்பட வேண்டும்.

சாதியின் எதிர்காலம் என்னவாகும்? சிங்கப்பூர், மலேசியா, மற்ற நாடுகளுக்கு இடம் பெயர்ந்த இந்தியர்கள் அங்குள்ளவர் களை திருமணம் செய்து மகிழ்ச்சியாக வாழ்கின்றனர். வெளிநாட்டில் நமது மக்கள் சாதி மறுப்புத் திருமணம் செய்ய தங்குவதில்லை. ஏனெனில் அங்கு தங்கள் சாதியில் ஆண் பெண் கிடைப்பதில்லையே.

நாடு சுதந்திரம் அடைந்த பிறகு யாவரும் கல்வி கற்று நல்ல வேலைகளில் தொழில்களில் தங்கள் மக்களை அமர்த்து கின்றனர். உயர் சாதிகள் உள்பட யாவரும் வருண சாதி அடிப் படையிலான வேலைகளைச் செய்ய தயாரில்லை. பெண்கள் விடுதலையடைந்து கல்வி கற்று வேலை தேடிக்கொள்கின்றனர். அவர்களுக்கு சொத்துரிமை உண்டு. தங்கள் பிரியமான மாப்பிள்ளைகளைத் தேடிக்கொள்ள தயங்குவதில்லை. தாங்கள் விரும்பிய படி மணவாழ்க்கை அமையாவிட்டால் மணமுறிவு செய்ய தயங்குவதில்லை. பெற்றோர்கள் தங்கள் பிள்ளைகள் விருப்பத்தை ஏற்றுச்செயல்படத்தயங்குவதில்லை. கௌரவக் கொலை செய்து சிறையில் வாட பெற்றோர் தயார் இல்லை.

இந்தக் கால மாற்றத்தில் மக்கள் நிச்சயமற்ற யூகநம்பிக்கை களையும் சாதிகளையும் கைவிட்டு சமூக முன்னேற்றமடைவர் என்பது உறுதி. முதல் மூன்று வருணத்தாரும் சாதியைப்பற்றி அனுசரித்துப்போனாலும் நாலாம் வருண சூத்திரர்கள் தலித்து கள் மேல் ஒடுக்கும் கரங்களை தளர்த்த தயாராயில்லை. அவர்கள் சாதி சங்கங்களையும் அரசியல் சாதிக்கட்சிகளையும் வைத்துக் கொண்டு செயல்படுகின்றனர். பகுத்தறிவாளர்கள் இந்த தேக்க நிலைக்கு தீர்வு காணவேண்டும். பிற்பட்ட சாதி யாருக்கு வேலையில் கல்வியில் இட ஒதுக்கீடு உண்டு. எனவே

அவர்கள் தலித்துகளோடு ஒத்துழைத்து யாவரும் முன்னேற வழி விடவேண்டும்.

எதிர்கால சமூகம்:

கடவுள் அன்பாக இருக்கிறார். அன்பே கடவுள்,சாதி, இனம், குழு, நிறம் என்ற பேதமில்லாமல் கடவுள் யாவர் மேலும் அன்பு செலுத்துகிறார். மனிதரையும் கடவுளையும் நேசித்தால் தான் அவரை அடையமுடியும் என்று சந்நியாசிகள் சொல் கிறார்கள். கடவுள் ஒருவரையும் வெறுக்காமல் தீய செயலை மட்டும் வெறுக்கிறார். வருண சாதி அமைப்பு என்பது வேலைப்பங்கீடு மட்டும் தான். உயர் வருமானமுள்ளவர்கள் குறைந்த வருமான முள்ளவர்களை சுரண்டி அவர்களை வெறுக்கவும் செய்தார்கள். அடிமைத்தனமும் தீண்டாமையும் பிறந்தது. மனிதனை மனிதன் வெறுப்பதால் வருண சாதி அடிப்படை தோற்றுப்போனது. வறுமையும் உண்டானது. வாழ்க்கையில் மாற்றம் ஒன்றுதான் மாறாமல் நிகழ்கிறது. இயற்கையாக தொடர்ந்து மாறிவருகிறது. நடந்து சென்று கொண்டிருந்த மனிதன் பிராயணத்திற்கு மிருகங்களை பயன் படுத்தினான். பிறகு வண்டிகள் மோட்டார் ஊர்திகள் ஆகாய விமானமும் என்றாகி இப்போது துணைக்கோள் மூலம் அடுத்தகிரகங்கள் வரை சென்று வருகிறான். இந்தியா நிலாவில் சந்திராயன் துணைகோள் மூலம் தண்ணீரை கண்டிபிடித்து காட்டுமிராண்டி கால முதல் இன்று வரைவியக்கத் தக்க மாற்றங்கள் நிகழ்ந்துவிட்டன.

சமூக வாழ்வில் வருங்காலங்களில் கல்வி கற்று பகுத் தறிவுள்ள மனிதன் அன்பினால் திருமணம் செய்வான். மனை வியை கூலியில்லாத வேலைக்காரி, அடிமை, பிள்ளை பெறு பவள் என்று கீழ்த்தரமாக நினைப்பதை விட்டுவிடுவான். வரதட்சனை வேண்டாம் என்பான். ஏனெனில் அது கைக்கூலி. ஊழல் குடும்பவாழ்க்கை. அங்கே அன்பு இல்லை. நோயாளி பிள்ளைகளைப் பெற ஏதுவான குடும்பவாழ்வு.

கால மற்றத்தில் கொடூரமான மனப்பிறழ்சியான மனப் பேயாகிய சாதிப்பிசாசு, தனது ஆக்டோபஸ் பிடியை சமூகத்தி லிருந்து விலக்கி விடும். சாதி மக்கள் மனங்களிலிருந்து

மறைந்து போகும் காலம் வரும். மக்கள் தங்கள் திறமைக்கேற்ப வேலை செய்து தேவைக்கேற்ப பொருட்களைப் பெற்றுக் கொள்வர். இந்தியா நல நாடு ஆக மற்ற நாடுகளைப் போல் பெருமையுடன் வாழும்.

மக்கள் தங்கள் ஆன்மிக வெளிப்பாட்டின் அடைப்படையில் கடவுளை வணங்குவார்கள். மற்றவர்களுடைய தூண்டுதலும், அழுத்தமும் இல்லாமல் தங்களுக்கான பாதையில் கடவுளை அடைவார்கள். பரமாத்மாவுக்கு யாராவது கட்டளை கொடுக்க முடியுமா? மக்கள் தங்கள் சித்தப்படி கடவுளை ஏழுமலையான் கோவில், அன்னைவேளாங்கண்ணி, நாகூர்தர்கா, சீரடிசாய்பாபா என்று வணங்கிவருகிறார்கள்.

சாதி என்பது மிகக்கடினமான சமூகப்பிரச்சனையாகும். அது ஆக்டோபஸ் போல பரவிக்கிடக்கிறது. அதை எளிதில் மாற்ற முடியாது. அதன் இரும்புப்பிடியில் சமூகம் ஆயிரக்கணக்கான வருடங்களாகப் பிரிந்து கிடக்கிறது. சாதியால் அனு கூலங்களும் உயர் சமூக நிலையும் பெற்றுள்ளவர்கள், சாதியை விடமாட் டர்கள். அவர்கள் வசதியுடன் வாழ்கின்றனர். பாதிக்கப்பட்ட ஒதுக்கப்பட்ட மக்கள் துன்பங்களையும் அகௌரவங்களையும் இனியும் தாங்கத் தயாராக இல்லை. இழிவான ஏழைகளாக ஒடுகப்பட்டவர்களாக வாழ சகிக்கத் தயாரில்லை. இந்தச் சூழலில் இரு பிரிவுகளும் அமைதி வாழ்விற்கு ஒரு தீர்வு கண்டாகவேண்டிய நிலை ஏற்பட்டுவிட்டது.

தீண்டாமை சட்டப்படி குற்றம் என்று உயர்சாதியினர் ஏற்றுக்கொள்ளவேண்டும். அதற்கு சட்டப்படியான தீர்ப்புகள் உண்டு. சாதிய பழக்கங்களை கடவுளும் மடாதிபதிகளும் ஏற்றுக்கொள்ளவில்லை. ஏனெனில் அது வெறுப்பு கலவரம், கொள்ளை சுரண்டல்,. அநீதி, கற்பழிப்பு, வன்முறை கொலை போன்றவைகளால் நிறைந்திருக்கிறது. இந்தகுற்றங்கள் கடவு ளுக்கும் மனிதனுக்கும் விரோதமானது.

ஒரு பக்தியுள்ள இந்து தனது கர்ம விதிப்படி மோட்சம், நரகம், மறுபிறவியில் மிருகம், கிழ்சாதி, மேல்சாதி, ஆகி அல்லது பரமாத்மாவை அடையவேண்டும் என்று நம்புகிறார். ஆகவே உயர்சாதிகள் தங்கள் எதிர்காலத்தை தீர்மானிக்க வேண்டும்.அரசு சாதிப்பழக்கங்களை நீக்கும் படியாக நீதிமன்ற

அதிகாரமுள்ள ஒரு அமலாக்கத்துறையை அமைத்து செயல்பட வேண்டும். மடாதிபதிகள், கீழ்சாதிகளை மனிதராக மதித்து கௌரவத்துடன் நடத்தவேண்டும். அவர்களுக்கு உதவித்தொகை வழங்கி கோயில், கடைகளையும் நிலங்களையும் கொடுத்து பொருளாதார ரீதியாக உயர்த்த வேண்டும். பக்தர்களின் வீடு களுக்குச் சென்று ஆசீர்வதித்து சமூக மாற்றத்தை முன்னெடுக்க வேண்டும். உயர்சாதிகளுக்கு தீண்டாமை விலக்கு ஆலோசனை வழங்கவேண்டும். அரசியல்வாதிகளும் சமூக செயல்பாட்டா ளர்களும் தலித்துகளை சமூக பொருளாதாரதளத்தில் முன்னேற உதவிட வேண்டும்.

இரண்டாம் உலகப்போரில் கொரியப் பெண்களை ஜப் பானியர் கடத்தி ராணுவ முகாம்களில் பாலியல் சேவைக்காக வைத்திருந்தனர். தற்காலத்தில் கொரியப்பெண்களின் கோபத் தைக் தீர்க்க ஜப்பானியர் மன்னிப்பு கேட்டனர். இந்த அடிப் படையில் முன்னாள் மத்திய மந்திரி சசிதரூர் என்பார், ஆங்கிலேயரை இந்திய மக்களிடம் அவர்கள் ஆட்சியில் நடத்திய விதத்திற்காக மன்னிப்பு கேட்கும் படி கோரி- யிருக்கிறார். அப்படியானால் பல்லாயிரம் ஆண்டுகளாக ஒரு பகுதி மக்களை சூத்திரராக தீண்டாத்தகாத சண்டாளர்களாக நடத்தி அவர்கள் வாழ்வைச் சுரண்டியவர்கள் என்ன தீர்மானம் செய்யவேண்டும் என்று பாதிக்கப்பட்ட மக்கள் அபிப்ராயப் படுகின்றனர். நிகழ்காலத்தில் பாதிக்கப்பட்டவர்கள் சமூக பொருளாதாரத்தில் முன்னேற்றமடைய உதவுவது என்று உறுதி மொழி எடுத்து அவர்கள் செயல்பட வேண்டும்.

இந்தியத்துறவிகளும் மார்க்க தரிசிகளும்

ஷியாம் துவா, டிரினிட்டடாட் பப்ளிகேசன்ஸ், 235, ஜகரிதி எங்கினேன் விகாஸ் மார்க், டெல்லி–92

இந்தியத் துறவிகளின் போதனைகள் ஆன்மிக வாழ்வு சமூக முன்னேற்றத்திற்காக எழுதப்பட்டுள்ளன.

வள்ளலார் ராமலிங்க அடிகளார்:

அடிகளார் சிவசந்நியாசியாவார், துறவுவாழ்கையும் ஜோதி தரிசனமும் வணங்கினார். எல்லா மனிதரும் பிறப்பால் ஒன்றே. பிறவி, சாதி சமூகநிலை, ஆகியபேதங்கள் கூடாது. புராணம் வேதம் ஆகமம் இவற்றை ஏற்றுக்கொள்ளவில்லை.

கே.ஏ.பி.விஸ்வநாதன்:

இவர் தமிழ் பண்டிதர் ஆவார். சிவபக்தர் சாதி பேதத்தை எதிர்த்தார். சாதி ஒழிப்புக்கு ஐந்து வழிகள் சொன்னார்.

1. கல்வி
2. சாதிப்பெயரை தங்கள் பெயரிலிருந்து நீக்கிவிடுதல்
3. எல்லா மனிதர் பேரிலும் நேசம்
4. எல்லாச் சாதிகளும் பொதுப்பந்தியில் உண்ணுவது
5. சாதி கலப்புத்திருமணம் செய்தல்

தேவனேய பாவாணர்:

தமிழ் ஆய்வு பண்டிதர், இந்திய மொழிகளைப் பற்றி புத்தகம் எழுதினார். சமஸ்கிருதம் உட்பட இந்திய மொழிகள் யாவும் தமிழிலிருந்து வந்தன என்று நிரூபணம் செய்தார்.

துறவி பசவேஸ்வரர்:

ஒரே கடவுள் என்றார். எல்லா மதங்களுக்கும் இரக்கமே அடிப்படை. எல்லா உயிர்களையும் அன்புடன் நடத்துக. எளிய

வாழ்வு வாழ்க. மனிதர் யாவும் சமம். தன்னலத்திற்காக வாழக்கூடாது.

துறவி சைதன்யா:

இவர் வைஷ்ணவ பக்தி மார்க்கத்தை அமைத்தார். தந்திரங் களையும் சாதி பேதத்தையும் வேண்டாம் என்றார்.

சின்மோய் குமார்:

கடவுள் நமக்குள்ளாக இருந்து செயல்படுகிறார் என்றார்.

குரு அமர்தாஸ்ஜி:

சதிப்பழக்கம் தீயது. விதவை மறுமணம் செய்யலாம். சாதிக்கெதிராக முழங்கினார். எல்லா சாதிகளும் பொது பந்தி உண்ணல் அவசியம் என்றார்.

குருட்டர் கிருஷ்ணாஜி:

ஒரே கடவுள். இன்பமும் துன்பமும் சேர்ந்ததே வாழ்க்கை. பொறுமை, இரக்கம், அன்பு, இவற்றைக் கடைப்பிடிக்கவும் சொன்னார்..

ஹஸ்னட் இனாய்ட்கான்:

எல்லா மதங்களும் ஒன்றே. விண்ணப்பமும் தியானமும் உயர்நிலை விழிப்புணர்வு பெறவழியாகும்.

கபீர்தாஸ்:

இந்து முஸ்லீம் இரு மதங்களையும் பின்பற்றினார். சாதி பேதம் வேண்டாம். சகிப்பு, உண்மை,ஒரே கடவுள் நம்பிக்கை அவசியம். குருட்டு நம்பிக்கைகளை விட்டுவிடுங்கள்.

லக் ஷிரிவாலா அசீபா:

சிவன் எங்கும் உள்ளார். அவர் இந்து என்றும் முஸ்லீம் என்றும் பார்ப்பதில்லை

மகிரிஷி மகேஸ் யோகி:

உயர்நிலை தியானம் சகிப்பு மற்றும் உலக உணர்வு இவற்றை உண்டாக்கினார்.

ராமகிருஷ்ணா பரமஹம்சர்:

கடவுள் உருவமும் அருவமுமானவர். எல்லா மதங்களும் கடவுள் வழிதான் என்றார்.

துறவி சோக்க மேலா:

இரக்கம், அன்பு, சமத்துவம், உள்ள வாழ்வு. மிருகபலி, வேண்டாம். ஒருவரது உடலே கோயிலாகும். அதுவே கடவுளை அடையும் வழியாகும்.

நந்தனார்:

சிவ பக்தர், மதம், சாதி,இனம், என்கிற செயற்கையான தடைகளையும் பேதங்களையும் வென்றார். எல்லா சாதிகளிடமும் சமத்துவம், அன்பு, இரக்கம் வேண்டும் என்றார். சிதம்பரக்கோயில் நுழைவுக்காக பிராமணர் எழுப்பிய தீச்சுவரைக் கடந்து தியாக மோட்சமடைந்தார்.

துறவி ரவிதாஸ்:

கடவுளை வணங்குகிறவர் கடவுளின் மனிதராவார்.உயர்சாதி தாழ்ந்த சாதி என்பதில் அர்த்தமில்லை. சமத்துவம் சகோதரத்துவத்தை முன்னெடுத்து சுயமரியாதையை கௌரவத்தை அடையவேண்டும்.

ஷா ஹீசேன்:

இந்து தத்துவத்தையும் முஸ்லீம் பாரம்பரியத்தை ஒன்றாக்கினார்.

ஷீரடி சாய்பாபா:

நான் இருக்கையில் பயம் ஏன் என்றார். நன்மை, அன்பு புரிதல் என்ற தளத்தில் எல்லா மக்களையும் அரவணைத்தார்.

மனிதனுக்கு சேவை புரிந்து கடவுளை அடையவேண்டும் என்றார்.

ஸ்ரீ அமரேந்தர் முனிஜி:

அகிம்சை, இணக்கமான வாழ்வு, யாவருடனும் மதங்களுடனும் அவசியம் என்றார். சுற்றுசூழலை பாதுகாக்க வலியுறுத்தினார். எல்லா மதங்களின் கடவுள்களையும் உட்படுத்தி கோயில்களையும் அனாதை விடுதிகளையும் நடத்தினார்.

தாதா ஜே.பி. வாஸ்வாணி:

சாதி,இனம், நிறம், மதம், கடந்த, மனித நேயத்தை வலியுறுத்தினார்.

ஸ்ரீஸ்ரீ ரவி சங்கர்:

வாழும் கலை மற்றும் சுதர்சன கிரியை மூலம் இணக்கமும் மகிழ்ச்சியுமான வாழ்க்கை வாழ்க என்றார். சாதி பேதம் இல்லை.

சுவாமி அக்னி வேஷ்:

சாதி, மத, சமூகக்கேடுகளை ஆரிய சமாஜம் மூலம் போராட வேண்டும். கொத்தடிமை, குழந்தைத் தொழிலாளர் ஒழிப்பு ,கல்வி அடிப்படை உரிமை, எல்லா மத, சமூக, அரசியல்வாதிகளோடு ஒத்துழைப்பு வேண்டும்.

ஸ்ரீ சுவாமி பிரமானந்த மகராஜ்:

சாதி, இன மதத்திற்கு பதிலாக விஸ்வ தர்மம், சமூகக்கேடுகள் ஒழிப்பு புறஜாதிகளுக்கு வேதப்படிப்பு, அன்பு, இரக்கம், சகிப்பு, தன்னல மற்ற சேவை மூலம் அறவழியால் நல்ல நாடு அமைத்தல்.

சுவாமி ஜினேந்திரர்:

காரண காரியம் புள்ளியியல் மூலம் எதையும் அடையலாம். ஆன்மா, கர்மா, மறுபிறவி இல்லை.

வஷிஷ்டர்:

சோம்பேறித்தனம் ஒரு நோயாகும். உலக நன்மைக்காக உழைத்தார்.

குருநானக் தேவ்:

சீக்கிய மதத்தை நிறுவினார். இந்து மத பழக்க வழக்கங்களை ஏற்றுக்கொள்ளவில்லை.

ஏக்நாத் ஜானார்தன்–கிருஷ்ண அவதார்:

கடவுள் எல்லா உயிர்களிடமும் உள்ளார். பக்தி மூலம் எல்லா சாதிகளும் முக்தியடையலாம். அன்பும்.பக்தியும், இல்லாத பிராமணர் நரகம் செல்வார். பக்தியினால் சூத்திரர் மோட்சமைடவார், பிராமணர், சூத்திரர், எல்லா மனிதரிடமும் கடவுள் இருக்கிறார். சாதி சட்டங்களை தள்ளிவிடுங்கள். மாகார்களுக்கும் முகமதியருக்கும் ஆதரவு செய்தார்.

மகாவீரர்:

அகிம்சை, திருடாமை, பாலியல், கட்டுப்பாடு, அவசியமான அளவு மட்டுமே செல்வம் சேர்த்தல் எளிமை ஆகியவற்றை போதித்தார். சாதி பேதமில்லாமல் எல்லா மனிதருக்கும் கௌரவம் உண்டு என்றார். அவசியத்திற்கு அதிகமான செல் வத்தை சமூகத்திற்குதானம் செய்துவிடவேண்டும் என்றார்.

மகான்களுடைய அமுத மொழிகள்–அதியமான்:

ஸ்ரீராமகிருஷ்ணர்:

1. மீனை உன்பவர் தலையையும் வாலையும் விட்டு நடுவில் உள்ளதையே உண்கின்றனர். இதே போல் ஸ்மிருதிகளில் சொல் லப்பட்டவைகளை காலத்திற்கேற்றவாறு சீர்திருத்தவேண்டும்.

2. கிறிஸ்துவின் கருணையும், முஸ்லீம்மைபோல் கடமையும் இந்துவைப் போல் உயிருள்ளவை மேல் அன்பும், செலுத்த வேண்டும்.

3. உண்மை அறிவு, பேரானந்தம் என்ற சச்சிதானந்தம் என்ற மரத்தில் ராமர், கிருஷ்ணர், புத்தர், கிறிஸ்து என்ற அளவற்ற

பூக்கள் பூக்கின்றன. அவர்களில் சிலர் உலகில் தோன்றி பெரிய மாற்றங்களையும் அற்புதங்களையும் செய்கின்றனர்.

4. பக்தனாயிரு அதற்காக மூடனாயிராதே

5. ஞானம் கிரியை செய்யும் போது ஒருவரும் சாதி பேதம் பார்ப்பதில்லை.

விவேகானந்தர்:

1. தைரியமாக இரு தொடர்ந்து செல் முழுபலத்துடன் நட, முழுபொறுப்புடன் செயல்படு, நீ தோற்கப்படுவதில்லை.

2. கற்பு என்னும் அறம் ஆண் பெண் இருவருக்குமானது

3. ஆன்மிகத்தின் கொள்கை மனிதனுக்கு அமைதி தருவது. இவ்வுலகில் துன்பமடைந்து மறு உலகில் இன்பம் பெறுவோம் என்பது அறிவில்லாதது. மதத்தின் இலட்சியம் இவ்வுலகில் இன்பமடைவதுதான்.

4. சிலையில் கடவுளைப் பார்க்கிறவன் பக்தியில் ஆரம்ப நிலை இருக்கிறான்.

5. மதம் சடங்குகளால் அல்ல, அது அன்பினால் வளர்வது.

6. மூடநம்பிக்கை வரும் போது சிந்திக்கும் அறிவு போய் விடும்.

7. உலகம் என்ன வேண்டுமானாலும் சொல்லட்டும். உனக்கு நீயே நீதிபதி. உனது தீர்மானத்தில் உறுதியாயிரு, நீ நினைத்ததை அடைவாய் உலகம் உன்காலடியில் இருக்கும்.

சத்யசாயிபாபா:

அன்பையும் மனிதனுக்கு சேவை செய்வதையும் முன்னெடுத்தார். அற்புதங்கள் செய்தார். மனிதருடைய இயற்கையைப் பற்றி ஒரு பாட்டு தெலுங்கில் எழுதினார்.

சூரியனை பூமி சுற்றுவது போல்
மக்கள் பணத்தைச் சுற்றிவருவர்
பணம் பெறபுல்லை தின்பார்
கடவுள், தியானம், திருவிழா
பணத்திற்கு தந்திரங்கள் கோடி

ரெங்கா லிங்கா என்று கூப்பிடு
நமஸ்காரம் செய்
திலகமிடு என்பர்
கடவுள் அறிவார்
அறிவலிகள் அறியார்
அவர்கள் தகுந்த
விளைவை அடைவர்

ஔவையார்:

- அறநெறிகளைப் பற்றி அறிவுறுத்தியுள்ளார்.

- சாதி இரண்டு யொழிய வேறில்லை சாற்றுங்கால்

- ஆண் சாதி பெண் சாதி என்று மட்டுமே உலகில் உண்டு என்றார்.

இட்டார் பெரியோர்
இடாதோர் கீழோர்
பட்டாங்கில் உள்ளபடி

தான தர்மம செய்வோர் மேன்மக்கள் –மற்றவர் கீழ்மக்கள் ஆவர்.

அருந்ததிராய்– நாவலாசிரியர்:

லஞ்சம் சாதி அடிப்படையில் இருக்கிறது. ஊழல் குடியாட்சி,அரசியல், நிர்வாகத்தை ஆட்டிப்படைக்கிறது. சாதி என்பது ஜமீன்தாரி முறையிலிருந்து தோன்றி அமைப்பாக மாறிவிட்டது. சமமற்ற அதிகாரப் பகர்வினால் லஞ்சம் உருவாகிறது. பணம் அல்லது அதிகாரம் இல்லாமல் சாராசரி மனிதன் இந்தியாவில் நியாயம் பெறுவது கடினம்.

பசவண்ணர்:

லிங்காயத்து மதத்தின் பக்தி இயக்கத்தை 12–ஆம் நூற்றாண்டில் இவர் தோற்றுவித்தார். சீரமே கோயில் ஆன்மாகவே கடவுள் என்பதாகும். வருணாஸ்ரம் தள்ளப்பட்டது. தலித்துகளும் பிற்பட்ட மக்களும் பெருவாரியாக இதில் இணைந்தனர். சமூக விடுதலையடைந்தனர். இதைப்பின்பற்றுவோர் யாவரும் சகோதரர் என்னப்பட்டனர்.

மத நல்லிணக்கம்

டி.எம். அண்ணாமலை, 53, செங்கம் ரோடு, திருவண்ணாமலை

பழங்கால முதல் "அன்பே தெய்வம்" என்று சொல்லப் பட்டதை மனிதன் அறிந்திருந்தான் என்று பிளேட்டோ என்ற தத்துவவியளாளர் சொன்னார். மார்டின் லூதர் கிங் என்பார் உரைப்படி சகோதரர்களாக வாழ்வோம். அல்லது முட்டாள் களாக சாவோம். படைப்பையும் கடவுளையும் உண்மையை யும் தேடுவது என்பது ஒரு முடிவில்லாத விசயம். தெய்வத் தன்மையை கண்டுபிடிக்க மகாத்மாக்களும் சுவாமிஜிக்களும், தீர்க்கதரிசிகளும், அவரவர் வழியில் முயன்றனர். அனைத்து மதங்களும் அவரவர் வழியில் உண்மையேயாகும். அறவழியில் பக்தர்களை நன்னடத்தையை அடையும் படிக்கு வழிகாட்டு வதில் எல்லா மதங்களும் ஒன்றுதான். எல்லா மதங்களும் பொய்யான நம்பிக்கைகளையும் உபயோகமில்லாத சடங்கு களையும் கொண்டிருக்கின்றன. வேதமதம் ஒரு சாரரை கீழானவர்கள் தீண்டத்தகாதவர்கள் என்றாக்கியது.அவர்கள் பெண்களை அடிமைகளாக்கினர். மனித மிருகபலிகளும் சதியும் இருந்தன. இவை சட்டத்தால் தடை செய்யப்பட்டன.

உலகில் 20% மக்கள் 80% பொருள் வளங்களை உபயோகிக் கின்றனர். உலக மத சமாதான அமைப்பு சில காரியங்களை மதங்களின் செயல்பாடுகளை ஒன்றிணைப் பதற்காக தொடங்கி யிருக்கிறது. எல்லா மதங்களையும் உள்ளடக்கிய பொதுப் பிரார்த்தனையை மகாத்மா காந்தி செய்துவந்தார். நடைமுறை உலகில் உலகம் ஒரு நாடுகள் தழுவிய கிராமமாகிவிட்டது. நாம் எல்லா மதங்களுடன் இணக்கமாக வாழ வேண்டியதாக விட்டது. மதம் நமது இலக்கல்ல. அது கடவுளை அடைய ஒருவழி முறையாகும். ஒவ்வொரு மதமும் கடவுளை அடைய ஒரு ஆன்மிக வழியாகும். யாரொருவரும் கடவுளைப்பற்றி முழு உண்மையை அடைந்து விட்டதாகச் சொல்லமுடியாது. இது கண்தெரியாதவர்கள் யானையைக் காண முயன்றது போல் ஆகும்.

மதக்கல வரங்கள் ஏன் நடக்கிறது என்றால் ஒருவர் மற்றவரது கடவுள் கண்ணோட்டத்தை ஏற்றுக்கொண்டால் அது தன்னுடைய கடவுளையும் கடவுள் மனிதரையும் காட்டிக்கொடுப்பது போலாகும் என்ற நினைப்பால் தான் ஆகும். ஆனால் இதை வைத்துக்கொண்டு யதார்த்த கடவுள் நிலைமையை அறியாமல் இருக்கமுடியாது.

மலையில் உச்சியை அடைய பலர் பலவழிகளில் முயற்ச் சித்தால் அவரவர் வழியில் கண்டவைகளை வெளிப் படுத்துவர். யாவரும் அவரவர் வழியில் சரியானவரே, இப் பொழுதும் உலகம் ஒரு கிராமமாகிவிட்டது. சில நூற்றாண்டு களுக்கு முன்பு அமெரிக்காவும் ஆப்பிரிக்காவும் மற்றவர்களுக்கு தெரியாமலிருந்தன. கொலம்பஸ், மாக்மில்லன், வாஸ்கோட காமா என்பார் அங்கு பழங்குடிகள் வசிப்பதைக் கண்டறிந்தனர்.

யாரோ ஒருவர் கடவுளைக் காணும் முயற்சியில் அவர் ஒருவேளை மனிதனைப்போல் இருக்கக்கூடும்.என்று கருதி மனித உருவத்தை கல்லில் செதுக்கி அதைக்கடவுள் என்று சொன்னார். உருவ மற்ற கடவுளுக்கு உருவம் கொடுக்கப்பட்டு கடவுளைக் காண்பது எளிதாக்கப்பட்டது. உருவத்தை வணங் குவது ஆன்மிகத்தை உண்டாக்கியது எனலாம். உருவத்தைப் பார்த்து இவர் கடவுளின் உணர்வால் நிறைந்து விடுவார்.

ஆரியர், திராவிடர், வென்றார், வெற்றியாளர், தோற்றவர் என்ற நிலை தோற்றவரை அடிமையாக நடத்தியது. உருவ வழிபாடு செய்பவர் ஒரு மதத்தை உண்டாக்கினார். சமண புத்த மதம் தோன்றி அகிம்சையையும் பகுத்தறிவையும் போதித்தது. இவர்களின் சாந்த குணம் எதிராளிகளால் வன்முறையால் மேற்கொள்ளப்பட்டது. அவர்கள் நாட்டை விட்டு துரத்தப் பட்டார்கள். இந்து முஸ்லீம் மதங்களின் பழக்கங்கள் பகுத்த றிவினால் ஒருங்கிணைந்து பஞ்சாப்பில் சீக்கிய மதம் தோன்றியது எனலாம். அவர்கள் எல்லா வருணங்களையும் ஒன்றிணைத்து லங்கார் என்னும் பொதுப்பந்தி உண்டனர். சந்நியாசிகள் உலகத் தேவைகளைப் பற்றி அக்கறைப்படுவ தில்லை என்று சொல்லினார். கடின உழைப்பால் வாழ்க்கைத் தேவைகளைப் பூர்த்தி செய்து ஒற்றுமையாக இணக்கமாக மக்கள் வாழவேண்டும் என்றனர்.

இயேசு கிறிஸ்து அன்பு, மன்னிப்பு, நீதி, பகுத்தறிவு, ஆகியவற்றை யூதர்களுக்கு போதித்தார். அவர் சிலுவையில றையப்பட்டார்.

இஸ்லாம் சகோதாரத்துவத்தையும் ஒற்றுமையையும் மக்க ளிடம் வலியுறுத்துகிறது. சமத்துவமும் மனிதநேயமும் அமைதி நல்லிணகத்துக்கு அவசியம் என்றது. நன்னடத்தையும் மனிதத் தன்மையும் சீனாவில் கன்பூசியஸ் போதித்தார்.

கடவுள் நமக்குள் இருக்கிறார் என்று இந்து மதம் சொல்கிறது. அன்பே,சிவம், சக்திவடிவில் தாய் வணங்கப்படுகிறாள். ஆகாயம், காற்று, தீ, தண்ணீர், நிலம், இவை சக்தியின் வடிவங்கள் அப்பாவிகள் காக்கப்பட்டு கேடுசெய்வோர் தண் டிக்கப்படுவார். ஆயுதங்களால் தான் கேடு செய்வோர் அழிக் கப்படுகிறார். ஆகவே சக்தி எதிர்மறையாகவும் வணங்கப் படுகிறார். ஸ்ரீராமர் வேடவர் குலத்தைச்சார்ந்த குகனை சகோ தரனாக பாவித்தார். சாதியைபப்ற்றி அக்கறை கொள்ளவில்லை. வனவாசி, வள்ளியை முருகன் திருமணம் செய்து சாதிமுறை யைத் தள்ளினார். கிருஷ்ணர் அருள்படி வருணபேதமின்றி யாவரும் பக்தியால் முக்தியடைவர் என்றார். மத இணக்கத் தால் சகிப்பு சேர்ந்த வாழ்வு, அன்பு, புரிதல், மூலம் மக்கள் யாவரும் நலம் அமைதி மற்றும் நீதி அடைவர் என்பது திண்ணம்.

இந்து மதம் எங்கே செல்கிறது?

முனைவர் அக்னி ஹோத்ரம் ராமானுஜ தாத்தாச்சாரியார்

தாத்தாச்சாரியார் ஒரு வேத விற்பன்னர் ஆவார். வேதங்களை விஞ்ஞான ரீதியாக ஆய்ந்து பட்டம்பெற்றார்.

மனிதன் சிந்தனை சக்தியால் இயற்கையைப் பார்த்து கடவுள் அதில் இருப்பதாக கண்டான். மரம், செடி, மலை, ஆறுகள், முதலியவை மனிதனை பயமுறுத்தின. ஆகவே அவை கடவுள் எனப்பட்டன. இருளை விலக்கும் ஒளி கடவுளாகும். வேதம் படிக்கிறவர் ரிஷிகள். மனிதப் பாரம்பரியமாக நாகரிகம் வளர்ந்து. உலகமே கடவுள்.

மகிழ்ச்சியாக வாழ கடவுள் வேண்டும் என்றது வேதம், பிராமணர், சத்திரியர், வைசியர், வேதத்தில் தனி குழுக்களாக உள்ளனர். மனு என்பார் அதை விரிவாக்கி சூத்திர வருணத்தை உண்டாக்கி, மேல் வருணத்தாருக்கு அடிமைவேலை செய்ய நியமித்தரர்.

சூத்திரருக்கு கல்வி இல்லை,வேதம் இல்லை என்றார் மனு. பெண்கள் ஆணையே சார்ந்திருக்கவேண்டும். பெண்கள் அசுத்தமானவர். வேதம் இல்லை. பெண்ணை நம்பாதே, கல்வி யறிவு சொத்துரிமையும், இல்லை. பெண்களும் சூத்திரரும் அடிமைகள். பெண்களுக்கு முக்தி இல்லை. புத்தர் வேதமதத்தை எதிர்த்தார். மக்கள் பணமும், தங்கமும், மிருகங்களும், யாகத் திற்காக கொடுத்தனர். தமிழர்கள், பூக்களைக் கொடுத்தனர். பிராமணர் சூத்திரப் பெண்களை மணந்தனர். அவர்கள் அனு லோம சங்காரம் என்றனர். அவர்கள் பஞ்சமர் தீண்டப்படாதவர் எனப்பட்டனர்.

பிராமணர் பிரமாவின் சந்ததியார் எனப்பட்டனர். அவர்கள் கடவுள் வேலை செய்பவர். கொலை பொய் சொல்லார். அன் பின் வடிவம் சிவலிங்கம். ஆண் பெண்ணின் பிறப்புறுப்புகள் லிங்கத்தின் வடிவங்கள். பிரமனை வணங்கும் சூத்திரன்

பிராமணன் ஆகலாம். பிரமணனை வணங்காத பிராமணன் சூத்திரன் ஆவான்.

சைவர்கள் லிங்கத்தையும் வைஷ்ணவர்கள் நாராயணனையும் வணங்கினர். சந்நியாசி பிச்சைபெற்று வாழவேணடும். பணம் பெறுவது பெரும்பாவம்.

ஆதி சங்கரர் அத்வைதத்தை நிறுவினார். இந்து மதத்தை சீர்திருத்தினார். பூனூல், குடுமியைத்துறந்து மொட்டை அடித்து சந்நியாசி ஆனார். வேதமும் சடங்குகளும் பொய் என்றார். சிலை வணக்கத்தை விட்டார். கடவுள் மெய்யானவர்.மற்றவையெல்லாம் மாயை. உலகப்பற்றை விட்டு மோட்சம் பெறுக.

சங்கரமடங்கள் வருணாஸ்ரமத்தை, சாதியை, பின்பற்றின. தயானந்த சரஸ்வதி ஆரியசமாஜ் நிறுவி எல்லா மக்களும் வேதம் ஓத வேண்டும் என்றார்.ஆகமங்கள் சூத்திரர் பஞ் சமருக்கு கோயில் நுழைவைத்தடுத்தன.

கோயிலும் கடவுளும் தீட்டாகி சிலைகளை விட்டு கடவுள் போய்விடும். காந்திஜி சொல்படி ஸ்ரீரங்கத்தில் பஞ்சமர்கள் கோயில் நுழைவு செய்தனர். பிராமணப் பெண்கள் அவர்கள் கண்களில் மிளகாய் பொடி தூவி நாசம் செய்தனர்.நேருஜி பெண்களுக்கு சொத்துரிமை சட்டம் இயற்றினார்.

பெண்கள் தங்கள் விருப்பபடி ஆண்களுடன் ஓடிப்போவர் என்று சங்கராச்சாரியர் எதிர்த்தார். வருணபேதம் ஒழிந்து விடும். வட இந்தியா மடங்கள் தென் இந்திய மடங்களுடன் ஒத்து ழைப்பதில்லை. தமிழர் சூத்திரர் ஆவர் என்றனர். பிர்லா சங்கராச்சியருக்கு பணம் கொடுத்தபோது அதை மக்கள் நலத் திற்கு செலவு செய்யசொன்னார். வட இந்தியாவில் உள்ளது போல் பூசாரி இல்லாமல் பக்தர்கள் பூசை செய்யலாம், என்று மதுரை மடாதிபதி சொன்னார். வேதசடங்குகள் தமிழில் நடக்கவேண்டும் என்றார். கோயில்கள் அரசால் பொதுமக்கள் உழைப்பால் கட்டப்பட்டது. பிராமணர் ஒன்றும் செய்யாமல் பூசை ஏன் செய்யவேண்டும் என்றார்.

சங்கராச்சாரியர் வருணங்களுக்கு இவை எதிரானது என மறுத்துவிட்டார்.

ஸ்ரீராமனுஜர் விசிஷ்டாத்வைதம் என்ற கொள்கையை நிறுவினார். ஜீவனும், பொருள்களும் பிரமமும் மெய்யானவை. மாயை அல்ல. கடவுளுக்கு வடிவமில்லை. ஒருவர் கடவுளை வணங்க வடிவம் வேண்டும்,என்றால் மனதால் கற்பனை செய்து கொள்ளலாம். கடவுளை தியானிப்பவர் அடுத்த பிறவியில் பிராமணராகப் பிறந்து மோட்சம் பெறுவார்.

பசுக்களை கொன்றுவிருந்து வையுங்கள் என்று ஒரு மந்திரம் சொல்கிறது. ஆனால் இப்போது பசுவைக் கொல்லாமல் மந்திரம் மாத்திரம் சொல்வர். பிள்ளை பெற கடவுள் உதவவேண்டும் என்று மந்திரம் சொல்கிறது. மரித்தவனின் மனைவியை சிதையில் எரித்தார்கள். ராஜாராம் மோகன்ராய் மூலம் பிரிட்டிசார் இதை தடை செய்தனர். இப்போதும் சட்ட விரோதமாக இது நடக்கிறது. ராஜஸ்தானில் ரூப்கன்வார் எரிக்கப்பட்டார்.ஒரு மந்திரம் தாயின் நடத்தையை சந்தேகிக் கிறது. தாய் அறிவோம் தந்தை யார் என்கிறது? பெண்கள் வயதுக்கு முன்பாக திருமணம் செய்ய வேண்டும். தவறினால் பிராமணருக்கு பசுதானம் செய்து அவரது வீட்டு விலக்கு நீரை தகப்பன் குடிக்க வேண்டும். பிரிட்டிஷார் இதைத்தடை செய்தனர். விதவைகள் தலையைச்சிரைத்து வெள்ளை உடை தரிக்கவேண்டும். மற்ற ஆண்களுடன் சேரக்கூடாது. ஆனால் ஆண்களுக்கு தடை இல்லை. சிசுபாலன் என்ற அரசர் ஸ்ரீகிருஷ்ணரிடம் தகராறு செய்தார். இவர் சுதர்சன சக்கரத்தில் தலையை வெட்டினார். சாதிபேதத்தை கடவுளாலும் மீற முடியவில்லை. வருணங்களைக் கடவுளே உண்டாக்கினார்.

அரசர்களின் நலனுக்காக யாகங்கள் செய்தனர். ஆயிரக் கணக்கில் தங்கக்காசுகளும் மிருகங்களும் பெற்றனர். அரசர்கள் தங்களது உயிரையும் ராஜியத்தையும் காத்துக்கொள்ள பிராம ணரின் யாகங்கள் மேல் முழுநம்பிக்கை வைத்து பகுத்தறிவு இல்லாமல் செயல்பட்டனர். அரசர்கள் பிராமணரின் கைப் பாவையாக செயல்பட்டு அவர்களது எதிரிகளைக் கொன்றனர். வருணாஸ்ரமத்தை மீற முடியவில்லை.

பிராமணர் சந்தியாவந்தனம் நாளில் மூன்று முறை செய்தனர். அதர்வன வேதம் சொல்கிறது. கடவுள் ஒருவரே. அவரை வணங்கினால் வருவார்.பிராமணர் காவிரிக்கரையில் அமர்ந்து

கொண்டு கங்கையையும் யமுனையும் துதித்தனர். மனிதன் சிந்திக்க கடவன் என்று ஒரு சமஸ்கிருத பாட்டு சொல்கிறது. ஆனால் அவன் ஜடப்பொருளாகயிருக்கிறான். ஏனெனில்.

● வேதத்தை ஆலோசனையின்றி பின்பற்றுகிறான். நல்லது கெட்டது அறியான்.

● மதத்தையும் தண்ணீரையும் குழப்பி தவறாக புரிந்து கொண்டான். தண்ணீர் உடலை சுத்தம் செய்வதற்கு பயன் படுகிறது. ஆனால் அமாவாசை மற்றும் விழாக்காலங்களில் ஆற்றை அசுத்தம் செய்து விடுகிறான்.

● சாதி பேதம் காட்டுகிறான். மனிதன் முகம், தோள், தொடை, காலில் பிறந்தான் என தவறாக எண்ணிக் கொண் டிருக்கிறான்.

● உடலை சித்ரவதை செய்கிறான். சவுக்கடி,நாக்கு குத்தல், தலையில் தேங்காய் உடைக்கிறான்.

● உபவாசம் பெண்களுக்கு சூத்திரருக்கு இல்லை.மந்திரமும் இல்லை.

ஒரு நாள் திருமாலன்நம்பி என்பவர் சடங்கிற்காக திருமலை கோயிலுக்கு தண்ணீர் கொண்டுபோனார். ஒரு கிழவர் அவரிடம் குடிக்க நீர் கேட்டார். அவர் மறுத்தார். உடனே கிழவர் உருமாறி தனது கடவுள் வடிவத்தைக் காண்பித்தார். கடவுளைத் தேடுமுன் மனிதனுக்கு உதவும்படி சொன்னார். ஒருவன் நல்லவனா யிருந்தால், நன்மை அடைவான்.

பாபிலோன் நாட்டில் பொது பிரார்த்தனை நடந்தது. பூசாரி, அரசர் மக்கள் கலந்து கொண்டனர். பூசாரிகள் நிர்வாகம் நீதி செய்தனர்.

சிந்து நதிக்கரையில் ஆரிய மதம் தோன்றியது.வாழ்வின் எல்லாக்காரியங்களுக்கும் மந்திரங்கள் சொல்லப்பட்டன. பெர் சியர்கள் நம்மை சிந்துக்கள் என்று தவறுதலாகச் சொல்லினர். நாம் சிந்து நதிக்காப்பால் இருந்த படியால் தவறாக புரிந்து கொண்டனர். பிற்பாடு பரிட்டிஷார் சிந்தோவ் என்றும் பிறகு இந்து என்றும் அவர்கள் வாய் சொல்படி சொல்லினர்.

விவேகானந்தர் இளைஞர்களை பகுத்தறிவற்ற நம்பிக்கை களை கைவிடும்படி கூறினார். மதத்தைக் காப்பதற்காக நாம் எல்லாரும் சமம் என்று ஏற்றுச் செயல்பட வேண்டும். இல்லா விட்டால் அது சட்டவிரோதம் மற்றும் கடவுள் விரோதமாகும். பழங்காலத்தில் அரசர்கள் வருண சாதிகளை பிராமண நன்மைக் காக நிலைநிருத்த உதவினார். குடியாட்சியில் அரசு மக்கள் நன்மைக்காக அந்த பேதங்களை நீக்கவேண்டும்.

தீண்டாமை பழக்கங்களை மக்கள் மத்தியில் நீக்குதல்

ஏ. பழனியப்பன், எழுத்தாளர்

தீண்டாமைக் குற்றங்களுக்கு விதிக்கப்பட்டுள்ள் தண்டனைகளை எச்சரிக்கை பதாகைகளில் எழுதி அரசு பொது இடங்களில் வைத்து மக்களை எச்சரிக்கை செய்யவேண்டும். தலித்துகள் வனவாசிகள் பாதுகாப்புக்கு அரசு இயற்றியுள்ள சட்டங்களைப் பற்றி அரசு அதிகாரிகளுக்கும் காவல்துறை அதிகாரிகளுக்கும் அரசு சீர்திருத்த துறை மூலமாக விழிப்புணர்வு ஏற்படுத்த வேண்டும். அவற்றை நடைமுறைப்படுத்தச் சொல்லவேண்டும். மாவட்ட ஆட்சியர் சாதி மறுப்புத்திருமணம் செய்துள்ளவர்களை அவர்கள் வீடுகளில் சென்று பாராட்டுக் கடிதமும் உதவித் தொகையும் அளித்து அவர்களைக் காக்க நடவடிக்கை எடுக்கவேண்டும். அரசு பொது வீடுகளைக் கட்டி அதில் தலித்துகளையும் சேர்த்து உதவவேண்டும்.

தீண்டாமை ஒழிப்புச்சட்டத்தைப் பற்றி பொதுமக்கள் போதிய விழிப்புணர்வு இல்லாமல் இருக்கிறார்கள். உயர்சாதி மக்கள் இவைகளை அறியாமல் செயல்பட்டு துன்பத்திற் குள்ளாக்கப் படுகிறார்கள். சட்டங்கள் எழுத்திலும் செயலிலும் நடைமுறைப்படுத்த வேண்டும். மக்களும் அமலாக்கத்துறை அதிகாரிகளும் சட்டங்களை அறிந்திருக்க வேண்டும். மக்கள் அறியாமையினால் பழைய சிந்தனைகளோடு செயல்பட்டு சிறைத்தண்டனையும் அபராத தொகையும் செலுத்தும் படியாகிறது. இம்மாதிரி சிரமங்கள் ஏற்படாதிருக்க பதாகைகளும் கைப்பிரதிகளும் செயலாக்கப்பட வேண்டும். மக்கள் விழிப்புணர்வு அடையவேண்டும்.பழங்காலத்தில் மன்னர்கள் கல்வெட்டுகள் மூலம் அரசு செயல்பாடுகளை மக்களுக்கு அறிவித்தார்கள். அவைகளால் நல்லாட்சி நடைபெற்றது.

சட்டங்கள் நல்லது தான். அவை நடை முறைப்படுத்தப்படாவிட்டால் என்ன பலன் உண்டாகும்? ஆயிரக்கணக்கான வருடங்

களாகத் தொடரும் பழக்கங்கள் உறுதியான செயல்பாடு இல்லாமல் அவைகளை மாற்ற முடியாது.

தாழ்த்தப்பட்ட மக்களுக்கு ஆதரவான சட்டங்களை செயல் படுத்த மனதில்லாமல் சில அதிகாரிகள் வெறுமனே இருந்து விடுகின்றனர். இந்த சமூக கேடுகள் தொடர வேண்டுமென் பதே அவர்கள் எண்ணம். இத்தகைய பிற்போக்கான செயல் படாத அதிகாரிகள் மேல் நடவடிக்கை எடுத்து உரிய தண்டனை களையும் உயர்பதவி குறைப்பும் செய்யப்படவேண்டும்.

மக்கள் பிரதிநிதிகளிடமும் அதிகாரிகளிடமும் அவர்கள் தீண்டாமைச் செயல்களைச் செய்யமாட்டோம் என்றும் தாழ்த் தப்பட்டவர்களுக்கு ஆதரவாக சட்டத்தைச் செயல்படுத்து வோம் என்றும் அவர்களின் அரசு உறுதி மொழி பெற்று நடைமுறைப்படுத்த வேண்டும்.

தமிழகத்தில் கிறித்துவம்

எம்.சி.விக்டர்

நல்லாரே பதிப்பகம், 68 லஸ் சர்ச்ரோடு, மைலாப்பூர் சென்னை–4

எம்.சி.விக்டர் தமிழகத்தில் பிரபலமான எழுத்தாளர். மதத்தைப்பற்றியும் எழுதியுள்ளார். இவர் கருத்துப்படி தமிழர்மதம் கி.மு.20,000 க்கு முந்தியது. ஒரே கடவுள் நல்ல நடத்தை என்பதே கொள்கையாகும். உலகின் முதல் மதம். பாபிலோன், சுமேரியாயூதம், கிறித்துவம், இந்தியா முழுவதும் எல்லா நாடுகளிலும் பரவியது. சீனா ஆப்பிரிக்கா, தவிர தென் இந்தியாவின் குமரிகண்டத்தில், நோவாவின் படகு மற்றும் வெள்ளம் ஆகியவை நடந்தது. பைபிளில் குறிப்பு உள்ளது. குமரி கண்டம் கடலில் மூழ்கிவிட்டது. கடவுளின் படைப்பு குமரிகண்டத்தில் நடந்தது.

ஐரோப்பிய சரித்திரத்தில் ரோமாபுரியில் ஏழைகள் அடிமைகளாக இருந்தனர். அவர்களது உடமையாளர்கள் அவர்களை ஏழு வருடங்களுக்குப் பிறகு விடுதலை செய்வது வழக்கம். புனித சேவியர் இந்தியாவுக்கு 1542–கி.பி.யில் இந்தியா வந்து தமிழகத்தில் தீண்டாமையின் கொடுமையைப் பார்த்து அதிர்ச்சியடைந்தார்.

ஒரே கடவுளை வணங்கி, ஒரே நாட்டில், வசிக்கும் மக்கள் மிருகங்களை போல் நடத்தப்பட்டனர். இவர்தான் தமிழகத்தில் முதல் முதலாக தீண்டாமைக்கு எதிராகக் குரல் கொடுத்தார். கடவுள் மக்களை உயர்வு தாழ்வு இன்றிபடைத்தார், என்று போதித்தார். புனித ராபர்ட்டி நோபிலி என்பார் இந்தியாவிற்கு வந்தார். கி.பி.1606–இல். பிராமணர் அவர்கள் சொந்த நன்மைக்காக உயர்வு தாழ்வு கற்பித்தனர் என்றார். கடவுளே இதை மாற்ற முடியாது. எனவே மக்கள் இதைச்செய்யவேண்டும் என்றனர்.

கீதையில் இதை மாற்ற முடியாத படி தந்திரமாக இப்படி பிராமணர் செய்தனர். அவர்கள் சடங்குகள் மாத்திரம் செய்து

பிழைத்தனர். அவர்கள் வேறு யாதொரு வேலையும் செய்வ தில்லை. சட்டங்களை மீறுவோர் வருணத்திலிருந்து வெளியே தள்ளப்பட்டனர். அப்பாவிகள் அபராதம் விதிக்கப்பட்டனர். எல்லாம் கடவுள் பேரால் செய்யப்பட்டது. வேதத்தில் என்ன எழுதியிருக்கிறது என்று சூத்திரருக்கு தெரியாது.ஏனென்றால் அவர்கள் வேதம் படிக்க அனுமதியில்லை.வேதம் கேட்டால் காய்ச்சிய ஈயம் அவர்கள் காதுகளில் ஊற்றினர். பிராமணர் பூனூல் அணிந்து தங்களை இருபிறவி எடுத்தவர்கள்,என்று சொல்லிக்கொண்டனர். இது அவர்களுடைய உயர்வைக் காட் டும் அடையாளமாகவும் இருந்தது.

பிராமணர் மன்னரின் படைவீரர்களை வைத்துக்கொண்டு வருணத்தை மனுச்சட்டத்தை மீறுகிறவர்களைத் தண்டித்தனர். மன்னர் இவர்களது சொல்லுக்கு கட்டுப்பட்டு அவர்கள் விருப்பப்படி செய்து மக்களை வதைத்தனர். பிராமணருக்கு எதிராக மக்கள் ஒன்றும் செய்ய முடியாமல் அடிமைப்பட்டுக் கிடந்தனர்.

ராமனுஜர் விசிஷ்டாத் வைதம் என்னும் மதத்கொள்கையை நிறுவினார். பிராமணர் இதை ஏற்றுக்கொள்ளவில்லை. ஆகவே அவர் புறஜாதியாரான, பறையர், பள்ளர், பள்ளி. படையாச்சி களுக்கு பூனூல் அணிவித்து அவர்களை பிராமணர் ஆக்கினார். ராணி மங்கம்மாள் மதுரையை ஆண்டார். அவர் கிறித்துவ மிஷினரிகளுக்கு ஆதரவு அளித்தார். ஒருவர் தன் விருப்பப்படி மரக்கறி அல்லது புலால் உண்பதைப் போல் அவரவர் விருப்பப்படி கடவுளை வணங்கலாம் என்றார். அதனால் கிறித்துவம் ஏற்றுக்கொள்ளப்பட்டது.

திருவள்ளுவர் மைலாப்பூரில் வசித்தார். அச்சமயம் புனித தோமஸ் என்பவர் பிரச்சாரம் செய்துவந்தார். அவரது போத னைகளால் திருவள்ளுவர் ஆட்கொள்ளப்பட்டார் என்று சொல் லப்படுகிறது. அவருடைய குறள்கள் கிறித்துவ போதனைகளை ஒத்திருக்கிறது. தமிழ் உலகின் முதல் மொழி என்றும் மற்ற மொழிகள் இதிலிருந்து தோன்றின என்றும் ஆராய்ச்சியாளர்கள் சொல்கின்றனர்.

பெரியார் சுயமரியாதை இயக்கம்

டார்பிடோ ஏ.பி. ஜனார்த்தனன்

பெரியார் சுயமரியாதை இயக்கத்தின் பேச்சாளர் எழுத்தாளர் ஜனார்த்தனன் ஆவார்.

ஆசிரியர் திராவிடரை மேற்கொண்டு அரசரைக்கட்டுப் படுத்தினார்கள். படைவீரர்களைக் கொண்டு மக்களை ஆட்டிப் படைத்தனர்.

சாஸ்திரம், புராணம், தர்ப்பைப்புல், பஞ்சாங்கம். அவர்களது ஆயுதங்கள். எதிர்ப்பாளர் அசுரர் எனப்பட்டனர். புத்தருடைய மதம் நாட்டைவிட்டு வெளியேற்றினர். வள்ளலார்ராம லிங்கம் ஆரியருக்கு எதிராக குரல் கொடுத்தார். திராவிடர் வாழ்வு இருண்டுபோனது.

பெரியார் 20–ஆம் நூற்றாண்டின் ராவணன் ஆவார். அவர் ராஜகோபாலாச்சாரியாரின் வருண அடிப்படைக்கல்வி திட்டத்தை எதிர்த்து போராடினார். பெரியார் சாதி ஒழிப்பு யுத்தத்தை நடத்தினார். வேத மதம் விதவை மறுமணத்தையும் பெண் கல்வியையும் தடை செய்தது. அடுப்பூதும் பெண்களுக்கு படிப் பெதற்கு என்றனர். வேதமதம் பஞ்சமர்களை தீண்டடத்தகாதவர் களாக நெருங்க பார்க்கமுடியாதவர்களாக கொடுமைப்படுத் தியது.

பெரியார் வினாயகர், ராமர், சிலைகள் படங்களுக்கு சக்தி இல்லை என்றார். புத்தர் திருவள்ளுவருடைய போதனைகளை ஏற்கும்படி சொன்னார். திராவிட மக்களை அறிவுள்ளவர்களாக மரியாதையுள்ளவர்களாக மாற்றினார். அவர்கள் மட்டும் ஏன் பூனூல் அணிந்து உச்சிக்குடிமியுடன் இருக்கவேண்டும், என்று கேட்டார். மகாத்மா காந்தி கூட பூனூல் அணிய அனுமதி இல்லையே.

திராவிடராகிய நாம் கோவிலைக் கட்டினோம். நாம் ஏன் கர்ப்பக்கிரகத்திற்குள் போகமுடியாது? நெற்றி வியர்வை சிந்தி நெல்விளைவிக்கும் தொழிலாளர் ஏன் தீண்டடத்தகாதவராக

நடத்தப்படுகிறோம்? நாம் மெய்யாகவே காலிலிருந்து பிறந் தோமா? ஆசிரியரின் மோட்சம் அவர்களது வயிறாகும். அடுத்த பிறவி என்பது பொய்யான பேச்சு. கடவுள் நாம் படைப்பதை உண்கிறாரா? மனிதர் தாம் உணர்கின்றனர். பிற்படுத்தப்பட்ட ஒதுக்கப்பட்ட மக்களை பிறவி அடிப்படை யிலான வருண பேதத்திலிருந்து விடுவிக்கவேண்டும். பல்லி, பூனை, காளை, குரங்கு, வேப்பமரம், இவைகளை வணங்குவதிலிருந்து பெரியார் விடுதலை அளித்தார்.

பெரியார் வன்முறையை ஆதரிக்கவில்லை. மனிதன் எல்லாவற்றிலும் மேலானவன்.அவன் தன்னம்பிக்கையோடு உழைத்து வாழவேண்டும். ஒருவரது முயற்சிகளுக்கு எதிராக விதி என்பது மனத்தடையாகும். எல்லாவற்றையும் சோதித்து உண்மையானவைகளை எற்றுக்கொள்ளவேண்டும். நிச்சயப் படாத நம்பிக்கைகள், சாதியம், தீண்டாமை இவற்றிலிருந்து விடுபட்டு நாடு முன்னேற பெரியாரின் ஆலோசனைகள் அவசியம். இங்கர்சால் கால் என்பாரின் யோசனைப்படி ஒரு நலம் நாடுபவர் தனக்கு உண்மையாகத் தெரிந்தவைகளை மக்களுக்கு அறிவிக்கவேண்டும். வருண பேதங்களால் மக்கள் மெய்யல்லாத தெய்வங்களை வணங்கி பசுவின் மூத்திரமும் சாணிச்சாம்பலும் பெரிதாக எண்ணப்பட்டு அபத்தத்தால் நாடு நிறைந்திருக்கிறது. இந்நிலையில் பெரியார் சுயமரியாதை இயக்கத்தைத் தோற்றுவித்தார்.

பெரியார் சுயமரியாதை இயக்கத்தை எதிப்போருக்கு அனேக செயல்பாடுகள்இருக்கின்றன. கோயிலின்மேன்மையைக்காட்ட கோயில் கோபுரங்கள், அறியாமையினால் நிறைந்த மக்கள், கற்பனையான பயங்கள், நாட்டில் சுற்றித்திரியும் சோம்பல் சந்நியாசிகள், பேய்பிசாசு, பயத்தால் நிறைந்த பெண்கள் வருண சாதி முதலாளிகள், இவர்களுக்கு செய்தி பரப்பும், பத்திரி கையாளர்கள், காசுபார்க்கும் பத்திரிக்கைகள், விதியின்பேரால் பொறுப்பைத் தட்டிக்கழிப்போர், செத்தோருக்கு, திதி, ஹோ மம், யாகம், மோட்ச வழி சொல்லும் கணியர் இவைகள் எல்லாம் சுயமரியாதை இயக்கத்திற்கு விரோதமாக செயல்படு கின்றனர்.

பகுத்தறிவாளார் சனாதனக் கோட்டைகளைத் தகர்த்தனர். மெய்யல்லாத கதைகள் வெளியாக்கப்பட்டன. பூசாரிகளின் தந்திரங்கள் அறியப்பட்டன. சாதியின் தசைகள் உண்மைகளால் சோதிக்கப்பட்டன. இவைகளின் விளைவால் யாரும் இப்போது சாதியத்தை நிலைநிறுத்த முன்வருதில்லை. கோயிலுக்கு பதிலாக வாசக சாலைகள் திறக்கப்பட்டன.

மூவாயிர வருட சமூக நோயின் ஆணிவேர் எது? வளர்ச்சிக்கு எதிராக தடை எது? அடிமைத்தனத்தின் அடித்தளம் எது? கடவுள் சாஸ்திரம், புராணம், ஆன்மா, மோட்சம், நகரம் மற்றும் வருணாசிரம், இவைகள் மக்களை மனதால் கட்டிப்போட்டன. பெரியார் மூடப்பட்ட அறிவின் கதவுகளைத் திறந்தார். பசு மூத்திரத்தை குடிப்பதை, உருவங்களை வணங்குவதை, விதியை நம்புவதை, இவைகளை நிறுத்தாவிட்டால் வளர்ச்சியடைய முடியாது என்றார் பெரியார். மனிதன் தன்னை நம்பிமுன்னேற உழைக்கவேண்டும். அவதாரம் காக்கும் அச்சய பாத்திரம் சோறுபோடும், அடுத்தபிறவி இப்பிறவியின் குறைபாடுகளை நிவர்த்தி செய்யும் என்று எதிர்பார்த்து வேலை செய்யாமல் இருக்கக்கூடாது.

சில இந்தியா சாதுக்கள் பிள்ளை மாமிசம் தின்று, நிர்வாணமாக நடந்து அப்பாவிப் பெண்களை பலாத்காரம் செய்வதாக சொல்லப்படுகிறது. அவர்கள் அறிவடைய வேண்டாமா? மதத்தின் பெயரால் எவ்வளவு கொடுமையைத்தான் சமூகம் தாங்குவது? பூசாரிகள் வேதாந்தம், அன்பு, புனிதம், என்று எப்படி பேசமுடிகிறது? மதத்தின் பேரால் பெண்ணடிமை, விதவைக்கொடுமை, விதவை சதித்தீயில் எரிப்பு, பெண்சிசு கொலை, மானபங்கம் இவைகள் உண்டாயின. பிறகு நிறுத்தப்பட்டது. பக்தியின் பேரால் உணவுப் பொருள்கள் நெய், பால், வெண்ணை, யாகத்தீயில் எரிப்பு, கோயிலில் பணம் காணிக்கை, மடங்களில் பொட்டுகட்டிய பெண்கள் நிறுத்தப்பட்டது. உழைப்பாளிகள் கடை நிலையில் வைக்கப்பட்டு நாயினும் கீழாக நடத்தப்பட்டனர்.

உலக முழுவதும் மதம் மனிதரின் மண்டைகளை உடைத்தன. ரத்த ஆறு ஓடியது. கொலை கொள்ளை ஐரோப்பிய சிலுவை யுத்தம் முதல் நவகாளி இந்து முஸ்லீம் கலவரம் வரை மக்கள்

லட்சக்கணக்கில் கொல்லப்பட்டனர். மத மயக்கம் ஒரு கஞ்சா போதையைப் போன்றது.மக்களை அறிவற்றவர்களாக்கி, திரு டனின் தந்திரங்கள், ஏமாற்றுக்காரனின் முகமூடி, வெட்டுக்கிளி, அணு ஆயுதத் தாக்குதலை விட அதிக பயங்கரமானது. சில நன்மைகள் மதங்களால் உண்டாயின. பின்னர் நாசகார உப கரணமாக வளர்ச்சியை தடுத்தது. இந்தியா தனது மகிமையை இழந்து துன்பப்பட்டதற்கு காரணம் மதம் என்று நிருபிக்க முடியும். மாலனின் கருத்துப்படி நீக்ரோக்கள் கீழ்ப்படுத்தப் பட்டது அநியாயம் என்றால் வேத மதத்தின் செயல்பாட்டினால் திராவிடர் கீழ்ப்படுத்தப்பட்டது எப்படி ஏற்றுக்கொள்ள முடி யும். நமது நாட்டின் இழிநிலையை மறந்து பிரிட்டனின் ஈடன் அரசியல் பற்றியும் புல்கானின் சிரிப்பைப் பற்றியும், சிரிலங் காவின் கொத்தவால் கொடுமைப் பற்றியும் மற்றும் மாசேதுங் கின் செயல்பாடு பற்றியும், எப்படி பேசலாம். அடிமைப்பட்ட சூத்திரர் பகுத்தறிவாளர்களைக் குறைகூருவது வருந்தக்தக்கது. பொதுவுடைமைவாதிகள், மார்க்ஸ் லெனின் காலண்டர்களில் பஞ்சாங்க சாஸ்திரம் வெளியிடுகின்றனர். பகுத்தறிவளார்களின் போராட்டங்களைப் பார்த்து காந்திஜி தீண்டாமையை ஒழிக்கவேண்டும் என்றார். அரிசன கோவில் பிரவேசம், பெண் ஆண் சமத்துவம் தீண்டாமை ஒழிப்பு இவை சட்டபூர்வ மாக்கப்பட்டுள்ளன. பண்டிட் நேருஜி கருத்துப்படி ராமாயணம் என்பது ஆசிரியர் திராவிடரை வருண பேதத்திற்கு அடிமைப் படுத்திய கதையாகும். ஆசிரியரின் வருண பேதத்திற்கு அடி மைப்பட்ட நாள் முதல் அவர்கள் சுயமரியாதை இழந்து பட்டி னிக்குள்ளானார்கள்.

தவளைக் குரல் மந்திரங்களை ஓதுகிறவர்கள் செல்வந்தரை அவர்கள் காலடிகளில் விழவைத்தனர். வேறு சிலர் சுடுகாட்டு காவல் காக்கவும் தோல்பொருள் தொழில் செய்யவும் ஆனார்கள். இதுவும் பிறப்பின் அடிப்படையிலான சமத்துவ மின்மையால் வளர்ச்சியில்லாமல் போய் எத்தனை தாமஸ் ஆல்வா எடிசங்களும் மார்கோனிகளும் அம்பேத்கர் மக்களில் தோன்றாமல் போனார்களோ? யார் அறிவார்? சாதி என்பது படிநிலை முதலாளித்துவம். கடவுள்களுக்கு விதவிதமான உணவுகள் படைக்கப்பட உழைப்பாளிகள் உணவின்றி பட்டினி!

பிச்சை எடுப்பது அதில் வாழ்வது இழிவு. பிச்சை எடுத்து வாழ்வதால் கடவுளை திருவள்ளுவர் கண்டித்தார். பாரதமும் ராமாயணமும் ஆரியரின் இரு கண்கள். அதைப் போற்றும் வரையில் ஆரியர் சுகவாழ்வு வாழ்வர். பெரும்பான்மை மக்களை அத்தகைய கதைகளால் கட்டிப்போட்டிருக்கிறார்கள். திராவிடருக்கும் ஆரியருக்குமான போராட்டம் தான் ராமா யணம். ஸ்ரீராமர் சூத்திரருக்கு தடை செய்யப்பட்டயாகம் செய்த படியால் சம்புகனைக் கொன்றார். சூத்திரர் வேதம் படிக்கக் கூடாது என்று சுந்தரகாண்டம் சொல்கிறது. திராவிடர் காட்டுமிராண்டிகள் என்று சொல்லினர்.

ராவணனுக்கு எதிரான குற்றச்சாட்டு என்னவென்றால் அவர் யாகத்தில் மிருகவதையைத் தடை செய்தது. அவர்கள் அநி யாயத்தையும் விபச்சாரத்தையும் போற்றினர். எதிரியை அழித் துவிடு என்பதே உபதேசம். வருணங்களை உண்டாக்கியதற்காக ஸ்ரீகிருஷ்ணர் பெருமைப்பட்டார். இந்த அடிப்படைகள் இல்லா தாக்குவதே திராவிடரின் விடுதலை என்றார் பெரியார். சுயமரியாதை இயக்கம் மட்டும் ஆரியரின் கொடுமைகளைத் தடுக்கமுடியும்.நாடார்கள் பழங்காலத்தில் தீண்டத்தகாதவர் களைப் போல கோயில் பிரவேசம் மறுக்கப் பட்டனர். பெரியாரின் சாதி விடுதலை போராட்டமில்லாமல், ஒரு நாடார், முதல்வர் ஆகியிருக்க முடியுமா? ஒரு ஆதித்திராவிடர் காங்கிரஸ் கட்சியின் தலைவர் ஆகமுடியுமா? மகாத்மா சொன்னாலும் மாயாண்டி சொன்னாலும் அவர் சொன்னதின் காரணத்தை ஆராய்ந்து, அர்த்தம் காண வேண்டும். அறியாமையினால் திராவிடர் கௌரவம் இழந்தனர். உண்மை என்னும் உரை கல்லில் உரசி சோதனைக்குப் பின்யாவற்றையும் ஏற்றுக்கொள்க.

அவர்கள் புத்தரை வலுக்கட்டாயமாக நாட்டை விட்டு துரத்திவிட்டனர். மன்னரது படைவீரரைக் கொண்டு இதைச் செய்தனர். மன்னரோ எதிரிநாட்டின் மேல் கொண்ட உயிர் பயத்தால் இவர்களிடம் பரிகாரயாகம் தேடி கைப்பாவையாக இருந்தார், என்று சொல்லப்படுகிறது. அவர்கள் சிவாஜியை சத்திரியராக ஏற்றுக்கொள்ளவில்லை. கருவூலத்தை செலவு செய்து பூசைகள் மூலம் ஏற்றுகொண்டனர். கல்வி ஒருகத்தியைப் போன்றது. ஒருவரது நடத்தையைப் போல் அது பயன்படும்.

மற்றவரை ஏமாற்ற எண்ணுகிறவர்.சாணக்கியரின் அர்த்த சாஸ்திரம் அல்லது ஹிட்லரின் மெயின் காம்ப் படிக்கவேண்டும். துரோகியாக விரும்புகிறவர் ஜீடாஸ்காரியோத் அல்லது புருட்டாஸ் (அல்லது எட்டப்பனை) பின்பற்றவேண்டும். தீண்டத்தகாதவர், சிகைதிருத்துவோர், துணி வெளுப்போர் தான் முடிவில் பெரியாரை ஆதரித்தார்கள். நாற்பதுகளில் ஆரியருக்கும் திராவிடருக்கும் தனித்தண்ணீர் குடங்கள் இருந்தன. பெரியார் போதனைகளால் எழுச்சியுற்ற திராவிட மாணவர்கள் இதை ஒழித்தனர். உலகே மாயம், வாழ்வு நீர்க்குமிழி, நிலையற்ற உடம்பு, என்று சொல்கிறார்கள். அதன் படி நடக்கிறார்களா? கடவுளின் தூதர்கள், உலக குருக்களுக்கு ஒட்டகம், யானை, பல்லக்கு வேலையாட்கள் மற்றும் உலக இன்பம் கேட்கிறார்கள்.

அவனன்றி ஓர் அணுவும் அசையாது என்பவர்கள், தங்களை வீடுகளை, கடவுளின் இருப்பிடமான கோயில்களை ஏன் பூட்டிவைக்கிறார்கள்.? ஆஸ்ரமங்கள் பேராசையால் தன்னலத் தால் அறமற்ற செயல்களால் நிரம்பியிருக்கின்றன என்று சொல்லப்படுகிறது. அவர்கள் சுரா, சோமா, பானங்களுடன் யாகத்தில் வறுத்தகறியை உண்டார்கள்.

காங்கிரஸ் கட்சியின் ஜோசியர் ஆலோசனைப்படி சுதந்திரப் பிரகடனத்தை நள்ளிரவில் வைத்தனர். சமூக உறவுகளில் வருண பேதத்திலிருந்து இன்னமும் விடுதலை கிடைக்கவில்லை என்று மக்கள் சொல்கிறார்கள். கிறித்துவ மதத்திற்கு பதிலாக ஆரிய மதத்தை முன்னிருத்த ஆச்சாரியர் முயல்கின்றனர். நேருஜி ஆரியர்களை சாணியுகத்தை முன்னெடுக்கிறவர்கள் என்றார். பிள்ளைக்கறி கேட்கும் கடவுள் அடுத்த கடவுளின் மனைவியை சேர்கிற கடவுள் அயல் வீட்டுகாரன் மனைவியை நாடுகிறவர், ரிஷிகளின் பிள்ளைகளை கெடுக்கிறவர் இவர் களைப்பார்க்கிறவர் எப்படி நல்ல நடத்தையுடன் இருக்க முடியும்? அவர்கள் அப்பாவி பக்தர்களைக் கெடுக்கிறார்கள். அவர்கள் மது பானம், பெண் தொடர்பு, புலால், உணவு, இவற்றை அனுமதிக்கிறார்கள். இவைகளைக் கடவுள்களுக்கும் ஏற்றிச்சொல்லிவிட்டனர். கடவுள் சிலைகளும் அனு பவிக் கின்றன என்று சொல்கிறார்கள். இது எப்படி முடியும்? நம்ப

முடியாது, அவர்கள் புத்தர் பெயர்களில் அணு ஆயுதம் தயாரிக்கின்றனர். திருமங்கை ஆழ்வார் கோயில் சொத்தை அனுபவித்தார். கோத்புலிராயனார், உறவினர்களை எமலோகம் அனுப்பினார். சிவ அம்மையப்பர்கள் சமணர்களைக் கழுவேற் றினர். விதவையை சவத்தோடு எரித்து நிர்வாண சாமியார் திரிசூலத்தால் தாக்கினர்.

நன்மை எப்படி விளையும்? இடி, மின்னல், தீ, புயல், இவற்றால் உண்டான பயத்தால் அவற்றை வணங்கினர். அவை களுக்கு விக்கிரகம் உண்டாக்கினர். பூசாரிகள் அவற்றிற்கு பூசை செய்து அப்பாவிகளிடம் காணிக்கை வாங்கினர். இறைதூதர் முகம்மது விக்கிரகவணக்கத்தை ஆதரிக்கவில்லை. விக்கிரகங் கள் மனிதனால் செய்யப்பட்டவை. அதனால் அதற்கு சக்தி யில்லை என்று தயானந்த சரஸ்வதி பிரமசமாஜ் சொன்னார். மக்களுக்கு உணவு, குடிசை, உடையின்றி வாடும்போது கடவுளுக்கு கோயில்களும் பிராகாரங்களும் கோட்டைகளைப் போல் கட்டப்படுவது எப்படி என்றார் அண்ணா. கோயில்கள் அவர்கள் வாழ்வாதாரம். தொழிலாளருக்கு ஆலைகள் போல.

சாதி பேதங்களால் கிராமிய பொருளாதாரம் பாதிக்கப் பட்டிருக்கிறது. சுயமரியாதை இயக்கம் தனது பிரச்சாரம் என்ற சக்தியால் பேதங்களை ஒழிக்காவிட்டால் நமது விவசாயம் நல்ல முன்னேற்றம் காண முடியாது. நாம் மார்க்சிஸ்டுகளைக் கேட்போம். உயர்சாதிகளும் தாழ்ந்த சாதிகளும் எவ்வளவு நிலம் வைத்திருக்கின்றனர்? வளமான பூமியாரிடம் இருக்கிறது? தாழ்த்தப்பட்டோருக்கு மிக அதிக வட்டியில் உயர்சாதியினர் கடன் கொடுக்கின்றனர். வனவாசிகள் நியாயம் கிடைக்காமல் பஞ்சாயத்துகளிடம் துன்புறுத்துகின்றனர். கலப்பையில் கை வைப்பது பாவம் என்று சிலர் நினைக்கின்றனர். எருமைகள், நண்டுகள், நத்தைகள், பன்றிகள், நாய்களோடு மற்ற மக்கள் மனு சாஸ்திர வருண பேதமையால் வாடுகிறார்கள். எங்கள் தெருவில் நடக்காதே காலுக்கு செருப்பு போடாதே, பொதுக் கிணற்றில், தண்ணீர் எடுக்காதே என்று சொல்கிற மதம் அதன் பேதச்சட்டங்கள் மாறாவிட்டால் நிலைமை எப்படிமாறும்.?

வறுமையும் வளமையும் சாதி பேதத்தால் உண்டானவை. வளமுள்ள திருச்சி தஞ்சாவூர் மாவட்டங்களில் ஆரியர் வாழு

கின்றனர். பின் தாங்கிய மாவட்டமான ராமநாதபுரத்தில் திராவிடர் வாழ்க்கை. திருமணத்திற்கும் திதிக்கும் வாங்கிய கடன்கட்ட முடியாமல், வறுமையில் உழலுகின்றனர். எவ் வளவு பணம் கோயிலிலும் திருவிழாவிலும் செலவாகிறது? பசுக்கள் தூய்மையானவை, என்று சொல்லி ஈனாத கிழப்பசுக்கள் பராமரிப்பதற்கு எவ்வளவு செலவாகிறது? குரங்குகள் பெருகி தோட்டங்களை நாசம் செய்கின்றன. பாட்டுப்பாடி, பரத நாட்டிய மாடி, சங்கீதம் கேட்டு ஆரியர் மகிழலாம். ஆனால் திராவிடர்கள்சாதி அடிமைத்தனத்தில் சிக்குண்டு கிடக்கிறார்கள். எனது பேனா எனது சூரியன் என்றார் மாயங்ஸ்கி. எனது எழுத்துக்கள் அதிர்ச்சி தருவன என்றார். பெண்களை மார்க்சி யத்தில் காணமுடியாது. எங்கெல்ஸ், ரூசோ, வால்டேர், அவர்களது எழுத்துகள் பிரஞ்சு, புரட்சியின் விதைகள். மாமா ஜோன்ஸ் அறை நீக்ரோக்கள் விடுதலைக்கு உதவியது. தாஸ் கேபிடல் ரஷயப்புரட்சியை முன்னெடுக்க உந்தியது. தந்தை பெரியார் தமிழகத்தின் சாக்ரடீஸ் ஆவார். ஒரு பிள்ளையின் முதல் ஆசான் தாய். ஆனால் அவர்களோ அவளைத் தற்குறியாக ஆக்கினர். பிள்ளை அறிவில்லாமல் போக இதுவே முதல் படி. ஆற்றையும் நம்பலாம். பெருங்காற்றையும் நம்பலாம், விஷப் பாம்பையும் நம்பலாம், கொடிய புலியையும் நம்பலாம், ஆனால் சேலைகட்டிய மாதரை நம்பாதே என்றனர். பெண் களை அடிமைப்படுத்தினர். பாரதிதாசன் சொன்னபடி, குதி ரைக்கு கனைக்க உரிமையுண்டு, ஆனால் பெண்கள் பேசா வாய்திறக்க முடியாது. வாயை மூடிக்கொண்டு சப்திக்காமல் உண்ண வேண்டும். பயந்து நடுங்கிக் கொண்டிருந்தனர். பெண்ணுக்கு சொத்துரிமை கொடுக்காமல் ஆபரணங்களால் கட்டிப்போட் டார்கள். ஆண்கள் பெண்களை பல வழிகளில் துன்பத் திற்குள்ளாக்கினர். எதிர் பேசுகிற பெண்கள் பேயோட் டிகளால் பேய்பிடித்து விட்டதாக சாட்டையடி கொடுத்து மௌனமாக்கினர்.பிறகு பேசமுடியுமா பெண்களால்?

புத்தருக்கு அடுத்த உலகம், மோட்சம், நரகம், ஆன்மா என்பவைகளைப் பற்றி அக்கரையில்லை. உலகத்துன்பங்களை நீக்க நல்ல நடத்தையோடு கடினமாக உழைக்கவேண்டும் என்றார். அறிவீனம் என்ற நீரோட்டத்தோடு நீந்தி ஆட்டு மந்தையைப் போல் வாழ்வது லேசாய் இருக்கலாம்.

தேவையானது தரமான வாழ்க்கை. அளவு அல்ல. எதிர்ப்பு, நிந்தனை, கல்லடி, சாணி வீச்சு, தடியடி இவைகளைப் பொறுத் துக்கொண்டு மறு தாக்குதல் செய்யக்கூடாது. மக்கள் மாட்டு வண்டியுகத்திலிருந்து ஜெட்விமான யுகத்திற்கு முன்னேற வேண்டும். புத்தருக்குப்பிறகு பெரியார் வருணாஸ்ரம எதிராளி. பிறவி அடிப்படையிலான சாதி முதலாளித்துவத்தை பெரியார் எதித்தார். பிறவி அடிமையின் பெயர் சூத்திரர் தீண்டத்தாதவர் பெரியாரின் முயற்சிகளால் கோயிலுக்கு வெளியே சீர்திருத்த திருமணங்கள் சட்டமாயின. அலுவலகத்திலிருந்து கடவுள் படங்கள் நீங்கின.எந்த சாதிக்காரரும் பூசாரி ஆகலாம். தமிழில் சடங்குகளும் ஓதுவதும் நடக்கிறது. கோயில் வருமானம் பள்ளிகளுக்கும் மருத்துவமனைகளுக்கும் செலவிடப்படுகிறது. திரு.வி.கல் யானசுந்தரம், மறைமலையடிகள், சுயமரியாதை இயக்கவீரர் குருசாமி போன்றோரது முயற்சியால் தமிழ் மதம் முன்னெடுக்கப்படுகிறது.

முன்னாள் மத்திய அமைச்சர் ஜக ஜீவன்ராம் பெரியார் அண்ணா ஆகியோரது சாதி ஒழிப்பு புரட்சிகரமான செயல் பாடுகளைப் பாராட்டினார். ஆலைகளும் அணைக்கட்டுகளும் அவரது கோயில் என்று நேருஜி முழங்கினார். மனித சமத்துவம் வேண்டுமென்றார். விஞ்ஞான பாதையில் நாட்டைக்கொண்டு சென்றார். தன்னலம்,தந்திரம்,பழிவாங்குதல், ஆகியவை பின் தள்ளப்பட வேண்டும். எதிர்காலச் சந்ததியின் நலம் கருதி நல்ல தீர்வுடன் செயல்படவேண்டும்.

பெரியாரின் எழுத்துப் பேச்சும் (1929)

ஹரீஸ் பதிப்பகம், 8 கெனல் தெரு, சென்னை–5 திருவல்லிக் கேணி

கடவுளுக்கென்று செய்யும் காரியங்கள் யாதொரு பலனையும் கொடாது என்றும் கஷ்டப்படும் மனிதர்களைக் கடவுளாக நினைத்து அவர்களுக்கு வேண்டியது செய்வதே நன்மை.சமூக சமரசமில்லாமல் நாம் விடுதலையைப் பெற இயலாது. சமூகச்சீர் கேட்டிற்கு காரணம் ஜாதி வித்தியாசத்தை மதத் தோடும் கடவுளோடும் இணைத்திருப்பதேயாகும். நம் மக்களுக்கு குறுகிய புத்தி உண்டானதற்கு நமது சமயத்தின்

சொல்லப்பட்டவைகளை சத்தியம் என்று நம்பினதேயாகும். வர்ணாசிரம தர்மத்தை பிரச்சாரம் செய்யாமலிருந்தால் காந்திக்கு மகாத்மா பட்டம் நிலைத்திருக்குமா?

அரசாங்கம் என்பது மக்களின் மானத்திற்கும் சமத்துவத் திற்கும் சுவாதீனத்திற்குமே ஒழிய, அரசாங்கத்தினுடையவோ அல்லது ஒரு தனி வகுப்பு நன்மைக்காகவோ அல்ல எனலாம். வேதமும், புராணங்களில் காணப்படும் கடவுள்களும் நாம் என்றென்றைக்கும் தலையெடுக்க முடியாத படிக்கு அழுத்தி வைத்திருக்கின்றன.

நம்பிக்கையை விட்டு பகுத்தறிவை உபயோகித்துப் பார்ப் பதனால் வேதத்தின் அஸ்திவாரமே ஆடிப்போகாதோ? ஆத லால் மதமோ கடவுளோ வேதமோ இருக்கவேண்டுமானால் நம்பிக்கை இருக்கவேண்டும். பகுத்தறிவால் வாதம் செய்யக் கூடாது.

மக்களின் உணர்ச்சியையே அடியோடு ஒழித்து, மனித சமூகத்தின் அறிவு, வாழ்வு, மானம், அன்பு, இரக்கம், பரோபகாரம் முதலிய ஒழுக்கங்கள் ஆகியவைகளே முக்கிய மானவைகள் என்பதை உணரச்செய்ய வேண்டும். இதற்கு விரோதமாக இந்து மதம் மாத்திரமல்லாமல் வேறு, எந்த மதம் தடையாயிருந்தாலும் அவற்றையும் வெளியாக்குவதே நமது நோக்கமாகும். எந்தச் சமூகம் சுயமரியாதைக்கு இடையூராய் இருக்கின்றதோ அதைத்திருத்தி சமநிலையை ஒப்புக்கொள்ளச் செய்வது. அது முடியாவிட்டால் அவற்றை அடியோடு மாற்ற வேண்டும். தீண்டாமை என்னும் தீமைக்குயாதொரு ஆதார மும் கிடையாது. இதற்கு கடவுள் பெயரால் பழி போட்டுவிட்டு தப்ப முயலுகின்றவர்களின் செய்கை மிக்க கேவலமானது. மலத்தைத்தொட்டால் கழுவினால் போதும். மனிதனைத் தொட்டால் குளிக்க வேண்டும் என்பது சுகாதாரத்தின் பெய ரிலா? அல்லது ஆணவத்தை முன்னிட்டா?

கடவுள் உண்டா இல்லையா என்பதைப் பற்றிவாதம் செய்து முடிவுகட்டுவது சுயமரியாதை இயக்கத்தின் கொள்கை அல் லவே அல்ல. வகுப்புப் பட்டங்களும் குறிகளும் விடப்பட வேண்டும். மக்களின் பெயரைக்கேட்டவுடன் அவர்களது குணம், அறிவு, தன்மை முதலியவைகள் ஒன்றும் தெரியா

மலேயே அவர்களைப் பிரித்து வேற்றுமையாய் நினைக்க தகுந்த மாதிரியில் அர்த்தமற்ற பிரிவினைகளைக் காட்டும், வித்தியாசங்களை ஒழித்தாலொழிய நமது மக்கள் ஒன்றுபட்டு ஒரே லட்சியத்துக்காக வாழமுடியாது. ஆகையால் அவ்வித் தியாசங்களைக் காட்டும் பெயர்களும் குறிகளும் ஒழிக்கப்பட வேண்டும். பிறவியில் உயர்வு தாழ்வு, ஏற்றம் ஆகியவைகளுக்கு மதத்தின் பேரில் இடம் கொடுக்க முடியாது. கடவுள் கட்டளை என்றும் அதை எப்போதும் சிறிதும் மாற்றமுடியாது என்றும் சொல்வதனால் அவற்றை அடியோடு மாற்ற வேண்டும்.

காந்தியும் லஜபதியும் கோவிலுக்குள் சென்று அவர்களது கடவுளை வணங்க அனுமதிக்காமல் திருப்பி அனுப்பிய கொடுமையும் நேர்ந்தது யாரால்? நமது மக்களுக்கு சுயமரியாதை உணர்ச்சியும் அறிவு வளர்ச்சியும் இல்லாத போது பார்ப்பனீயம் வலுத்தது.

கடவுள் இருக்கிறது அல்லது இல்லை என்று வாதிடுவது. அர்த்த மற்றதாகும். எது செய்தாலும் கடவுள் செயல் என நினைப்பதினால், ஒருவனுடைய சொந்தமுயற்சி குன்றி சோம் பேறியாவதற்கு இடமுண்டாகி விடுகின்றது. தன்முயற்சி உடைய உலகம் தான் முன்னேற்றமடையும். நாம் மனிதனின் ஒழுக்கத்திற்கும், முன்னேற்றத்திற்கும் அறிவுப்பெருக்கத்திற்கும் உதவி செய்யக்கூடிய எந்தப்புராணங்களையும் வேண்டாமென்று சொல்லவில்லை. நமது நாட்டையும், அறிவு, வளர்ச்சியையும், ஒழுக்கத்தையும், பாழ்படுத்தியது, நமது புராணங்களும், பண் டிதர்களும், ஆவர். தீண்டாமை ஒழியவேண்டுமானால், அதை வலியுறுத்தி மதங்களும், கடவுள்களும், கோயில்களும், அவற் றிற்கு ஆதாரமான வேத சாஸ்த்திர புராணங்களும், அடியோடு மாற வேண்டும்.

பிறவியின் காரணமாக மனிதனுக்கு மனிதன் ஒரு நீதியும் பெண்ணுக்கு ஒரு நீதியும் உள்ள எந்த மதமானலும் அது மாற்றப்பட வேண்டும். அதாவது வகுப்பு வித்தியாசம், ஜாதி உயர்வுதாழ்வு ஒரு வகுப்புக்கு ஒரு நீதி ஆகியவைகள் அடியோடு கூடாது என்றும் எல்லா வகுப்புக்கள் சம உரிமையும் சம சந்தர்ப்பமும் இருக்கவேண்டும்.

திரு கேல்கர், தமது, சொற்பொழிவில் காலத்துத் தக்கப்படி சாஸ்திரங்களைத் திருத்திக் கொள்ளவேண்டும். ஆயிரக்கணக் கான வருடங்களுக்கு முன் எழுதப்பட்ட, தர்மசாஸ்திரம் எக் காலத்திற்கும் பொருத்தமான தென்று கருதுவது சரியில்லை என்று சொல்லி, ஆராய்ச்சியும் திருத்தமும்,அவசியமென்று பேசினார். நமது எதிரிகள் பழக்க வழக்க மென்பதையும் பெரியவர்கள் போன வழி என்பதையும் கடவுள் கட்டளை என்பதையும் ஆயுதமாக வைத்துக்கொண்டு நம்மை முன்னேற வொட்டாமல் தடுத்து வருவதற்கும் நீங்கள் இனியும் இடம் கொடுக்காதீர்கள்.

சூத்திரன் என்றால் தாசிமகன், வேசிமகன், வைப்பாட்டி மகன், பிறவி அடிமை,விலைக்கு வாங்கப்பட்ட அடிமை, என்பது போல பல இழிவுப்பொருள்கள் நிறைந்திருக்கிறது.

உங்களை யாராவது கிராமவாசிகள் துன்புறுத்தினால் இழி வாய் நடத்தினால் எதிர்த்து நிற்க வேண்டும். முடியாவிட்டால் வேறு பட்டணங்களுக்கு குடியேறி விடவேண்டும். அங்கும் ஜீவனத்திற்கு மார்க்கமில்லாவிட்டால் இம்மாதிரியான கொடு மைகளை மதத்தை உதறித் தள்ளி விட்டு சமத்துவமுள்ள மதத்திற்கு போய்விட வேண்டும். உங்களுடைய இழிவுக்குக் காரணம் உங்களுக்கு மானம், சுயமரியாதை உணர்ச்சி ஏற் படாதது தானே ஒழியவேறில்லை.

மிஸ்மேயோவின் புத்தகத்தில் இந்தியர்களின் அனேகர் மாட்டு மலத்தையும் மூத்திரத்தையும் சாப்பிடுகிறார்கள் என்று எழுதியிருக்கிறார். அதையாரும் மறுக்கவில்லை. அவர்கள் பிரசிங்கிக்கும் போது எல்லா மக்களும் கடவுள் பிறப்பு என்றும் எல்லா மக்களும் சகோதரர்கள் என்று சொல்வதும் காரியத்தில் வரும்போது எட்டித் தொடாதே, நீ தாழ்ந்தவன் நான் உயர்ந்தவன் என்பதும், இப்படி ஆயிரக்கணக்கான விஷயங்களில் முன் னுக்குப் பின் முரணாகவும் ஒன்றுக்கொன்று பொருந்தாம லிருக்கும் படியான மதத்தையும் கடவுள்களையும் பரப்புவது யோக்கியமா?

நாம் தர்மம் வேண்டாமென்று சொல்லவில்லை. நம் மதத் திலுள்ள அர்த்த மற்ற தத்துவங்களை ஒழித்து பிறருக்கு எவ் விதத்திலும் உபகாரமோ, அதை செய்து மக்களுக்கு சமத்து

வமும், சகோதரத்துவமும், சத்தியம், ஜீவகாருணியம் பரவச் செய்வதற்கு வழிதேட வேண்டுமென்று சொல்லுகிறோம்.

சமத்துவம் வேணுமென்கிற மனிதனுக்கு சமத்துவம் உள்ள மதம் எல்லாம் சம்மதமாகும். சமத்துவம் இல்லாத மதம் எல்லாம் ஆணவமதமாகும். ஆதலால் இந்தக்கொடுமையான இந்து மதத்திலிருந்து பிரிந்து கொள்கிறவர்களை நான் மிகவும் பாராட்டுகிறேன். இந்து மதத்தில் மனித சுதந்திரம் இல்லாததால் இம்மதத்தை விட்டு வேறு மதத்திற்கு போய் விட வேண்டும் என்று எஸ்.என்.டிபி யோகத்தில் அதாவது ஈழவ சமுதாய மாநாட்டில் தீர்மானம் கொண்டு வரப்பட்டது. இந்து என்ற சொல் ஆரியம் தமிழ் என பண்டைய இரு மொழி நூல்களிலும் கிடையாது. சிந்து என்ற பாரசிக சொல்லை கிரேக்கர் பயன் படுத்தினர். அது இந்து என்று திரிபுபட்டது.

ஆஸ்திகம் போச்சு, கடவுள் போச்சு, புராணம் போச்சு என்று சொல்பவர்கள், மானம் போச்சு, மனித உரிமை போச்சு, மிருகத்திலும் கீழாச்சு என்று சொல்லி மனிதத்தன்மை பெற யாரையும் காணோம். காரண காரியம் முதலிய விவரங்களை கண்டு பிடிக்க முடியாதனவைகளையே கடவுள் செயலென்றும் கடவுள் சக்தி என்று சொல்லி வருகின்றோம்.

ஆதிதிராவிட மக்களாகிய நீங்களும் மனிதர்களே. ஆயினும் சமூக வாழ்க்கையில் மிருகங்களை விடக்கேவலத்தனமாக நடத்தப் படுகிறீர்கள். பிறந்த ஜாதியையொட்டி தாழ்மைப் படுததப்படுகிறார்கள். நம் மக்களில் அநேகர் எவர் எப்படி செய்தால் என்ன? நம் ஜீவனுக்கு வழியைத் தேடுவோமென்று இழிவையும் சகித்துக் கொண்டு உணர்ச்சியில்லா வாழ்க்கையில் ஈடுபட்டிருப்பதால்தான் ஆயிரக்கணக்கான வருடங்களாய் இக் கொடுமைகள் ஒழிய வழியில்லாதிருந்து வருகிறது. இத்தகைய கொடுமைகளுக்கு அனுகூலமாயிருக்கும் கடவுளை தான் மாற்ற வேண்டும் என்கிறோம். சும்மா கிடக்கும் கடவுளையும் மதத் தையும் சாஸ்திரத்தையும் நாங்கள் ஒன்றும் சொல்லவில்லை.

ராமானுஜர் ஜாதியில்லை என்றும் சமத்துவத்திற்காகவும் பாடுபட்டார். தேவாரம் பாடியவர்களுக்கு ஜாதியில்லை என் பதை விளக்கினார்கள் என்று சொல்மந்திரத்தில் நிற்கிற தேயன்றி உண்மையில் அக்கொடுமைகள் ஒழிவதற்கு மார்க்க

மில்லை. நந்தனார் அறுபத்தி மூன்று நாயன்மார்களில் ஒருவர் தாழ்ந்த வகுப்பு திருப்பானாழ்வார் என்றும் சொல்லி விட்டு அவர்களின் மக்களை எப்படி நடத்துகிறார்கள்? ஜாதிக்கொடு மையை ஒழித்து இங்கு சமத்துவத்தைக் கொடுக்காதசாமி அங்கு மோட்சத்தையும், ரம்பை, ஊர்வசி நடனத்தையும் தங்கமெத் தையும், சுகபோகத்தையும் கொடுக்கிற தென்றால் அதை நம்புகிறதற்கு மடையனா என்றும் கேட்கிறேன்.

தீண்டப்படாதவர்கள், தாழ்ந்தவர்கள் என்று கொடுமையாக ஒடுக்கி ஒதுக்கப்பட்டு துன்புறும் மக்களுக்கு உயர்ந்த ஜாதியார் கடவுள் முகத்தில் பிறந்தவராம் என்று சொல்பவர்களுக்கும் குணத்தினாலும், உருவத்தினாலும், அறிவினாலும் ஏதாவது வித்தியாசம் இருக்கிறதா என்று கேட்கிறேன். இவ்வாறிருக்க, மக்களின் பெரும் பார்ன்மையோரை ஜாதிக்கொடுமைகளுக்கும் இழிவுக்கும் உட்படுத்தி வைக்க மதப்புரட்டுகளும், புராணப் புரட்டுகளும்தான் ஆதாரமாயிருகின்றன.

முஸ்லீம்களில் ஜாதி வித்தியாசமும் மனிதனுக்கு மனிதன் உயர்வு தாழ்வு என்ற கேவல உணர்ச்சியும் காணப்படவில்லை. ஆலயத்தில் அரசனையும் சாதாரண மனிதனையும் சமத்துவ மாகத்தான் இருந்து தொழுகிறார்கள். அவருடைய மதம் ஒற்றுமையும், வீரத்தையும் கொடுப்பதாக இருக்கிறது.

தாழ்த்தப்பட்டவர்களே, நீங்கள் ஒழுக்கத்திலும் மதிப்பிலும் முன்னேற்றம் அடைந்திருந்தால் உங்கள் பிள்ளைகளுக்கும் எங்கள் பெண்கள் கொடுக்கவும் நாங்கள் பின்வாங்கமாட் டோம்.

சிலரின் சுயநலத்திற்காகவோ வேறு விதத்தில் ஏமாற்றி பிழைப்பதற்காகவோ, வேண்டி அவர்களுடைய கொள்கைகளை கடவுள் என்பதுடன் சம்மந்தப்படுத்தியதால் தான் மக்கள் ஏமாறுவார்கள் என்கிற எண்ணம் கொண்டு அவற்றைக் கடவுள் உண்டாக்கினார், என்றும் அவற்றிற்கு மீறி நடந்தால் கடவுள் தண்டிப்பார் என்றும் சொல்ல வேண்டியதாய் விட்டது. அதாவது பாமரமக்களின் அறிவீனம், சிலரின் சூழ்ச்சி திறன் முதலாகிய நிலையில் அதாவது கால தேசவர்த்தமானத்திற்கு ஏற்ப செய்யப்பட்டவைகள் என்றே சொல்ல வேண்டும். மதம் மனிதர்களை ஒற்றுமைக்கு பதிலாக பிரித்து காட்டவே

உதவுகிறது. மதமானது வேடத்திலேயே திருப்தி அடையச் செய்கிறதே ஒழிய ஒழுக்கத்தில் சிறிதும் கவனம் செலுத்த நிர்பந்தப்பதில்லை. எந்த மதத்திலும் பகுத்தறிவிற்கு சிறிதும் இடதுமில்லை. ஏதாவது ஒன்றை நமது புத்திக்கும் அறிவிற்கும் கண்ணுக்கும் படாததை குருட்டுதனமாய் நம்பித்தானாக வேண்டும் என்று சொல்கிறது.

மதமானது பணம் செலவு செய்யும் அளவுக்கு மோட்சமும் பாவ மன்னிப்பும் இருப்பதாகவும் எவ்வித அக்கிரமங்களுக்கும் வணக்கத்தின் மூலம் மன்னிப்பு இருப்பதாகவும் நம்பசெய் வதால் மனிதன் அக்கிரமம் செய்யவும், பணம் சம்பாதிக்கவும் தூண்டுகிறது. சோம்பேறிக்கு இடம் கொடுக்கிறது. மக்களை கோழையாக்குகிறது. ஒருவருடைய உழைப்பில் இன்னொருவர் சாப்பிடச் செய்கிறது. மதம் கடவுள் அரசு முதலியவைகள் எல்லாம் மனிதனின் சுயமரியாதையை ஒழித்து எப்படியாவது அடிமை படுத்துவதற்கு ஏதுவானவைகளே ஒழிய அவை ஒரு விதத்திலும் சுதந்திரம் அளிப்பவை அல்ல.

தங்களுடைய சொந்த அறிவினாலும் ஆற்றலினாலும்பிழைக்க முடியாமல் அன்னியர்களின் முட்டாள் தனத்தினாலே பிழைத் துக் கொண்டிருந்தவர்களான பண்டிதர்கள் அரசியல் தேசியகூட் டத்தார் சுயமரியாதை இயக்கத்தை திரித்துக் கூறியிருக்கிறார்கள்.

புலால் உண்பவர்கள் ஆகாய விமானம், ஆகாய தந்தி, ஆகாய ரயில் மற்றும் பல விஞ்ஞான உண்மைகள் பலவற்றையும் கண்டு பிடித்தனர். சுனாமி விவேகாநந்தர், ராமகிருஷ்ணர் முதலியவர்கள் புலால் புசித்தனர், மகாதேவன் புலால் புசித்த மலையன் எனப் புராணங்கள் கூறுகின்றன.

மதமும் கொள்கைகளும் மனிதனுடைய இவ்வுலக வாழ்க் கைக்கு அவனுடைய பிடித்த அனுபவத்திற்கோ ஏற்படத்தப் பட்டது என்றால் அதைத் திரும்பிக் கூட பார்க்க மாட்டேன்.

இந்துவாயிருந்து பசுவை கொன்றால் பாவம் என்றும் மகமதி யனாயிருந்து பசுவைக் கொன்றுதின்றால் பாவம் இல்லை என்றும் மதத்தின் காரணமாக கருதுவது அறியாது யூக நம்பிக் கையே ஒழிய இரண்டு வித அபிப்பிராயத்திலும் அர்த்தமே இல்லை.

மதம் மாறிய பறையன், சக்கிலியன் இனி சண்டாளன் என்று இழிவாய்க் கூற முடியாது. சாமி சாமி என்று தூர எட்டி நிற்க வேண்டியதில்லை. அவர்கள் பாடுபட்டு சம்பாதித்த சிறிது பணத்தையும் கடவுளுக்கென்றும், கருமாதிகென்றும் செலவு செய்ய வேண்டியதில்லை. தீண்டாமை, நெருங்காமை பார்க் காமை பேசாமை முதலிய சகிக்க முடியாத கொடுமைகள் மதம். சாஸ்திரம், கடவுள் பேரால் உள்ளவைகள் எல்லாம் அடியோடு நீங்க வேண்டும் என்கிற ஆசையால் இன்றைய தினம் இந்தி யாவில் 8 கோடி மதமதியர்களாகவும், ஒரு கோடி கிறிஸ்த்து வர்களாகவும் இருக்கின்றார்கள். கிறிஸ்த்துவ மதத்தில் பறக் கிருஸ்துவர், உடையார் கிறிஸ்துவர் நாயுடு கிறிஸ்துவர், நாடார், கிறிஸ்த்துவர், பாப்பார் கிறிஸ்துவர் என்று இருக்கிறார்கள். மகமதிய மதத்தில் இப்படியில்லாமல் சமூக சமத்துவம் அளிக் கப்படுகிறது.

நம் நாட்டில் வறுமைக்கும் முட்டாள் தனத்திற்கும் கோயில் வரியும், ஆகமங்களுமே காரணமாகும் என்பது எனது உறுதி யான எண்ணம். இவைகளை சீர்திருத்த வேண்டும்.

பார்ப்பனர்கள் நமது பிரசாரத்தினால் புத்தி திருந்திவிடு வார்கள் என்று எதிர்பார்ப்பது சுத்த பைத்தியமாகும். அவர்கள் தெரியாதவர்களாய் இருந்தால் நியாயம் சொல்லலாம். நன்றாய் தெரிந்தே எங்கு தங்கள் ஆதிக்கமும் சோம்பேறியின் பிழைப்பும் போய் விடுகின்றதோ என்று சுயநலமாய்க் கருதி குரங்குப் பிடியாய் இருப்பவர்களை நாம் எந்தப் பிரச்சாரத்தால் எப்படி மாற்றக் கூடும்.?

சகோதர்களே! உங்களுக்கு ஒரு காரியம் சரி என்று பட்டால் அது சாஸ்திர சம்மதமா? விரோதமா என்ற எதிர்பார்ப்பது அறியாமையும் அடிமைத்தனமும் ஆகும். இந்தலோகத்திற்கு அவசியமான காரியம், மேலோகத்தில் என்ன பலன் தரும் என்பது மற்றொரு அடிமைத்தனமாகும்.

ஜாதியானது பிறப்பில் உண்டாவது, அது மாற்ற முடியாது. ஆனால் மதமோ கொள்கையின் மூலம் ஏற்படுவது. அது மன உணர்ச்சிக்கும், அறிவு உணர்ச்சிக்கும் தக்கபடி அடிக்கடி மாற்றிக் கொள்ள உரிமை உடையது. மற்ற மதத்தினர்கள் மதத்தின் பேரால் பணம் வசூல் செய்து மக்களுக்கு ஒற்றுமை,

கல்வி, தொழில் ஒழுக்கம் ஆகியவை உண்டாக்குவதற்கும், மேற்கொண்டு அன்னிய மதத்தில் இருக்கும் மக்கள் தங்கள் மதத்தில் சேர்ப்பதற்கும் உபயோகப்படுத்துகிறார்கள், ஆனால் இந்து மதக்காரர்கள் பணம் சம்பாரித்து, ஒற்றுமையில்லாமலும், கல்வி இல்லாமலும் தொழில் இல்லாமலும், ஒழுக்கம் இல்லாமலும் செய்து வந்திருப்பதுடன் அன்னிய மதத்தில் சேரவும், இடம் தந்து வந்திருக்கிறார்கள்.

திரு ஆச்சாரியர்கள் தனது பிரச்சங்கத்தில் இராமாயணம் நடந்த கதையில்லை என்று ஒப்புக்கொண்டு விட்டார். ஆனால் அதைப்பற்றி மற்றவர்கள் விவகரிப்பது தப்பு மூடத்தனம் என்கிறார். இராமயண ஆராய்ச்சியால் பார்ப்பன கொடுமை வெளியாகி விடும் என்கிற பயம் அவர்களுக்கு ஏற்பட்டு விட்டது.

பெண்கள் சம்மந்தமான விசயங்களைப்பற்றி பெண்கள் அபிப்பிரயாத்தையே ஆண்கள் பின்பற்ற வேண்டியது முறை யாகும். பெண்கள் நிலை உயர இதுவே வழியாகும்.

இந்திய ஊடகங்கள்

குல்தீப் நய்யார்

நய்யார் ஒரு மூத்த பத்திரிக்கையாளர் ஆவார். அவர் மகாத்மா காந்தி, முகமது அலிஜின்னா, மவுண்ட்பேடண், மன்மோகன் சிங், போன்ற ஆளுமைகளை பேட்டிகண்டார். இந்திய மக்களின் பிரச்சனைகள் ஊழல், வன்முறை. மக்கள் விரோத, அரசியல் என்பன. இவைகளில் உண்மையில்லை என்று யாரும் மறுக்கமுடியாது. மக்களாட்சியை நெருக்குகிற காரணிகள் என்னவென்றால் கண்டுகொள்ளப்படாத ஐரோம் சர்மிளாவின் நீதிவேண்டும் குரல், கிழக்கு மக்களின் புலம்பல்கள், காஷ்மீர், வன்முறை தெலங்கானா, ஜெய்த்தாபுர், சுதந்திரம் பெற்று 75 வருடமாகியும் முன்னேறாத தலித்துகள், வனவாசிகள் ஏழ்மை முதலியன.

எதிர்காலத்தில் இளைஞர்கள் இப்பிரச்சனைகளை தீர்க்க முடியும்.

மக்களாட்சிக்கு சவாலாயிருப்பது மக்களின் பட்டினியாகும். தீவிரவாதிகளின் அடிப்படையில் இருப்பது பசித்தவனின் பழிவாங்கல் நடவடிக்கையாகும். சாதி, மதம், மொழி, இனம் ஆகிய பிரிவினை வாதங்கள் இந்தியாவை பிரித்து விடும் சக்தியுள்ள வை.மிகவும் முக்கியமான காரணி தீவிர இந்துக்களின் தலிபான் போன்ற செயல்பாடுகள். இது மக்களாட்சி அரசியலை புதைத்து விடக்கூடும். அவர்கள் திரைக்குப்பின்னால் மறைந்திருந்து செயல்படுகின்றனர்.

ஊடகங்களில் செயல்பாடுகள் தரம் தாழ்ந்து மோசமாகி விட்டன. அவர்கள் உண்மைக்குப்புறம்பான நேர்மையில்லாத ஒரு தலைப்பட்சமான செய்திகளை அறிவிக்கிறார்கள். விளம்பரதாருக்கு அனு கூலமான செய்திகளை வெளியிடுகிறார்கள். ஊழல் செய்து பணம் பெற்று தவறான செய்தி அச்சிடுகிறார்கள். அரசியல்வாதிகளும், உலக ஊடக அமைப்புகளும் சொந்த ஊடக அலுவலகங்ககளை வைத்திருக்கிறார்கள். தங்களுக்குச் சரியென்று நினைக்கிற செய்திகளை அல்லது தாங்கள் விரும்பும்

விளைவுகளை மக்களிடம் உண்டாக்கும் செய்திகளை உருவாக்குகிறார்கள். ஊடகத்துக்கு மின்னனு ஊடகம் ஒரு சோதனைக் காலம். அவர்கள் விளம்பரத்திற்காக தப்பான செய்தி வெளியிடுகிறார்கள். அவைகளில் உண்மையில்லை. மொத்தத்தில் ஊடகம் என்பது மக்கள் வெறுக்கும் காரியமாகிவிட்டது.

காதல் இயற்கையானது

கி. ராஜநாராயணன், நூலாசிரியர்

கி. ராஜநாராயணன் ஒரு மூத்த நாவலாசிரியர். அறுபதுகளில் இடைசேவல் என்ற கிராமத்திலிருந்து பாண்டிச்சேரிக்கு இடம் பெயர்ந்தார். உலக நாகரிகங்களில் பிரான்ஸ் கலாச்சாரம் மிக உயர்ந்தது என்கிறார். வாழ்வின் நோக்கம் என்ன? நாம் மகிழ்ச்சியாய் வாழ வேண்டும். கட்டுப்பாடில்லாமல் சுதந்திர மாய் மகிழ்ச்சியாய் வாழ வேண்டும். எந்த நாட்டு நாகரிகம் இதை வரவேற்கிறது? ஆக தனக்குபிரியமானவளுடன் வாழ இந்தியாவில் சுதந்திரம் இல்லை. பழங்காலங்களில் இப்படிப் பட்ட சுதந்திரம் கிராமங்களில் இருந்தது. ஒருவர் தனக்குப் பிரியமானவரோடு வாழலாம். அவர் வேறொருவருடன் சேர்ந்து கொள்ளலாம். பிள்ளைகளும் இதை அறிவார்கள். தாய் அவர் களுடையதாய் தந்தை அவர்களது தந்தை அல்ல. கிராமமும் இதை அறியும். ஒருவரும் அதைத் தப்பாகக் கருதவில்லை. அவர்கள் மகிழ்ச்சியாக இருந்தார்கள். ஆனால் இப்படிப்பட்ட கிராமங்கள் குறைந்து வருகின்றன. நகரங்ககளில் வாழ்வோர் அவர்களை புனிதமாக்கி விட்டனர். யாவரும் திருமணக் கட்டுப்பாட்டைப் பேசி பைத்தியமாக்கி விட்டனர். திருமண சுதந்திரம் ஒரு நாட்டின் நாகரிகத்தை மதிப்பீடு பரிமாணம். நாகரிகம் பாலியல் சுதந்திரத்திலிருந்து ஆரம்பமாக வேண்டும் – எங்கே பாலுறவு சுதந்திரத்திற் கெதிரான சப்தம் அதிகமாக இருக்கிறதோ அங்கே தவறான நடத்தைகளும் அதிகமாயி ருக்கும். யாவரும் ஆயிரமடங்கு பாவங்கள் மனதால் செய் கின்றனர். ஆனால் அவர்கள் வெளிப்படையாக பிரம்மசாரி யத்தைக் குறித்துப் பேசுவார்கள். சென்னையில் சமீபத்தில் நடக்க வில்லையா? வண்டிக் கணக்கில் ஆணுறைகளை கழிவறை குழாய்களில் எடுத்தார்கள் . தூண்டுதலை மறைத்துக் கொண்டு காமத்துடன் அலைந்து என்ன பயன்? அவர்கள் குழந்தைகளைக் கெடுக்க வில்லையா? முதலாவாது குடும்ப வாழ்வு மாற வேண்டும். இந்தியாவில் பாலியல் கல்வி அவசியம். இல்லாவிட்டால் எல்லாம் கெட்டுப்போகும்.

வாழ்வை எப்படி வாழ்வது என்று நாம் கற்றுக்கொள்ள வேண்டும். நமது குழந்தைகளுக்கும் போதிக்க வேண்டும். நாம் இதை மறைத்து மறைத்து பெரிதாக்கிவிட்டோம். இளைஞர்கள் இதைப் பெரிதாக்கி பாலியல் எண்ணங்களோடு அலைகிறார்கள்.

ஒருவர் மூன்றில் இரண்டு மடங்கு நேரத்தை பாலியல் எண்ணங்களோடு வீணாக்கினால் அது ஒரு பிரச்சனையில்லையா? இது அவர் சொந்தப் பிரச்சனையா அல்லது சமூகப் பிரச்சனையா? மணிக் கணக்கில் கணிணியில் நேரத்தை அவர் வீணாக்குகிறார். அவரது அடிப்படை உயர்மனதின் தேவை என்ன? இது மேல் வயிறு கீழ் வயிற்றின் பிரச்சனை என்று கிராமத்தில் சொல் வார்கள். இரண்டும் நல்லதல்ல. ஆனால் இங்கு வயிற்றுப் பசியை மாத்திரம் பேசுகிறார்கள். நாம் கீழ்ப்பசியை மறந்து விட்டோம். முன்பு பாலுறவு புத்தகங்களை மறைத்து வைத்து வாசித்தார்கள். இப்போது இணையத்தைப் பார்த்து தொடர்பு கொள்கிறார்கள். முதல் காதல் என்று ஒன்று இல்லை. பசியா– யிருக்கிறவருக்கு உணவு கிடைத்தால் திருப்தியடைந்துவிடு வார்கள். காதலும் அப்படிப்பட்டது தான், காதல் நிறைவேறா விட்டால் அது தெய்வீகக் காதல் அல்லது இலக்கிய காதல் என்றாகிறது. காதல் ஒருமுறை மாத்திரம் வருவது இல்லை. அது தொடர்ச்சியான செயல்பாடு.

இந்தியாவில் சாதியக்கேட்டை ஒழிப்பது இலகுவில்லை. சாதி பேதங்கள் வருங்காலத்தில் மறையும் என்று நம்பலாம்.

பிரபல எழுத்தாளர்களின் மதிப்பீடுகள்

எஸ். தேவதாஸ்,

விஜியா பதிப்பகம், ராஜ வீதி, கோவை.

லக்ஷ்மண் மானே–உபாரா

சலவை செய்வோர், முடி திருத்துவோர், மனிதக்கழிவு பணியாளர், நிலத்தை சீர் செய்து பயிர் செய்வோர், குப்பையை கூட்டி சமூகத்தை நலமாக வைப்பவர் ஆகியோர் அருவறுப்பான தலித்துகள் என்று சாதிய மதக்கட்டுப்பாடுகள் சொன்னது.

முல்க்ராஜ் ஆனந்த்–தீண்டத்தகாதவர்.

பூசாரியின் பாலியல் வன்முறை தலித்தின் சகோதரி மீது, யாரோ தன்னை அறியாமல் தொட்டதற்கு தலித்தின் முகத்தில் அறைந்தது. உணவு பசிக்கு கேட்டபோது ரொட்டித்துண்டை வாசலில் எறிந்தது ,தலித்தின் தந்தையை மருத்துவம் பார்க்க மறுத்த மருத்துவர் ஆகியோர் பற்றி புத்தகம் பேசுகிறது. இந்த தருணத்தில் கிறித்துவர் ஒருவர் இவரை ஆண்டவரிடம் பாவ மன்னிப்பு கேட்கும்படி கூறினார். காந்திஜி அரிசனங்களை தூய்மையாக்கும் படி சொன்னார் . குடி சூதாட்டத்தை விட்டு விட வேண்டும். இந்து மதம் குற்றமல்ல. ஆனால் இந்து மதத்தலைர்கள் மேல் குற்றம் இருக்கிறது. அப்படியானால் கழிவறை சுத்தம் செய்யும் தலித்தும் வேதபூசாரியும் எப்படி சமம் என்று சொல்ல முடியும்? அதுவும் ஆயிரக்கணக்கான வருடங்களாக கொள்கை ரீதியாக எல்லா வேலைகளும் சமம் என்று சொல்லி விட்டு வேலைகளை தலித்துகளும் பூசாரிகளும் மற்றவர்களையும் மாற்றாமல் செய்து கொண்டிருக்கும்போது எப்படி சமம் என்று ஏற்றுக் கொள்ள முடியும்? எப்படி சாஸ்திர சட்டங்கள் நியாயமாகும்? ஒரு சுகாதாரப் பணியாளரின் வேலை அசிங்கம் என்றால் அது அசிங்கம் தான் . அது அவரது உடல் நலத்தைப் பாதித்து பாமரனாக வைக்கவும் செய்கிறது. சுகாதாரப்பணி மேன்மையானது என்றால் மேன்மையானதுதான். ஏனெனில் அது சமூக மக்களை ஆரோக்கியமாக வைக்க

உதவுகிறது. ஒரு பூசாரியின் வேலை சமூகத்திற்கு நன்மை செய்யவில்லை என்றால் செய்ய வில்லை தான். ஏனெனில் அப்பாவி மக்களிடம் பணம் வாங்கப்படுகிறது. அது மேலானது என்றால் மேலானது தான். ஏனெனில் அது ஆன்மிகசேவை செய்கிறது. பூசாரிக்கும் நல்ல வருமானம். இப்படியாக யாதார்த் தம் மெய்யல்லாத கர்மவினையால் மறைக்கப்படுகிறது. மூன் றாவதாக ஒரு இடது சாரி கட்சிக்காரர் இடைபடுகிறார். சுகாதார பணியாளர் மனிதக்கழிவு பணியை நிறுத்த வேண்டும். ஆனால் அவரது சமூக நிலை உயரும். மக்கள் நவீன கழிப்பறைகளைப் பயன்படுத்த வேண்டும் என்றார். விநாயக பீடகா என்னும் உபநிடதம் சொல்கிறது. கங்கை, யமுனை, சரஸ்வதி, சரயு நதிகள் தங்களது அடையாளத்தைத் துறந்து கடலை அடை கின்றன. இந்து மதம் அநேக சாதிகளையும் ஆன்மிகப் பிரிவுகளையும் கொண்டிருக்கின்றன. வேத வைணவம்,சிவம், மற்றும் ஆயிரக்கணக்கான சிறுதெய்வங் களைக் கொண்டிருக் கிறது. இவைகளின் கூட்டு சங்கம் தான் இந்து மதம். மக்கள் பேதங்களால் பிரிந்து மதத்தின் பேரால் ஒடுக்கப்படுகிறார்கள் சாஸ்திரம், அரசியல் பலங்கொண்டு மக்கள் அடக்கி ஒடுக்கப் படுகிறார்கள். பள்ளர், பறையர், வைசியர்,பிராமணர், யாவரும் இந்து மதத்தை பின்பற்றுகிறார்கள். ஆனால் பள்ளரும், பறையரும், வைசியர், பிராமணர் போல் மரியாதை காட்டப் படுவது இல்லை. அப்படியானால் அவர்கள் எப்படி தங்களை இந்துக்கள் என்று சொல்லிக் கொள்ள முடியும்?

பத்மபூஷன் வெரியார் எல்வின்:

கிறிஸ்த்துவ மத பரப்பாளராக எல்வின் இந்தியாவுக்கு வந்தார். தனது வேலையை நிறுத்தி விட்டு புத்த மதத்தைத் தழுவினார். வனவாசி மக்களுக்காக குரல் கொடுத்தார். அவர் களிடம் மகிழ்ச்சியாயிருப்பதன் அவசியத்தை அறிந்து கொண் டார். எளிய வாழ்க்கையை அறிந்தார். நாட்டிலுள்ள மக்கள் வனவாசிகள் முழு உடை அணியும்படி அவர்கள் வலியுறுத்தினர். அவர்களுடைய பாட்டும் நடனமும் தள்ளப்பட்டன. பசுக்களை காக்க விரும்புவோர், மனித உயிர்களை பற்றி கவலைப்பட வில்லை.அவர்கள் இயற்கை வளங்களை அழித்து பொருளா தார சுமைகளை ஏற்றினர். தனது சொந்த வாழ்வில், பல

மதங்களை அனுசரித்து வாழ்ந்தார். முதல் மகன் குமார் ரோமன் கிறித்துவ மதத்தைத் தழுவினார். வசந்த் ஒரு இந்து என்று சொன்னார். நகுல் , ஒரு நாத்திகவாதி. எல்வின் புத்த மதத்தை தீவிரமாக பின்பற்றினார். இவரது மனைவி குறிப்பாக எந்த மதத்தையும் நாடவில்லை. அவர் ஒரு வனவாசி. இப்படியாக மத சகிப்புக்கு மனிதனுக்கு எல்லையில்லை எனலாம்.

எல்பெரூனி

அந்நாட்களில் செல்வந்தரும் இளவரசர்களும் ரச வாதத்தில் ஆர்வமாயிருந்தனர். பிள்ளைகளை பலி கொடுத்தனர். கிரேக் கத்தில் பொய்யல்லாதவற்றை மக்கள் பின்பற்றவில்லை. சாக்ரடீஸ் ஒரு தைரியமான தத்துவ அறிஞர். மக்களை அறிவுள்ளவர்களாக்க தனது வாழ்வை தியாகம் செய்ய அஞ் சவில்லை. ஆனால் இந்தியாவில் அப்படியாரும் இல்லை. அதனால் மக்கள் காரண காரியங்களை அறியாமல் அறிவுக்குப் புறமாக நடந்தனர். முத்துக்களையும், படிகங்களையும் கூளாங் கற்களையும் ஒன்று சேர்த்தது போல வாழ்ந்தனர். எவரும் ஒன்று தன்னைப்பாதிக்கும் என்றாலும் உண்மையைச் சொல்ல வேண்டும். இதுவே இவரது தத்துவம்.

மேற்கு நாடுகளின் தத்துவம்

முனைவர் கே.நாராயணன்

66, ஸ்ரீ அரவிந்தர் வீதி, புதுவை–1

அடிமைப்படாமல் சத்தியமானது மகிழ்ச்சியான வாழ்வைத் தருகிறது. அறமானது மனிதச் செயல்களை நல்லது கெட்டது, சரி தப்பு என்று மதிப்பிடுகிறது. தத்துவம் மனிதனுடைய சிந்தையிலிருந்து ஆரம்பிக்கிறது. வாழ்வின் ஆரம்பம் முடிவு, அடுத்த பிறவி, மறுபிறவி , கடவுள், மோட்சம், விதி ஆகியவை ஆராயப்படுகின்றன. மாறுதலாகிக் கொண்டே போவது இயற்கையின் குணம்.

சாக்ரடீஸ்

சத்தியத்தை தனது உயிருக்கு மேலாக மதித்தார். விஷத்தை புன்சிரிப்புடன் ஏற்று சாவுக்கு தன்னை ஒப்புக் கொடுத்தார். எதிரிகளின் மிரட்டலுக்கு அஞ்சாமல் உலக வாழ்க்கையை நாடாமல் அச்சமின்றி வாழ்ந்தார். 'எனக்கு ஒன்றும் தெரியாது என்பதை அறிவேன் என்றார். அறிவற்ற மதச் சடங்குகளிலி ருந்தும், அர்த்தமற்ற அரசியல் செயல்பாடுகளிலிருந்தும் விடு படும்படி ஏதென்ஸ் மக்களை அறிவுறுத்தினார். நன்னடத்தை என்பது என்ன? நல்லாட்சி என்பது எது? என்று கேட்டார். மத உரிமை என்ற பெயரில் ஆயிரக்கணக்கான கடவுள்கள் இருந்தன. மதச்சடங்குகள் பெருகின. தனிமனிதருடைய மனதின் பயத்தி னால் மதவாதிகளும் அரசியல் வாதிகளும் பெருகினர். கடவுள் ஒருவரே என்றார் சாக்ரடீஸ். சாவு ஆன்மாவை அழிக்காவிட்டால் மனிதன் சாவுக்கு பயப்பட வேண்டியதில்லை என்றார். வித்தி யாசங்களும் முரண்பாடுகளும் மனித வாழ்வில் உள்ளன. அதிலுள்ள பொதுப் பண்புகளைக்காண வேண்டும். நேர்மையே அறிவு. அறிவே நேர்மை. மக்களாட்சி என்ற பெயரில் கும்ப லாட்சி நடைபெற்றது. சாக்ரடீஸ் நடத்துதலால் அறிவாளிகளின் ஆட்சி மலர்ந்தது. அறியாமை விலகி ஒரே கடவுள் மற்றும் அறிவாளிகளின் ஆட்சி மலர வேண்டும்.

எபிகூராஸ் என்பார் இன்ப வாழ்வையும் பொருள் முதல் வாதத்தையும் வைத்தார். உலகமும் பொருள்களும் அணுக் களால் ஆனது. ஆன்மாவும் அணுவால் ஆனது. ஆன்மா உடல் அழியும் போது செத்துப்போகும். ஆன்மா அழியாதது என்று சொல்வது கற்பனை. வாழ்வு கடவுளால் நடத்தப்படுகிறது. அறமற்ற வாழ்வு வாழ்வோர் நரகத்தில் எரிக்கப்படுவர் என்பது, பொய்க்கதைகள். இயற்கை நியமப்படி உலகம் செயல்படு கிறது. இயற்கை விதியை மாற்ற முடியாது மீறமுடியாது. கடவுள் இருப்பாரென்றாலும் உலக வாழ்க்கைக்கு கடவுள் தொடர் பில்லை.

மனித வாழ்வில் கடவுள் தலையிடுகிறார் என்பது உண்மை–யில்லை. ஆகவே கடவுள் கோபம் நரகம் என்பது கற்பனையே. அணுக்களால் ஆன பொருட்கள் கால மாற்றத்தில் அழிந்து விடும். ஆகவே மனிதன் சாவுக்கு அஞ்ச வேண்டியதில்லை. சமூக சாக்கடையிலிருந்து மதத்தின் இரும்புப் பிடியிலிருந்து மக்களை எபிகூரஸ் விடுவிக்கமுயன்றார். மதத்தின் பெயரால் நடந்த கொடுமைகளை மக்கள் நினைவு கூற வேண்டும். மதத்தின் பெயரால் எம்னீசியா என்பவர் தனது தந்தையால் பலியாக்கப்படவில்லையா? மனதை சாந்தப்படுத்தி ஆசைகளை திருப்தியாக்கி இன்பம் அடைய வேண்டும். மனிதனின் உடலுறவு மனதை அமைதியாக்குவதில்லை. மாறாக ஆசையை பெருக்குகிறது.

புதிய யுகம் பிறந்தது. ஐரோப்பாவில் அறிவின் கேள்விகளால் மத இருள் விலகியது. மக்கள் மதத்தைவிட நாட்டையும் மொழியையும் நேசித்தனர். இலக்கியம், மதச் சீர்திருத்தம், அரசியல் புரட்சி மற்றும் விஞ்ஞான வளர்ச்சி ஐரோப்பாவில் அறியாமையை நீக்கியது. மக்கள் உலக வாழ்வுக்கு முன்னுரிமை கொடுத் தனர். மோட்ச வாழ்வை பின்னுக்கு தள்ளினர். உலக வாழ்வுக்கு ஏற்ற கல்வி ஊக்குவிக்கப்பட்டது. நூற்றாண்டு தூக்கத்திலிருந்து மக்கள் எழும்பினர். உலக வாழ்வில் புதுமை கள் புகுந்தன. தொழிற்புரட்சி பொருளாதார உற்பத்தி ஏற்பட் டது. பசியால் வாடிய மக்களுக்கு புதிய உலகம் வாய்ப்பளித்தது. நில உரிமையாளருக்கும் மதவாதிகளுக்கும் அடிமைப்பட்டிருந்த மக்கள் கிளர்ந்தெழுந்தனர். மக்கள் எதிர்காலத்தைப்பற்றிய

நம்பிக்கை கொண்டனர். உலக வாழ்வை நேசித்தனர். இன்பம் தேடினர். இயற்கை வாழ்வில் மனித உரிமைகளில் ஆர்வம் கொண்டனர். காப்பர் நிக்கஸ் என்பவர் 1503–ல் சூரியனைச் சுற்றி மற்ற கிரகங்கள் சுழன்றன என்றார். பூமி தன்னைத் தானே சுற்றிக் கொண்டு சூரியனைச்சுற்றுகிறது. கலிலியோ இதை நிரூபித்துபோது கத்தோலிக்க மதத்தினர் அவரைத் தண்டித்தனர்.

லீயிப்னிட்ஜ் என்பவர் கடவுள் ஒருவரே முழுமையானவர் என்றார். மற்றவை எல்லாம் சக்தியின்றி அறிவால் குறைந்தவை. இயேசுவை சிலுவையிலறைந்தது துரோகம் கொடுமை என்றார். இந்த சம்பவம் நடந்திருக்காவிட்டால் கிறித்துவம் பரவி இருக்காது. எல்லாம் உலகில் முழுமையை நோக்கி நகர்கிறது. இது மனித இனத்திற்கு நன்மையானது. அறிவும் நன்னடத் தையும் உள்ளவர் மட்டுமே கடவுளை அடைய முடியும். அறத்தில் முழுமை பெற கொடுமைகளும் துன்பங்களும் பயிற்சி அளிக்கின்றன. தடையில்லாவிட்டால் வாழ்வில் இன்ப மில்லை.

ஜான் லாக்

இவரது தத்துவம் ஆய்வு அனுபவம் என்ற அடிப்படை யிலானது. ஞானம் என்பது பொருள்களைப் பற்றிய கருத்துக் களும் நிகழ்வுகளுமானது. அனுபவமில்லாமல் கருத்துக்கள் உண்டாகாது. சிந்தனை என்பது வெற்றிடத்தில் நிகழ்வது. எண்ணங்கள் பொருள்களை பற்றிய அறிவை உண்டாக்காது. அனுபவமே எல்லாற்வறையும் பற்றிய அறிவை உண்டாக்கும். மனிதன் பிறக்கும்போது மனம் ஒரு வெற்றுத்தாள். உலகப் பொருள்களுடன் தொடர்பு கொள்ளும் போது அறிவு பிறக்கிறது. கல்வி மற்றும் சோதனை உணர்வு மூலம் அறிவை உண்டாக்கு கிறது. உணர்வின் மூலம் கருத்துக்கள் மனதில் அமைகின்றன. மனிதமனத்தில் பிறவிலேயே கருத்துக்கள் இல்லை. மதம் மக்களுக்கு அறத்தைப் போதிக்க வேண்டும். வெற்று கூச்சலும் அறிவற்ற சடங்குகளாலும் வாழ்வு நாசமாகும். அர்த்த மற்ற கடவுள் வணக்கத்தால் தனிமனிதனுக்கும் சமூகத்திற்கும் நன்மை இல்லை. அவர்கள் எல்லா சமூக மக்களோடும் கலந்து பழகி மக்களுக்கு அறத்தையும் அன்பையும் போதிக்க வேண்டும். இயேசு கிறிஸ்துவும் மற்ற துறவிகளும் எளிய

புரிந்து கொள்ளக் கூடிய மொழியால் மக்களுக்கு போதித்தார்கள். அற்புதங்கள் வெளிப்பாடுகள் தவிர, மதபோதனை அறிவோடும் பொருத்தமுள்ளதாயும் இருக்க வேண்டும். மனிதனுக்கு சொத்து அடிப்படை உரிமையாகும். அளவுக்கு மீறிய நிலம் நிலமற்ற விவசாயிகளுக்கு பகிர்ந்தளிக்கப்பட வேண்டும். பார்க்லி என்பார் ஒவ்வொரு மனிதனும் கடவுளிடம் நேரிடையாக தொடர்பு கொண்டிருக்கிறான் என்கிறார். கடவுளுக்கும் மனித னுக்குமிடையே தரகர் அவசியமில்லை என்கிறார்.

இம்மானுவல் காண்ட்:

மதமானது மனித இயற்கைக்கும் அறிவுக்கும் பொருத்த மானதாக இருக்க வேண்டும். அறியப்படாத உருவமற்ற வடிவமற்ற மெய்ஞானத்தை அறிந்து கொள்ள முடியாது. கண்கண்ட உலகப் பொருள்களைப்போல் கடவுள் உலகத்தை அறிய முடியாது. ஆனால் நாம் ஞானத்தினால் எண்ணிப் பார்க்க முடியும். அவைகள் எல்லாம் யூகங்கள்.ஒன்றும் நிச்சயம் இல்லை. அவை எந்த சமயத்திலும் உறுதிப்படுத்தமுடியாது. விழிப்புணர்வு என்பது ஆன்மா, உயிர் அல்லது மனம் என்று சொல்லலாம். ஆனால் அது அழிவில்லாதது, மாற்ற முடியாதது, கடவுளை அடையும் மற்றும் நன்னடத்தை சார்ந்தது என்ப தெல்லாம் எல்லையில்லாத கற்பனை. எல்லையுள்ள மனதால் எல்லையில்லாத கடவுளை எப்படிப் புரிந்து கொள்ள முடியும்? கடவுளே எல்லாவற்றிற்கும் காரணம் என்கிறோம். கடவுள் ஒன்றுமில்லாமையிலிருந்து தோன்றினார் என்பது எப்படி அறிவாகும்? எல்லையுள்ள உபகரணங்களைக் கொண்டு எல் லையில்லாத கடவுளை எவ்வாறு நிர்மாணிக்க முடியும்? ஆனாலும் ஒருவர் அறிவும் அறமும் உள்ள வாழ்க்கை வாழ்வதற்கு கடவுள் இருக்கிறார் என்ற நம்பிக்கை, ஆன்மா அழிவில்லாதது மற்றும் தனது சித்தம் போல் வாழ உரிமை உண்டுமென எண்ணுவது அவசியமாகும். வாழ்க்கை உரிமைக் காக முன்னேற்றமடைய போராடுவது குற்றமல்ல. ஆட்சி யாளரின் தவறான முடிவுகளால் ஆயிரக்கணக்கில் மக்கள் மடிவது கொடுமை. அந்த முடிவுக்கும் மக்களுக்கும் சம்பந் தமில்லையென்பது பரிதாபத்திற்குரியது.

ஆர்தர் சோபன்ஹர்:

நல்லவர்களுக்கும் காரியங்களுக்கும் உலகில் ஒரு நேர முண்டு– நாம் நினைப்பதே நமது உலகம். மனிதனுக்கு ஒரு சித்தமுண்டு. அது அடிப்படையானது நம்மை நடத்துகிறது. உயிர் வாழ ஆசைப்படுவதே எல்லா ஆசைகளிலும் முதாவ தானது. உலகம் துன்பங்களால் நிறைந்திருக்காது. இன்பம் என்பது தற்காலிக துன்ப மறைவு. சாவு உண்டாக்கும் வலி சிறியது. ஆனால் மனிதன் வாழ்நாளெல்லாம் சாவை எண்ணியே பயப்படுகிறான். மனிதன் முடிந்த அளவு சாவைத் தள்ளிப் போட முயல்கிறான். சாவைக் குறித்த பயமே தத்துவ விசாரணைக்கும் மதத்திற்கும் அடிப்படையாகும். சாவை ஒரு கருத்தாகக்கூட மனிதன் ஏற்க மறுக்கிறான். ஆகவே ஆன்மாவை நித்தியமானது என்று எண்ணிப் பார்த்து தன்னைத்தான் ஏமாற்றிக் கொள்கிறான். எனவே மத நம்பிக்கையும் மதமும் பயந்தவனுக்கு அடைக்கலம். தற்கொலை வலியைப் போக்கும் ஒரு தீர்வல்ல. வாழவேண்டும் என்ற தீர்மானமே அதை மேற் கொள்ளும். செல்வமே எல்லா ஆசைகளும் நிறை வேற்றக் கூடிய அற்புதம் என்று மனிதன் கருதுகிறான். அது அப்படி யானதல்ல. செல்வத்தைக் காட்டிலும் மனித இயற் கையே மேலானது. ஞானம் என்பது சித்தத்தை அடக்கி ஆசையற்ற வாழ்வை அடைவது. சித்தத்தை அடக்கி வலியி லிருந்து விடுபடவேண்டும். மன திருப்தியே இன்பம். சித்தத்தை அடக்குவதே இதற்கு வழி. சங்கீதம் சித்தத்தை அடக்க வல்லது. மதம் ஒரு உபகரணம் சித்தத்தை அடக்கி ஆள ஆசையே துன்பத்திற்கு காரணம் என்று புத்தர் சொன்னார். ஞானத்தினால் ஆசையை அடக்க முடியும். மதத்தின் உள்ளான மறைந்திருக்கும் அர்த்தத்தை அறியாதவர்கள், அர்த்தமற்ற விளக்கங்களையும், வணங்கும் முறைகளையும் மற்றும் சடங்குகளையும் சொல்லி நமது சித்தத்தை அழித்தார்கள். மதம் பொதுவான காரியங்களை ஏற்படுத்தி மக்களை ஒற்றுமைப் படுத்த வேண்டும். மாறாக அவர்கள் சண்டை களையும் பிரிவினைகளையும் தூண்டி மக்களைக் கெடுத்து விட்டார்கள்.

கார்ல் மார்க்ஸ்:

மக்கள் தங்கள் பசியைத் தீர்க்கும் ஒரு தத்துவத்தை எதிர் பார்த்தார்கள். ஞானம், ஆன்மா, அழிவில்லாதது, கடவுள் எல்லாம் வல்லவர் போன்ற கருத்துக்களை பசியைப் போக்கி முதலாளிகளின் பிடியிலிருந்து அவர்களை விடுவிக்காது: தொழிற்புரட்சியினிமித்தம் மக்கள் பொருளாதார வேற்றுமை களால் பொருளாதார அடிமைகள் ஆனார்கள். பொருள் தான் எல்லாச் செயல்களுக்கும் அடிப்படை என்றார். ஆன்மாவும் வாழ்க்கையும் பொருளின் வேறுபாடான தோற்றங்கள். ஏழ்மையைப்பற்றி சொன்னால் மட்டும் போதாது. அது நீங்குவதற்கான வழிமுறை வேண்டும். நோய்களின் காரணத்தை அறிந்தால் மட்டும் போதாது. அவைகளைக் குணமாக்கவும் வேண்டும். செயல்பாடுகள் இல்லாமல் கருத்துக்களை பயன் இல்லை. கருத்துக்கள் செயல்பாடுகளை உண்டாக்க புரட்சி ஆக மாறவேண்டும். மயக்கத்தையும் தூக்கத்தையும் உண்டாக்கும் கருத்துக்களை விட்டுவிட வேண்டும். மதம் அறியாமையினால் உண்டாகும். அறிவற்ற நம்பிக்கைகள் மக்களை மயக்கத் திற்குள்ளாக்குகிறது. அறியாமையில் விஞ்ஞான அறிவில்லாத காலத்தில் உண்டாக்கப்பட்ட இருண்ட கால கற்பனைக் கதை களை நம்பப்படக்கூடாது. கடவுள் கருணை, பாவம் தண்டிக்கப் படும். நன்னடத்தை மோட்சம் தரும் போன்ற கருத்துக்கள் யாவும் கற்பனைகளே. அவைகள் விஞ்ஞான அடிப்படையற்ற கதைகள். அவைகள் அறியாத ஜனங்களை சுரண்டிப் பிழைக்கும் மாய்மாலக்காரருடைய தத்துவங்கள். அவைகளில் உண்மை–யில்லை. இல்லாத பயங்கர நகரம் போன்றவற்றால் மக்களைப் பயப்படுத்தி அவர்களை வாழ்க் கைக்குரிய காரியங்களைச் செய்யவிடாமல் பலவீனப்படுத்திவிட்டது. ஏழ்மையை போக்க விரும்புபவர்கள் மத புத்தகங் களுக்கு பதிலாக விஞ்ஞான புத்தகங்களைப் படிக்க வேண்டும். மதத்தலைவர்களை விட்டு மக்கள் தலைவர்களைப் பின்பற்ற வேண்டும். அவர்கள் கோயில்களில் புலம்புவதை விட்டு அரசியல் போராட்டத்தில் பங்கெடுக்கவேண்டும்.

சரித்திரம் என்பது உழைக்கும் வர்க்கத்தின் போராட்டமாகும். அரசியலும் கடவுள் நம்பிக்கையும் சரித்திரத்தை உண்டாக்

குவதாகத் தோன்றும். அதில் உண்மையில்லை. ஆட்சியாளர் மக்கள், சுரண்டுபவர், சுரண்டப்படுபவர், முதலாளி தொழி லாளர், இவர்களின் போராட்டமே சரித்திரம். உழைக்கும் வர்க்கம் இறுதியாக வெல்லும். சமூக மாற்றத்திற்கு முக்கிய காரணம் பொருளாதார உற்பத்தி. அரசியல் சமூக அமைப்புகள் அதன் துணை காரணங்கள். முதல் காரணியில் மாற்றம் செய்யாமல் துணைக்காரணிகளில் மாற்றம் செய்தால் பலன் உண்டாகாது. ஆகவே பொருளாதார காரணிகள் மூலம் சமூக மாற்றம் ஏற்படவேண்டும். ஆளும் வர்க்கம் பணத்தினால் உழைக்கும் வர்க்கத்தை அடிமைப்படுத்தி பயப்படுத்தி வைக் கிறது. அரசு, சமூக நிலை, தலைமை ஆகியவற்றை பணம் தீர்மானிக்கிறது. பணம் இல்லாமல் சத்தியம் வேலை செய்யாது. பணத்தினால் பொய் ஆட்சி செய்கிறது. அறிவிலிமதிக்கப் படுகிறார். பணமில்லாத அறிவாளி அவமானப்படுகிறார். திருமணமும் சமூக உறவுகளும் பணத்தினால் தீர்மானிக்கப் படுகிறது. பணம் எல்லாவற்றையும் ஆட்சி செய்யும் போது சமூகம் தரம் தாழ்ந்துபோகும்.

மூலப்பொருட்களும் உற்பத்திச் சாதனங்களும் அரசால் பொதுவுடைமையாக இருக்கும்போது பணம் ஆட்சி செய்ய முடியாது. வாங்கும் சக்தி சிலரிட மாத்திரமே உள்ள படியால் மக்கள் பணத்தால் வாங்கப்படுகிறார்கள். வாங்கும் சக்தி சமமாயிருத்தல் மக்கள் பணத்தால் விலை பேசப்பட மாட்டார் கள். பொதுவுடைமை மாத்திரமே கொடுமைகளையும் வன் முறைகளையும் சமூகத்தில் கட்டுப்படுத்த முடியும். எல்லா புரட்சிகளும் பொதுவுடமையிலேயே முடியும். புரட்சி தொடரும் பொதுவுடமை வரும் வரை. வர்க்கமில்லா சமூகம் என்பது கற்பனை என்று மார்க்ஸை குறை கூறுபவர்கள் சொல்கிறார்கள். பொதுவுடைமை ஆன பின்பு ஒரு செயல்பாடும் இருக்காது. செயல் படாத சமூகத்தில் என்ன நடக்கும்?

தொழிற்புரட்சியினால் உண்டான பொருளாதார ஏற்றத் தாழ்வுகளாலும் சமூக பொருளாதாரச் சட்டங்களின் குறைப் பாடுகளினாலும் ஐரோப்பாவில் கார்ல் மார்க்ஸ் பொதுவுடைமை பிரேரிபித்தார். கடவுளும் அவருடைய ராஜியமும் உலக பொருளாதார நடவடிக்கைகளில் தலையிடக் கூடாது என்று

கார்ல் மார்க்ஸ் சரியாக சொன்னார். இயேசு கிறிஸ்து கூட சொன்னார். அவருடைய இராஜியம் இவ்வுலகிற்கு உரியதல்ல. அப்படியிருந்தால் அவருடைய சீடர்கள் போராடியிருப்பார்கள் என்றார். ஆகவே ஆன்மிக உலகம் உலகபொருளாதார செயல் பாடுகளில் தலையிடக் கூடாது. கடவுள் நம்பிக்கை ஆன்மிக விசயங்கள் தனிமனிதரின் விருப்பத்திற்கு விட்டு விட வேண் டும். ஆர்தர் சோபனேஹர் சொன்னபடி மனிதன் உடலிலோ அல்லது பிசாசாகவோ வாழ விரும்புகிறான். அவன் சாக விரும்பாமல் எந்நாளும் வாழ வேண்டும் என்கிறான். இந்தக் காரியங்கள் பொருளாதார உற்பத்தி செயல்பாடுகளில் தலை யிட வேண்டிய தில்லை. கார்ல்மார்க்ஸ் ஏழ்மையில் வறுமை யில் வாழ்ந்தார். அவர் மத விசயங்கள் அதன் காரணாமா யிருக்கலாம் என்று நினைத்திருக்கலாம். ஆனால் சிலர் சாவுக் குப்பின்பும் வாழ்க்கை தொடருகிறது என்று நம்புகின்றனர். இம்மாதிரியுள்ளவர் அற்புதங்களுக்காகவும் வெளிப்பாடுகளுக் காகவும் துன்பப்படுத்தப் படவேண்டிய தில்லை. நடைமுறை உலகில் சோசலிச நாடுகள் முதலாளித்துவ நாடுகளிலிருந்து முதலீடுகளை ஏற்றுக் கொண்டுள்ளன. மக்களாட்சியில் மத மற்றும் அரசு அமைப்புகள் தங்களது செயல்பாடுகளை தனியாக வைத்துக்கொள்ள வேண்டும். பகுத்தறிவாளர்கள் அறியாத மக்களை மதவாதிகள் சுரண்டுவதை கட்டுப்படுத்தலாம். புரட்சி வழி மக்களாட்சி இந்தியாவிற்கு பொருந்திவராது.

யான் பால் சார்டர்:

ஆராய்ச்சி மற்றும் புதுமுறைகளுடன் பொருள் உற்பத்தி பெருகியது. வணிகம் பலமடங்கு பெருகியது. வேகமான தொலை தொடர்பு சாதனைகளுடன் உலகம் சுருங்கியது. நாகரிகம் பண்பாடு உலக நாடுகளில் ஒன்றுக்குள் ஒன்று நன்மையானது. மக்களின் சுற்றுச்சூழல் முற்றிலும் மாறியது. புதிய உலகில் புதுப்புதுப்பிரச்சனைகள் எழுந்து தீர்வுகள் உண்டாயின. மக்கள் சுதந்திரமாக பொறுப்புடன் செயல்பட்டு பிரச்சனைகளுக்கு தீர்வு கண்டனர். மனிதன் வாய்ப்புகளைப் பயன்படுத்தி தன்னுடைய பிரச்சனைகளை தீர்க்க வேண்டும். கடவுள் மோட்சத்திலிருந்து வெளிப்பட்டு மனித வாழ்வின்

பிரச்சனைகளைத் தீர்ப்பார் எனக் கருதுவது அறியாமை. சமூக வளர்ச்சி சமூக நலம் என்பதே புதிய தத்துவத்தின் லட்சியம்.

மனித வாழ்வின் அன்றாட பிரச்சனைகள் மோட்சமும் நரகமும் அல்ல. இவை கற்பனையானவை. வாழ்வோ சாவோ செல்வமே புதிய சவால்கள். ஒன்று மில்லாத ஆரம்ப நிலமையிலிருந்து மனிதன் முன்னேற வேண்டும். தடைகளைத் தகர்க்க வேண்டும். மனிதன் பிறக்கும் போது சுதந்திரமாகப் பிறக்கிறான். பிறந்த பிறகு கூண்டுக்கிளி போல் சமூக நிலைமைக்கு அடிமையாகிறான். தான் அடிமையாகிறோம் என்ற உணர்வில்லாமலே அப்படியாகிறான். மனிதன் இந்த கட்டுகளை உடைத்து, விடுதலையாகி தன்னுடைய உரிமை களை அடைய வேண்டும். பழைய காலத்தில் பிளேட்டோ முதல் காண்ட் வரை, மனிதன் சமூகம் இயக்கும் நாடகத்தில் ஒரு நடிகனாயிருந்தான். சமூகத்திற்கான தனது கடமைகளை இறுதிவரை செய்யும்படி அறங்கள் ஏற்பட்டன.

இதுதான் சமூக அடிமையின் நடத்தை விதிகள். மனிதன் தனது பெற்றோரையும் நாட்டையும் தேர்ந்தெடுத்துபிறப் பதில்லை. தான்தெரிந்தெடுக் காதவைகளுக்கு மனிதன் எப்படி பொறுப்பெடுப்பான்? அதனால்தான் உறவுகள், நாடு, மொழி, இனம், காலம் பழக்கவழக்கம், மற்றும் பண்பாடுகள் மனி தனைக் கட்டுப்படுத்த உரிமையில்லை. ஆகையால் மனிதன் மற்றவர்கள் ஏற்படுத்தும் நிர்ப்பந்தங்களை ஏற்கக்கூடாது. இத்தகைய நிர்ப்பந்தங்களை எதிர்த்து மனிதன் போராட வேண்டும். தனது சுதந்திர வாழ்வுரிமையுடன் வாழ வேண்டும்.

மாக்கிய வெல்லி:

கோழைகளின் பாதுகாப்பு அரண் அறம் என்பது. பலவீனர் அறத்தின்மூலம் ஒரு பாதுகாப்பு வளையத்தை உண்டாக்கிக் கொண்டனர். 'இந்த பாதுகாப்பு வளையத்தை மீறுவோர் கடவுள் கோபத்தினால் தண்டிக்கப்பெற்று நரகம் அடைவர். இப்படிச் சொல்லிக் கொண்டுமாய் மாலக்காரரும் மதத்தலைவர் களும் செல்வம் சேர்த்து ஆடம்பர வாழ்வு வாழ்ந்தனர். கடவுள், மோட்சம், நரகம் என்ற பேரில் அறம் மற்றும் மத நடத்தைகள்

உண்டாயின. இவை அர்த்தமற்ற பொய்கள், மனிதனுடைய அறிவு வளர்ச்சியை தடை செய்கின்றன.

மனிதன் தரம் தாழ்ந்து கீழாகப் போனதற்கு காரணம் மதப்பழக்க வழக்கங்களாகும். அன்பு என்ற பெயரில் பயமும், தியாகம் என்ற பெயரில் கோழைத்தனமும் மற்றும் கட்டுப்பாடு சாந்தம் என்ற பெயரில் அடிமைத்தனமும் மதம் உண்டாகியது. கார்ல் மார்க்ஸ் மதம் என்பது கஞ்சாபோதை போன்றது என்றார். பழங்காலத்தில் மனிதன் வேட்டையாடி கொடிய மிருகங்களைக் கொன்றான். கத்திச் சண்டை விளையாட்டில் தைரியத்தை வெளிப்படுத்தினான். மனதில், தைரியமும் உடலில் உறுதியும் கொண்டிருந்தான். பயமற்றவாழ்வு வாழ்ந்தான். வீரர்களையும் தளபதிகளையும் சமூகம் அங்கிகரித்து பாராட்டியது. இடைக் காலத்தில் மனிதனுடைய அறியாமையினால் மதம் வளர்ந்தது. மதம் மனிதனை பலவீனமாக்கியது, தாழ்வுமனப் பான்மை உண்டாக்கியது, பயத்தை ஏற்படுத்தியது மற்றும் அடிமைத் தனத்தால் கோழையாக்கியது. உலகத் துன்பங்களைப் பொறுத் துக் கொள்ள போதிக்கப்பட்டான். மறுவாழ்வில் மோட்சம் வரும் என்று சொல்லப்பட்டான். மாறாக துன்பங்களை மேற்கொள்ள வழி காண போதிக்கப் படவில்லை. உலகை வெறுக்கிறவர்களின் தொகை பெருகிவிட்டால், பொருளாதார வளர்ச்சியும் அரசின் பெருமையும் எவ்வாறு அடைய முடியும்? ஆகவே மதக் கட்டுப்பாடுகள் அரசியல் செயல்பாடுகளில் தலையிடக்கூடாது. அரசின் நோக்கம் மனிதனை பொருளா தாரத்தில் மேன்மையும் செல்வச் செழிப்பும் உண்டாக்கி மகிழ்ச்சியுறச் செய்வது. என்வே மத நம்பிக்கைகள் அரசியலில் கலக்காது அரசு மதத்திற்கு அடிமையாகக்கூடாது. ஆனாலும் மக்களை ஒற்றுமைப் படுத்தவும் அறவழியில் வாழவும் கேடு செய்கிறவர்களைக் கட்டுப்படுத்தவும் மதம் உதவும். கடவுள் பேரால் சட்டத்தை ஆசிர்வதித்தாலே மக்கள் சட்டத்தை அனுசரித்து நடப்பார்கள். ஒவ்வொரு மனிதரும் அரசின் குடிமகன். இதன் மூலம் தனது உயிரையும் செல்வத்தையும் காத்துக்கொள்வான். அரசு முன் கருதலோடு கொடுமைகள் வன்முறை , கேடுகள், எதிர்ப்பு, வெறுப்பு போன்றவற்றைக் கண்டறிந்து அவை நடக்குமுன் தடுத்து பாதிப்புகளிலிருந்து மக்களைக் காக்க வேண்டும்.

ஜெரமி பெந்தம்:

அறிய முடியாத நம்பிக்கைகளுக்கு முக்கியத்துவம் தந்து அறிவு வளர்ச்சிக்கு தடையாக மதம் இருக்கிறது. மதத்தலைவர்கள். மத நடவடிக்கைகளைக் காக்கிறவர்களாக மாத்திரம் இருக்க வேண்டும். அவர்களை தேவர்களாக புனிதர்களாக கருதவேண்டியது இல்லை. அவர்கள் காவல் துறை நீதித்துறை போல அரசு ஊழியர்களாக நடத்தப்படவேண்டும். அவர்கள் அரசியல் சம்பளத்தைத் தவிர வேறு வழியில் பணம் சம்பாதிக்கக் கூடாது. அவிசுவாசிகள் நிந்தனையோடு மதத்தால் நடத்தப் படுகிறார்கள். அவர்கள் வெறுப்பால் மக்களைப் பிரிக்கிறார்கள். அறவழிகளைக் காக்காமல் பொய்யான நம்பிக்கைகளைக் காக்கிறார்கள். அற்புதங்களை செய்யும் தேவ தூதர்களைப் போல் மதவாதிகள் நடத்தப்படுகிறார்கள். மத ரீதியில் மக்களை பேதப்படுத்துவது குற்றச் செயல். கடவுள், ஆன்மா, மறுபிறவி, பாவம், புனிதம் போன்றவை மனிதனுக்கு எவ்வளவு தூரம் மகிழ்ச்சியளிக்கின்றன என்பதை மக்கள் ஆராய வேண்டும்.

ஜான் ஸ்டாட் மில்:

ஒவ்வொரு மனிதரும் உணர்வுகளால் எண்ணங்களால் மற்றவரிடமிருந்து மாறுபடுகிறார். பெரும்பான்மையோரின் கருத்துக்கள் தனி மனிதரின் விருப்பு வெறுப்புகளைப் பாதிக் கின்றன. மேலும் அது சிறுபான்மையோர் மதம், சிறுபான் மையோர் அரசியல் கட்சிகள், சிறுபான்மை இனம், சிறுபான் மையோர் மொழி ஆகியவற்றையும் பாதிக்கிறது. பெரும்பான் மையோரின் பொதுக்கருத்து எல்லாவற்றையும் கட்டுப்படுத்து கிறது. தனிமனிதனின் உரிமைகள் காக்கப்பட வேண்டும். ஒவ்வொருவரும் தமது தன்மைக்கேற்றபடி விருப்பப்படி கல்வியை தேர்தெடுக்க வாய்ப்பு அளிக்கப்பட வேண்டும். சமூக ஆதிக்கம் ஒருவரின் வாழ்வின் எல்லா அம்சங்களிலும் பரவி அவரது ஆன்மாவையும் அடிமைப்படுத்துகிறது. தனி மனிதர் தனது உணர்வுகளையும் எண்ணங்களையும் வெளிப் படுத்த அனுமதிக்க வேண்டும். முழு சுதந்திரம் இதனால் சாத்தியமாகும். கண்ணை மூடிக்கொண்டு யாருடைய கருத்தை யும் ஏற்கக்கூடாது. தர்க்கத்தில் வெல்லும் கருத்தே மெய் என்று

ஏற்றுக் கொள்ளப்படவேண்டும். சத்தியம் என்பது நிறைவடை யாத வாக்குமூலம். அது தற்காலிகமானது. அது புதிய செய்தி களால் அனுபவத்தால் மாறக்கூடும். சத்தியத்தைத் தேடும் பயணம் தொடர்ச்சியானது. முரண்பாடான கருத்துக்களின் மோதல் சத்தியத்தின் அருகில் கொண்டு செல்லும். ஆகவே தடையில்லாமல் சிந்தனைகள் சுதந்திரமாக அனுமதிக்கப்பட வேண்டும். சுதந்திரமான சமூகம் என்பது மாறுபாடான சிந்த னைகளும் வித்தியாசமான சமூக வாழ்க்கை முறைகளுமாகும்.

ஆண்களைப் போல பெண்களும் அரசியல் உரிமைகளும் சமூகப் பொறுப்புகளும் சமமாகக் கொடுக்கப்படவேண்டும். பெண்கள் குடும்பவாழ்க்கை நீதி, சமூகத்துறையில் அடிமை களாக நடத்துப்படுகின்றனர். பாரம்பரியம் தலைமுறை என்று சிலவேலைகளை பெண்களுக்குக் கொடுக்க மறுப்பது அறிவுட மையல்ல. பகுத்தறிவு தீ பாரம்பரியத்தை மாற்றியமைக்கும். பெண்களும் மற்றும் சமூகமுழுவதும் பெண் விடுதலையால் நன்மையடையும்.

அரசியல் சுதந்திரமும் பொருளாதார சமத்துவம் சமூக முன்னேற்றத்தின் இருகண்கள். சொத்துரிமை அளவீடுகளுக்குள் இருக்க வேண்டும். சொத்துரிமை அறத்திற்கும் மனித நேயத்திற்கும் ஏற்றதாயிருக்க வேண்டும். பெண்கள் வயதின் அடிப்படையில் சம ஓட்டுரிமை பெற வேண்டும். வாக்காளர்கள் படிக்கவும் எழுதவும் எண்ணிக்கையும் தெரிந்திருக்க வேண்டும். இந்த தகுதி இல்லாத வாக்காளர்கள் நல்ல வேட்பாளர்களைத் தெரிந்தெடுக்க இயலாது. வேட்பாளர்கள் கல்வி கற்றவர்களாக, அறிவுள்ளவர்களாக, பேச்சும் செயல் திறமையும் உள்ளவர்களாக நன்னடத்தை பண்பாடு உள்ளவர்களாக இருக்க வேண்டும். அவர்களது அளவில்லாத சொத்து, உடல் பலம், வெளித் தோற்றம், இவற்றை கணக்கில், எடுக்கக்கூடாது. ரகசிய வாக்கெடுப்பு கூடாது. அது ஊழலை ஏற்படுத்தும். ஓட்டுரிமை மனித உரிமையென்று சொன்னால் அத்தகைய ஓட்டு விற்பதற்கு ஏதுவாகும். ஆகவே திறந்தவாக்கெடுப்பு வேட்பாளரைத் தெரிந் தெடுக்க ஒரு நேர்மையான வழி, மக்களாட்சியில் நல்லாட்சி ஏற்பட சிறுபான்மையோர் விகிதாச்சார உரிமை வேண்டும். பெருப்பான்மையோரின் ஆட்சி என்பது சிறுப்பான்மையோர் இல்லாமல் நல்லாட்சியாக இருக்காது.

திருவள்ளுவர்

அறம் பொருள் இன்பம் என்று பகுப்புகளாக திருவள்ளுவர் 1330 குறள்களை இயற்றினார். இது உலகப் பொது மறை என்றழைக்கப்படுகிறது. முதல் நூற்றாண்டில் மைலாப்பூர் சென்னையில் வாழ்ந்தார். ஆரியர்கள் கி.மு.1500– இல் இந்தியா விற்குள் வந்தார்கள். தமிழ் கலாச்சாரத்தின் அடிப்படையில் குறள்களை திருவள்ளுவர் எழுதினார். வட இந்தியப் பண்பாடு வருணாஸ் ரமத்தின் அடிப்படையானது. தமிழ் பண்பாடு அறத்தின் அடிப்படையில் மனித சமூகம் மொத்தத்திற்குமானது.

ஆரியப்பண்பாடு என்பது மத அடிப்படையில் மோட்ச மடைவது. நான்கு வருணங்கள் பிராமணர் சத்திரியர் வைசியர் சூத்திரர் பஞ்சமர் உடையது. பிறவி அடிப்படையில் உயர்வு தாழ்வு கற்பிக்கப்படுகிறது. அறிவு கல்வி நன்னடத்தை அறத்தின் அடிப்படையில் தமிழர் உயர்வு தாழ்வு சொல்லினர். பொதுப் பணியில் உயர்ந்த சமூகம் ஏற்பட திருவள்ளுவர் குறள் எழுதினார். சிந்து சமவெளி நாகரிகத்தின் அடிப்படையில் திராவிடர்கள் யுத்தம் பகைமை பொய்கள் திருட்டு இல்லாமல் சாந்தமாக வாழ்ந்தனர். பிறகு வந்த வேத காலமுதல் பயம் குழப்பம் சண்டைகள் தோன்றின என்று சொல்லப்படுகிறது. அரசர் நல்லோரைக் காத்து தீயோரை தண்டிக்க வேண்டும் என்று திருவள்ளுவர் எழுதினார். விவசாயம் செய்வது பாவத் தொழில் என்றனர். பட்டினி நோய் மற்றும் பகைமை இல்லாத இடத்தில் மக்கள் அறத்துடன் வாழ்வர். பொருளாதார வேறுபாடுகள் சாதிமத பேதங்கள் இருக்குமிடத்தில் மக்கள் மகிழ்ச்சியின்றி அமைதியின்றி தவிப்பர். பொருளில்லாமல் உலகில் ஒன்றும் செய்வதற்கில்லை.

பண்பாடு இல்லாத இடத்தில் பகைமை வரும். வாழ்க்கை அன்பால் வாழ வேண்டியது. அன்பில்லாத வாழ்க்கை பாலை வனத்தில் பட்டுப்போன மரம்போன்றது. ஆயுதங்களில் செல வாக்கப்படும் பணம் வறுமையும் நோயும் அகற்ற உதவும். பிறப்பொக்கும் எல்லா உயிர்க்கும் என்றார் திருவள்ளுவர். பிறவியினால் பேதம் காட்டுவது மனுவின் சாஸ்திரம். வேத

மதத்தின் யாகத்தைப்பற்றி திருவள்ளுவர் சொல்லவில்லை. உலக மாந்தரின் அறவாழ்க்கைக்கு முதலிடம் கொடுத்தார்.

திருவள்ளுவர் கிறித்தவர் என்று நூலாசிரியர் தெய்வ நாயகம் திருக்குறள் உண்மை உரையும் வரலாற்று ஆதாரங்களும் என்ற நூலில் எழுதியுள்ளார்.

மகாத்மா காந்தி

தேசப்பிதா பொருளாதார சமூக சுதந்திரம் பெற தனது வாழ்வை அர்ப்பணித்தார். ஆன்ம பலத்தால், இரக்கம், எளிமை, அறம், தன்னலமற்ற சேவை மற்றும் சத்தியமே தெய்வம் என்ற கொள்கைகளால் பெருந்தலைவர் ஆனார். புதிய அரசியல், சமூக, பொருளாதார சித்தாந்தங்களால் வாழ்க்கையின் தத்து வத்தை வெளிப்படுத்தினார். அகிம்சை சத்யாக்கிரகம், சத்தியம் பேதமில்லாத பணி ஆகியவை இவரது தனித்த கொள்கைகள். சத்தியாக்கிரகம், பூமிதானம், அறக்கட்டளை மூலம் கொள்கை கள் செயல்படுத்தப்பட்டன. மனித சேவை மூலம் கடவுளை அடைய முடியும். செல்வத்தைச் சேர்ப்பதாலும் அதிகாரக் குவிப்பாலும் வன்முறை வெடிக்கிறது. புருட்ட சுக்தம் என்னும் பாமாலை கடவுளைப்பாடுகிற புத்தகம். வருணவேலை, என்பது அவரவர் தகுதிக்கேற்றது என்று இதில் கூறப்பட் டிருக்கிறது.

வேலை ஒருவரது எண்ணப்படி பிறவி அல்லது பாரம் பரியப்படி அல்லாமல் மாற்றிக்கொள்ள முடியும். கால மாற்றத்தில் வேலையை பிறவி அடிப்படையில் மாற்றி சாதிகளை உண்டாக்கினார் என்றார் காந்திஜி. உயர்வு தாழ்வு பேதமும் உண்டாகியது. இப்படி வருணம் சாதியாக உரு வெடுத்து சமூகம் தரம் தாழ்ந்தது. யாவரும் சமூக அங்கத்தினர் என்றார் காந்திஜி. யாவரது வேலையும் சமம். உயிர்ப்புள்ள சமூகத்தில் எல்லாச் செயல்பாடுகளும் நடைபெற வேண்டும். ஆகவே சமூகப் பார்வையில் எந்த வேலையும் உயர்வோ தாழ்வோ அல்ல. காந்திஜி வருணத்தை சமூகப் பார்வையில் பார்த்து சாதிப் பெருமையை தள்ளி விட வேண்டும். ஒருவரும் தன்னை உயர்வாகவோ மற்றவர்களை தாழ்வாகவோ எண்ணக் கூடாது.

ஆன்மிக வளர்ச்சியும் சுதந்திரமும் வாழ்வின் லட்சியம். ஆகவே ஒருவரும் அறத்தைத்தள்ளி விடமுடியாது. இயற்கை விதி, போனபிறவி, விதி என்று சொல்ல முடியாது. அரசியல் சுதந்திரம் சமூக முன்னேற்றத்திற்கு வழி. பொருளாதார

வளர்ச்சி, சாதி பேதமில்லாத சமூக சமத்துவம், பட்டினி-யிலிருந்து,நோயிலிருந்து அந்நிய ஆட்சியிலிருந்து விடுதலை இவற்றை இந்தியா அடையும். இந்த லட்சியமானது, சத்தியத்தில் நம்பிக்கை, வன்முறை நீக்கம் மற்றும் உழைப்பின் கௌரவம் மூலம் அடையப்படும் என்றார். இது வாழ்க்கைத் தத்துவம். சத்தியத்தின் வெளிப்பாடு நன்மையாகும். இது மனிதனை வெற்றிக்கும் மகிழ்ச்சிக்கும் நடத்தும். சத்தியமே கடவுள் கடவுளே சத்தியம். சத்தியாக்கிரகம் சத்தியத்தால் பலம் பெறும். எதிரிகள் காந்திஜியின் சத்யாக்கிரகம் முன் நிற்க முடியவில்லை. சத்யாக்கிரகம் உடல் பலத்தைக் காட்டுவ தில்லை. இது ஆன்மிகபலம். இது ஆயுதமில்லாத யுத்தம். இது கோழைகளின் கூடாரம் அல்ல. இங்குள்ளவர்கள் சத்தியமே வெல்லும் என்று நம்புகிறார்கள். இங்கு பொய்க்கு இடமில்லை. உண்மை உறங்கும் போது பொய் ஆட்சி செய்யும்.

அகிம்சை என்றால் வன்முறை இல்லாத என்று பொருள். பாரம்பரியமாக அகிம்சை இந்திய பண்பாட்டில் உள்ளது. இந்தியத் துறவிகளும் மதவாதிகளும் அகிம்சையை நடத்தினர். நாட்டுக்கு விடுதலை பெறுவதற்காக அகிம்சையை வெற்றி கரமாக காந்திஜி பயன்படுத்தினார். மற்றவர்கள் நலனை முன்னெடுத்தல், அனைவருக்கும் அன்பு செலுத்துதல், சேவை யையும் செல்வத்தையும் சமூகத்திற்கு கொடுத்தல், முதலியவை இதில் உண்டு. அகிம்சை என்பது வீரத்தின் உச்சம். பயமின் மையின் உறுதி. வன்முறை வெறுப்பிலும் துன்பத்திலும் முடியும்.

அகிம்சை சம்மதமும் ஒற்றுமையும் அடையும். எதிரிகளை நண்பராக்கும் மனமும் உணர்வும் தூய்மையாகும். மற்றவர் களைக் குற்றப்படுத்துகிறவர் தன்னை சோதித்து தூய்மைய டைய வேண்டும். பகைமையை விட்டு அன்பை விதைகிறவர் தனக்கே நன்மை செய்கிறார். இதில் தோல்வியில்லை. கெட் டவர்கள் அகிம்சைவாதிகளைத் துன்புறுத்தி கொல்லக்கூடும். ஆனால் பொது மக்கள் அவருக்கு ஆதரவாகத் தலையிடுவார்கள். பெரும்பாலானவர்களின் ஆதரவு கிடைக்கும். எனவே தீயோர் திருந்தி நன்மை செய்வர். கோடிக்கணக்கான மக்கள் காந்தி ஜியைப் பின்பற்றி அடிக்கப்பட்டு ரத்தம் சிந்தினர். உலக மக்கள்

இதைப் பார்த்து ஆச்சரியப்பட்டனர். ஆட்சியாளர்கள் குழப்ப மடைந்து சுதந்திரம் கொடுத்தனர்.

சத்தியாகிரகிகள் சாகும் வரை உண்ணா நோன்பு இருந்தனர். சாதிப் பெருமை, அறியாமை, ஆக்ரமிப்பு முதலியவை தர்க்கம் பேச்சுவார்த்தை, மேற்கொள்ள முடியாது. அறக்கட்டளை என் பது முதலாளித்துவத்தின் கேடுகளால் உருவாக்கப்பட்டவை. தேவைக்கு அதிகமாக செல்வம் வைத்திருப்பவர் அதன் அறங்காவலர் என்று கருதப்படுவார். அடிப்படைத் தேவைகள் இல்லாதவருக்கு இந்த செல்வம் கொடுக்கப்படும். உலகச் செல்வமெல்லாம் கடவுளுடையது. இதன் நன்மை கடவுளின் மக்கள் அனைவருக்கும் சேரவேண்டும். உடமையாளர் இதை பகிர்ந்தளிக்க வேண்டும். செல்வம் சேர்ப்பது கேடு விளை விக்கும். பொருளாதார ஏற்றத் தாழ்வுகள் வெறுப்பிலும் ஏழைகளின் புரட்சியிலும் முடியும். நிலத்தின் விளைச்சல் உடைமையாளருக்குச் சொந்தம். விவசாய கூலிகள் முன்னேற வழியில்லை. ஆகவே அதிகப்படியான நிலம் பகிர்ந்தளிக்கப்பட வேண்டும்.

புத்தர் மற்றும் இயேசுகிறிஸ்துவின் போதனைகளை காந்திஜி வாழ்வில் செயல்படுத்தினார். பகைவன் அன்பினால் மேற் கொள்ளப் படவேண்டும். சத்தியம் பொய்யை மேற்கொள்ள வேண்டும். தியாகத்தின் மூலம் வன்முறை கட்டுப்படுத்தப் படும். இந்தச் செயல்பாடுகள் மனிதனுடைய தெய்வீகத்தைத் தட்டி எழுப்பும். காந்திஜி ஆன்மிகத்தையும் மதத்தையும் அரசியலோடு கலந்தார். உலகம் அறவழியில் செயல் படுகிறது. காந்திஜி எந்த குறிப்பிட்ட மதத்தையும் பின்பற்றும்படி அறி வுறுத்தவில்லை. என்றென்றுமுள்ள சத்தியம் கடவுள். அவர் எங்கும் நிறைந்து எல்லா மதத்திலும் இருக்கிறார். காந்திஜியின் கனவாகிய ராம ராஜியத்தில் அறம் ஆட்சி செய்யும். காந்திஜி ஆன்மீக அரசியல்வாதி. பிரிட்டனிடமிருந்து இந்தியாவுக்கு தன்னாட்சி வேண்டுமென்றார். சத்தியசோதனை என்ற புத்தகத் தில் தனது வாழ்வை எழுதியிருக்கிறார். காந்திஜியைப் போல் ஒருவர் வாழ்ந்தார் என்று யாரும் சொல்லமுடியாது என்று விஞ் ஞானி ஐன்ஸ்டின் சொன்னார்.

வன்முறை தற்காப்பிற்காகவும் யுத்தத்திலும் செயல்படுத்தப் பட்டது என்று சரித்திரபூர்வமாக நாம் அறிவோம். ஆனால் சத்தியாக்கிரகத்தில் ஆயுதங்களுக்கு இடமில்லை. எதிரிகளும் பாதிக்கப்படவில்லை. பொறுமை அவமானங்கள் தாங்கும் வழி என்று திருவள்ளுவர் சொன்னார். கத்தியை எடுக்கிறவர் அதனாலேயே சாவர் என்று இயேசு கிறிஸ்து எச்சரித்தார். பிரகலாதன் மற்றும் நந்தனார் தனிச் சத்தியாக்கிரகிகள். கடவு ளைக்காண முயன்றனர்.

காந்திஜி அரசியல் சுதந்திரமட்டுமல்ல, சமூகபொருளாதார சுதந்திரமும் வேண்டினார். நமது மக்களில் ஒரு பிரிவினரை அடிமைகளாக வைத்திருந்தால் நாம் எப்படி அந்நியரிடம் சுதந்திரம் கேட்க முடியும் என்றார். தீண்டாமை விலகவேண்டும். பிரிட்டிஷார் நம்மைப் பிரிக்காதபடி இந்து முஸ்லீம் ஒற்றுமை வேண்டும் என்றார்.

காந்திஜி சொன்னார் அகிம்சை கோழையின் ஆயுதமல்ல. அது தைரியமும் வீரமுமுள்ளவர்களுடையது.

அடிமையின் பயம் நீங்கி
பயம் அடிமைப்பட்டது
குடிமகன் அரசன் ஆகி
அரசன் குடிமகனாயினர்,
அறிவிலி ஞானியாக
சுயமரியாதையுடன்
பலமடைந்தனர்
காந்திஜியை உயர்த்துவோம்.

என்று பொருள்பட நாமக்கல் கவிஞர் ராமலிங்கம் எழுதினார்.

காந்திஜி நாட்டுக்கு சுதந்திரம் பெற்றார். தீண்டாமைக்கு எதிராகப் போராடினார். அவர் வருண பேதத்திற்கு எதிராக போராடியிருப்பாரானால் தீண்டாமையும் சமூகக் கேடுகளும் ஒழிந்து போயிருக்கும். இந்தியா கிராமங்களில் வாழ்கிறது. 80% மக்கள் சுமார் 100 கோடிப்பேர் கிராமங்களில் உள்ளனர். தீண்டாமை சட்டத்தால் ஒழிக்கப் பட்டாலும் கிராமங்களில் சமூக வாழ்க்கையில் தொடர்கிறது. அவ்வப்போது வன்முறை யும் வெடிக்கிறது. மக்கள் சாதிச் சங்கங்கள், சாதி அரசியல்

கட்சிகளோடு பணியாற்றும் வாய்ப்பு இருக்கும் வரை சாதி பேதமும் தொடரும் என்ற நிலை.

பிரிட்டிஷார் தங்களது உயர்ந்த கல்வி, முன்னேறிய நாகரிகம் மற்றும் மனச்சாட்சியுடன் சத்யாகிரகத்திற்கு செவி சாய்த்தனர். ஆனால் நமது மக்களின் செயல்பாடு வேறு.தலித்துகளின் சத்யாகிரக போராட்டங்கள் நசுக்கப்படுகின்றன. பசுக்காவலர்கள் கொடுமை செய்கின்றனர். சிறுபான்மை மக்களுடைய உணவு பெரும்பான்மை மக்கள் மேல் திணிக்கப்படுகிறது. வருணாசிர மும் சாதிகளும் முன்னெப் போதையும் விட வேகமாக செயல் படுகிறது. ராட்டையின் பொருளாதாரம் பின்தங்கி விட்டது.

காந்திஜி தனது இன்னுயிரை தியாகம் செய்தார். வாழ்க அவர் புகழ்!

சாதி வன்முறை

தமிழகத்தில் உள்ள ஒரு கிராமத்தில் பிற்பட்ட சாதியினர் தலித் மக்களுடைய வீடுகளை எரித்து சொத்துக்களை நாசம் செய்தனர். அடுத்துள்ள கிராமங்களும் எரிக்கப்பட்டன. கோடிக் கணக்கில் சொத்துக்கள் நாசமாக்கப்பட்டன. சுமார் ஆயிரம் பேர் வீடிழந்தனர்.

ஏன் இந்த வன்முறை? ஒரு தலித் ஒரு உயர்சாதிப் பெண்ணை திருமணம் செய்தார். ஒரு சாதிய கட்சியின் பேரால் பெண் திரும்ப அழைக்கப்பட்டார். உயர்சாதி மக்களுடைய பதட்ட சூழ்நிலையால் தந்தை தற்கொலையானார். இதனால் உயர்சாதி மக்கள் மற்ற சாதிகளுடன் சேர்ந்து கலவரம் உண்டாக்கினர். தலித்துகளின் வளர்ச்சியைத் தாங்கிக் கொள்ள முடியாமல் இப்படி நடந்தது. சாதிக்கட்சியின் தலைவர்கள் மிரட்டல் விட்டிருந்தனர். அரசு நடவடிக்கை எடுக்கவில்லை. அதன் விளைவு தான் கலவரம் என்று சொல்லப்படுகிறது. ரவிக்குமார் விடுதலை சிறுத்தைகள் கட்சி சொல்படி சாதி உணர்வும் வன்முறையும் அரசியல் கட்சிகளுக்கு அனுமதி கூடாது.

தலித்மக்கள் அடுத்துள்ள ஊர்களுக்குப் போய் வேலை செய்து சம்பாதிக்கின்றனர். வீடுகள்,வாகனங்கள்,ஆபரணங்கள் வாங்கியுள்ளனர். கலவரக்காரர்கள் அவர்களை பொருளாதாரரீ–தியாக பாதிப்படையச் செய்துள்ளனர். வீடுகளை எரித்து பணம் நகைகளைக் கொண்டுபோய் விட்டனர். எவிடென்ஸ் கதிர் சொன்னபடி சாதியமே வன்முறையின்வேர். தீண்டாமையின் உச்சமே சாதியம். சாதி இந்துக்கள் தலித் பெண்களை மணம் செய்கின்றனர். ஆண்களை அனுமதிப்பதில்லை. ஆணாதிக்க சமூகமான படியால் இதைத்தடை செய்தனர். அரசு உதவித் தொகை என்பது தற்காலிகமானது. ஆனால் சாதி உணர்வு என்பது வோட்டு அரசியல். சாதி ஓட்டுகளைக் குறிவைக்கும் சாதி அரசியல் கட்சிகள் சாதி உணர்வுகளைத் தூண்டி விடுகின்றன. சாதி மறுப்புத் திருமணங்களுக்கு எதிராக வன்முறையை தூண்டுகின்றனர். அரசு நடைவடிக்கை இல்லை. பெற்றோர் திருமணத்தை அனுமதித்தாலும் இவர்கள் விடுவதில்லை.

பாதிக்கப்பட்டவர் விரக்தியால் இந்தக் காதல் திருமணம் அவசியம்தானா? என்கின்றனர். இந்த நிலைமையைத்தான் அவர்கள் எதிர் பார்த்து செயல்பட்டனர். இனி ஒரு நூற்றாண்டானாலும் யாரும் சாதி மறுப்பு மணம் செய்யமாட்டார்கள். அரசு இழப்பீடு தொகை கொடுப்பதற்கு பதிலாக சாதி வெறுப்பு அரசியலைக் கட்டுப்படுத்த வேண்டும்.

ஆனந்த விகடன் எழுதியபடி வன்முறைக்குப்பிறகு கிராமமே ஒரு சுடுகாடாக மாறியது. நமது தலைகளை அவமானத்தால் தொடங்கிவிட நேரிட்டது. சாதி அடையாளங்களைக் கை விட மக்கள் தயாராயிருக்கின்றனர். அரசியல் கட்சிகளுக்கு இதில் ஆர்வம் இல்லை. சாதிஒழிப்பு என்று அவர்கள் பேசுவது வெற்று வார்த்தைகள். சாதி அடிப்படையில் வேட்பாளர் தேர்ந்தெடுக்கப்படுகின்றனர். எந்தக் கட்சி இதைச் செய்யாமலிருக்கிறது? தங்கள் தவறை அவர்கள் எப்போது உணர்வார்கள்?

சாதிகளை ஒழிக்காமல் சமூக நீதி கிடைக்காது. சாதியத்திற்கு எதிர் சாதி மறுப்புத் திருமணங்கள். அரசு சட்டமியற்ற வேண்டும். இடஒதுக்கீடு வழங்க வேண்டும். திலகவதி டி.ஜி.பி. போலீஸ், சாதி வன்முறையைக் கண்டித்தார். பெரியார், காந்திஜியைப் போல் மக்களை மனம் மாறப் போராட வேண்டும். அடிப்படைக்கல்வி முதல் பிள்ளைகளுக்கு சாதி ஒழிப்பு விழிப்புணர்வு ஏற்படுத்தப்பட வேண்டும். பிள்ளைகளின் பெயர்களோடு சாதியைச் சேர்க்கக்கூடாது.

சமூக செயல்பாட்டாளர்களும் நலம் விரும்பிகளும் தலித்துகளுடைய செயல் பாட்டைப்பற்றி ஒன்றும் சொல்லவில்லை. எப்போதும் போல் அவர்கள் கோழைகளாக ஓடிவிட்டனர். சத்யாகிரகம் செய்துபோராடியிருக்க வேண்டும். அவர்கள் தங்களைக் காத்துக் கொள்ள எண்ணினர். காத்துக் கொண்டனர். அவர்கள்தங்கள்வாழ்நாள்உழைப்பின்பலனைசொத்துக்களைக் கைவிட்டனர். அவர்கள் காவல்துறையிடம் அடைக்கலம் பெறாதது ஏன்? அரசு அவர்களைக் காக்க நடவடிக்கை எடுத்திருக்க வேண்டும். சில தலித் தலைவர்கள் அடுத்த நாடுகள் மனித உரிமைப்பற்றி பேசிக்கொண்டு நமது நாட்டில் என்ன நடக்கிறது என வேண்டிய கவனம் செலுத்தவில்லை. தலித்துகளை அவர்கள் ஒன்றிணைத்து எதிர் காலத்தில் தங்களை காத்துக் கொள்ள வன்முறையற்ற வழிகளில் முயற்சிக்க வேண்டும்.

சாதி மோதல் களைத்தடுப்போம்

திருமாவளவன், தலைவர், வி.சி.க.

ஒரு ஆள் போதும் சாதிக் கலவரத்தைத் தூண்டுவதற்கு. வன்முறை வார்த்தைகள் உபயோகிக்கப்படுகின்றன. தலைவர் என்பவன் தொண்டர்களை ஒழுங்குமூலம் வழிநடத்த வேண் டும். ஆனால் நடப்பதோ வேறு. விடுதலை சிறுத்தைகள் வன்முறையைத் தூண்டுவதில்லை. ஆனால் அரசும் காவல்துறை யும் கைவிட்டால் அவர்கள் தங்கள் பாதுகாப்பை தேடிக் கொள்ள வேண்டும். முன்னாள் முதல்வர் எம்.ஜி.ஆர் தங்கள் தொண்டர்களை தற்காத்துக் கொள்ளச் சொல்லவில்லையா? தர்மபூரி வன்முறைக்கு சி.பி.ஐ விசாரணை வேண்டும். ஏழு கோடி ரூபாய் சொத்துக்கள் நாசம் செய்யப்பட்டுள்ளன. இது முன்பே தீர்மானிக்கப்பட்ட தாக்குதல். அவர்கள் சொத்துக்களை மாத்திரம் சேதம் செய்திருக்கின்றனர். அவர்கள் பொருளாதார ரீதியாக முன்னேறுவதை விரும்பவில்லை. ஆகவே இது தன்னிச்சையாக நடந்தது, என்று சொல்ல முடியாது. நட்டத்தை சரிக்கட்ட இரண்டு தலைமுறைகள் எடுக்கும். கட்சித்தலைவர்கள் வன்முறைக்கு நேர் பொறுப்பாகும். இது நன்றாகத் தெரிந்தது தான். ஒரு தலைவர் சாதி மறுப்புத் திருமணங்களுக்கு எதிராக பேசி வருகிறார். சாதி சங்கங்கள் சாதியின் பேரால் அப்பாவிகளை சண்டையிட்டுக் கொள்ளும்படி செய்கின்றனர். இது ஆபத்தான போக்கு. அரசின் மௌனம் நடவடிக்கை எடுக்காமல் அதிக ஆபத்தை விளைவிக்கும். தலித் ஆண்கள் மற்ற சாதிப் பெண் களிடம் பணம் பறிக்க அவர்களைக் காதலிக்கிறார் என்று சொல்கிறார்கள். இதில் உண்மையில்லை. காதல் இயற்கையாக உருவாவது. அது எப்படி முன்கூட்டி ஆலோசிக்கப்படும்? பகுத் தறிவுள்ள யாரும் இதை ஒப்புக் கொள்ளமாட்டார்கள். இது தலித்துகளுக்கும் அல்லாதவர் களுக்கும் நடக்கும் பிரச்னை என்று சில தலைவர்கள் சொல்கிறார்கள். இந்தியாவில் தலித்து கள் 19% மக்கள்தான்.

81% மக்களை தலித்துகளுக்கு எதிராக திருப்புவது ஆபத்தான செயல். இது எங்கே போய் முடியும் என்று சொல்ல முடியாது.

தமிழ் தேசிய வாதிகள் சாதி வன்முறை பற்றி மௌனம் காக்கிறார்கள். அவர்கள் தமிழ் மொழி பற்றியும் தமிழ்இனம் பற்றியும் பேசுகிறார்கள். ஆனால் தமிழ் தேசியம் என்பது சாதி ஒழிப்பை அடிப்படையாகக் கொண்டது. அவர்களுக்கு அடிப் படை தெரியாதபடியால் சாதியவாதிகளை ஆதரிக்கிறார்கள். ஸ்ரீலங்காவில் தமிழர் படுகொலைக்கு விரோதமாய் பேசுகிற வர்கள், இந்தியாவில் தலித் குடிசைகள் எரிப்பு பற்றி வாய்திறப்பதில்லை. அவர்களுக்கு மனித இரக்கம் இருந்தால் சாதி வன்முறையைக் கண்டிக்க வேண்டும். இல்லாவிட்டால் அவர்களது ஸ்ரீ லங்கா தமிழர்களுக்கான ஆதரவு சந்தேகத் திற்குரியது.

சினிமாவில் காதலர்களைப் பிரிப்பது வில்லன் நடிப்பு. சில சாதித்தலைவர்கள் யதார்த்த வாழ்வில் காதலை எதிர்க்கிறார்கள். இது முரண்பாடான நிலை. காதலும் திருமணமும் இயற்கை யானது. கற்பனையில் காதலிக்கிறார்கள் யதார்த்த வாழ்வில் காதலைத் தடுக்கிறார்கள். இது மழையையும் புயலையும் தடுப்பது போன்றது. இது மாதிரிதான் காதலை எதிர்ப்பதும் இருக்கிறது. நாம் சினிமாவில் வில்லனை ரசிக்கலாம். அரசிய லில் அல்ல. ஆகவே அரசியல்வாதிகள் சாதிகளை விட்டு மக்களின் நல்லிணக்கத்திற்கு பாடுபட வேண்டும்.

தலித்துகள் பிரிந்திருக்கிறார்கள். சில சாதிகளுக்கு அடிப்படை பயம் இருக்கிறது. சிலர் குழைந்து நடக்கின்றனர். சிலர் பயந்து உள்ளனர். சிலர் தைரியமாக உறுதியாக உள்ளனர். திருமா வளவன் சாதிகளை ஒன்றிணைத்து பாதுகாப்பு அரணை உண்டாக்க வேண்டும். சாதி வேறுபாடின்றி சாதி மறுப்புத் திருமணம் செய்பவர்களை ஆணவக்கொலையிலிருந்து காக்க வேண்டும். காவல்துறை பாதுகாப்பும் அரசு விடுதிகளில் இட மும் பெற்றுத் தரவேண்டும். பகுத்தறிவாளர்களையும் நலம் விரும்பிகளையும் அழைத்து அரசு மற்றும் தானம் மூலம் பொதுப் பந்திகளை நடத்த வேண்டும்.

தமிழகத்தில் சாதி சடங்குகள்

பி.கருணாகரன், எழுத்தாளர்

இது தமிழகத்தில் சடங்குகளில் நடைபெறும் நிகழ்ச்சிகள் பற்றிய சம்பவம். இவை இந்து மதத்தைப் பின்பற்றுகிறவர்கள் செய்யும் சடங்குகள். திருமணத்தில் கணவர் மஞ்சள் கயிற்றை பெண்ணின் கழுத்தில்கட்டி மூன்று முடிச்சுக்களைப் போடு கிறார். இது பெண் திருமணமானவர் என்பதற்கான அடையாள மாகும். அவர் கணவர் உயிரோடிருக்கும் வரை அதை அணிந்து கொண்டிருக்க வேண்டும். துரதிருஷ்ட வசமாக கணவர் இறந்து விட்டால் மஞ்சள் கயிறு இதற்கான சடங்கில் வலுக்கட்டாயமாக நீக்கப்பட்டுவிடும். இது விதவைக்கு பெரும் துயரம் தருவது. அவருக்கு இதை அணிந்து கொண்டிருக்க அனுமதிஇல்லை.

ராஜாமணியம்மாள் என்பவர் தன்னுடைய உடல் நடுங்க தனது அனுபவத்தை விவரித்தார். இந்த சம்பவம் நடந்து 20 வருடங்கள் ஆகிவிட்டது. எனது கணவர் இறந்த துக்கம் ஒரு பக்கம் வாட்டியது. மறு வசம் பதினாறாம் நாள் சடங்குகள் பயங்கர அதிர்ச்சிக்குள்ளாக்கியது. நாளுக்கு நாள் இந்த பயங் கரத்தின் நினைவுகள் துன்புறுத்திக் கொண்டிருந்தது. இது மாதிரி சடங்கை ஏற்கனவே பார்த்திருந்தேன். கணவர் இறந்த நாளி லேயே இந்த மஞ்சள் கயிறை என்னிடம் அவர்கள் நீக்கியிருக்கச் சொல்லலாம். எதற்காக பதினாறு நாள் காத்திருந்து திருமணச் சடங்குபோல பொது நிகழ்ச்சியில் இதைச் செய்ய வேண்டும்? அந்த மறக்க இயலாத பயங்கர பதினாறு நாட்களின் நினைவு அலைகள் இப்போது கூட என் உடல் அதை நினைத்தால் நடங்குகிறது.

ஒவ்வொரு நாளும் நரகத்தைப் போலகடந்து கொண்டிருந்தது. வெட்டப்படும் ஆட்டுக்குட்டியின் நடுக்கம் வெட்டுகிறவரைப் பார்த்து. இந்தப் பதினாறு நாள் காத்திருப்பு ஒரு பயிற்சி என்று அவர்கள் கருகிறார்களா? இதற்குப்பின் வாழ்வு ஒரு வெறுமை என்பதன் முன் கருதலா? இந்தச் சடங்கைப் பற்றி எனக்கு ஒன்றும் தெரியாது. அவர்கள் ஒரு சேலையைக் கொடுத்து

அதைக்கட்டிக் கொள்ளச் சொன்னார்கள். அதை தினமும் துவைத்து நான் கட்டிக் கொள்ள வேண்டும். அவை கொடூரமான நாட்கள். அந்த துன்புறுத்தும் துயரம் நான் ஏன் பெண்ணாகப் பிறந்தேன் என்று நினைக்க வைத்தது. ஒரு வேளை இதைச் செய்கிறவர்கள் எனது தன்னம்பிக்கையை இழக்க வைக்க நினைத்தார்களோ என்னவோ? அவர்கள் குறிப்பிட்ட நாளில் தாலியையும் மோதிரத்தையும் கழற்றி விட்டார்கள். சரிதான். ஆனால் அவர்கள் ஏன் பூவையும் பொட்டையும் வளையலையும் மறுத்துவிட்டார்கள்? தாலியும் மோதிரமும் கணவர் கொடுத்தது. அவர் பூவும் பொட்டும் வளையலும் கொடுத்தாரா? என்தாய் தனது குழந்தைப் பருவம் முதல் என்னை இவைகளால் அலங் கரித்து அழகு பார்த்தாள். எல்லா திருவிழாக்களிலும் இவை களை வாங்கி அணிந்து கொண்டோம். நான் இந்தச் சடங்கின் போது அவர்களைப் பார்த்து கத்த வேண்டும் போலிருந்தது. இது அறிவற்ற சடங்கு. இதில் காரணம் இல்லை. சில சாதிகள் வெள்ளைச் சேலையைத்தான் விதவைகள் அணிய வேண்டும் என்று வைத்திருக்கிறனர். படித்தவர்களிடமும் இந்த சடங்குகள் செய்வது வெட்கப்படவேண்டிய விசயம். இந்து மதத்தில் ஒவ்வொரு சடங்கிற்கும் ஒரு காரணம் இருக்கிறது. சில சடங்குகள் அர்த்தமற்றவை. நான் மூத்தவர்களிடம் இதைப் பற்றிக்கேட்டேன். நான் சாஸ்திரங்களிலும் தேடி வாசித்தேன். இவைகளுக்கு குறிப்பிட்ட காரணம் ஒன்றுமில்லை. கணவரது ஆன்மா சாந்தியடையாது என்கின்றனர். மக்கள் வளர்ச்சியடை யமாட்டார்கள் என்றனர். இவை நழுவல் பதில்கள். அவர்கள் காரணமில்லாமல் பெண்களை அவமதிக் கின்றனர். தாலி என்பது மனைவியை கட்டுப்படுத்தும் சாதனம். பசுவுக்கு மூக்காணாங்கயிறு போல பெண்ணுக்கு தாலி. உண்மையென்ன வெனில் பெண் தாலிக்கயிறை வெறுப்புடன் தான் அணிந்து கொள்கிறாள். அவள்மாட்டேன் என்று மறுக்க முடியாது. யதார்த்தத்தில் தாலி பெண்ணைக்கட்டுப்படுத்தாது. மரியாதை யும் அன்புள்ள நேசமும் பெண்ணைக் கட்டுப் படுத்தும். இப்படியாகச் சொல்லி ராஜாமணியம்மாள் இயலா மையால் நிறுத்திக்கொண்டார்.

மனித சுபாவமற்ற காட்டு மிரண்டிகளை போன்ற தாலி பிடுங்கும் சடங்கு கூடியிருப்போருடைய சம்மதத்துடன் செய்

யப்படுகிறது. நினைவு தெரிந்த நாட்களுக்கு முன்பிருந்தே தாலியே அவள் கணவன். தாலியே மங்களகரமான திருமண வாழ்க்கை. மனிதன் நீண்டநாள் வாழ ஆசைப்படுகிறான். ஆனால் பெண் தனது கணவன் சாகுமுன்பே மரிக்க விரும்புகிறாள். மஞ்சள் பூசி தூபம் போட்டுக்கொள்கிறாள். இது அவன் மேல் கொண்ட காதலாலா அல்லது அன்பாலா? இல்லை இல்லை. அவன் செத்த பிறகு தான் உயிரோடிருப்பது நரகத்திற்குச் சமம் எனக் கருதுகிறாள்.

மனைவி செத்தவர் புது மாப்பிள்ளை என்பது ஆணுக்கு சொல்லப்படுவது. இதே சமூகம் பெண்ணுக்கு என்ன சொல் கிறது? விதவை என்பவர் செத்த பிணத்திற்கு சமம். அவள் விதவை. கெட்ட சகுனத்தின் அடையாளம். அவள் மீதி நாள் மனச்சோர்வோடு கழிக்க வேண்டும். அவள் இனியொரு மண வாழ்வை எதிர்பார்க்க முடியாது. அவளது வாழ்க்கைச் சக்கரம் கணவரது மரணத்திற்குப்பிறகு முடிந்து விட்டதாகக் கருதப்படு கிறது. தாலி பிடுங்கும் சடங்கு அவளை வாழ்க்கையிலிருந்து உதைத்து வீழ்த்தும் அதிர்ச்சி. பழைய காலத்தில் பெண் கணவனது சிதையில் எரிக்கப்பட விரும்பியதில்லை. அவள் கதற கதற எரிக்கப்பட்டாள். இப்போது தாலியை அவள் விருப்பம் இல்லாமலேயே பிடுங்கப்படுகிறது. செத்துப்போன வன் இந்தக் காரியங்களைப் பார்க்கப்போவதில்லை. ஆணாதிக்க சதி அவளை தாலியைப் புனிதமாகக் கருதவைத்தது.

மதத்திற்கு அப்பால் சினிமா தாலி உணர்வை பெரிதாக பரப்புகிறது. படித்தவர்கள் பகுத்தறிவற்ற செயல்களை நிறுத்த முயற்சிக்க வேண்டும். ஊடகங்கள் சமூகத்தில் அறிவு சார்ந்த செயல்பாடுகளை முன்னெடுக்க வேண்டும். பெண்ணை தெய் வமென்று பொய்யாக புகழ்ந்து அவளை ஏமாற்றாதீர்கள். பெண்ணை பெண்ணாக நடத்தும்படி அறிவாளிகள் சமூகத்திற்கு போதிக்க வேண்டும். அவள் ஆணுக்கு சரிபாதியானவள். அவளே ஆணுக்கு வாழ்க்கையுமானவள். அவளுக்கு தாலியைக் கட்டுவதும் பிறகு அதைப் பிடுங்குவதும் – அவள் அவமானத் திற்குரியவளா? இது பெண்ணுக்கு கௌரவத்தைத் தருமா?

சாதிக் கொடுமையிலிருந்து விடுதலை

எம்.பி. உதய சூரியன்

ஒவ்வொருதனிமனிதருக்கும் தனது மதத்தை மாற்றிக்கொள்ள உரிமை உண்டு. ஒருசிலர் மதம்மாறினால் நாம் புரிந்துகொள் ளலாம். ஆனால் ஒரு கிராமமே மதம் மாறினால் என்ன என்பது? ஆமாம் அப்படித்தான் நடந்தது. சுமார் 33 வருடங்களுக்கு முன்பு தமிழகத்தை மட்டுமல்ல இந்தியாவையே உலுக்கியது. செங்கோட்டை அருகில் உள்ள மீனாட்சிபுரம். இது மேற்கு தொடர்ச்சி மலை அடிவாரத்தில் இயற்கையான அழகால் நிறைந்த கிராமம். மக்கள் கோபம் தீ போல் செந்நிறத்தில் கொதித்துக் கொண்டிருந்தது. மக்கள் யாவரும் இந்துதலித்துகள் ஆவர். எல்லாரும் ஒருவருக்கொருவர் உறவினராவர். எல்லாரி டமும் நிலம் இருந்தது. விவசாயம் பிரதான தொழில். அவர்கள் பொருளாதார ரீதியில் நல்ல நிலைமையிலிருந்தனர். சிலர் தொழிலாளர்கள். தலித்துகள் மற்றவர்களைப்போல் பொரு ளாதார கல்விநிலையில் சமமாக இருந்தனர். ஆனால் உயர் சாதிகள் இவர்களை நிபந்தனையோடும் மரியாதையில்லாமலும் நடத்தினர்.

ஒரு 60 வயதுமுதியவரை 10வது உயர்சாதிப் பையன் பெயர் சொல்லி 'டா'' போட்டுக் கூப்பிடுவான். சாயாகடையில் தலித்துகளுக்கு தனி கிளாஸ், அவமரியாதை என்று அவர்கள் மோசமாக நடத்தப்பட்டார்கள், அவர்கள் சாதியின் பேரால் கணக்கிலடங்கா அவமானங்கள் துன்பங்கள் என்று துன்பப் படுத்தப்பட்டனர். அதன்பிறகுதான் மீனாட்சிபுரம் தலித்துகள் ஒரு முடிவுக்கு வந்தார்கள். அடிப்படை மனித உரிமைகளையும், சமூக நீதியையும் மற்றும் தீண்டாமை கொடுமையையும் வென்றெடுப்பது என்று தீர்மானித்தனர். இந்து மதத்திலிருந்து இஸ்லாமாகி சுயமரியாதை, கௌரவமாக தெருவழியாக நடத்தல் சாதிக்கொடுமையிலிருந்து விடுதலை, மற்றும் சமத்து வமாக மற்ற சாதிகளோடு வாழ்தல் ஆகியவை பெற்றனர். அவர்கள் தீர்மானித்தப்படி ஆயிரம்பேர் மாறினர். ஒரு நூறுபேர் இந்துவாகவே இருந்துவிட்டனர். நாம் அவர்களுடைய சாதிக் கொடுமையின் வலியைப்புரிந்து கொள்ள முடியும். நாங்கள்

அரசு சலுகைகளை பெற முடியாது என்று தெரியும். எங்களுக்கு கீழ்சாதி அடையாளமில்லாமல் வாழ்ந்தால் போதும் என்றனர்.

மீனாட்சிபுரம் மத மாற்றத்தைக் கேட்டு இந்தியா முழுவதும் அதிர்ச்சி அலைகள் பரவியது. மாநில மத்திய அரசுகள் அதிர்ந்தன. நூற்றுக்கணக்கான அதிகாரிகள் கிராமத்திற்கு வந்தனர். மற்ற மக்கள் இவர்களைத்தாய் மதத்திற்கு திரும்பும் படி கேட்டுக் கொண்டனர். ஆனால் அவர்கள் உறுதியா–யிருந்தனர். இதனால் மீனாட்சிபுரம் என்பது ரஹமதுநகர் என்று பெயர் மாறியது. உமாதேவி உமர்கய்யாம் என்று அழைக்கப் பட்டார்.

வாலி இவ்வாறு எழுதினார்.

வேறு முகங்காட்டி
பேதம் பேசி
சகோதரனை பிரிந்த
தீண்டாமையின் விளைவால்
ஆறுமுகம் ஆனார் அப்துல்லா
அய்யனார் இப்போது அந்தோனி

அப்போது எனக்கு வயது 12 இருக்கும், நாங்கள் உயர்சாதி களின் கொடுமைக்குள்ளாயிருந்தோம். இரண்டு உயர்சாதியினர் மரித்துவிட்டனர். புலனாய்வு என்ற பெயரில் காவல்துறை அப்பாவி தலித்துக்களை அடித்து துன்புறுத்தியது. சாதிக்கொடு மையாலும் காவல்துறை அத்து மீறல்களாலும் நாங்கள் உயர் சாதி நிலை தேடவேண்டியதாயிற்று. எல்லா 300 குடும்பங்களும் ஒரே நேரத்தில் இஸ்லாமாயினர். செய்தி சூடானதாக இந்தியா வெங்கும் பரவியது. வாஜ்பாய்ஜியும் அத்வானிஜியும் எங்கள் ஊருக்கு வந்து பேசிப்பார்த்தனர். நாங்கள் உறுதியாய் நின்றோம். இஸ்லாமே எங்கள் வாழ்க்கைப் பிரச்சனைகளுக்கு தீர்வு. அநேக திருப்பங்களுக்குப்பிறகு எங்களுக்கு சுதந்திரம் கிடைத்தது. எங்களை சாதி பெயர் சொல்லி இழிவு செய்தவர்கள் ‘பாய்’ என்று அழைத்தனர். எங்களை தெருவுக்குள் விடமறுத்தவர்கள் விருந்துக்கு அழைத்தனர். இஸ்லாமியரான பின்பு சாதிபேதம் ஒழிந்து நாங்கள் சகோதரராக நடத்தப்படுகிறோம். பெரும் பான்மை யோரின் மனமாற்றம், மதமாற்றங்களிலிருந்து காக்கும்.

சிகப்பு புரட்சி

நரேன் – எழுத்தாளர்

உத்தரபிரதேசத்தில் ஒருகிராமத்தில் ஒரு சம்பவம் நடந்தது. ஒரு குடும்பத்தில் இப்படி நடந்தது. குடிகாரக்கணவன் தனது மனைவியை நடுத்தெருவில் வைத்து உதைத்துக் கொண்டிருந்தான். பெண் அடிமை, வன்முறை, சாதி அராஜகம், பெண்களை அடித்தல் போன்றவை இந்தியக் கிராமங்களில் புதியது ஒன்றுமில்லை. வாழ்க்கை என்பது இங்கே இவ்வளவு தான். இது இந்தியாவெங்கும் அறிந்த இரகசியம். ஆனால் யாரும் இதைப்பற்றி பேசமாட்டார்கள். யாரும் கண்டு கொள்ள மாட்டார்கள்.

அடிபட்ட பெண் வீதியில் ஓவென்று ஓலமிட்டு அழுதார். ‘இந்ததுஷ்டன் என்னைக் கொல்லுகிறான். தினமும் குடிக் கிறதுக்கு பணம் கேட்டால் நான் எங்குபோவேன். யாராவது என்னைக் காப்பாத்துங்க’’ என்றாள். கிராமத்தார் அந்த இடத்தில் கூடினார்கள். இதுதினம் நடக்கிறசம்பவம்தான். இது ஒன்றும் புதியதல்ல. அவளை அடித்துக் களைதவுடன் அவன் போய்விடு வான். அவள் மூக்கைச் சிந்துவாள். வெயில் மறைந்தவுடன் குடிசைப்படல் சாத்தப்படும். குடும்ப வாழ்க்கையில் இறங்கி விடுவார்கள். இதுதான் கிராமத்திலுள்ள ஒரே பொழுது போக்கு.

‘யார் உன்னைத்தப்புவிப்பார்? நான் பார்த்துக்கிறேன். அசிங்கம் புடிச்சநாயே, என்று கத்திவிட்டு,பிறகும் அடிக்கத் தொடங்கினான். யாரோ ஒரு பெண் கூட்டத்தை விலக்கிக் கொண்டு வந்தாள். ‘ உன் பெஞ்சாதி, பாவம். தினம் எவ்வளவு அடிதான் தாங்குவாள்? அவளை விட்டிரு. இப்படி அடிச்ச யின்னா அவ உடம்பு எப்படித்தாங்கும்? அவள் கெஞ்சினாள். இதைக்கேட்டு, தன்னுடைய மனைவியை விட்டுவிட்டு புதிய வளைப்பார்த்து கையை அவன் உயர்த்தினான். ‘இவ எம் பொஞ்சாதி எங்க குடும்பப் பிரச்சனை. இப்படி கிராமத்திலே எல்லா வீடுகளிலும் தலையிடுவியா. சரி அப்படின்னா அவ ளுக்கு பதிலா இன்னக்கி ராத்திரி நீ வருவியா? என்றான்.

இதைக்கேட்டு வெட்கத்தால் இடத்தைவிட்டு நகர்ந்தாள் புதியவள்.

அடுத்த நாள் பொழுது விடிந்தது. உடம்பை நெளித்து அவன் கதவு படலைத்திறந்தான். பிறகு வித்தியாசமாய் ஏதோ உணர்ந்தான். பத்துக்கும் மேற்பட்ட பெண்கள் அவனுக்கு முன் னால் நின்றார்கள். எல்லாரும் வெளிர் சிகப்புசேலை கட்டி–யிருந்தார்கள் – நேற்று ராத்திரி அவனிடம் கெஞ்சிய பெண் நின்று கொண்டிருந்தார். அவளும் அதே நிறத்தில் சேலை கட்டியிருந்தார் – எல்லார் கையிலும் தடிகள் இருந்தன. பிறகு எல்லாரும் அவனைச் சூழ்ந்து கொண்டு அடிக்கத் தொடங்கி னார்கள். அடிகள் பலமாக விழுந்தது. அவன் உரக்க கத்தி அழுதான். யாரும் அவனுக்கு உதவவில்லை. அடித்துக் களைத்த பின் அவள் பயமுறுத்தினாள், 'இதுக்குப் பிறகு, உம் பொஞ் சாதிய தெருவில் அடிக்கிறததையோ,"குடிக்கறதயோ, கார்டு விளையாடுறதோ பார்த்தேன்ன நீ செத்த. இப்ப பத்து பேர்தான். ஒழுங்க நடக்கலயன்னா அம்பதுபேரு வருவம், பாத்துக்க, 'என்றாள். அவளை அடித்தவர் பெயர் சம்பத்பால் தேவி. பெண்கள் குழுவுக்கு பெயர் இந்தியில் "குலாபி கேங்" என்பத தாகும். இதன் அர்த்தம் இளஞ்சிவப்புபடை. வன்முறைக்கு வன்முறை, அடிக்கு அடி என்பது அதன் கொள்கை.

குடும்ப வன்முறைகளை இப்படித்தான் இவர்கள் எதிர்க்கத் தொடங்கினார்கள். இது நடந்தது 2006–ஆம் வருடமாகும். சம்பத்பால்தேவி ஒரு ஏழை ஆட்டிடையரின் மகளாகப் பிறந் தார். அவள் 12–ஆம் வயதில் ஒரு ஐஸ்கிரீம் விற்பவருக்கு திருமணம் செய்யப்பட்டார். அவர்களுக்கு ஐந்து பிள்ளைகள். இந்த நிகழ்ச்சி அவள் வாழ்க்கையை புரட்டிப்போட்டது. அவருக்கு குடும்ப வன்முறை, பெண்ணடிமை, பெண்ணிய வாதிகளின் பெண் விடுதலைப்பேச்சு எதுவும் தெரியாது.

தன்னைப்போன்ற ஒரு பெண் வன்முறைக்குள்ளாகிறார். நாங்கள் வன்முறையைக் கையில் எடுக்காவிட்டால் அவளைக் காக்க முடியாது. குளாபிகேங் உ.பி. முழுவதும் கிளை விட்டிருக்கிறது. இருபதினாயிரம் அங்கத்தினர் இருக்கிறார்கள். குடும்ப வன்முறை, பெண்ணடிமை, ஊழல் அதிகாரிகள் புகார் வாங்க மறுக்கும் காவல் துறை, பெண்களை இழிவு செய்யும்

கிராமபஞ்சாயத்து யாரும் தடியடிக்கு தப்பமுடியாது. சிறுவர் திருமணம், பெண்கல்வி மறுத்தல் இவைகளுக்கெதிராக செயல்படுவதில்லை. தேவி உ.பி யில் பிற்பட்ட மற்றும் ஒதுக்கப்பட்ட பெண்களுக்கு ஒரு தேவதையாக இருக்கிறார். தன்னார்வ தொண்டு நிறுவனங்களிடமும் அரசு விடமும் உதவி பெறுவதில்லை அவர்கள் எதையாவது எதிப்பார்ப்பார்கள். ஆகவே நாங்கள் எங்கள் காரியங்களைப் பார்த்துக் கொள்வோம் எங்கிறார். அவருக்கு விரோதமாக நீதிமன்ற வழக்குகள் இருக்கின்றன. நாட்டின் சட்டங்களை மீறுகிறார் எனக்குற்றச் சாட்டு. நிஸ்வேட்ஜெயின் என்ற இந்திய நார்வேஜியர் ஒரு படக்காட்சி இவரைப் பற்றி எடுத்தார். இது உலக அளவில் பாராட்டப்பட்டது.

கிராமப் பெண்கள் நிர்வாணாமாகி விடுவார்கள் கிருஷ்ணா பரமாத்மா காப்பாற்றுவார் என்று காத்திருந்தால் என்கிறார். அரசு அதிகாரிகளும் வழக்குரைஞர்களும் எங்களை பாலியல் பொருள்களாகப் பார்க்கின்றனர். சட்டங்கள் எங்களை காக்கா விட்டால் சட்டங்கள் எதற்கு?

வன்முறை நமக்கு எரிச்சலைத்தருகிறது. நமக்கு அடிப்படை உரிமைகள் இருக்கின்றன. ஆனால் சில வேளைகளில் பல்லுக்குப்பல் என்பதைத்தவிர வேறு வழியில்லை. வன்முறை யற்ற அகிம்சை என்பதைத்தவிர வேறு வழியில்லை. வன் முறையற்ற அகிம்சை நல்லது என்றாலும் சட்டங்கள் ஆயுதங் களால் திருத்தப்படுகின்றன. (மக்களாட்சியில் வன்முறைக்கு இடமில்லை)

சாதியா? சந்ததியா? எதுமுக்கியம்?

ஆர். சிவக்குமார் – எழுத்தாளர்.

சாதிக்குள் திருமணம் என்பது நல்லதல்ல என்பது தெரிந்த விசயம். ஆனால் சாதிக்கு வெளியே திருமணம் என்பதை சாதி அரசியல் வாதிகள் எதிர்க்கின்றனர். விதவை மறுமணம் மறுப்பு மற்றும் சதிமூலம் சாதி நிலைநிறுத்தம் தொடரப்பட்டது என்று அம்பேத்கர் சொன்னார்.

பூங்குழலி என்பவர் பழ.நெடுமாறனின் மகள் ஆவார். இவர் ஒரு குறும்படம் தயாரித்திருக்கிறார். தீவரைவு என்பது தீய திருமணம். இவர் பெண்ணிய பெரியாரிய பகுத்தறிவாளர். இந்தியாவில் 72 இனங்கள் இருக்கின்றன. எனவே தனித்த தூய்மையான கலப்பில்லாத இனம் இந்தியர்களிடம் இல்லை. மருத்துவ நிபுணர்கள் நெருங்கிய உறவினர்களிடம் நடைபெறும் திருமணங்களிலுள்ள ஆபத்துக்களை எடுத்துரைக்கின்றனர். நமது திசுக்களில் 46–வகையான ஜீன்கள் மூலம் நெருங்கிய திருமண உறவுகள் வழியாக நோய்கள் பரவுகின்றன என்கிறார். அரவிந்த ராமனாதன் ஜீன் ஆராய்ச்சியாளர் சொல்கிறார். உதாரணமாக சுஜிதா என்பவர் கும்பகோணத்தில் அடுத்தடுத்து செத்த குழந்தைகளை பிரசவித்தார். இந்தக்குறைபாட்டை ஸ்கேன் மூலம் கண்டறிகிறவர்கள் கண்ணீருடன் கருக்கலைப்பு செய்து விடுகின்றனர். தீபக் என்பவர் தமிழக ஊனமுற்றோர் கழகத்தின் தலைவர். மனிதனுக்கு 18–வகையான ஊனங்கள் உள்ளன. மேலும் நூற்றுக்கணக்கானவைகளும் உண்டு என் கிறார். பெரும்பாலான ஊனக் குறைபாடுகள் நெருங்கிய திருமண உறவுகளில் பிறந்த குழந்தைகள் குறையுள்ள பிள்ளை களைப் பெற்றதற்காக பெண்களே குற்றம் சொல்லப்படுகி றார்கள். நோய்கள் ஆண் பெண் இருவரிடமிருந்தும் வரலாம். ஆனால் மனைவியும் மக்களும் மாத்திரம் கைவிடப்படுகின்றனர். நமது சாதி உயர்வு ஜீன்கள் மூலம் வருகின்றனவா? என்று ஒரு கிராமத்தார் கேட்டார். இந்தக் குணங்கள் ஜீன்மூலம் வருவ தில்லை. வளரும் சூழல்தான் காரணம் என்கிறார் சத்யபால் ஆராய்ச்சியாளர்.

வேறுவேறு பண்பாடுகளுள்ள இனப்பெற்றோருக்கு பிறந்த பிள்ளைகள் நல்ல அறிவுள்ளவர்களாக புதிய பண்பாடுகளுடன் இருக்கின்றனர் என்கிறார். அரவிந்த் சுப்ரமணியன். இனக் கலப்பு இல்லாமல் பரிணாம வளர்ச்சி இல்லை. ஆகவே திருமணம் சாதிக்கு வெளியே மட்டுமல்ல மதம் இனங்களுக்கு வெளியேயும் இருக்க வேண்டும். நெருங்கிய உறவுகளுக்குள் திருமணம் என்பது சாதிக்குள் திருமணமாகும். ஆகவே சாதிக் குள் திருமணம் அறிவை மழுங்கச்செய்து குறுகிய பண்பாட்டு நடத்தைகளுடன் உள்ள சந்ததி உண்டாகும் என் கிறார் பூங்குழலி. சாதிக்குள் திருமணம் என்பது சொத்துக்காகவும் உறவு நிலைப்பாடுகளுக்காகவும் நடத்தப் படுகிறது என்கின் றனர். இதை ஆதரிக்கிறவர்கள் சொத்தையும் சாதியையும் பாதுகாத்தால் போதுமா? ஆனால் அடுத்த தலைமுறையின் சிறந்த அறிவைப் பற்றியும் நல்ல உடல் நலத்தையும் பற்றி அக்கறையில்லையா? என்கிறது தீவரைவு குறும்படம். சாதிக்கு வெளியே திருமணம் பரவுவதற்கு வழிமுறையும் அமைப்பு களும் சொல்லப்பட வேண்டும். நலம் விரும்பிகள் அமைப்புகள் அமைத்து சாதிமறுப்பு திருமணம் செய்தவர்களை ஒடுக்கு முறையிலிருந்தும் கௌரவ கொலை களிலிருந்தும் பாதுகாக்க வேண்டும். அரசு இத்தகைய மணம் புரிந்தோருக்கு வேலையும் தொழிற்கடனும் காவல்துறை பாதுகாப்பும் அளிக்க வேண்டும். குடும்ப உதவி மாதாந்திர தொகையும் வீட்டுவசதியும் தரப்பட வேண்டும். அப்படிச் செய்தால் மட்டுமே சாதி மறுப்புத் திருமணங்கள் சாத்தியமாகும் என்பது திண்ணம்.

தீண்டாமை வன்கொடுமைத் தடுப்புச்சட்டம்

புதிய பரிதி, எழுத்தாளர்

பிறவி அடிப்படையில் சாதியின் பேரால் மக்கள் உயர்வு தாழ்வு பேதம் காட்டப்படுவது இந்தியாவுக்கு கௌரவமானது அல்ல. சாதியின் பேரால் நடக்கும் அவமரியாதை மற்றும் கொடுமை செய்வது தடுக்கப்படுவதற்காக இந்த சிவில் சட்டம் அமலாக்கப்பட்டது. இந்தச் சட்டம் வந்த பிறகும் ஒடுக்கப்பட்ட மக்களின் கொடுமைகள் குறையவில்லை. ஆகவே 1989–ம் ஆண்டு வன்கொடுமைத் தடுப்புச்சட்டம் நடைமுறைக்கு வந்தது. தலித்து மற்றும் மனித உரிமை செயல்பாட்டாளர்கள் இந்தச் சட்டம் கொடுமைகளைத் தடுக்க போதுமானதாக இல்லை யென்று இது மேலும் அதிகாரமுள்ளதாக ஆக்க வேண்டும், என்று குரல் கொடுத்தனர். அவர்களுடைய வேண் டுதலுக்கிணங்க இந்தச்சட்டம் 2014ஆம் ஆண்டு திருத்தப் பட்டது. இதைத் தொடர்ந்து கே. பாலு பட்டாளி மக்கள் கட்சியின் வழக்குரைஞர் இந்தச் சட்டம் திரும்பப் பெறப்பட வேண்டும் என்று சென்னை உயர்நீதிமன்றத்தில் மனுச் செய்தார்.

இந்தச் சட்டத்தின் பிரகாரம் பட்டியல் இன வனவாசியல்லாத மக்கள் மட்டுமே தண்டிக்கப்படுவர். இது அரசியல் சாசனத்திற்கு எதிரானது. தாழ்த்தப்பட்ட மக்களுக்கிடையே உள்ள தீண்டா மையை இது கணக்கில் எடுத்துக் கொள்ளவில்லை. சட்டமானது மத, இன, மொழி அடிப்படையில் வேறுபாடு காட்டாது என்று அரசியல் சாசனம் சொல்கிறது. இந்தச்சட்டம் ஒருபிரிவு செய்தால் குற்றம் என்றும் மற்ற பிரிவு செய்தால் குற்றமில்லை என்றும் சொல்கிறது. இது சட்டத்தின் குறைபாடு. ஆகவே இது திரும்பப் பெறப்பட வேண்டும் என்றார் பாலு.

ஆர். நல்லக்கண்ணு மூத்த பொதுவுடைமை சி.பி.ஐ.கட்சித் தலைவர் பாலுவுக்கு எதிராக ஒரு விண்ணப்பம் கொடுத்தார். உலகில் வேறு எங்கும் காணப்படாதபடி இந்தியாவில் சாதியின் பேரால் கொடுமைகள் நடக்கின்றன. சாதி என்பது நமது நாட் டில் தாழ்த்தப்பட்டோருக்கு இழிவின் அடையாளம். சாதி,

ஒழிப்பு என்பது காந்திஜியின் கொள்கை. நாம் காந்திஜியின் உருவத்தை ரூபாய் நோட்டில் அல்லாது மனதில் வைத்திருந்தால் இம்மாதிரி நிலைமை ஏற்பட்டிருக்காது. தீண்டாமை இப்போது வேறு வடிவங்களில் உருவெடுத்து செயல்படுகிறது. இரட்டைக்குவளை முறை சாயாக்கடைகளில் ஒழிந்து விட்டதென்று நாம் நினைத்துக் கொண்டிருக்கிறோம். தேங்காய் செரட்டைகளுக்குப் பதிலாக நெகிழிகுவளைகள் பயன்படுத்தப் படுகின்றன. அவ்வளவு தான். தலித்துகள் மட்டும் ஏன் கழிப்பறைகளை கைகளால் சுத்தம் செய்யப் பணிக்கப் படுகின்றனர்? இது சாதாரணமாக நடந்து விட்டது, என்று நாம் சொல்லமுடியாது என்றார் நல்லகண்ணு.

தலித்துகள் இந்தச்சட்டத்தை தவறாக பயன்படுத்துவதாக பாலு சொன்னார். இதில் பிணையில் வெளிவர இடமில்லை. வழக்கின் உண்மை அல்லது, பொய்யை அறியும்படி கட்டாய சிறைவாசம் உண்டு. காவல் ஆய்வாளர் வழக்கை ஏற்க மறுத்தால் அவர்மேல் வழக்கு பதிய இடமுண்டு. காவல் துறையை அச்சுறுத்தும்சட்டம் – வழக்கு பதியும் போது 25% இழப்பீடு உண்டு. வழக்கு நடக்கும் போது இனியொரு 25% கொடுக்கப் படும். வழக்கு நிரூபிக்கப்பட்டால் பாக்கி 50% கொடுக்கப்படும். அதனால் தான் உண்மையல்லாத வழக்குகள் பதிவாகிண்றன என்றார். மத்திய குற்றப்பிரிவு சொல்கிறது 43% வழக்குகள் நிரூபிக்கப்படவில்லை. சாதாரண வழக்குகளில் காவல்துறை குற்றஞ்சாட்டப்பட்டவர்மேல் வழக்கை நிரூபிக்க வேண்டும். இந்தச்சட்டத்தின்படி குற்றஞ்சாட்டப்பட்டவர் தான் குற்றவாளியல்ல என்று நிரூபிக்க வேண்டும். இது சரியாகுமா? ஆகவே சட்டம் செல்லுபடியாகக்கூடாது என்றார் பாலு.

இந்தக் குற்றச்சாட்டுகள் பொய் என்று நல்லக்கண்ணு விளக்கினார். காவல்துறை வழக்குகளை அப்படியே ஏற்றுக் கொள்வதில்லை. வழக்கு ஏற்றுக் கொள்ளப்பட பெரும் போராட்டம் வேண்டியிருக்கிறது. வழக்கு ஏற்றுக் கொள்ளப் பட்டாலும் அவர்கள் வன்கொடுமை சட்டத்தில் பதியாமல் வேறு சட்டங்களில் பதிகின்றனர். பிணை இல்லை என்று சட்டம் சொல்கிறது. ஆனால் நடைமுறையில் பிணை விடுவிப்பு லகுவாக நடைபெருகிறது. சாதி இழிவு செய்வதாக பொய்

வழக்குகள் பதிவது மிகவும் குறைவு. மொட்டை அடித்தல், மீசை மழித்தல், தெருவில் நடக்கமுடியாது, ஊரைவிட்டுதள்ளி வைத்தல் ஆகியன கூடுதலாகும்.

நாடு முழுவதும் 7.44 லட்சம் வழக்குகள் 2012–ல் பதிவாயின. ஆனால் 1647– வழக்குகள் மட்டுமே நிரூபணமாயின. இது 0.2% அதாவது ஒரு சதமானத்திற்கும் குறைவு தான் நிரூபணமாகியது. இதில் 119 வழக்குகளில் தண்டனை தரப்பட்டது. வழக்கு 4039 எண்ணிக்கையில் நடைபெறுகிறது. இதில் தள்ளப்பட்ட வழக்குகள் பொய் வழக்குகள் என்று சொல்ல முடியாது. வாதத்திறமையாலும் விட்டுக் கொடுப்பதாலும் நிரூபிக்கமுடியாமல் போகின்றன. 1968– கீழ்வெண் மணி யில் நடந்த மொத்த கொலைகளை நாடு அறியும். பாட்னாவில் 1947–ல் உயர்சாதிகள் 58 தலித்துக்களை 21 பெண்கள், 10 குழந்தைகள் உட்பட கொன்றனர். கீழ்மை நீதிமன்றம் 16 குற்றவாளிக்கு மரண தண்டனை விதித்தது. ஆனால் உயர்நீதி மன்றம் அனைவரையும் விடுவித்தது. ஐரோப்பிய கூட்டமைப்பு இந்தியாவை இந்த தீர்வுக்காக கண்டித்தது. இது நாட்டுக்கு அவமானம் இல்லையா?

நாட்டில் தலித்துகளுக்கும் மட்டுமல்ல. அவர்களுக்கு உதவி செய்கிறவர்களுக்கும் பாதுகாப்பில்லை. பொதுவுடமை சி.பி.ஐ கட்சி செயலாளர் அவரது சாதி மக்களாலேயே அருந்ததியருக்கு உதவியதற்காகக் கொல்லப்பட்டார். இப்படியான சூழலில் சட்டத்தை செயல்படுத்த வேண்டும். அது தலித்துகளுக்கு குறைந்தது உயிர்பாதுகாப்பாவது அளிக்கும். உயர்சாதி மக்கள் இதைப் புரிந்து கொள்ள வேண்டும். சட்டம் இல்லாதாக வேண்டும் என்றால் சாதிக் கொடுமைகள் நிறுத்தப்படவேண்டும். அது நடந்தால் வன்கொடுமை சட்டம் அவசியமில்லமாற் போகும் என்றார் நல்லகண்ணு.

தமிழ்நாடு தீண்டாமை தடுப்பு முன்னணி என்ற அமைப்பின் செயலாளர் சாமுவேல் ராஜ் ஒருமனுச் செய்திருக்கிறார். தலித்துகளுக்குள்ளாக தீண்டாமை இருக்கிறது என்று சொல்வது பொருளற்ற விவாதமாகும். அப்படியானாலும் இது திருத்தப் படலாம். ஆனால் சட்டத்தை இல்லாமல் செய்வது சரியல்ல.

உண்மையென்னவென்றால் சட்டம் சரியாக செயல்படுத்த படவில்லை. செயல்படுத்தும் படி தலித்துகள் போராடவில்லை. இதற்கு ஒவ்வொரு மாவட்டத்திலும் தனி நீதிமன்றம் அமைக் கப்படவேண்டும். ஆனால் இவை எல்லா மாவட்டங்களிலும் அமைக்கப்படவில்லை. நிர்வாகமும் காவல்துறையும் கடமை செய்யாவிட்டால் அவர்களுக்கு தண்டணை உண்டு. ஆனால் யாரும் தண்டிக்கப்படவில்லை. அரசு பாதிக்கப்பட்டோருக்கு நிலம் வேலை வாய்ப்பு அளிக்க வேண்டும். ஆனால் சாவு நேர்ந்ததால் பணம் மட்டும் தருகிறது.

வல்லுறவுக்கும் கொடூரதாக்குதலுக்கும் ஒன்றும் தருவ தில்லை. முதல்வர் தலைமையில் சட்டத்தை மேற்பார்வை செய்ய ஐந்து உறுப்பினர் கொண்ட குழு இருக்கிறது. தி.மு.க அரசு ஒருமுறை மட்டும் குழுவைக் கூட்டியது. அதிமுக குழுவைக் கூட்டவில்லை. இந்தக்குழுவைக்கூட்டி தலித்துகளை வனவாசிகளைப் பாதுகாக்க வேண்டும் என்கிறார். சாமுவேல் ராஜ். கடந்த மார்ச் 2018–ல் உச்ச நீதிமன்றம் சட்டத்தை நீர்த்துப் போகும் உத்தரவு பிறப்பித்தது என்ற தலித் போராட்டத்தில் பதினொருபேர் போலீஸ் துப்பாக்கி சூட்டில் மடிந்தனர். பொய்யான வழக்கு தொடுக்கிறவர்களை தண்டிக்க வகை செய்யவேண்டும். சட்டத்தை நீர்த்துப்போகச்செய்தால் தலித்து களை பாதிக்கும்.

உயிர்ப்புள்ள வாழ்வோடு மறுகரை சேருங்கள்

என்.பி.வானமாமலை

வழக்குரைஞர், எஸ் அருணாச்சலம், நியூ சென்சுரிபுக் ஹவுஸ், சென்னை– 98.

வானமாமலை பிராமணக்குடும்பத்தில் பிறந்து பூணூலைத் துறந்து பொதுவுடைமை இயக்கத்தில் இணைந்தார். தமது வாழ்வை சமூக நலனுக்காக அர்ப்பணித்தார். அவர் புகழ் பெற்ற குற்றவியல் வழக்கறிஞர். வக்கீல் தொழிலை சமூக சேவையாக பொதுவுடமைப் பார்வையில் பணிபுரிந்தார்.

அறிவுதான் மனித சக்தியை வெளிப்படுத்தும் என்று தாய் நாவலில் மாக்ஸிம் கார்க்கி எழுதினார். வானமாமலை அரிகேன் விளக்கு வெளிச்சத்தில் அரிசனக் குழந்தைகளுக்கு கல்வி கற்பித்தார். கல்வி தான் அவர்களுக்கு முன்னேற்றம், தரும் என்று நம்பினார். அவர் ஏழைகளின் வக்கீல் என்று அறியப் பட்டார். ஏனெனில் அவர் ஊதியம் பெறுவதில்லை, குறிப்பாக அரிசனங்களிடம் வாங்குவதில்லை. தனது வீட்டில் இளைஞர் உதவியோடு இரவுப் பள்ளிக்கூடம் நடத்தினார். நாங்குநேரி வட்டத்தில் சாதிக்கொடுமைகளும் பேதங்களும் அதிகமாயிருந் தன. ஜமீன்தார்கள் மடாதிபதிகள் சாதிக்கொடுமை செய்தனர்.

மகாகவி எழுதினார்– (பொழிப்புரை)

சாதிப்பிரிவினை – அதில்
உயர்வு தாழ்வு கற்பித்து
ஏற்றுத்தாழ்வு அநீதி காட்டி
நித்தம் சண்டை செய்தனர்.

மத ஒடுக்குதல் ஜீயர் மடத்தில் அதிகம். தாழ்த்தப்பட்டோரின் எழுத்தறிவின்மை மற்றும் சமத்துவமின்மையால் அவர்கள் துன்பத்திற்குள்ளாயினர். அடிப்படை கல்வி வழங்காது அரசு இனாம் வழங்குவது அரசியல் சாசனத்திற்கெதிரானது.

மனிதத்தன்மைக்கும் சமத்துவத்திற்கும் எதிரானது என்று பூணூலை வானமாலை துறந்தார். உச்சிக்குடுமியை நீக்கி நெற்றி பொட்டை அழித்து வேத மதத்தின் அடையாளங்கள் நீக்கினார்.

பிராமணன் சக்கிலியன்
யாவரும் ஒரே மனித இனம்
என்று ஹாரி கிருஷ்ணன் கவி பாடினார்.

பறயா தீயா புலயா
பரவகுரவ மறவ
யாவருக்கும் சமவிடுதலை
ஏழை அடிமை
தாழ்ந்த சாதி என
இந்தியாவில் இல்லை

பெரும்பாலானோர் ஏழை அடிமைகள். இவர்கள் மடத்தில் வேலை செய்பவர்கள். சட்டவல்லுநர் பாலாஜி ஏழை சாதிகளுக்கு இட ஒதுக்கீடு வேண்டும் என்றார். ஏனெனில் அவர்கள் பிரிட்டிஷ் அரசிடம் நெருங்க முடியாது. அவர்களுக்கு கல்வி மறுக்கப்பட்டது. சமூக நீதியின் அடிப்படையில் அவர்கள் முன்னேற்றத்திற்கு இடஒதுக்கீடு அவசியமாகும். மார்க்ஸிசம் வேதமந்திரம் அல்ல. அது விஞ்ஞான ஏடு. காலமாற்றத்திற்கேற்ப சமூகத்தில் மாற்றங்கள் வேண்டும். சாதிமதத்தின் பேரில் மார்க்ஸியத்தை இந்தியாவில் புகுத்த தடைகள் உள்ளன. நடை முறை தடைகளை நீக்கி மக்களிடம் கொண்டு செல்லவேண்டும். மார்க்ஸிசம் இந்தியச் சூழலுக்கு ஏற்றவாறு மாற்ற வேண்டும். ஜமீன்தார்கள் ஒத்துழைத்து விவசாயிகளுக்கு நிலம் பகிர்வு செய்ய வேண்டும் என்று காந்திஜி சொன்னார். உண்மையான சோசலிசம் மனித நேயமுள்ள பேச்சுரிமை வழங்க வேண்டும் என்றார் கோர்பச்சேவ். சோசலிசம் மக்களாட்சி மனிதத்தன்மை அழிக்கப்பட முடியாது என்றார் ஐன்ஸ்டீன். உலகம் மாயை யல்ல. கருத்துகளும் அப்படித்தான். வானமாலை இந்தக் கருத்துகளில் நம்பிக்கை கொண்டார். சோசலிசம் வழியாக மக்கள் சுரண்டலின்றி சுதந்திரமாக வாழவேண்டும். சாதிமதத் தடைகளை நீக்கி மக்களை ஒன்று படுத்த வேண்டும். வான மாமலை கடவுளைப் பற்றிய ஆழ்ந்த அறிவு கொண்டிருந்தார். அவர் கடவுளை விட்டு விலகி இருந்தார். கடவுளைக் கைவிட வில்லை. கடவுளைப் பற்றி பலர் பல அபிப்ராயங்களைக் கொண்டுள்ளனர். சிலர் கடவுள் இல்லை என்கின்றனர். சிலர் நம்பிக்கையில்லாமல் இருக்கின்றனர். சிலர் ஒரு சக்தி உண்டு

என்று சொல்வர். ஆனால் நம்புவதில்லை. சிலர் பகலில் கடவுளை மறுத்து இரவில் ஏற்றுக் கொள்கின்றனர். நல்ல உடல் நிலையில் கடவுளை மறுத்து சுகவீனம் ஏற்பட்டால் நம்புகின் றனர். சிலர் சூழ்நிலைக் கேற்ப மாறிக்கொள்கின்றனர். 90% மக்களின் குறை என்னவென்றால் அவர்கள் கடவுள் தேவர் பக்தி இவற்றை விஞ்ஞானத்தோடு ஒத்து நோக்குவதில்லை. தங்களது வாழ்கைப் போராட்டங்கள், அனுபவங்கள், பாதி உண்மைகளை வைத்துக் கொண்டு ஒரு முடிவுக்கு வருகின்றனர். சிலர் மத புத்தகங்களை மட்டும் படித்து விட்டு மற்றவர்களை பயனற்றவை என்று ஒதுக்கிவிடுகின்றனர். சிலர் கோயில் கும்பிடுகளில் மட்டும் ஒன்றுபடுவர். சிலர் பொருளாதாரக் கொள்கைகளை மட்டும் வைத்துக் கொண்டு கடவுள் மத போதனைகளைத் தள்ளி விடுகின்றனர். எது சரி எது தப்பு? மனித உறவுகள் சுரண்டலில்லாமல் பண்பாடு உள்ளதாக இருக்க வேண்டும்.

மனிதன் நாகரிகமுள்ளவனாக அதே சமயம் விஞ்ஞான அடிப்படையில் அறிவாளியாக இருக்க வேண்டும். வான மாமலை பிராமணப் பூணூலை கை விட்டார். மடாதிபதிமுன்பு வேத அடையாளங்கள் முன்பு சட்டையைக் கழற்றவில்லை. மாறாக மார்க்சிய சோசலிச பாதையைத் தெரிந்தெடுத்தார். தாழ்த்தப்பட்டோருக்கு கல்வியே முன்னேற்றம் என்று நம்பி னார். கவிஞர் வைரமுத்து இவர் காந்திஜியை போல ஒரு வழிகாட்டி என்று புகழ்ந்தார். அவர் புதிய பகுத்தறிவு பெரியார். நீதிமன்றங்களில் சனாதனத்தை தகர்த்து ஒடுக்கப்பட்டோருக்கு அவற்றின் கதவுகளைத்திறந்தார்.

இன்று... இப்போது... என்ன செய்ய வேண்டும்?

புதிய ஜீவா,

பாவை பப்ளி கேசன்ஸ், 142 ஜானிஜான் கான்சாலை, ராயப்பேட்டை சென்னை–14.

மாறிவரும் உலக சூழ்நிலையில் தொழிற்சங்கங்களின் தேவையும் சமூக முன்னேற்றத்தில் அவற்றின் பங்கு பற்றியும் அறிய வேண்டும். மற்றவர் வாழ்வுக்கு வேண்டியதைத் தருபவர் உயர் சாதி என்றும் தராதவர் தாழ்ந்த சாதி என்றும் ஔவையார் சொன்னார். ஒருவர் கொடுக்க வேண்டும் ஒருவர் வாங்க வேண்டும் என்ற நிலை. ஆயிரம் உண்டிங்கு சாதி. ஆனால் அந்நியர் தலையிடல் என்ன நீதி என்றார் பாரதியார். புகை நுழையாத இடத்தில் காவல் துறை நுழையும் என்று சொல்வதுண்டு. ஆனால் அதைக் காட்டிலும் ஒரு நுணுக்கமான விசயம் உண்டு. அது தான் சாதி. சாதி என்பது மனம் சம்மந்தப்பட்டது. அது சிலருக்கு அதிகாரமும் தனி உரிமைகளும் தருகிறது. அது மேலும் பெரும்பாலானவரின் உரிமைகளைப் பறித்து அவர்களை பாமரராக்குகிறது. ஏனெனில் அவர்கள் கீழ்சாதியினர். ஆனால் வருத்தகரமானது என்னவென்றால் ஆலையில் வேலை பார்க்கும் தொழிலாளிகளிடம் சாதி உணர்வு இருக்கிறது. ஆலை முதலாளி சாதி அடிப்படையில் அவர்களைப்பிரித்து சுரண்டுகிறார். வேகமாக மாறிக் கொண்டிருக்கும் உலகில் உடன் பிறந்தோருக்குக்குள்ளும் உணர்வு இல்லை. பணம் அவர்களுடைய உறவுகளை பலகீனப்படுத்துகிறது. சாதி உறவுகளும் மாறி வருகிறது. கலப்புத்திருமணம் பெருகி வருவதால் சாதி சடங்குகள் மறைய ஆரம்பிக்கின்றன. தொழிற்சங்கமும் சக தோழர்களும் தொழிலாளிகள் நலனில் அக்கறை கொள்கின்றனர். இந்தச் சூழலில் எல்லா தொழிலாளிகளும் சாதி மறந்து ஒரே தொழிலாளி வர்க்கமாக மாறுவர்.

செல்வம் தனி உடமையாயிருப்பதாலும் சுரண்டலாலும் தொழிலாளர்கள் துன்பத்துக்குள்ளாகின்றனர். அவர் செல்வம்

உடையோரைக் காக்கிறது. தொழிலாளிகள் இதை உணர வேண்டும். மாறாக அவர்கள் துன்பத்திற்கு காரணம் போன பிறவியின் கர்மா என்று எண்ணக்கூடாது. நாம் பாவம் புண் ணியம் என்று எண்ணும் வரை நமது போராட்டங்கள் ஓயாது. நாம் நோயுற்றால் மருத்துவரை அணுகுகிறோம். ஆனால் தவறு செய்கிறவர்கள் மேல் நடவடிக்கை எடுக்காமல் விதி அவர் களைத் தண்டிக்கும் என்று விட்டுவிடுகிறோம். மக்கள் விதியை நம்பி இருக்காமல் அதை மாற்ற நடவடிக்கை எடுக்க வேண்டும் என்று கல்யாண சுந்தரம் பாடினார்.

உலகம் நம்பிக்கையால் கடந்து போகிறது. நாம் எல்லா வற்றையும் நம்ப வேண்டும். நம்பிக்கையே வாழ்க்கை. இது தொழிலாளிகளுக்கும் மற்றவர்களுக்கும் பொருந்தும். எல்லா வற்றையும் நம்பு. ஆனால் அது அறிவின் அடிப்படையில் இருக்க வேண்டும். நம்பிக்கை தொடர்பில்லாமல் இருக்கக் கூடாது. எல்லாவற்றையும் சந்தேகி என்றார் கார்ல் மார்க்ஸ்– தொழிலாளிகள் சமூக மாற்றம் ஏற்படுத்தவல்லவர்கள். நமது சந்ததிக்கு நல்ல சமூக கட்டமைப்பை உருவாக்க வேண்டும். தொழிற்சங்கம் தொழிலாளிக்கு நன்மை செய்யவல்லது. இடது சாரிகள் தொழிலாளிகளுக்கு நன்மை செய்யும் நோக்கம் கொண்டுள்ளனர். தொழிலாளிகளின் உரிமைகளை போராட்ட மூலம் மீட்க முடியும் – தாழ்த்தப்பட்டோர் உயர்சாதிகளின் ஒடுக்குதலிலிருந்து தொடர் போராட்ட மூலம் விடுபடலாம். பாதிக்கப்பட்டோர் தங்களை காக்க முயன்ற போது உயர் சாதிகளின் ஒருத்தல் குறைந்தது. அவர்கள் உரிமைகளை மீட்டெடுத்தார்கள்.

உயர்சாதிகள் தங்கள் அதிகாரத்தை இழந்தனர். சமூக மாற்றம் வேகமாக முன்னெடுக்கப்படும் போது அது புரட்சியாகிறது. இடதுசாரிகளின் செயல்பாடுகளை இந்தக் கண்ணோட்டத்துடன் பார்க்கவேண்டும். முதலாளிகளுக்கு ஆதரவான ஆட்சியின் நிலைப்பாட்டை தொழிலாளர் நலனுக்கேற்றபடி மாற்ற வேண் டும். மதவாதகட்சிகள் இடதுசாரிகளுக்கு மாறாக செயல்படு கின்றனர். தொழிற்சங்கங்கள் பொருளாதார போராட்டங்களில் மாத்திரம் பங்கெடுக்கின்றனர். இதனால் சமூக அரசியல்

போராட்டங்கள் பலகீனமடைகின்றன என்கிறார். எஸ்.நடரா ஜன் பின்னிமில் யூனியன் தலைவர். எஸ்.பாலகிருஷ்ணன் அசோக்லேலான்ட் யூனியன் சொல்கிறார். தொழிலாளிகள் போராட்டம் அரசியல் அதிகாரத்தைக் கைப்பற்றி நல்ல சமூக மாற்றத்தை உண்டாக்க வேண்டும் என்கிறார்.

ஆயத்தமாயிருப்பவர் ஆண்டவரை அறிய முடியும்

ஆண்டாள் பிரியதர்ஷினி, ஆன்மிக எழுத்தாளர்

கடவுள் இருக்கிறாரா? நீங்கள் எதற்காக அவரை நம்புகிறீர்கள்? உங்கள் எழுத்துக்கள் எல்லாவற்றிலும் கடைசியில் கடவுளிடம் சரணடைந்து விடுகிறீர்கள். இது தோல்வி மனப்பான்மை இல்லையா? கடவுள் இல்லையென்று பகுத்தறிவு வெளிப்படுத்தவில்லையா? ஒருவர் இப்படி அனேக கேள்விகளைக்கேட்டார்.

என்னைப் பொறுத்தவரை கடவுள் இருக்கிறாரா இல்லையா என்பது பிரச்சனை இல்லை. எனக்கு கடவுள் நம்பிக்கை இருக்கிறது. நான் தொடர்பில்லாத யூக நம்பிக்கைகளைக் கடவுள் பேரில் கொண்டிருக்க வில்லை. ஆனால் சிலருக்கு கடவுளை நம்புவதே அறிவுக்கு புறம்பானது. நாம் அறிவற்ற நம்பிக்கை என்று சொல்வதே ஒரு ஆழமான நம்பிக்கை தான். இப்படியான சிந்தனைகள் பலதத்துவங்களுக்கும் உரை கற்கள். கடவுள் என்ற வார்த்தை, அது சம்பந்தமான உணர்வு, நம்பிக்கை, அவநம்பிக்கை, நிலைப்பாடு, தாக்கம், ஏற்றுக்கொள்ளாமை போன்றவை எல்லாம் காணப்படாத பொருளைப் பற்றிய எண்ணங்களாகும். பழங்கால முதலே அது தாக்கம் உண்டாக்கிக் கொண்டிருந்தால் அதுவே காணாத கடவுளுக்கு வெற்றி தானே? விண்டவர் கண்டிலர். கண்டவர் விண்டிலர். இதுவே அதற்கு விளக்கமாகும்.

கல்லும் மண்ணும் தோன்றிய காலத்திலிருந்தே பொருட்கள் மேலிருந்து கீழாக விழுந்து கொண்டிருக்கின்றன. பூக்கள், பழங்கள், இலைகள் மரத்திலிருந்து விழுவதைகோடிக்கணக்கான பேர் பார்த்திருக்கிறார்கள். ஆனால் புவி ஈர்ப்பு விசையை விளக்குவதற்கு சர் ஐசக்நியூட்டன் வந்து மரத்திலிருந்து ஆப்பிள் விளைவதைப் பார்த்து சொல்ல வேண்டியிருந்தது. அதேமாதிரி நீராவி மூலம் சமையல் செய்வது யாரும் அறிந்ததே. ஆனால் ஜேம்ஸ்வாட் வந்து தான் நீராவிமூலம் ரயில் இயந்திரத்தை ஓட்ட முடிந்தது.

கணித வல்லுநர் ராமானுஜம் தான் பூஜ்யத்தின் மதிப்பை புரியவைத்தார். எம்.எஸ்.சுப்புலட்சுமி கல்லும் கடவுளும் கரையும்படி பாடினார். நடனத்தின் உயிர்ப்பைவெளிப்படுத்த ருக்மணி தேவி அருண்டேல் அவசியமாயிருந்தது. நினைவு தெரியாத நாள் முதல் நாட்டியமும் நாடகமும் இருக்கிறது. ஆனால் சிவாஜிகணேசன் தான் விசிறிகளை கண்ணீரால் கட்டிப்போட்டார். காதல் ரசம் ததும்பச் செய்தார். வீரத்தை வெளிப்படுத்தினார். அகிம்சையை திருவள்ளுவரும் பலரும் போற்றினர். ஆனால் காந்திஜி தான் அதை உலக தத்துவமாக மாற்றினார்.

இவர்கள்தான் தங்கள் ருசி, முன்னுரிமை, விருப்பம், லட்சியம், மற்றும் உணர்வுகள் மூலமாக வெற்றியடைந்தார்கள். கரைகளைக் கண்டார்கள். உயரத்தை அளந்தார்கள். முடிசூட்டினார்கள். காலத்தை வென்றார்கள். போரில் வென்றார்கள். இப்படிப்பட்டதுதான் கடவுள் நம்பிக்கை, கடவுள் விசுவாசம் என்பதுவும் ஆகும். உணர்வுடன் வாழவேண்டும். அந்த சிந்தனையால் தன்னைக் கரைக்கவேண்டும். ஏற்றுக்கொண்டு நிறையவேண்டும். உயரத்தை, உச்சியை, அளந்து முதல் அடி எடுத்து வைத்து நடக்கவேண்டியது ஒருவரது பொறுப்பு. உச்சிமேலே இருக்கிறது. பயணம் ஆரம்பமாக பாதை புரிந்து விட்டால் காணப்படாது உடன்வருபவர் ஒளியாக, சூரியனாக, சந்திரனாக, நட்சத்திரமாக, வானவில்லாக, வண்ணத்துப் பூச்சியாக, வண்டாக, மின்மினிப்பூச்சியாக, மேகமாக, மழையாக மற்றும் மின்னலாக உணரப்படுவார்.

நமக்கு முழுமை, பழுத்தநிலை, தயார்நிலை, சம்மதம், ஒருமை மற்றும் துடிப்பு இருக்க வேண்டும் என்றால்தான் அதை உணர முடியும். கிட்டப்பார்வை உள்ளவனால் பூமிக்கு மேலுள்ள வானத்தை அறியமுடியாது. கரையாமல் மணக்க முடியாது. தயாரில்லாதவன் உயர்நிலை அடைய முடியாது. அவிசுவாசிகளுக்கும் வெறுப்பு மற்றும் நிந்தனை செய்பவருக்கும் கடவுள் கருணையுள்ளவர். அவர்தான் இறுதியானவர். அவர்தான் அவர்கள் சுவாசத்தில் ஈரமாக, பசியில் உணவாக, ருசியில் உப்பாக, தாகத்தில் தண்ணீராக, நோயில் மருந்தாக, உறக்கத்தில் நிம்மதியாக இருப்பவர். அவர்கள் தம்மை இருளில்

மறைத்துக் கொண்டால் என்ன செய்ய முடியும்? அவர்கள் தேனை ருசிக்காமல் கானல்நீரை போற்றினால் என்ன செய்வது? அதைப்பற்றி ஒன்றும் செய்ய வேண்டியதில்லை? அவர்கள் அனுபவமே கடவுளை முன்னிறுத்தும். மறுக்கிற நாக்கு ஒரு நாள் ஒத்துக்கொள்ளும். சண்டையிடும் கைகள் வணங்கும். நரகம் போக வேண்டியர்கள் மோட்சம் செல்வர். உலையில் அரிசிவேகும். மனிதத்துவமே எனது மதமாகும். மனிதனை நேசிப்பது கடவுளை வணங்குவதாகும். உயிருள்ளவைகளைப் பார்த்து புன்சிரிப்பது சடங்குகளாகும். இம்மாதிரியான மனிதத் தன்மையை கடவுள் தான் நமக்கு தர முடியும்.

சாதி உங்களுக்கு என்ன செய்தது?

பாரதிதம்பி, எழுத்தாளர்

சந்திரனுக்கும் பூமிக்கும் இடையே உள்ள தூரம் 3.84 லட்சம் கி.மீ. மனிதர்கள் அங்கே போய் திரும்பியுள்ளனர். சந்திராயன் துணைக்கோள் மூலம் இந்தியா சந்திரனில் தண்ணீர் உள்ளதைக் கண்டறிந்து உலகப்பேர் பெற்றது. உயர்சாதி வீடுகளும் சேரி வாசிகளுக்கும் இடையே உள்ள தூரம் சுமார் அரை கி.மீ.ஆனால் உயர்சாதிகளின் கிணற்றிலிருந்து குடிநீர் சேரியை இன்னும் சென்றடையவில்லை. கிராம தேவதையின் ரத யாத்திரை சேரிக்கு செல்லவில்லை. தாழ்த்தப்பட்டவர்களின் சில ஆயிர மாண்டுகளாக இருப்பிடமே சேரியாகும். சமீபகாலங்களில் சாதித்தாக்குதல்கள் மோசமான அளவில் பெருகியுள்ளன. அராஜ சாதிகளின் பகைமை தாழ்த்தப்பட்டோருக்கெதிராக திட்டமிட்டு நடத்தப்படுகிறது.

தூத்துக்குடி மாவட்டம் வேலாயுதபுரம் கிராமத்தில் ரெட்டி யார்களும் அருந்ததியாரும் வசிக்கின்றனர். அவர்கள் காலுக்கு செருப்பு போடக்கூடாது. வேட்டியை மடித்துக் கட்டக்கூடாது. துண்டு போடக்கூடாது. மோட்டார் வாகனங்களில் பயணிக்கக் கூடாது. பேருந்தில் உட்காரக்கூடாது. நியாய விலைக்கடைகளில் மற்றவர்கள் வாங்கிய பின் வாங்க வேண்டும் போன்ற பல கட்டுப்பாடுகள் உள்ளன. இதை மீறினால் தாக்கப்படுவார்கள். அங்கே வேலி ஒன்று சேரியைப் பிரிக்கும்படி போடப் பட்டிருந்தது. அது உத்தப்புரம் தீண்டாமைச்சுவர் போன்றது. தடுப்பு வேலியை அகற்றும் முயற்சியில் அருந்ததியர் குப்புசாமி கொல்லப்பட்டார். குற்றவாளிகள் இன்னும் தண்டிக்கப்பட வில்லை, என்று சி.பி.எம் செயலாளர் சீனிவாசன் சொன்னார். உயர்சாதி ராதா கிருஷ்ணன் சி.பி.எம். அவரும் கொல்லப்பட் டார். அவர் தலித்துகளுக்கு ஆதரவாயிருந்தார். வட இந்தியாவில் காப் பஞ்சாயத்து போன்று இங்கு கிராம பஞ்சாயத்து செயல் படுகிறது.

தர்மபுரி நத்தம் காலனி, பெரியகுளம் மேல்மங்கலம் எரிக்கப் பட்டு சொத்துகள் கொள்ளை போயின. ஏனெனில் இங்கு கலப்பு மணம் நடந்தது. இது தலித்துகள் எழுச்சியடையும் காலம். கடந்த பத்துவருடங்களாக தலித்துகளை கடின உழைப்பால் கல்வியால் முன்னேறி பொருளாதார ரீதியாக நலமடைந்து வருகின்றனர். அவர்கள் நலமடைவது மற்றவர் களுக்கு எரிச்சலாயிருக்கிறது. தலித்துகள் தலைமுறையாக கைகட்டி அடிமைகளாயிருந்தனர். அவர்கள் வாழ்க்கைத்தரம் உயர்வது பொறுக்க முடியவில்லை. இப்போது அவர்கள் மோட்டார் சைக்கிள், குளிர் கண்ணாடி, ஜீன்ஸ் அணிகின்றனர். உயர்சாதிகள் சிறிய பிரச்சனை வந்தால் அது சமயம் வன்மம் தீர்த்துக் கொள்கின்றனர் என்கிறார் தமிழ்ச்செல்வன். தங்கள் வாழ் நாள் சேமிப்புடன் கட்டப்பட்ட வீடுகளை இழந்தால் அவர்கள் பொருளாதார ரீதியாக ஒரு தலைமுறை பின்னுக்கு தள்ளப்படுவார்கள்.

கடந்த வருடம் குளித்தலையில் ஐந்து தலித் சிறுமிகள் 4 வயது முதல் 13 வயது வரை உள்ளவர்கள் வல்லுறவு செய்யப்பட்டனர். சிறுகுழந்தைகளை அழிக்க அவர்களுக்கு எங்கிருந்து கொடிய மனம் உண்டாகிறது? தலித் வீடுகளில் தண்ணீர் குடிப்பது சாதி கௌரவத்திற்கு இழுக்கு என்று நினைக்கின்றனர். ஆனால் பாலியல் தாகத்தை தலித் காலனி களில் தீர்ப்பது எப்படி? இது குளித்தலையின் கதைமாத்திரமல்ல. இது நாட்டின் நடைமுறைகளைப் பிரதிபலிக்கும் நிலைமை யாகும். பெண்கள் ஆணாதிக்கத்தையும் சாதிபேதத்தையும் சகிக்க வேண்டியதுள்ளது. இம்மாதிரி நிகழ்வுகள் கல்வியானது நம்மை காட்டுமிராண்டி நிலைமையிலிருந்து இன்னமும் மாற்றவில்லை என்பதைத் தெரிவிக்கிறது. சாதி அராஜகத்தில் ஈடுபடுகிற அநேகர் படித்தவர்கள். சூழ்நிலை பயங்கரமா– யிருக்கிறது. கல்வி மூலம் சீர்த்திருத்தங்கள் செய்ய வேண்டும். மாணவர்கள் தங்கள் வீடுகளில் சாதியைவிடும்படி சொல்ல வேண்டும். ஆசிரியர்கள் வகுப்பறையில் சீர்திருத்தம் தொடங்க வேண்டும். நாம் ஒரு பெரிய சமூக முடிச்சின் விளிம்பில் நிற்கி றோம். நாம் புரிதலுடன் செயல்பட்டால் அடுத்த பத்தாண்டு களில் சீர்திருத்தம் செய்ய முடியும். அரசு, சமூக அமைப்புகள்,

அரசியல் கட்சிகள் கல்வித்திட்டத்தில் மாற்றம் கொண்டுவர உதவ வேண்டும், என்கிறார், தமிழ்ச்செல்வன்.

சாதிகள் வேண்டும் என்பவர்கள் சாதியம் தங்களது சொந்த ஏழைகளைப் பாதிக்கிறது என்பதை அறிய வேண்டும். சென்னை டி.நகர் துணிக்கடையில் சொந்த சாதி மக்கள் ஒரு நாளைக்கு 15 மணி நேரம் வேலை செய்து சுரண்டப்படுகிறார்கள். இது சொந்த சாதி மக்களுக்கு வேலைவாய்ப்பு என்று சொல்ல முடியுமா? இது சாதி ஏமாற்றுதலாக ஏழ்மையால் செயல் படுகிறது. கடந்த வருடம் முத்துராமலிங்க தேவர் நினைவு நாளில் கலவரம் நடந்தது.சொந்த சாதியார் நடத்தும் மருத்துவ மனைக்கு அடிபட்டவர்கள். எடுத்துச் செல்லப் பட்டார்கள். பணம் இல்லாமல் காயம்பட்டவர்களை மருத்துவம் பார்க்க முடியாது என்று சொல்லிவிட்டார்கள். அப்படியானால் சாதி எப்படி உதவுகிறது. சொந்த சாதிகளை கட்டணம் இல்லாமல் கல்லூரியில் வைத்துக் கொள்வார்களா? ஒரு எல்.கே.ஜி. இடம் பணம் இல்லாமல் பெற முடியுமா? சாதிக்காரர் செத்தவருக்கு மாலையிடுகிறவர்கள் உயிரோடு இருக்கும்போது ஒரு குவளை தண்ணீர் தரமாட்டர்களே. சாதியத்தினால் நன்மை இல்லை யென்று அறிவதற்கு பெரிய ஞானம் அவசியமில்லை. தங்க ளுடைய சொந்த அனுபவத்திலியே இதைப்புரிந்து கொள்ள முடியும். ஒருவேளை நீங்கள் விடாப்பிடியாக சாதிபழக்கம் வேண்டுமென்று சொன்னால் இதனால் தேவையில்லாமல் நீதிமன்ற வழக்கை சந்தித்து நிம்மதி இல்லாமல் வாழ்க்கையைக் கழிக்க வேண்டி வரலாம்.

உடுமலை சங்கர்–கௌசல்யா வழக்கில் (2017) ஆறு பேருக்கு மரண தண்டனையும் மூன்று பேருக்கு ஆயுள் தண்டனையும் வழங்கப்பட்டது. இது தேவையில்லாமல் வீணாக செய்த செயல்களால் உண்டான எதிர் விளைவு தானே? யாவருடைய நன்மையையும் கருத்தில் கொண்டு இதைத்தவிர்க்க முடியாதா?

ஒரு பயங்கர சம்பவம்

சிராஜீல் ஹாசன், எழுத்தாளர், சமரசம் பத்திரிக்கை, ஜூன்–*2014*

நாம் சுதந்திரம் பெற்று 75 ஆண்டுகள் ஆயின. இப்போதும் அனேக கிராமங்களில் பள்ளிகள், குடிதண்ணீர், சாலை வசதிகள் இல்லை. இதற்கும் மேலாக– சொல்வதற்கு வலியுண்டாவது– கழிப்பறை வசதிகள் இல்லவே இல்லை. இதனால் நாடு முழுவதும் வெட்கத்தால் தலைகுனிய வேண்டியிருக்கிறது.

சமீபத்தில் உ.பி.மாநிலம் பதுயம் மாவட்டத்தில் இரண்டு தலித் பெண் பிள்ளைகள் இயற்கை உபாதைகளைக் கழிக்க கிராம வயலுக்கு சென்றார்கள்– அப்போது அவர்கள் இருவரும் வல்லுறவு செய்து அருகில் உள்ள மரத்தில் கொடுமையாக தூக்கிலிடப்பட்டார்கள். அவர்கள் உதவிகேட்டு அலறினார்கள். கொடுமை என்னவென்றால், ஒரு காவல்துறை சேவகர் அவர்களைக் காக்க எந்த முயற்சியும் எடுக்காமல் வாய்மூடி சும்மா பார்த்துக்கொண்டிருந்தார்.

நிலைமை தணிவதற்குள் வேறொருபெண் அதே உ.பி. கிராமத்தில் வல்லுறவு செய்யப்பட்டாள். வல்லுறவு செய்தவர்கள் அவள் வாயில் அமிலத்தை ஊற்றி கொலை செய்தனர். அவளது அடையாளத்தை மறைப்பதற்காக முகத்தையும் சிதைத்து விட்டனர். அதிகாரிகள் சம்பவத்தை மறைக்க முயற்சித்தார்கள்– ஆனால் பொது நல அமைப்புகளின் தொடர்ந்த போராட்டங்களினால் வழக்கு மத்திய உளவுப்பிரிவுக்கு மாற்றப்பட்டது. அவர்கள் நியாயம் செய்வார்களா? இந்த வல்லுறவுகளும் கொலைகளும் ஒரு கடுமையான கேள்வியை நம் மத்தியில் எழுப்புகிறது. ஓடிக் கொண்டிருந்த டெல்லி பேருந்தில் வல்லுறவு செய்து கொல்லப்பட்ட நிர்பயா என்றாலும்– அல்லது இரண்டு தலித் சகோதரிகள்– வயலில் கழிப்பறைக்கு போகும்போது வல்லுறவு செய்து மரத்தில் தூக்கப்பட்டவர்கள் ஆனாலும் இந்திய சமூகத்தில் பெண்களின் நிலை என்ன என்பதே?

ஒரு பக்கம் அவள் பூமியின் தேவதை– மறுபக்கம் கசக்கித் தூக்கி எறியப்படும் பூ. ஒரு பக்கம் அவள் தேவர்களின் தேவதை– மறுபக்கம் ஒரு விபச்சாரி. ஒருபக்கம் கலை, செல்வம், மற்றும் வீரத்தின் தேவதை மறுபக்கம் அவள் தேவதாசி. விபச்சார விடுதி.

ஒருபக்கம் அவள் புனித கங்கை, கோதாவரி, மறுபக்கம் அவள் அனுபவிக்கும் சதைப் பிண்டம்.சமூகத்தின் மாய்மால மான பார்வைகள் இந்த கேடுகளை விளைவிக்கின்றன. ஒரு சமயம் பெண்கள் கோயில் கோபுரங்களில் வைத்து பூஜிக்கப் படுகின்றனர். பிறகு காலால் மிதித்து குப்பைத் தொட்டியில் போடுகின்றனர். இந்தியாவில் இரட்டை வேடத்தினால் பெண் கள் பயங்கரமான சூழலுக்கு தள்ளப்படுகின்றனர். நீங்கள் பெண்களை தேவதையாக வணங்கவும் வேண்டாம். அதே சமயம் அவளை அனுபவிக்கும் சதையாகவும் தரம்தாழ்த்த வேண்டாம்.

பெண்ணை பெண்ணாக மதிக்கக் கற்றுக் கொள்ளுங்கள். உலகில் அறவழியில் பெண்ணைமதிக்கும் நெறிகள் உண்டு. பெண்கள் சிறப்படைய என்ன வழிஎன்று சிந்தியுங்கள்.

மனிதனும் மனமும்

தமிழருவி மணியன்

கற்பகம் புத்தகாலயம், டி.நகர். சென்னை –17.

தமிழருவி மணியன் அரசியல்வாதி ஆவார். இலக்கிய, மத, அரசியல் நூல்களை எழுதியுள்ளார். மிகச்சிறந்த பேச்சாளர். மனம் ஒரு செயல்பாடு மற்றும் மனிதனை வழிநடத்தும் ஒரு சக்தி.

மனதின் சிந்தனைகளைப் பொறுத்து மனிதன் உயரவோ அல்லது தாழவோ செய்வான். மனம் மனிதனுடைய உடலமைப்பில் முக்கிய இடத்தைப் பெருகிறது. மனிதன் தன்னுடைய தொடர் எண்ணங்கள்மூலம் மாற்றமடைகிறான், என்கிறது உபநிடதம். ஒளியைச் சிந்திக்கிறவன் ஒளியாவான். அனேக சிந்தனைகள் காமவிகாரத்திற்கேதுவாகும். கோபம் இருதயத்தில் உள்ளவன் கசப்படைகிறான். கருணையுள்ளவன் அறச்சிந்தனையில் உள்ளவன். எண்ணம் போல் வாழ்வு. நம்மைச் சுற்றியுள்ள உலகம் நமது சிந்தனைகளைப் பொறுத்தது என்கிறது தம்ம பதம். தனது எண்ணம்போல் ஒருவன் ஆகிறான் என்றார் இயேசு. தனது லட்சியத்தை நோக்கி ஒரு மனதுடன் ஒரு சிந்தனையுடன் நடக்கிறவன் வெற்றி மாலை சூடுகிறான். ஒரே மனம் ஒரே எண்ணம். இதுதான் வெற்றி வாழ்வின் ரகசியம்.

ஆசையானது வாழ்வின் அணைக்க இயலாத தீயாகும். ஆசைவலையில் சிக்காத மனிதனோ பெண்ணோ இல்லை. ஆடையின்றி பிறந்தோம். ஆனால் ஆசையின்றி பிறந்தோமா? சாகும் வரை இதிலிருந்து மீட்சி இல்லை. ஆசை வாழ்வின் சக்தி என்கிறது அதர்வன வேதம். உயிருள்ளவைகளின் லட்சியம் இன்பவேட்கை. ஆசை வாழ்வின் தூண்டும் சக்தி. இதுதான் கவலைக்கு காரணமாகிறது. நிர்வாணம் என்பது ஆசையிலிருந்து விடுதலை. உலக உடைமைகளைத் துறப்பது ஆசையின் தீயை அணைக்கும் உபகரணம். ஆசைக்கு அளவே இல்லை. கோடிகள்

வைத்திருப்பவர் இன்னும் வேண்டுமென்றால் அவர் ஏழை தான். இதை நாம் எப்போது உணர்வோம்? ராமாயணத்தில் அரசர் ராமருக்கு நண்பராக ஒரு வேட்டையாடும் வனவாசி குகன் என்பவர் இருந்தார். பழைய காலங்களிலும் சாதி இருந்தது. சாதி என்பது அந்நாட்களில் வர்க்கமல்ல.

மக்கள் வருண அடிப்படையில் பிரிக்கப்பட்டிருந்தார்கள். இப்போது வருணங்கள் ஆயிரக்கணக்கான சாதிகளாக பிரிந்து விட்டன. படிநிலை சமூகம் நம்முடையது. படிநிலையில் உயர்சாதி உச்சியில் இருக்கிறார். எல்லா சாதிகளுக்கும் கீழாக தாழ்த்தப்பட்டோர், ஒடுக்கப்பட்டோர், தோற்கடிக்கப்பட்டோர் இருக்கின்றனர். நமது சமூகத்திலிருந்து சாதிகள் எப்போதாவது மறைந்து போகுமா? ஒரு போதும் நடக்காது. ஏனெனில் உயர்சாதி எனக்கு மேலே இருக்கிறது. உயர் சாதிகளின் கால் எனது தோளில் அமுக்குகிறது. நான் அந்த அழுத்தத்திலிருந்து விடுபட விரும்பினால், எனது கால்கள் கீழ்சாதியின் தோள்களை மிதிக்கும் இன்பம் நினைவுக்கு வருகிறது. எனக்கு மேலே இருக்கிறவனை நான் கீழே இறக்கி விட்டால் எனக்கு கீழே இருக்கிறவன் என்னைத்தள்ளி விடுவான். ஆகவே இந்த நிலை தொடரட்டும். இதுதான் படிநிலை சமூகம் என்பது. சமூகம் மொத்தம் இப்படி கட்டமைக்கப்பட்டிருக்கிறது. ஒவ்வொரு வரும் தமக்குக் கீழே ஒருவரை அழுத்திக் கொண்டிருக்கிறார். எல்லாருக்கும் கீழான சாதி தாழ்த்தப்பட்ட, ஒடுக்கப்பட்ட தோல்வியுற்றவர். அவர் எல்லாருடைய அழுத்தத்தினால் படுத்துவிட்டார். ஆகவே காந்திஜி அமுக்கப்பட்டவரை எழுப்ப முயன்றார்.

திருமணத்திற்கு சாதி மதம் தடையில்லை

பிரியதர்சினி சென்– எழுத்தாளர்

திருமணத்திற்கு மிகத் தகுதியான ஜோடியைத் தேர்ந்தெடுப்பதில் இப்போது மதம் பாக்கப்படுவது குறைவு. இது புதியது அல்ல. என்றாலும் இதுவரை காதல் கல்யாணம் என்ற அளவிலேயே இருந்தது. அது இப்போது மாறி வருகிறது. கல்யாண தரகர்கள், சமூக தளங்கள் செய்தித்தாள்கள், திருமண பத்திகள், மத இணய தளங்கள் ஆகியன இத்தகைய திருமணங்களை ஏற்பாடு செய்கின்றன. சாதி தடையில்லை என்பது முன்பு பெரிய நகரங்களில் பிரபலமாக இருந்தது. இப்போது பெரு மற்றும் சிறிய நகரங்களில் மதமும் தடையில்லை என்ற நிலை உருவாகிவருகிறது. அது சிறிய எண்ணிக்கைகளில் தான் நடக்கிறது. இப்போதும் 90% திருமணங்கள் பெற்றோரால் சாதி மதம் பார்த்துதான் ஏற்பாடு செய்யப்படுகிறது. ஆனால் புதிய மாற்றம் நம்பிக்கை அளிக்கிறது. மணமக்கள் சாதி, மதம், மாநிலம், மொழி போன்றவற்றை தடைகளாகக் கருதுவதில்லை. ஆனால் இது விதி விலக்கு தானேயல்லாமல் மற்றப்படியல்ல – இந்த நிலை நிலைக்கும் என்றே தோன்றுகிறது. ஆண் பெண் கடமைகள் மாறி வருவது ஒரு காரணமாயிருக்கலாம்– அளவீடுகள் மாறிவருகின்றன. தனக்கு வரனாக வருபவர் வாழ்க்கையில் என்ன விரும்புகிறார். எங்கே வாழ விரும்புகிறார் என்பதையே பார்க்கின்றனர். அவர் எந்தக் கோயிலில் மதத்தில் பிரார்த்தனை செய்கிறார் அல்லது எந்த மொழி அடையாளமுள்ளவர் என்று பார்ப்பதில்லை.

திருமணத்தரகர் கோபால் என்பவர் சொல்கிறார். இந்த மாதிரி திருமணங்கள் கடந்த ஆறு வருடங்களாக இரண்டு மடங்காக விட்டன என்கிறார். வெளிநாடு வாழ் குடும்பங்களில் பொருளாதார அடிப்படையில் சமமாக இருந்தால் தங்களது மதத்திற்கு அப்பால் பார்க்கிறார்கள். இப்போது அநேக இந்திய மக்கள் ஜாதகத்தைவிட தகுதிப் பொருத்தமே பார்க்கின்றனர். கல்வி மற்றும் சமூக தளம் துணை தேடும் படலத்தை சுலபமாக்கிவிட்டது. இப்போது திருமண இணைய தளங்களில்

மதம் தடையில்லை என்ற அளவில் திருமண செய்து கொள் கிறார்கள். புரிதல் மற்றும் மனப்பொருத்தம் முக்கியமாக பார்க்கப்படுகிறது. மக்கள் கிராமங்களிலிருந்து பெரு நகரங் களுக்கு கல்வி வேலையினிமித்தம் இடம் பெயர்கின்றனர். இயற்கையாக இந்தச் சூழலில் வேறு வேறு விதமான நிகழ்வுகள் மேல் தட்டு மக்களிடம் அதிகம் காணப்படுகிறது என்கிறார் சுரிந்தர் சிங் ஜோட்கா சமூக வியலாளர் நடுதட்டு மக்கள் இதே மாதிரி பின்னணியுள்ள காரணிகளையே நோக்குகின்றன்ர். இளைஞர்கள் நாடுமுழுவதும் வேலையினிமித்தம் போகும் போது, பெருநகரங்களில் குடியிருக்கும்போது நகரங்கள் கலாச்சாரங்களின் கலப்பிடமாகும்போது இவ்வாறு நிகழ்கிறது. புனே, குடுகான் போன்ற நகரங்களில் உயர்மாடி கட்டிட வீடுகளில் மக்கள் வேறுவேறு மதங்களை இனங்களைச் சேர்ந்தவர்கள் குடியிருக்கிறார்கள். ஒரு பொதுப்படையான வாழ்க்கை வாழ்கிறார்கள். மத வேறுபாடின்றி தனக்கு இணை யான படித்த நண்பர்களிடம் நட்பு கொள்கிறார்கள். படித்தவர் கள் திறந்தமனதுடன் தங்கள் குழந்தைகளை வேற்று மொழி மதக்காரர்களை அனுசரித்து வாழ பழக்குகிறார்கள். நாத்திகர்கள் திருமண சடங்குகளைச் செய்யாமல் பண்பாட்டு வித்தியாசகங் களையும் பொருட்படுத்துவதில்லை. சாராரண மாக பெண்ணும் மணமகனும் வேறு மாநிலங்களைச் சேர்ந்தவர்களாக ஆந்திரா, வங்காளம், கர்நாடகா, தமிழகம், பஞ்சாப், அஸ்ஸாம், பீகார் போன்றவர்களாக இருக்கிறார்கள்.

இம்மாதிரி திருமணங்கள் மதிக்கப்படும் போது, இந்தி யாவில் திருமணங்கள் கர்ம வினையின் அடிப்படையில் சொர்க்கத்தில் நிச்சயக்கப்படுவதாக கூறுவது தொடருமா? குடும்பங்கள் இம்மாதிரி போக்கை ஏற்றுக்கொண்டு மணமக் களை தமது விருப்பப்படி தெரிவு செய்வது நடக்கிறது. ஏற்பாடு செய்யும் திருமணங்கள் மாறி வரும் திருமணங்கள் என்று ஆகிவருகின்றன.

இந்தப் போக்கில் திருமணங்கள் நடக்கும்போது, கீழ்தட்டு மக்கள் மேல்தட்டு மக்களை சாதாரணமாகப் பின்பற்றும் காலம் வரலாம். அறிவுக்குப் புறம்பான சாதிமாறி வரும் சூழலில் மறைந்து, மனம் மற்றும் பழக்க வழக்க இசைவு, வயது, கல்வி,

தகுதி வேலைத்தகுதி வருமானம், உடல் தகுதி, நன்னடத்தை, விருப்பு வெறுப்பு, போன்றவற்றினால் திருமணங்கள் நடை பெறும். ஜாதகங்கள் மறையும். மணமக்கள் இசைவினால் மணம் செய்து மகிழ்ச்சியாக வாழ்வார்கள். சிங்கப்பூர் மலே சியா, அமெரிக்கா, ரஷியா, சீனா போன்ற நாடுகள் போல் இந்தியா சாதியற்ற சமூகமாக தழைத்தோங்கும் காலம் வரும். திருமண விளம்பரங்களில் சாதி மதம் குறிப்பிடுவதை நிறுத் தினால் சாதி ஒழிய ஏதுவாகும்.

கௌரவக் கொலைகள் காதல் திருமணங்களை பாதிக்கின்றன

புதிய பரிதி, எழுத்தாளர்.

புராண நாடக காதல்
ஆச்சரிய ரசனை– ஆனால்
சாலையோர கிராமத்தார்
காதல் கொடூர எதிர்ப்பு
அவர்கள் கொன்று
பிணமாகிபோகிறார்– மகாகவி பாரதியார் (பொழிப்புரை)

சாதி இந்து கண்ணகியும் தலித் முருகேசனும் காதில் விஷமூற்றி கொல்லப்பட்டனர். தலித் சிவாஜி சாதி இந்து லட்சுமியை அடித்து கொன்றனர். உசிலை சாதி இந்து விமலா தேவி தலித் திலீப்குமார். விமலா கொல்லப்பட்டார். இவையாவும் தலித் காதல் திருமணங்கள். பெயர்களும் இடங்களும் தொடர்ந்து மாறிக்கொண்டிருக்கின்றன. பெண்ணையோ ஆணையோ கொல்வதை கௌரவமாக நினைக்கின்றனர்?

தேசிய பெண்கள் கமிஷன் அறிக்கையின்படி இந்தியா முழுவதும் ஆண்டுக்கு ஆயிரம் பேர் கொல்லப்படுகின்றனர். தமிழகத்தில் 20% நடைபெறுகிறது. திராவிட,பொதுவுடமை கட்சி, மற்றும் சமூக சீர்திருத்த செயல்பாடுகள் நடைபெற்றும், இவை தொடர்வதின் காரணமென்ன?

சி.பி.எம். செயலாளர் ஜி.ராம கிருஷ்ணன் சொல்கிறார். பகுத்தறிவு தந்தை பெரியார் தாம் தொடங்கிய சீர்திருத்த செயல்பாடுகள் நிறைவேறு முன்பு காலமாகிவிட்டார். திராவிட கட்சிகள் தி.மு.க, அ.தி.மு.க பெரியார் கொள்கைளை முழுவதும் செயல்படுத்த முன் வரவில்லை. கௌரவ கொலைகள் தடுக்கப்பட்டிருக்கலாம். தொண்டர்கள் சாதியின் கேடுகளைப் பற்றிய அறிவை போதிக்கப்படவில்லை. இதை தவிர பா.மா.க மற்றும் கொ.மு.க வோட்டு வங்கி அரசியலுக்காக பொது மேடைகளில் சாதி வெறுப்பை தூண்டுகின்றன. இதனால் கௌரவ கொலைகள் பெரிய அளவில் நடக்கின்றன. அப்பாவி

காதலர்கள் பாதிக்கப்படுகிறார்கள். வி.சி.க. தலித்துகள் மற்றும் பா.ம.க தேர்தல் உடன்பாடு கொண்டிருந்தன. அந்த சமயத்தில் சாதி பேதங்கள் இல்லை. ஆனால் கௌரவ கொலைகள் நடந்தன. இந்த கட்சிகளுக்கு தென் மாவட்டங்களில் பெரும் பாலான மக்கள் ஆதரவு இருக்கிறது.

சாதியம் ஆழமான வேர் கொண்ட சமூக விஷவிதையாகும். சாதிக்கட்சிகள் இதற்கு நீர் ஊற்றி வளர்க்கின்றன. தண்ணீர் ஊற்றுவதை நிறுத்தினாலும் விதைகள் அழிக்கப்படா விட்டால் இதற்கு நிரந்தர தீர்வு கிடையாது. கேள்வி என்னவென்றால் சமூகம் மொத்தம் பொறுப்பென்றாலும் இந்தக்குற்றத்திற்கு யார் அதிகக்காரணம்?

முதற்பொறுப்பு பெற்றோர்களுடையது என்று விளக்கினார். ஜி.ராமகிருஷ்ணன். பிள்ளைகளுடைய விருப்பங்களை பெற் றோர் புரிந்து கொள்ள வேண்டும். சாதிகள் கௌரவமல்ல. அவை இழிவு என்று தெளிவடைய வேண்டும். இரண்டாவதாக அடுத்துள்ள உறவினர்கள். அவர்கள் சும்மா இருந்தாலே போதும். இவர்கள் பெற்றோர் ஏற்றுக் கொள்வதாயிருந்தாலும் அவர் களைத் தூண்டிவிடுகிறார்கள். இளவரசன், திவ்யா விஷயத்தில் என்ன நடந்தது என்று நமக்குத் தெரியும். மூன்றாவதாக காவல் துறை. அவர்கள் கௌரவக் கொலைகளை தடுத்திருக்க முடியும். ஆனால் அவர்கள் மனதில் சாதி வெறுப்பு இருக்கிறது.

கௌரவக் கொலைகளைத் தடுக்க தீண்டாமை சட்டம் போல் இதற்கு தனிச்சட்டம் இயற்ற வேண்டும். இந்தத் தனிச் சட்டம் எல்லா கௌரவக் கொலைகளையும் தடுத்துவிட முடியும் என்று சொல்ல முடியாது. இருந்தாலும் இந்தச் சட்டம் இயற்றா விட்டால் அரசுக்கு இதில் மறைமுகமாக பங்கு இருக்கிறது என்று ஆகிவிடும்.

பாதிக்கப்பட்டவர்கள் நடைமுறையிலுள்ள சட்டங்களால் நீதி கிடைக்கப் பெறுகிறார்களா? தானியேல் நீதி மறுக்கப் பட்டார். அவரது மனைவி சதுராவின் கொலை தற்கொலை என்று சொல்லப்பட்டுவிட்டது. ஏன் இந்த கொடுமை? தலித் முரசு பத்திரிக்கையின் புனிதபாண்டியன் சொல்கிறார்.கௌரவக் கொலை கலப்புத் திருமணத்தால் நடைபெறுவதில்லை. அது தலித்துடனான திருமணம் என்பதால் அப்படி நடக்கிறது.

இந்தியாவில் இரண்டு விதமான குடியிருப்புகள் உள்ளன. ஒன்று உயர்சாதிகளுடைய குடியிருப்பு மற்றது தலித்துகளுடைய சேரிக்குடியிருப்பு இந்தியா மொத்தம் சாதியால் பிரிக்கப்பட் டிருக்கிறது. சுமார் 25 கோடி தலித்துகள் ஊருக்கு வெளியே எந்தக் காரணமும் இல்லாமல் குடிவைக்கப்பட்டுள்ளார்கள். அவர்கள் சேர்ந்து குடியிருக்க தகுதியற்றவர்கள் என்று சொல் கிறார்கள். அவர்கள் லண்டனில் கல்விகற்று கோட்டு சூட்டு போட்டாலும் கீழானவர்களாக நடத்தப்படுகிறார்கள். காந்திஜி யின் கொள்கைகளையும் மண்டேலாவின் இன வெறுப்பு கொள்கைகளையும் பரப்புகிறவர்களும் சாதி வெறுப்பைக் கொண்டிருக்கிறார்கள்.

இந்தியாவில் ஒவ்வொரு 18 நிமிடமும் ஒரு தலித்து சாதிக் கொடுமைக்குள்ளாகிறார். ஒரு தலித்துக்கு சமூகத்தில் இட மென்ன? அவர்கள் ரோடுபோடவும், கட்டுமானவேலைகளி லும், கழிவறை வேலைகளிலும் ஈடுபடுத்தப்படுகின்றனர். தமிழகத்தில் சுமார் 20 லட்சம் தலித்துகள் கழிப்பறை வேலை களைச் செய்கிறார்கள், மங்கல்யாண் துணைக்கோளை செவ் வாய் கிரகத்திற்கு அனுப்புகிறவர்களுக்கு சமூகத்தில் மாற்றம் வகுக்க மனமில்லை.

மனித உரிமை செயல்பாட்டாளர்களும் ஊடகங்களும் கௌர வக் கொலைகளை அவை நடக்கும்போது வெளிக் கொண்டு வருகின்றன. கௌரவக்கொலை ஒரு நோய் அல்ல. நோயின் அறிகுறி. யதார்த்த நோய் என்பது சாதி மனப்பான்மையாகும். ஆகவே தான் சாதி வெறியர்கள் தங்கள் அபிப்ராய நடத்தையை மாற்றிக் கொள்ள வேண்டும். தலித்துகளுக்கு வேலையில் கல்வியில் இட ஒதுக்கீடு சாதிமனப்பாங்கை மாற்றும் வரை பலன்தராது. சேரிகளும் வீடுகளும் இந்தியா மொத்தம் ஒன்றாக்கப்பட வேண்டும். தலித்துகள் தெருவில் நடக்க முடியாத சூழ்நிலையில் இது பேராசையாக தோன்றலாம்.

ஸ்ரீலங்காவிலும் காஷ்மீரிலும் பிரிவினை கேட்பதற்காக கொல்லப்படுகிறார்கள் என்று சொல்லப்படுகிறது. விநோதம் என்ன வென்றால் தலித்துகள் மற்றவர்களோடு ஒன்று சேர வேண்டும் என்பதற்காகக் கொல்லப்படுகிறார்கள்.

வி.இறையண்பு இ.ஆ.ப. சொல்கிறார். மாறிவரும் கால மாற்றத்தில் மாற்றங்களை எதிர் கொள்வது கடினமான செயல். மனிதமனம் தான் நன்றாக அறிந்ததை இறுகப் பிடித்துக் கொண்டிருக்கும். தான் அறிந்ததே பாதுகாப்பானது என்று தோன்றும். அநேகர் தாம் பிடித்ததுக் கொண்டிருப்பதையே நீட்டிக்க விரும்புகிறார்கள். அதில் மாற்றம் வருத்தினால் எதிர்மறையான விளைவுகள் உண்டாகும் என்ற பயம் வருகிறது. மக்களும் மாற்றத்தை எதிர்ப்பார்கள் என்ற எண்ணம் உண்டா கிறது. தம்முடைய முக்கியத்துவத்தை புதிய சூழலில் இழந்து விடுவோம் என்ற பயமும் உண்டாகிறது. தொழில் நுட்பங்களில் மாற்றத்தைப்பற்றி இறையன்பு இ.அ.ப சொன்னது சாதி உணர் வுகளுக்கும் பொருந்தும். இருந்த போதிலும் உலகமெங்கும் அடிமைகளைப் பற்றிய சமூக உறவுகளில் மாற்றும் ஏற்பட்டது போல இந்தியாவிலும் ஆயிரக்கணக்கான வருடங்களாகத் தொடரும் சாதி மனப் பான்மையிலும் மாற்றம் ஏற்படும் என்று எதிர்பார்க்கலாம்.

சாதித்தடையை மேற்கொள்ள முடியுமா?

யு.வ.கிருஷ்ணன், எழுத்தாளர்

இந்த சம்பவம் நடந்தது 16.5.2015 அன்று. சாகர் சஜ்லால் செவிலியர் பயிற்சி படித்துக்கொண்டிருந்தார். அவர் தலித் இளைஞர். அவர் ஒரு உறவினர் திருமணத்தில் கலந்து கொள்ள தனது சொந்த ஊராகிய ஷிரடி வந்தார். அவர்கள் நண்பர்கள் அருகில் உள்ள மதுக்கடையில் மது அருந்த அழைத்தார்கள். அவரது கைபேசியில் ஒரு அழைப்பு வந்தது. கைபேசி ஒலிப் பானில் இந்தபாட்டு ஒலித்தது. அதன் அர்த்தம் என்னவென்றால் “உனது குரலை உயர்த்தி உனது உரிமைகளைக் கோறு. அம்பேத்கார் அதற்கான பலம் தந்திருக்கிறார் என்பதாகும்.

அடுத்திருந்த மேசையில் மது குடித்துக் கொண்டிருந்த உயர் சாதியினர் எட்டுபேர் பாட்டை எதிர்த்து கலவரம் செய்தனர். அவர்கள் பீர்பாட்டிலால் தலையில் அடித்தனர். அவர் மேல் மோட்டார் சைக்கிளை ஏற்றினார்கள். அவர்ரூயி என்னும் கிராமத்தில் அரை நிர்வாண நிலையில் செத்துக் கிடந்தார். அவரது உடம்பில் 25 காயங்கள் இருந்தன.

அம்பேத்கார் மரித்து 60 வருடங்கள் ஆகிவிட்டன. தீண் டாமை கொடுங்குற்றம் என்று சட்டமியற்றிய அம்பேத்கார் பெயரைக் கூட கேட்க உயர் சாதியினர் தயாரில்லை– அந்தப் பெயரைச் சொன்னாலே கொலை விழுகிறது. ஒரு சொல் அழைப்பில் பாட்டைக் கூட கேட்க சகிக்க முடியாமல் கொலை செய்கிறார்கள் என்றால் நாம் நாகரிகமுள்ள் சமூகத்தில் தான் வாழ்கிறோமா என்ற சந்தேகம் எழுகிறது.

இதே போன்ற ஒரு சம்பவம் ஒன்று ஏற்கனவே நடந் திருக்கிறது. ஒரு சுரேகா என்ற பெண்மணிக்கு நடந்ததை நீங்கள் அறிவீர்கள். அவள் தலித்து பெண்மணி. அவர் மகாராஷ்டிர மாநிலத்தில் கியாவாஞ்சி என்ற கிராமத்தில் குடும்பத்துடன் வசித்தார். அவர் படித்தவர். படித்ததினால் சுயமரியாதை உணர் வுள்ளவராகி இருந்தார். அவருடைய சாதிக்கு மரியாதை இல் லையென்று கண்டபோது அம்பேத்கார் வழியில் புத்தமதத்தில்

இணைந்தார். அதாவது அவருடைய அடுத்த தலைமுறையாவது மரியாதையுடன் வாழும் என்று நினைத்தார். அதன் பிறகுதான் தொல்லை ஆரம்பமாகியது. அராசக சாதியவாதிகள் அவருக்கு விரோதமாக கிளம்பினர். ஒரு இழிந்த தலித்து எப்படி உயர்நிலையை அடைய முடியும்? என்றனர். "நிம்மதியாக வாழ விட மாட்டோம்" என்றனர். சுரேக குடிசையை புதுப்பித்துக் கட்டினார். அவர்கள் அதைத் தடுத்தனர். மின்சாரம் வீட்டிற்கு மறுக்கப்பட்டது. பொது கால்வாயிலிருந்து விவசாயத்திற்கு தண்ணீர் மறுக்கப்பட்டது. அவரது மாடுகளை திருடிக்கொண்டனர். வயலில் பயிரை நாசம் செய்தனர். சுரேகா இதையேல்லாம் பொறுத்துக் கொண்டிருந்தார். பிறகு அவரது நிலம் சாலை அமைப்பதற்கு கட்டாயபடுத்தி எடுத்துக் கொள்ளப்பட்டது.

சுரேகா இதை எதிர்த்தபோது அவருடைய வீடு சுமார் 70 பேரால் சூழப்பட்டது. வன்முறையாக சுரேக, அவரது மகள் இரண்டு மகன்களை வெளியே இழுத்து தெருவில் வைத்து அடித்தனர். நினைப்பதற்கு குலை நடுங்கும் நிகழ்ச்சிகள்.

மகன்களை அடித்து தாய்மகளுடன் உறவு கொள்ளும்படி மிரட்டினர். மறுத்த மகன்களின் மர்மஸ்தானத்தை இடித்துக் கசக்கி அவர்களை கொன்றனர். குற்றவாளிக் கூட்டம் மகளையும் தாயையும் கூட்டமாக உடலுறவு செய்து கொன்றனர்.

அவர்கள் செய்த ஒரே பாவம் தலித்தாக பிறந்ததுதான். நாம் சந்திராயன் துணைக்கோளை சந்திரனுக்கு அனுப்பினோம். சில வருடங்களில் நாம் வல்லரசு ஆகிவிடுவோம். பெருமைப்படும் இவைகளைத் தவிர கயர்லாஞ்சி, ஷீரடி சம்பவங்கள் தொடர்ந்து நடைபெறுகின்றன. இந்தியாவின் கௌரவம் உலக அளவில் கேள்விக்குறியாகிவிட்டது. இந்த இழிவுகளை நாம் எப்போது துடைக்கப் போகிறோம்?

கடந்த வருடம் கர்னாடகா, ஹூப்ளி மாவட்டம் கோலிவால் கிராமத்தில் மருத்துவர்கள் தலித்துகளுக்கு சேவை செய்ய மறுத்தனர். ஏனெனில் மற்ற சாதிகள் இதை அனுமதிக்கவில்லை. இதை வெளிநாட்டார் கேள்விப்பட்டால் நம்மை கௌரமாக நடத்துவார்களா?

தெருக்களை சுத்தம் செய்வது நல்லதுதான். நாம் சாதிக் குப்பையை மூளையில் கிடக்கும் கொழுப்புக் குப்பை தலைமுறை தலைமுறையாக பெருகிக் கிடப்பதை எப்படி சுத்தம் செய்யப் போகிறோம் என்பதே கேள்வி?

நாம் அறிஞர் அண்ணாவின் வழிகாட்டுதலின்படி பழைய, உபயோக மற்ற சாதிக்கேடுகளை மனதிலிருந்து நீக்குவோம்.

உண்மையைத் தேடி

சுப்பிரமணி சந்திரன்

சிவகுருபதிப்பகம், 7–40 கிழக்குசெட்டி தெரு, செண்ட் தாமஸ் மலை, சென்னை–16

உண்மை என்றால் என்ன?

உண்மையை அறிவது எப்படி?

உண்மையை அறிவதால் என்ன நன்மை?

இந்தக்கேள்விகள் உண்மையைத் தேடுகிறவர்களின் மனதில் இருந்தன. உண்மையைத் தேடுவதற்கு சில காரணங்கள் இருக்கின்றன. துன்பம், பேராசை, எல்லாச் செயல்களுக்கும் அடிப்படை காரணிகள் ஆகியவை உண்மையைத் தேட வைத்தன. தத்துவம், மதம், விஞ்ஞானம் ஆகியவை உண்மையைத் தேடும் முயற்சியில் ஈடுபட்டன. பிறப்பு, முழுவளர்ச்சி, சாவு, கனவு, உணர்வு இழப்பு, நோய் ஆகியவை மனிதனுடைய கட்டுப்பாட்டுக்கு அப்பாற்பட்டவை. இவைகளோடு உணவுத் தட்டுப்பாடு, ஆபத்தான மிருகங்கள், இயற்கை நாசங்கள் ஆகியவை பாதுகாப்பின்மையை உண்டாக்கின. ஆகாயம், மேகம், இரவு, பகல், சூரியன், சந்திரன் மலைகள், மழை, புயல், இடி, மின்னல் போன்றவை ஆச்சரியப்படுத்தின. ஆகாயத்திலிருந்து எழும் இடிச்சத்தம் மனிதனுக்கு முதல் கடவுளாக உண்மையை உரைத்தது. எல்லா உயிருள்ள மற்றும் உயிரில்லாத பொருட்களின் செயலுக்கு பின்னால் நுணுக்கமான சக்திகள் இருப்பதாக உணர்ந்தான். ஆகவே அவற்றை வணங்கினான். இந்தச்சக்திகளோடு தொடர்பு கொள்ளக்கூடியவர்களை புனிதராகக்கருதி அவர்களை வணங்கினான். அவர்கள் சமூகத்தால் மதிப்பாக நடத்தப்பட்டு பயத்துடன் வணங்கப்பட்டனர்.

கால மாற்றத்தில் புனிதரும் தீர்க்க தரிசிகளும் பல நம்பிக்கைகளையும் போதனைகளையும் நிறுவினர். அவைகளில் முக்கியமானவை ஆன்மீகம், வேதாந்தம், மோசஸ், ஜோராஷ்டிரம், மகாவீரர், புத்தர்,கன்பூசியஸ், இயேசு, முகம்மது, சங்கரர்,

ராமானுஜர், குருநானக், சுபி, ஜென், சித்தர், வள்ளலார், ராம கிருஷ்ணர், ஸ்ரீ அரவிந்தர், ரமணர், ஜே.கிருஷ்ணமூர்த்தி ஆகி யோரே ஆவர்.

மனதில் கெட்ட எண்ணங்களுக்கு இடங்கொடுக்கக் கூடாது என்று கன்புசியஸ் சொன்னார். மனிதர் மற்றவர்களுக்கு சேவை செய்து கடவுளைப் பற்றிய கவலையை விட வேண்டும்.

நாம் வாழ்வின் செயல்பாடுகளை அறிய முடியாதபோது எதற்காக சாவை பற்றியும் அதற்கு அப்பாலும் கவலைப் பட வேண்டும் என்றார். கருணையில்லாத அதிகாரம், பக்தியில்லா சடங்கு, துக்கமில்லா புலம்பல் இவற்றை வெறுத்தார். நீ மற்றவர்களிடம் எதை எதிர்பார்க்கிறாயோ அதையே அவர் களுக்கு செய்வாயாக. இப்பூவுலக கடமைகளை தவிர்ப்பதற்காக மறுஉலக சிந்தனைகளில் மூழ்குவது வருத்தப்பட வேண்டிய விசயம். நல்ல நடத்தையில்லாமல் வாழ்வு நிலைக்காது.

எல்லா உயிரினங்களும் துன்பம் அனுபவிக்கும் என்றார் புத்தர். துன்பத்திற்கு காரணம் பேராசையே. பேராசையை விட்டால் துன்பத்திலிருந்து விடுபடலாம். எல்லாத் துன்பங் களையும் சரியான பார்வை, சரியான விருப்பம், சரியான பேச்சு, சரியான செயல், சரியான வாழ்வு, சரியான முயற்சி, சரியான தியானம் சரியான மனக்குவிப்பு, அல்லது ஈடுபாடு ஆகியவை மூலம் விடுபடலாம். வேதக்கடவுள்களை நம்புவதை கைவிட வேண்டும் என்றார். சுயமுயற்ச்சியால் கர்மவினைகளிலிருந்து விடுபடலாம். தெய்வீகம் அல்லது கடவுள் கருணை என்பது கற்பனையாகும். ஆகவே தன்னம்பிக்கை மற்றும் விழிப்புணர்வு மூலம் விடுதலை அடையலாம். உன்னை நேசிக்கிறது போல பிறரையும் நேசி. அதாவது உன்னுடைய நலத்தில் அக்கறை கொள்வதுபோல பிறர் நலத்திலும் அக்கறை கொள் என்றார் இயேசு. மனிதர் கடவுளுக்கு கீழ்படிய வேண்டுமேயல்லாது கடவுளுடைய சக்தியை சோதிக்கக்கூடாது. கடவுள் மேல் முழுவிசுவாசம், அறவாழ்வு, பிறரை நேசித்தல் மூலம் கடவுள் ராஜியத்தை அடையலாம். உடம்பு மண்ணுக்கும் ஆன்மா கடவுளிடத்தும் மரணத்திற்குபின்பு அடையும்.

இயேசு தொடர் உண்ணா நோன்பு இருந்து மற்றவர் துன் பத்தை ஏற்று, பகைமையால் இறுதியில் சிலுவையிலறை

யப்பட்டார். ஒருவருடைய எண்ணங்களும் உணர்வுகளும் தீமையின் இருப்பிடம். "பிதாவே இவர்களை மன்னியும். தாங்கள் செய்வது இன்னது என்று அறியாதிருக்கிறார்களே" என்று கொலைகாரர்களை மன்னிக்கும்படி கடவுளிடம் வேண் டினார். மற்றவர் குற்றங்களை மன்னித்து அவர்களை ஆசிர் வதிக்க வேண்டும் என்பதே அவரது போதனையாகும்.

குருநானக் அநேகமதங்கள் இருப்பதை ஏற்கவில்லை. அவை களைத் தள்ளிவிட்டார். கடவுள் ஒருவரே என்றார். விக்கிரக வணக்கத்தை எதிர்த்தார். சாதிகளுக்கெதிராக இருந்தார். முஸ் ஸீம்கள் இந்துக்கள், கீழ் சாதிகளை சீக்கியர் ஆக்கினார்.

மனித இனம் ஒரே குடும்பமாகும். மனிதன் மனிதானாகப் பார்க்கப்படவேண்டும். சாதி அடிப்படையில் அல்ல. உபநிட தங்கள் ஒரே பிரமாவை வணங்கச் சொன்னாலும் இந்து மதத்தில் அனேக கடவுள்கள், அவதாரங்கள், மிருகங்கள், மரங்கள், வணங்கப்படுகின்றன. மக்கள் வருணங்களாக பிரிக்கப்பட்டனர். துறவிகளின் மாய்மாலத்தை சொல்லி துறவு கோலத்தை எதிர்த் தார். மனிதர் உழைத்து தேவைப்படுவோருக்கு உதவவேண்டும். சத்யம் காக்கப்பட வேண்டும். இதற்காக அவசியமானால் ஆயுதப் போராட்டம் செய்ய வேண்டும். கர்மவினை என்னும் கருத்து இந்திய வாழ்வில் முக்கிய அங்கம் வகிக்கிறது. அண்டத் திலுள்ள எல்லா செயல்களும் காரண காரிய அடிப்படையில் விளக்கப்படுகின்றன. தர்மம், இந்து, புத்தம், சமணம், ஆகிய எல்லாமதங்களிலும் சொல்லப் பட்டிகிறது. மனிதப்பிறவி, வாழ்வு, சாவு, மறுபிறவி, யாவும் கர்மவினை என்று சொல்லப் படுகிறது. குறிப்பிட்ட காரணத்தினால் ஒரு விளைவு உண்டா கிறது. ஒரு விளைவு இன்னோருவிளைவுக்கு காரணமாகி இப்படி தொடர் சங்கிலி செயல்களாகிறது. கர்மம் என்பது செயலாகும். அது நல்ல கர்மம் தீய கர்மம் என்றாகி நல்விளைவு தீய விளைவு என்றாகிறது. கர்மமானது சரீர வடிவமாகி பரமாத்மா, முக்தி. நிர்வாணம் ஏதாவது ஒன்று ஆகி கர்ம வினையைக் குறைக்கிறது. பகவத் கீதை சொல்கிறது, செயலின் விளைவு கர்மா ஆகாமல் இருப்பதற்கு செயலின் விளைவுகளை கடவுளிடம் விருப்பு வெறுப்பில்லாமல் ஒப்படைத்து விட வேண்டும். செயலின் நன்மைகளை ஒப்படைப்பது தியாகம்.

கர்மாவிலிருந்து விடுபட செயலின் நன்மைகளை ஒப்படைத்து செயல்களைத் துறந்து விடுவது சந்நியாசம். இதுவே பகவத் கீதையின் வழியாகும். சஞ்ஞுதம் என்பது போனபிறவியின் கர்மா. பிராப்தம் என்பது அதன் நன்மை தீமைகளை இப்பிறவியில் அனுபவிப்பதாகும். கர்மாவின் தீய விளைவுகள், தான் என்ற எண்ணத்தோடு அகங்காரம் மற்றும் பெருமையால் உண்டாகிறது.

கடவுளை வணங்குவதாலும் சடங்குகளாலும் கர்ம விளைவு களை முற்றிலும் தவிர்க்கமுடியாது. இயேசு சிலுவையிலறையப் பட்டபோது அதிலிருந்து விடுபட அவர் விரும்பவில்லை. அது கடவுளால் முன் தீர்மானிக்கப்பட்டது என்றார். ராமகிருஷ்னரும் ரமணரும் புற்று நோயின் வலியிருந்து விடுபடவிரும்பவில்லை. ஆனால் அவர்களை வணங்கு கிறவர்கள் நிவாரணம் பெற பிராத்தனை செய்கின்றனர். அவர்கள் நிவாரணம் தருவதாக அல்லது கடவுள் தருவார் என்று பக்தர்களுக்கு வாக்களித்தார்கள். ஆகவே இந்த பிராத்தனைகள் நம்பிக்கையால் உண்டாகி இருக் கலாம். புத்தரின் அணுகுமுறை புரட்சியானது. யாவருக்கும் வலி உண்டு. ஞானத்தினால் கர்ம வினையிலிருந்து விடுபட வேண்டும் என்றார். அறவாழ்வு வாழ்ந்து பாவம் செய்வதை விட்டு, கடவுளை நம்பி, மற்றவர்களுக்கு தீங்கு செய்யாமல், எண்ணம் செயலால் இப்படி வாழ்ந்து தீய கர்மத்திலிருந்து விடுபடவேண்டும் என்று சாஸ்திரங்கள் சொல்கிறது.

எல்லாவற்றையும் துறந்து என்னிடம் சரணடைந்து விடு. உனது பாவத்தை நீக்குவேன் என்றார் கிருஷ்ணர். உனது பாரத்தை என்மேல் வைத்து விடு என்றார் இயேசு. விடுதலை யாகும்படி யாரையும் நம்பாதே. நீயே உனது துன்பத்தை உருவாக்கினாய். ஆகவே ஞானமாய் செயல்பட்டு துன்பத்–திலிருந்து விடுபடு என்றார் புத்தர். கர்ம விதிகளால் அண்டத் திலுள்ள செயல்கள் நடைபெற வேண்டும் என்று பேருண்மை விரும்புகிறது. அண்டத்திலுள்ள செயல்களை யெல்லாம் நிறுத்த யாவருக்கும் விடுதலை என்ற பேரில், அந்த பேருண்மை விரும்பவில்லை. ஆகவே தான் ஒரு சிலரே அவ்வப்போது நிவாரணம் பெருகின்றனர்.

சாவித்திரி பாய்பூலே

பிராஜ் ரஞ்சன் மணி

வி.கோவிந்தசாமி, நியூ சென்சரி புக் ஷவுஸ், சென்னை 98

விழி, எழு, கற்று, பழமையைவிட்டு விடுதலை பெறு. மற்றவர்களுக்காக வாழத்தீர்மானித்து சாவித்திரி பாய்பூலே பெரும் சமூகப்பணிகள் செய்தார். சாதிக்கெதிரான போராட்டம் பெண்கள்முன்னேற்றம்ஆகியவற்றில்அவர்முன்னோடியாவார். ஆண்களால் ஏமாற்றப்பட்டு பிள்ளைகள் பெற்ற பெண்களுக்கு ஒரு காப்பகம் நடத்தினார். விதவைகள் ஒடுக்குதலுக்கெதிராக போராடி அவர்கள் மறுமணத்தை ஆதரித்தார். விதவைகள் மொட்டை அடித்தலை தடுத்தார்.

பிராமணரின் சதிக் கெதிராக பள்ளிகள் தலித்துகளுக்கும் பெண்களுக்கும் ஜோதி ராவ்பூலேவுக்கு உதவினார். தனது வீட்டை பெண்கள் குழந்தைகள் காப்பகம் அமைக்க விட்டுக் கொடுத்தார். இலவசக் கல்வியை ஆதரித்தார். தான் சூத்திரப் பெண் என்று தூற்று வதைச் சகித்தார். பிராமண மதத்தையும் பண்பாட்டையும் எதிர்த்தார். மதுவுக்கு எதிராக குரல் கொடுத் தார். தனது கணவரின் இறுதிச் சடங்கை நடத்தி புரட்சி செய்தார். சரித்திரகால முதல் உள்ள தடைகளான சாதி, வர்க்கம் பெண் என்றவற்றை 19 ஆம் நூற்றாண்டில் மேற்கொண்டார்.

தீண்டாமைக்கு எதிராக போராடினார். அந்நிய ஆட்சி தலித்து களுக்கும் பிற்பட்டவருக்கும் கல்வியைத் தந்தது என்று பாராட் டினார் காந்திஜி. ஜோதி ராவ் பூலேயை மெய்யான மகாத்மா என்று போற்றினார். முனைவர் விக்டர்பால் காந்திஜியை பழமைக் காப்பாளர் என்றும் சாவித்திரிபாய் பூலே சத்யத்தை தேடுபவர் பாரம்பரியத்தினால் கட்டுப்படாதவர் என்றும் புகழ்ந்தார். பிராமண மதம், பண்பாடு சாதிக்கு முதன் முதல் எதிராக போராடினார். பத்து சத வீத மக்கள் கொண்ட ஆணவ சாதிகள் பாக்கி 90 சதவீத மக்களை வறுமையில் வாடி அறியாமையில் உழன்று அவர்களுக்கு குறைந்த கூலிக்கு வேலை செய்யும்படி நிர்பந்தித்தனர். நச்சு சாதிப்பண்பாடு

மக்களை இரண்டாக பிரித்து இழிவாக நடத்துகிறது. திரு மணத்திற்கு வெளியே முறையில்லாமல் பிறந்த சிசுக்களை கொல்வதை எதிர்த்தார். இப்படி பிறந்த பிள்ளைகளுக்கு மறுவாழ்வு இல்லம் அமைத்தார். ஆங்கிலக் கல்வி சாதியை ஒழிக்கும் என்றார். ஒரு மேலான சக்தி பிராமணரின் கடவுளை பேத முண்டாக்குவதை மேற்கொள்ளும் என்றார். பிராமணச் சடங்குகளை வெறுத்தார். மற்ற மதங்களில் குறிப்பாக கிறித்தவர் களின் அறச்செயல்களை ஆதரித்தார். மக்களை விடுதலை செய்யும் புதிய மதத்தை அமைத்தார்.

சூத்திர சாதியிலிருந்து வந்த முதல் பெண் ஆசிரியை சாவித் திரி ஆவார். அக்காலத்தில் பெண் கல்வி அனுமதி இல்லை. பிராமண சாஸ்திரம் இப்படிச் செய்தது. பெண்கள் எழுத்தறிவு பெற்றால் கணவரின் உணவு புழுக்களாகி அவர் மரித்து விடுவார் என்றனர். அவர் அறிவுக்கு புறம்பான நம்பிக்கைகளை மேற்கொண்டார். பிராமண ஆண் ஆதிக்கம் மற்றும் சாதியை வென்றார். பெண்கள், சூத்திர் ஆதிசூத்திரர் ஒற்றுமை அவசியம் என்றார். இதற்காக புதிய அமைப்பை நிறுவினார்.

அக்காலத்தில் கிறித்துவ மிஷனிரிகள் பெண்கள் கல்வி சாலைகளை தொடங்கினர். பெண் கல்வியைத் தொடங்கியதற் காக சேறு, மனிதக்கழிவுகளை அவர்மேல் வீசினர். பெண்கள் ஆண்களுக்கு தாழ்ந்தவர் அல்ல. அவர்கள் அடிமைகள் அல்ல. ஆகவே பெண்கள் கல்வி கற்க வேண்டும். கடன் வாங்கி சடங்குகள் செய்து தலித்துகள் கடனில் மூழ்குவதை கண்டித்தார்.

ஏழைகள் கண்ணற்ற நம்பிக்கையில் பல வழிகளில் ஏமாற்ற பட்டனர். குடி குடும்பங்களை நாசம் செய்கிறது. இந்து மதத் தின் வட்டத்தில் செயல்படும் பிரமசமாஜ், பிரார்த்தனா சமாஜ், ஆரிய சமாஜ் ஆகியவை பிராமணரையும் அவர்களது வாழ் வாதாரமான சடங்குகளையும் காக்கிறது என்றார்.

ஒரு மாதங்கா பெண்மணி பிரிட்டன் ஆட்சியினால் ஒடுக்கப் பட்டோருக்கான நன்மைகளை இவ்வாறு எழுதினார்.

பிரிட்டிஷ் ஆட்சி
கடவுள் தந்தார்
எங்கள் துன்பங்கள் தீர்ந்தது

இப்போது நாங்கள் துயரப்படவில்லை
இப்போது தூக்கிலிடப்படவில்லை

கட்டிட அடித்தளங்களில் இப்போது உயிரோடு புதைக்கப் படவில்லை. இப்போது எங்கள் இனம் வளர்ச்சியுறும். இப்போது எங்கள் விருப்பமான உடையணிவோம். இப்போது எங்கள் மானத்தை மறைக்கமுடியும். இப்போது எங்கள் விருப்பம் போல் வாழ்வோம். ஒன்றும் தடையில்லை. கட்டுப் பாடு இல்லை. குல்தாலக்கடி சந்தை எங்களுக்கு திறந்திருக்கிறது ஆகா!

மனிதர்யாவும் சமம். சாதி என்னும் கருத்து அறிவுக்கு புறம் பானது. கடவுள் ஒருவரே. அவர் எல்லா மனிதரையும் படைத் தார். மக்கள் யாவரும் அவருடைய பிள்ளைகள். சதியால் பிராமணர் மக்களை அறியாமையில் வைத்தனர். அவர் குறுகிய எண்ணம் கொண்டார். ஆட்டையும் மாட்டையும் தீண்டுகின்ற னர். அவைகளை அன்புடன் தொடுகின்றனர். பாம்புக்கு பால் வார்க்கின்றனர். ஆனால் மகார், மாங்க மக்களை தீண்டத்தகாத வர்களாக நடத்துகின்றனர். அது எப்படி நியாயமாகும்?

கல்வி மறுப்பது இயற்கைக்கு எதிரானது. தீண்டத்தகாதவர்கள் கல்வி கற்று விடுதலையடைய வேண்டும். மற்றவர்களைப் போல் தன்மரியாதையுடன் வாழ வேண்டும்.

சாவித்திரி கௌரக் கொலையிலிருந்து ஒரு பிராமணரையும் தலித் பெண்ணையும் காப்பாற்றினார். அவர் சுயமரியாதை, சுதந்திரம், சமத்துவம் பற்றி பாடல்கள் எழுதினார்.

கல்வி கற்றுக் கொள்
பொன்னான வாய்ப்பு வந்தது
சாதி விலங்குகளை உடைத்தெறி
கல்வி கற்றுக்கொடு
பிராமண சடங்குகளை
கை விட்டு விடு
பலவீனரே ஒடுக்கப்பட்டோரே
பிரிய சகோதரரே
எழுவீர்
அடிமைத்தைத்திலிருந்து
வெளிவருவீர்

கல்வி இல்லை என
தடுத்த மனு
பேஷ்வாக்கள்
மனுவின் சீடர்கள்
மரித்து மறைந்தனர்
ஆயிரம் வருடம்
வாய்ப்பு இல்லை
ஞானம் தரும்
ஆங்கிலம் வந்தது
அறிவு பெறு
பகுத்தறி
சாதித் தழும்பை
என் வாழ்விலிருந்து
விலக்கி விடுவேன்
எழுந்திரு
கற்றுக்கொடு
பயனற்ற பழைமையை
எறிந்து விடு
சுதந்திரம் பெறு
பிராமணர் நம்மை
மேற்கொள்ளார்
இருளில் நம்பிக்கையின்றி
உதவியின்றி நின்றோம்
மோட்ச நரக பயம்
எப்பொழுதும் விரட்டியது
அறிவற்ற சங்கிலிகள்
சிறைவழிகள் தகர்ந்தன
சுதந்திரம் வந்தது
மனுவின் வழிகள்
கேடுகள் இழிவுகள்
துன்பப் படுத்தியது

இதுவரை! இவ்வளவு காலம்! வேதங்கள் பிராமணரது அவர்களுக்கு மட்டுமானது என்றால் அவை நமக்கானதல்ல. நாம் வேதம் உடையவர்கள் அல்ல. ஆகவே நமக்கு வேத மில்லை. வேதத்திற்கு நாம் கட்டுப்பட வேண்டிய அவசிய

மில்லை. அறிவு மட்டுமே உங்கள் ரணங்களை ஆற்றும். நீங்கள் கண்ணற்ற தொடர்பில்லாத நம்பிக்கைகளிலிருந்து விடுபடுங்கள். நல்ல நடத்தையுடன் அறவழியில் நடவுங்கள். காந்திஜியின் அரசியல் பிடிவாதமாக சாதியை நிலை நிறுத்தியது. பிராமண சமூக பண்பாட்டு கொள்கைகளை ஒற்றுமை மற்றும் தேசியம் என்ற முழக்கங்களால் நியாயப்படுத்தியது. மக்களை ஒன்றுபடுத்தி அந்நிய ஆட்சிக்கு எதிராக அணிதிரள எளிதா–யிருந்தது. சாதிகள் ஒழிய வேண்டும் என்றால் மக்கள் முன்வர மாட்டார்கள் என்ற தயக்கம் இருந்திருக்கலாம். வருணம் கடவுள் வழி வந்தது என்பதை அவர் நம்பிவிட்டார். அதைக் கலைக்க முன்வரவில்லை. காந்திஜியின் அரசியல் ஒடுக்கப் பட்டோரைப் பலப்படுத்தவோ அல்லது சமூக நீதியை உறுதிப் படுத்தவோ முன் வரவில்லை. மாறாக அது சமூக அமைப்பை அப்படியே நிலை நிறுத்த முற்பட்டது. அவர் அம்பேத்கரை அவரது தலித்துகள் நலப்பணியினிமித்தம் தீவிரமாக எதிர்த்தார். சாவித்தரிபாய் பூலே அறியாமையை அடிமைத்தனம் என்றார். சத்தியத்தின் அடிப்படையில் பொய்களுக்கெதிராக வாழ்நாளெல்லாம் போராடினார். தொற்றுநோய் கொண்ட ஒருவருக்கு சேவை செய்தபோது இவருக்கு நோய் தொற்றியது. அதனால் அன்னை தெரசாவைப் போல மேலான மரணத்தை தழுவினார்.

பெண்ணுரிமை பற்றி பெரியார்

என்.டி.சுதந்தரவடிவேலு

மணிபுக் ஷாப், பிள்ளையார் கோவில் தெரு, நட்டாமூர் கீழ் இடையாலம், திண்டிவனம்.

சாதி நமது பண்பாட்டை பிரதிபலிக்கிறது. சிலரை நாம் சாதியால் இழிவு செய்கிறோம். நாம் ஒருவரையும் இழிவு செய்வோம். பலர் நம்மை இழிவுசெய்கின்றனர். ஆணும் பெண்ணும் தமது வாழ்க்கைத் துணையைத் தேர்ந்தெடுக்க அனுமதிக்க வேண்டும்.

சாதி உயர்வு தாழ்வை நீக்குவது என்பது காட்டாற்று வெள்ளத்தில் எதிர் நீச்சல் போடுவதாகும். ஆண் பெண் சமத்துவம்அடைய முயலுவது தீ என்னும் ஆற்றில் நீந்துவதற்கு சமம். வயதுக்கு வந்து வேலை கிடைத்தவுடன் பெண் தனது கணவனை தெரிந்தெடுக்க அனுமதிக்கவேண்டும். கோயிலின் சொத்துகளை கைத்தொழிகள், வணிகம், ஆராய்ச்சிக்கு ஒதுக்க வேண்டும். ஏனெனில் சமூக மக்கள் கடவுளிடம் நன்மை செய்யும்படி வேண்டி கொடுத்த காணிக்கையே கோயில் சொத்து. நன்மை வேண்டுவது தனக்கும் தனது சமூகத்துக்கும் ஆகும்.

இந்துமதமானது ஒவ்வொருசாதிக்கும் ஒரு நடத்தையை நியமித்திருக்கிறது. ஆணுக்கும் பெண்ணுக்கும் வேறு வேறு நடத்தைகள். இம்மாதிரி நடத்தை விதிகளை ஏற்றுக் கொள்ள முடியாது. தீண்டாமையை ஒழிப்பதற்கு உயர்சாதி தாழ்ந்த சாதி என்னும் தத்துவங்கள் ஒழிய வேண்டும். சாதி மோதல்களுக்கு உயர்வு தாழ்வு என்பது எரியும் தீக்கு நெய் வாய்ப்பது போலாகும். எல்லா மனிதரும் சமம் எனும் எண்ணம் மக்களிடையே உருவாக வேண்டும். கொள்கை அளவில் மக்களாட்சி என்பது உயர்ந்ததாகக் கருதப்படுகிறது. நடைமுறையில் அது அப்பாவிகளை நேர்மையற்றவர்கள் ஏமாற்றி கட்டுப்பாடு செய்வதாகும். அரசியல் சாசனம் 17–வது விதி சொல்கிறது. “தீண்டாமை ஒழிக்கப்பட்டது. அதை எந்த வழியில் கடைப்

பிடித்தாலும் குற்றமே. சாதியை ஒழிப்பதற்கு தீண்டாமை என்ற வார்த்தைக்குப்பதிலாக "சாதி" என்ற சொல் இடம் பெற வேண்டும்.

பகுத்தறிவாளர் மனித நேயம் உள்ளவர்களாக இருக்க வேண்டும். நான் புதிய மதத்தை ஏற்படுத்த வரவில்லை. நல்ல நடத்தையை வற்புறுத்தாத மதம், கடவுள்,புராணம் ஆகிய வற்றை கடைப்பிடிக்க வேண்டாம். நல்ல நடத்தை சத்தியம், மற்றவர்கள் மேல் அன்பு, சமத்துவம் மற்றும் பெருந்தன்மையை கடைப்பிடித்து நடவுங்கள், உபயோக மற்ற பழைய அர்த்தமற்ற சமூகக் கட்டுப்பாடுகள்ஒழிய வேண்டும்.

காலத்திற்கேற்ப மாறாத பழக்கங்கள்,கருத்துக்கள் கைவிடப் பட வேண்டும். நாம் உறுதியுடன் புதிய தோர் உலகம் செய் வோம்.

நீங்கள் பகுத்தறிவாளர், ஆகவே பகுத்தறிவுக்கு முதலிடம் கொடுங்கள். பேதம் சொல்லும் கடவுளை மறந்து மனிதனை நினையுங்கள். பிறவியில் ஒருவரும் உயர்வும் தாழ்வும் இல்லை. ஆணும் பெண்ணும் சமம். மனைவி கணவனுக்கு சம்பளமில்லா வேலைக்காரி அல்ல. விளையாட்டு பொம்மை அல்ல. நகை தூக்கி அல்ல. அவள் வாழ்க்கை பங்காளி – உரிமையுள்ளவள். ஆகவே இருவரும் தோழமையுடன் வாழ வேண்டும்.

மனிதன் சமமாக முழுமையாக வாழ வேண்டும். ஒவ்வொரு வரும் எல்லாம் பெற வேண்டும். மனிதனை சமமாக நடத்தி னால் தான் சமமாக வாழமுடியும்.

இந்துமதம் மகா சமுத்திரம்

சோ

அலையன்ஸ் கம்பெனி, ராம கிருஷ்ண மடம் சாலை, மைலாப்பூர், சென்னை–4

இந்து மதத்தில் சிலை வணக்கத்திற்கு இடம் இருக்கிறது – ஆனால் சிலை வணக்கம் தான் வழி என்று சொல்லவில்லை. இந்துமதம் விதியின் வலிமையை வற்புறுத்துகிறது. ஆனால் அது அத்துடன் முடிந்து விட்டது என்று சொல்ல வில்லை. இந்துமதம் நான்கு வருணங்களை நிர்ணயித்தது. ஆனால் எல்லா மனிதரும் சமம் என்றது. இந்து மதம் அநேக கடவுள் களை வணங்குகிறது. ஆனால் முடிவு ஒன்றுதான் என்றது. பல யாகங்களை நடத்தி அதன் மேன்மையைச் சொன்னது. அதே மதம் ஒருவர் அது வழியே கடவுளை அடைய முடியாது என்றது. இதில் காணப்படும் முரண்பாடுகள் மனிதரை ஒருங்கி ணைக்கும் முயற்சிகளே. கடைசி முடிவு அநேக வழிகள் நடத்தல்கள் இருந்தாலும் ஒன்றுதான்.

ஆழ்ந்த தியானத்தில் இருக்க ரிசிகள் தூரத்திலிருந்துவரும் ஒலி அலைகளை கிரகித்து மேலான சக்திகளை அடையும் திறமையுள்ளவராக இருந்திருக்கலாம். அப்படியே மோசஸ் கடவுளிடம் பத்துக்கட்டளை கடவுள் அருளால் பெற்றார். முகம்மது நபி குரானை எழுதினார். கடவுள் அவருக்கு வெளிப் படுத்தினார். இவை நூற்றாண்டுகளுக்கு முன்பு நடந்த அற்புதங் களாகும். உலகம் அவற்றை கடவுள் கொடுத்ததாக ஏற்றுக் கொண்டது.

வேதத்தில் உள்ள வார்த்தைகள் ஒன்றுக்கு மேலான அர்த்த முள்ளவை. தவறாக அர்த்தம் செய்வது நிகழ்ச்சிகளையும் வேதரிசிகளையும் தப்பாகப்புரிந்து கொள்ளவழியாகும். மெய் யான அர்த்தம் மறைபொருளானது மேலானது. வேத வாக்கியங் கள் உண்மையான அர்த்தத்தோடு புரிந்து கொள்ள படவேண்டும். மிருகமும் கொல்லப்படக்கூடாது. மனிதன் மனிதனைக் கொல் லக்கூடாது. உயிருள்ளவைகளுக்கு தீங்கு செய்யாதே என்று

வேதம் சொல்கிறது. ஆகவே வேதம் எப்படி மனிதனையோ மிருகத்தையோ கொல்லும்படி சொல்லும். உண்மை, நல்ல நடத்தை, தீய எண்ணம் இல்லாமை, தேவைப்படுவோருக்கு உதவி போன்றவை வேதம் சொல்கிறது. கெட்ட எண்ணமுடையோர், அலைபாயும் எண்ணமுள்ளோர், கோபக்காரர்,பொய்யர், மாய்மாலக்காரர் ஆகியோருக்கு பரமாத்மா தம்மை வெளிப் படுத்தமாட்டார். தியானம் மெய்யாய்ச் செய்வோருக்கு அருகில் அவர் இருப்பார்.

ஒற்றுமையாயிரு, ஒன்றுபட்டுபேசு. ஒற்றுமையாய் இத யத்தை நிரப்பு, மனச்சாட்சிக்கு விரோதமின்றி இன்பம் பெறு. கவனமுள்ளோர் கல்வி பெறுவர். ஆகாயம் சூரிய ஒளியில் பிரகாசமாயிருக்கிறது. பூமி சத்தியத்தால் பிரகாசிக்கிறது. ஞானி களே மக்களிடம் தோழமையுடன் அறிவை விருத்தி செய்யுங்கள். யாவரையும் தோழமையுடன் பார்ப்பாயாக. உண்மையே பேசு. தானம் செய். தாய்,தந்தை,குரு ஏழை ஆகியோரை கடவுள் என நினை. நூறுகைகளால் சம்பாதித்து ஆயிரங்கைகளால் செலவு செய். கவனமாய்க் கொடு. அசட்டை பண்ணாதே, மகிழ்ச்சி யாய்க்கொடு. தாழ்மையாய்க்கொடு. கடவுள் ஒருவரே. இரண் டாவது இல்லை.

மந்திரங்கள் கடினமானவை, புரியாதவை என்று சொல் வோருக்கு யாஷ்கரே சொல்கிறார். கண்பார்வையற்றவர்கள் கம்பத்தை இடித்து விட்டால் அது கம்பத்தின் குற்றமல்ல. ஆகவே பார்வையை சரி செய்ய வேண்டும். கம்பத்தை சபிக்கக் கூடாது.

யூகம், சத்தம் ஆகிய முறைகளை சர்வாகா தத்துவம் ஏற்றுக் கொள்ளவில்லை. அது வேதத்தை நம்பவில்லை. அது நாம் அறிந்ததை மட்டும் ஏற்கிறது. கடவுள், ஆன்மா, மோட்சம், போனபிறவி, மறுபிறவியை ஏற்றுக்கொள்ளவில்லை. உலகம், நீர், நெருப்பு, காற்று, மண் ஆகியவற்றால் உண்டானது. ஆனால் இவை எப்படி உண்டாயின என்று சர்வாகம் சொல்லவில்லை. அது யாகத்தையும் சடங்குகளையும் ஏற்கவில்லை. அது மரித் தோர் சடங்குகளை குறை கூறியது. பெரும்பாலான மக்கள் இன்பம் நாடுவதை லட்சியமாக ஏற்கவில்லை. இதில் ஆச்சரி யமில்லை.

சாதி என்ற வார்த்தை வேகத்தில் இல்லை. அது பின்னர் ஏற்பட்டது. ஒரு சாதியிலிருந்து வேறு சாதிக்கு மாற முடியாது. ஆனால் ஒரு வருணத்திலிருந்து வேறு வருணத்திற்கு மாறலாம். நடத்தை மற்றும் வாழும் வழி அடிப்படையில் நான்கு வருணம் உண்டானதாக பகவத் கீதை சொல்கிறது. எந்த வருணமும் யாகமும் சடங்கும் செய்வது தடை செய்யப்படவில்லை. புருகு முனிவர் இதை பரத்வாஜ் முனிவருக்கு சொன்னார்.

ரிக்வேதம் சொல்கிறது. உங்களில் யாரும் உயர்ந்தவர் தாழ்ந் தவர் இல்லை. யாவரும் சகோதரரே ஒன்று பட்டு வாழ்ந்து உயர்வடைவாய். மரித்தவன் மனைவி சிதையில் எரிவதை தடுக்கும் படி வேதம் சொன்னது. அது சதிக்கு எதிரானது. ஈசவசியா உபநிடதம் சொன்னது. கடவுள் எல்லாவற்றிலும் இருக்கிறார். இயற்கையின்படி வாழ்க்கையை வாழ்வாயாக. எல்லாம் கடவுளால் சூழப்பட்டிருக்கும் போது விரோதத்திற்கு எங்கே இடமிருக்கிறது? மத சாதி பகைமை எப்படி இருக்கும்? கடவுள் எண்ணத்தால் சமத்துவம் நிலவும் போது துன்பம் இல்லை. ஆகவே இந்தமந்திரம் இப்படி வாழும்படி சொல்கிறது.

கடமை செய்து நூறு வருடம் வாழ்வாயாக. இப்படி வாழும் போது உனது செயல்கள் உன்னைக் கட்டுப்படுத்தாது. இந்நிலை அடைய வேறு வழி இல்லை. எல்லா உயிரிலும் ஆன்மா இருப்பதை உணர்ந்தால் யாரையும் வெறுக்க இடமில்லை. ஜனஸ்ருகதி அரசர் வண்டி ஓட்டி ரிக்வானிடம் ஞானம் பெற்ற தாக சந்தோக்கிய உபநிடதம் சொல்கிறது. உயர்வு என்பது பிறப்பினாலோ தோற்றத்திலோ இல்லை. அது ஒருவருடைய கற்ற ஞானத்தில் இருக்கிறது. ஒருவர் தம்மை அறியவேண்டும் என்று உபநிடதங்கள் சொல்கின்றன. இந்த விழிப்புணர்வு உள்ளவர் உயர்வடைவார். நாம் அறியாதது உலகளவு என்று அறிய வேண்டும். பிருகதரியனியா உபநிடதம் சொல்கிறது. காக்கி என்ற பெண் பிரம ஞான தர்க்கத்தில் பங்கெடுத்து யாகிய வல்கிய முனிவரை கேள்விகள்கேட்டார் என்கிறது. ஆகவே வேதகாலத்தில் பெண்கள் உரிமையில்லாமல் தாழ்வாக நடத்தப் பட்டனர் என்ற பேச்சிற்கே இடமில்லை.

வஜ்ரசூசிகா உபநிடதம் சொல்கிறது. பிராமணர் முதல் வருணத்தார், மற்றவர் சத்திய, வைசிய, சூத்திரர். யார் பிராமணர்? ஆன்மாவா? உடம்பா? பிறவியா? அறிவா? செயலா? கர்மயாகங்களா? மனிதரிலுள்ள எல்லா ஆன்மாவும் ஒன்றுதான். ஆகவே ஆன்மாவில் பிரிவுகள் இல்லை. பிராமணர் உடம்பு என்று சொல்லமுடியாது. ஏனெனில் யாவருடைய உடம்பும் ஐந்து மூலகங்களிலிருந்து உண்டாயின. எல்லா மனிதருக்கும் வயதாகிறது. எல்லாரும் மரணமடைகின்றனர். ஆகவே உடம்பில் யாதொரு விசேசமில்லை.

பிராமணர் யார்?

குறைபாடில்லாத ஆன்மா, இயற்கையானது. பிறவியும் மரணமும் இல்லாதது, உயிருள்ளவைகளுக்கிடையே, செயல் புரிகிறது, மனதுக்கு அப்பால் உள்ளது. அனுபவத்தால் மட்டுமே உணர்வது, ஆசையும் உறவும் விட்டது, வெறுப்பில்லாமல் அமைதியானது. பொறாமை, எதிர்ப்பார்ப்பு, பயம் விருப்பு, வெறுப்பு இல்லாதது, அதுவே பிராமணர் என்பது.

சாதித் தீண்டாமை

பெரியார் களஞ்சியம், சென்னை–7

நாத்திகம் இல்லாமல் சாதியை ஒழிக்க முடியாது. ஸ்ரீ கிருஷ்ணர் சொன்னார், ''நான்கு வருணங்களை நான் உண்டாக்கினேன். ஒவ்வொரு வருணத்துக்கும் தொழிலைக் கொடுத்தேன். இதை மீறுகிறவரை மீளாத நகரத்தில் தள்ளிவிடுவேன்'' என்றார். மதம், கடவுள், சாஸ்திரம் இவற்றை மேற்கொள்ளாமல் சாதிக் கொடுமை, இழிவு, சாதி, பேதம், சாதிப்பிரிவினை ஆகியவற்றை ஒழிக்க முடியுமா?

காந்தி சொன்னார், ''நான்கு வருணங்களைக் காக்க நான் இருக்கிறேன். அதனால் தான் சுதந்திரம் வேண்டுகிறேன். இதே காரணத்திற்காக தீண்டத்தகாதவருக்கு தனி வாக்குரிமை செத்தாலும் அனுமதிக்க மாட்டேன்'' என்றார். அதனால்தான் அவரை பிராமணர் மகாத்மா, என தங்களது அவதாரம் என்றனர். தீண்டாமை ஒழிப்புக்கு பாடுபட்டார். ஆனால் தாழ்த்தப்பட்டோர் செருப்புத் தைத்து தோல் பதனிட்டு வருணா சிரமத்தில் நிலைக்க வேண்டும் என்று விரும்பினார்.

சாதிக் கொடுமைகளையும் சாதிபேதத்தையும் கடவுள் உண்டாக்கினார் என்று அறிந்தால் இதை ஒழிக்க யார் முன்வருவர்? ஒவ்வொரு சாதியும் மற்ற சாதிகளை தாழ்வாக எண்ணி பெருமைப்படுகிறது. சாதியாளர்கள் சாதியை ஒழிப்பது இழிவு என்று கருதுகின்றனர். மற்ற சாதியோடு கலப்பது விபச்சாரம் என நினைக்கின்றனர்.

இந்த மனோபாவம் சாதியை ஒழிக்க நினைப்போருக்கு எதிராக எமனாக இருக்கிறது. காந்திஜி தீண்டாமைக்கு எதிராக பாடுபட்டார். சாதியை ஒழிக்க ஒரு வார்த்தை கூட சொல்லவில்லை. தனது மகாத்மா பட்டம் போய் விடும் என்று நினைத்தார். எங்களை எதிர்க்கிறவர் யாராவது இதுவரை சாதிகள் தொடர வேண்டும் என்பதற்கு நியாயமான காரணம் சொன்னார்களா? அவர்கள் கடவுள், சாஸ்திரங்களை நம்பினார்கள். காந்திஜி ராமராஜ்யம் வருணாசிரமம் வேண்டுமென்றார்.

பிராமணர், சத்திரியர், வைசிரியர், ஆரியர் ஆவர், சூத்திரர் என்பார் இந்தியாவின் பழங்குடிகள் திராவிடர் எனப்பட்டனர். ஆரியர் திராவிடரை இழிவு செய்ய ராமாயணம் எழுதப்பட்டது.

பறயர், சக்கிலியர், பிராமணர், சூத்திரர் சமமின்றி வாழும் நாட்டில் சமத்துவம், மார்க்சியம், லெனினியம் என்று பேசுவது வெறும் வார்த்தை ஜாலம், நேரவிரயமாகும். ஆகவே பொதுவுடைமைத் தோழர்கள் சாதியை ஒழித்து சமத்துவத்தை ஏற்படுத்தி அதன்பிறகு பொதுவுடைமை உண்டாக்க முயல வேண்டும். நீதிக்கட்சி சமத்துவம் உண்டாக்க உழைத்தது.

வின்சென்ட் ஏ.ஸ்மித் என்பர் ஆகஸ்போர்டில் குறிப்பு எழுதியிருக்கிறார். ஆரியர் யாகத்தில் உயிர்பலி செய்தனர். தமிழர் பிறவியால் உயர்வுதாழ்வு செய்யவில்லை. ஆரியர் இந்த நடைமுறைகளை உண்டாக்கினர். தலித்துகளின் கோயில் பிரவேசம் இந்து மதத்தைக் காக்க நடந்தது. அது சமத்துவத்தை உண்டாக்க அல்ல நடந்தது.

தோழர் பி.ஜே.தாமஸ் காலடியில் எழுதியுள்ளார். இந்தியாவின் பொருளாதார முன்னேற்றம் அடைய முடியாது. திராவிடர் கோழைகளாகி, அடிமையாகி இழிவுடன் கௌரவமில்லாமல் வாழ்ந்தது எப்போது? சமஸ்கிருதம் உயர்நிலையில் உயர்வு தாழ்வு பேதங்களுடன், அறிவுக்கு புறம்பான நம்பிக்கைகளுடன், வருணாசிர கொடுமைகளுடன் இருந்தபோது அது நடந்தது. சமஸ்கிருதம் படிப்பு பிராமண உயர்வையும் வருணா சிரமத்தையும் புகுத்தியது.

ஹிட்லர் யூதர்களை ஜெர்மனியிலிருந்து வெளியேற்றினார். ஏனெனில் அவர்கள் ஜெர்மனியரோடு ஒத்துழைக்காமல் சுய நலமாய் வாழ்ந்தனர். இந்துக்களின் வாழ்வு சாதி பேதமையால் பாதிக்கப்பட்டிருக்கிறது.

பிராமணர் உயர்ந்தவர். மற்றவர் அடிமைகள். அந்நியர் திராவிடரை லகுவாக அடிமைப்படுத்தினர். இந்து வழியில் மக்கள் பிரிந்து இருந்தனர். வருணாசிரமம், ராமராஜியம், மனுதர்மம், பேதங்கள் யாவும் நீங்க வேண்டும்.

இந்து மதத்தில் இருக்கும் வரை தீண்டத்தகாதவருக்கு மனித நேயத்தையோ சமத்துவத்தையோ எதிர் பார்க்க முடியாது.

அவர்கள் மற்ற மதங்களில் இதை அடையலாம். பழைய ஆரிய புத்தகங்கள் திராவிடரை தஸ்யூக்கள், தாசர், சூத்திரர் என்று சொல்லின. அவர்கள் வேலைக்காரர்கள். சூத்திரர் என்றால் முறையின்றி பிறந்தவர்கள் என்று சொன்னார்கள். மேல் நாடுகளில், ஒரு குடும்பத்தில் ஒருவர் கவர்னர் ஆக இருப்பார். இளையவர் செருப்புக் கடை வைத்திருப்பார். மற்றவர் மருத்து வர். கடைசி ஆள் பூசாரியாயிருப்பார். ஆனால் நம் நாட்டில் மகன் தகப்பன் செய்த தொழிலையே செய்ய வேண்டும். தொழில் சாதி அடிப்படையில் உயர்வு தாழ்வு செய்யப்படுவார். இதுதான் இந்து மதவாழ்க்கை. ஒருவருக்கும் வருணாசிரமத்தின் படியே அல்லாமல் தனி உரிமை கிடையாது.

தாழ்த்தப்பட்டோர் நகரங்களில் சட்டப்படி கோயில் பிர வேசம் செய்கின்றனர். சாதி இந்துக்கள் இதை ஏற்றுக் கொள் கிறார்கள்? கிராமங்களில் இதற்கு அனுமதியில்லை. சமத்துவ மின்னைக்கு மரணமே மேலானது என்பவருக்கு எந்தத்தடையும் இல்லை. அவர்கள் கடவுள் மதம் நரகம்,மோட்சம்,என்று பார்ப்பதில்லை. கடவுள் இவ்வுலகில் சாதிக் கொடுமைகளை ஒழித்து, சமத்துவம் தராதவர் மறுவுலகில் மோட்சம், ரம்பா நடனம், ஊர்வசி தங்கமெத்தையில் இன்பம் தருவார் என்று நம்புவதற்கு அறிவீனரா? தீண்டத்தகாதாருக்கும் பிராமணருக்கும் நடத்தையில், உடல் அமைப்பில், அறிவு இவற்றில் வித்தியாசம் உள்ளதா? நமது கொள்கைகளாக இந்து மதம், கடவுள், சாஸ்திரம், இதிகாசம் புராணம் இவைகளை சீர்திருத்தலாம் என்று எண்ணுவது வெறுங்கனவு, வெட்டி வேலை அறிவீன மாகும். சரியான வழி அறிவான வழி இதை விட்டு தப்பிவிடு வதாகும்.

அரசு சாதிப் பெயர்களைத் தங்கள் பெயர்களோடு வைத் திருப்பவர்களுக்கு ஆறுமாதம் சிறை என்று ஆக்கவேண்டும். மேலை நாடுகளில் சமூகத்தில் அனைவருக்கும் சமபங்கு உண்டு. அவர்களது நாடு முழு சுதந்திரத்துடன் முன்னேறி இருக்கிறது. நமது நாட்டில் பொது நன்மை என்ற லட்சியம் இல்லை. ஆகவே நாம் முன்னேறாமல், தலைமுறைகளாக பின்னேறு கிறோம். நமது சமூக அமைப்பு நியாயமான வளர்ச்சிக்கு எதி ராக இருக்கிறது. உயர்சாதி மனப்பான்மை முன்னேற்றத்திற்கு,

மனிதத்தன்மைக்கு, சமத்துவத்திற்கு முட்டு கட்டையாயிருக் கிறது. இது நியாயமற்ற குற்ற மனப்பான்மை யுடையாது. உயர்சாதி, மனப்பான்மையை நாம் எப்படியாகிலும் ஒழிப் போம். வேத திருமணம் கணவனை விபசாரியிடம் போவதைத் தடுக்கவில்லை. அது பெண்ணை அடிமையாக்கு கிறது. சுயமரியாதை திருமணம் சம உரிமையுடன் வாழ வைக்கிறது.

–சாதியை ஒழிப்பதற்கு செயல்திட்டங்கள்

–யாரும் பூணூல் அணியக்கூடாது.

–சாதியை வெளிப்படுத்தும் திலகம் இடக்கூடாது.

–கிறித்தவர் சாதிப் பெயர்களை விடவேண்டும்

–ஆரியர் சடங்குகளை திராவிடர் வீடுகளில் செய்யகூடாது. ஆரியர் கோயில் மடங்களில் நாசம் செய்யக்கூடாது.

–பிராமண மகாசபா,நாடார் சங்கம் முதலியார் சங்கம், வன்னியர் சங்கம் முதலிய சாதி சங்கங்கள் தடை செய்யப்பட வேண்டும்.

–சாதிக்குள் திருமணம் கூடாதென்று சட்டம் இயற்ற வேண்டும்.

–சாதிப்பெயர்களை புத்தங்கள், கதைகள், புராணம், இதிகாசம் மனுதர்மம் போன்ற வற்றிலிருந்து சட்டமூலம் நீக்க வேண்டும்.

–நகரங்களில் கிராமங்களில் ஆரிய குடியிருப்புகளில் மற்றவர்களும் குடியிருக்க வேண்டும்.

–ஆரியரும் உயர்சாதிகளும் மற்றவர்களுடைய பணிகளான மருத்துவம், சலவை, விவசாயம், வீடுகட்டுதல் போன்றவைகளைச் செய்ய வேண்டும்.

உலகில் வேறு மதங்களே இல்லையா? கிறித்துவம்? முஸ்லீம் அவர்களில் உயர்சாதி பிராமணர் கீழ்சாதி பறையர் என்று இருக்கிறதா? நாம் அவர்களைவிட அறிவாளிகளா? ஞானம்? விஞ்ஞானம்?

அற்புதங்கள்? உங்கள் கடவுளுக்கும் அவர்கள் கடவுளுக்கும் வித்தியாசம் எதற்கு? உங்கள் சாதிக்கும் அவர்கள் சாதிக்கும் வித்தியாசம் ஏன்? உற்பத்தி உழைப்பு செய்யாதவர்களுக்கு ஆதரவாய் இருக்கிற கடவுள் நமக்கு எதற்கு? பிராமனர் இல்லாது போனால் சூத்திரர் ஏது? பஞ்சமர் ஏது? நாம் மற்ற நாடுகளைப் போல் மனிதர்களாக ஒழுங்கு, நீதி, ஞானத்துடன் வாழ்வோம்.

சிலர் நாம் அரசியல், கல்வி, பொருளாதரம் ஆகியவற்றில் முன்னேறும் போது சமூக இழிவு தானாகவே மறைந்து போகும் என்கின்றனர். உண்மையில் சமூக இழிவு மேற்கண்ட துறைகளில் முன்னேற தடையாயிருக்கிறது. முஸ்லிமும் கிறித்துவர்களும் திராவிடர்கள் ஆவர். அவர்கள் சகிக்க முடியாத இழிவுகளால் மதம் மாறினர். நாம் வீரம், துணிவு, செயல்திறன், ஞானம், மனிதம், அன்பு, அழகு, அரசர் ஆகியவற்றின் சந்ததிகளாவர். நாம் எப்போது சூத்திரரானோம்? யார் நம்மை சூத்திரராக்கியது? ஆரியரா? கடவுளா? நாங்கள் எங்களை சூத்திரராக்கிய கடவுள் மதம் புராணம் இவற்றை ஏற்றுக் கொள்ளவில்லை.

கடவுள் எங்களுக்கு அறிவைத்தந்து ஆலோசித்து முன்னேற வைத்திருக்கிறார். இவ்வுலகில் உள்ளது கொண்டு திருப்திப் பட்டு அடுத்த உலகில் மீதியை தேடுவதற்காக அல்ல. நீங்கள் உங்கள் அறிவினால் சிந்தித்து முன்னேறவில்லை. ஆகவே அடிமைகளாக துன்பப்படுகிறவர் கடவுளையும் மதத்தையும் சிந்திக்ககூடாது. உலகில் 95 சதவீதம் பேர் இறைச்சியுண்கிறார்கள்.

நரகம் என்பது கற்பனையான பிசாசு. சதிகாரர்கள் தங்கள் நல்வாழ்வுக்காக செய்த தந்திரம். எங்களை இழிவு செய்த மதம் எங்களுக்கு வேண்டாம். தொட்டால் புனிதமிழந்து வரும் தெய்வம் வேண்டாம். நாங்கள் படிக்காத சாஸ்திரம் வேண்டாம். எங்களை காட்டுமிராண்டிகள் என்று சொல்லும் புராணம் வேண்டாம். எங்களைச் சுரண்டுகிறபிராமணர் வேண்டாம்.

மகாராடிட்ரத்தை மீட்ட வீரசிவாஜி வருணாசிரமப்படி ஆட்சி செய்ய தமது கருவூலம் முழுவதும் செலவு செய்து சடங்குகள் செய்தார். ஓட்டாண்டி ஆனார். சேர, சோழ, பாண்டிய, நாயக்க மன்னர்கள் மக்களுடைய பணத்தை எடுத்து

கோயில், குளம், கோபுரம் போன்றவை கட்டினர். மக்களும் அரசும் வறுமையடைந்தனர். யாவரும் சுயமரியாதையை வாழ்க்கை லட்சியமாகக் கொள்ள வேண்டும். இதற்கு வருணா சிரமத்தைக்கை விட வேண்டும். பின்னர் ஏற்பட்ட சாதியைக் கைவிட வேண்டும்.

பிராமணர்கள் பகுத்தறிவையும், மனித நேயத்தையும் வளர்க்க வேண்டும் என்று அவர்களை வேண்டுகிறேன். மற்றவர்களை யும் அவர்கள் கோயில் பூசை செய்ய அனுமதிக்க வேண்டும். சாதிக்கட்சிகள் தேர்தலில் போட்டியிட தடைவிதிக்க வேண்டும். சாதியின் பேரால் யாரும் தேர்ந்தெடுக்கப் படக்கூடாது.

ஜனநாயகம் என்பது அறியாதவர்களால் தேர்ந்தெடுக்கப்பட்டு நேர்மையற்றவர்கள் ஆட்சி செய்வது என்றார் பெர்னாட்சா. புத்தர் ஏன் சாதியை ஒழிக்கமுடியவில்லை? அகிம்சை என்ற பேச்சால் ஏமாற்றப்பட்டார். அவ்வாறுதான் புழு பூச்சியைக் கூட கொல்லாதவர்கள். அவர்கள் எப்படி ஆயுதப்போர் செய் கிறவர்களை மேற்கொள்ள முடியும்? சாதி,மதம்,சாஸ்திரம் என்பது வருணாசிரமத்தை நடத்துவதற்கு இருக்கிறது. அவை மக்கள் குறை தீர்க்க அல்ல. மனிதக் கழிவுகளை தலையில் சுமந்து கழிப்பறைகளை சுத்தம் செய்வது மனித இழிவு செய லாகும். தானியங்கி இயந்திர உபகரணங்கள் அந்த வேலை களைச் செய்ய வேண்டும்.

சுதந்திரம் பெற்ற பின்பும் நாட்டில் சாதி பேதம் ஏன் இருக்க வேண்டும்? மக்களாட்சியால் என்ன நன்மை உண்டானது? ஒருகாலத்தில் நீக்ரோ, மக்கள் காடுகளில் நாகரிகமில்லாமல் அலைந்து இலைகளை உடுத்திக் கொண்டிருந்தனர். அவர்கள் அமெரிக்காவுக்கு அடிமைகளாக விற்கப்பட்டனர். அவர்கள் விடுதலையான பின்னர் கல்வி கற்று வெள்ளையருக்கு இணை யாக வேலை செய்கின்றனர். ஆனால் நாம் இன்னமும் சாதி இழிவை சந்திக்கிறோம். காந்திஜி தம்மை சூத்திரர் என்றார். ஆனால் அவர்சாதி ஒழிப்பை பற்றி ஒரு வார்த்தை கூட சொல்லவில்லை. முதலாளிகள் ஒழியும் போது சாதி ஒழியும் என்று பொதுவுடைமைக் கட்சிகாரர் சொல்கிறார்கள். ஆனால் முதல் வளருவது சாதியால்தான் என்பதை அவர்கள் புரிந்து கொள்ளவில்லை. லெனினும் மார்க்ஸ்ம் சாதியைப்பற்றி ஒன்

றும் சொல்லவில்லை என்கின்றனர். அவர்களுக்கு இங்குள்ள காரியம் தெரியாது.

காமராஜருக்கு தமிழர் உணர்வு இருந்தது. சாதி பேதம் ஒழிந்தபின்புதான் உண்மையான சுதந்திரம் வரும் என்றார். நேருஜி வோட்டுகளுக்காக சாதிபேதத்தை கண்டித்தார். கோ–யிலில் தேவதாசி முறையை ஒழிப்பதை சத்யமூர்த்தி ஐயர் எதிர்த்தார்.

அது கடவுள் சேவை. அதை ஒழிப்பது பாவம் என்றார். இதற்கு முத்துலட்சுமி ரெட்டி சொன்னார். அப்படியானால் இனி பிராமணப் பெண்களோடு சேவை தொடரட்டும் என்றார். எனவே தனது எதிர்ப்பை அவர் நிறுத்திக்கொண்டார். தேவதாசி ஒழிப்பு சட்டம் நடைமுறைக்கு வந்தது. சுகாதார பணியாளர் சலவைக்காரர், விவசாயி, நெசவாளர் வேலை செய்யாவிட்டால் ஒரு வேலையும் நிற்காது. சமூகத்தைப் பாதிக்காது. அவர் ஒன்றையும் உற்பத்தி செய்யவில்லை. மனக்குழப்பங்களை உண்டாக்கி அதற்கு பரிகார சடங்கு செய்து வருகிறார். நன்மை அடைகிறார் என்பது பெரியாரின் கருத்தாகும். வருணாசிரமம் மீண்டும் வந்தால், சூத்திரப் பெண்கள் தேவ தாசிகளாக கோவிலில் இருக்க வேண்டும். தீண்டத்தகாதவருக்கு இதில் பாதிப்பில்லை. அவர்கள் எங்களை நாத்திகர் என்கின்றனர். ஏனெனில் நாங்கள் சக்கிலி, பறயர் விடுதலைக்கு வேலை செய்கிறோம். சூத்திர சூர்பனகையை லட்சுமணன் மணம் செய்ய மறுத்தார். ஏனென்றால் அவர் வேறு சாதி. தடாகையின் மகனை லட்சுமணன் கொன்றார். ராமர் கவலைப்படவில்லை. சம்புகண் சித்தர்வழியில் தியானம் செய்தபடியால் பிராமணரால் தூண்டப்பட்டு ராமர் அவரைக் கொன்றார்.

சிறையில் பிராமணர் பூணூல் தரிக்க முடியாது. போராட்டத்தின் மூலமே சாதிகளை ஒழிக்க முடியும். அவர்கள் என்னை தமிழ் என்றும் வடக்கு என்றும் ஏன் பிரிக்க வேண்டும் என்கிறார்கள். அப்படியானால் பார்ப்பான், பறயர், சூத்திர பஞ் சமர் என்று ஏன் இருக்கிறது? கடைசியானவர் சுகாதர பணி செய்கிறார். பார்ப்பனர் உடலுழைப்பு அல்லது ஏதாவது வேலை செய்யவில்லையே. அவர்கள் பறயர், பஞ்சமர், சூத்திரர் ஒழிப்பு என்று சட்டம் இயற்ற வேண்டும். அவர்கள் பிராமணார்

காபிகடை ஆரிய பவான் வைத்தால் சாதியம் இருக்கிறது என்று தானே பொருளாகும்? ஒரு பெண்ணை கற்புக்கரசி என்று சொன்னால் மற்றவள் கற்பில்லாதவள் என்று தானே ஆகும். அப்படித்தான் உணவகங்களில் சாதிப்பெயர் இருக்கிறது. (கல்லூரி,பள்ளிகளில் இருக்கிறது)

ரஷ்யாவில் பிறப்பால் பிராமணர் இல்லை. ஆனால் அங்கு பூசாரிகள் இருந்தனர். மற்றவர் உழைப்பில் வேலை செய்யாமல் உண்டனர். ஆனால் இப்போது கட்டுப்படுத்தி விட்டார்கள். எல்லா மதங்களும் அதன் ஆரம்பத்திற்கு சரித்திர சாட்சியங்கள் உண்டு. இந்து மதத்திற்கு சரித்திர சாட்சியங்கள் இல்லை. 1920ம் ஆண்டு வரை ஆரியர் தங்களை வேதமதத்தார் என்று சொல்லிக் கொண்டார்கள். சுதந்திரப் போராட்டம் தொடங்கிய போது தாங்கள் வெளியிலிருந்து வந்தபடியால் பாதுகாப்பின்றி உணர்ந்து செயல்பட்டனர். அந்நிய ஆட்சியார் நிர்வாக வசதிக்காக பிரித் தாளும் சூழ்ச்சியால் யாவரையும் ஒன்றிணைத்து இந்துக்கள் என்றனர். இதைப் பயன் படுத்தி எல்லாவித தெய்வ வழி பாடுகளைச் செய்தவர்களை ஒன்றிணைத்து தமது தலைமையில் இந்துக்கள் என்று செயல்பட்டனர். ஆகவே இந்து மதம் என்பது பல மதங்களின் கூட்டமைப்பு ஆகும். முஸ்லீம், கிறித்துவ மதம் போல் ஆரிய வேதமதம் வெளியிலிருந்து வந்து பூர்வக் குடிகளின் மதங்களின் கூட்டமைப்புக்கு தலைமை வகிக்கிறது.

துருக்கி, இங்கிலாந்து ஆகிய நாடுகளில் மதங்களில் சாதிகள் இல்லை. ஆகவே நாம் சாதிகளை ஒழித்து சமூக நீதி பெறுவோம். சமூக சமத்துவம் சமாதானம் இல்லாமல் அரசியல் பொருளாதார சமத்துவம் பெறமுடியாது.

செட்டியார், முதலியார், நாயுடு போன்றயாவரும் சூத்திரர் எனப்பட்டனர். வருணாசிரமத்தில் அவர்கள் இடம் பெற வில்லை. அம்பேத்கர் கடவுள் மறுப்பாளர். ஆராய்ச்சி செய் வோர் அறிவாளிகள் ஆவர். அவர்கள் நாத்திகர். புத்தர் பகுத் தறிவை வலியுறுத்தினார். ஆகவே அவரது போதனைகள் அழிக்கப்பட்டன. வீரர் இல்லாத கோட்டைகள் அழிக்கப்படும். அகிம்சைக் கொள்கையால் அவரது போதனைகள் அழிக்கப் பட்டன.

சூத்திரர் கர்ப்பக்கிருகம் வரை செல்ல முடியாது. நாங்கள் கடவுள் இல்லாத சமூகம் அமைக்க விரும்பவில்லை. பகுத் தறிவுள்ள சமூகம் அமைக்கவே விரும்புகிறோம். கோயில் ஞானமற்றவர்களுக்கானது என்றார் விவேகானந்தர். கோயில் ஏமாளிகளுக்கானது என்றார் தாகூர். சாதி ஒழிந்தால் எங்கள் நிலை உயர்ந்து எங்கள் வாழ்வு முன்னேறும்.

சுதந்திர நாட்டில் சாதிகள் தொடர அனுமதித்தது யார்? ராம ராஜியத்தில் வருணாசிரம சாதிகள் தங்களுக்கு இட்ட பணியைச் செய்யவேண்டுமென காந்திஜி விரும்பினார். சாதிக்கு சட்ட பூர்வ நிலையை காந்திஜி ஏற்படுத்தினார். நமது மக்கள் சூத்திர இழிவை நீக்காமல் நாயக்கர், கவுண்டர் போன்ற சாதிப் பெயர் கள் தொடர அனுமதிக்கின்றனர்.

பார்ப்பனர் பறயர் என்ற சாதிப் பெயர்களை ஒழித்து ஒரே மனுசக் குலமாயிருந்தால் என்ன நட்டம் ஏற்பட்டுவிடும்? உயர்சாதிப் பெயரை வைத்துக் கொண்டிருந்தால் என்ன பிரயோ ஜனம்? அரசு ஏன் சாதியை ஒழிக்க முன் வரவில்லை? தீண்டாமை ஒழிப்பு என்பது சாதி ஒழிப்பு என எண்ணும் படி மக்கள் ஏமாற்றப்பட்டார்கள். பிராமணர் முழு அதிகாரத் துடனும், சூத்திரர் ஆணவத்துடனும் பஞ்சமர் அடிமைத் தனத்துடனும் காரியம் செய்தால் அங்கே சமத்துவம் எப்படி உண்டாகும்? இதனால் வெறுப்பு ஒரு பக்க சார்பு, சமமின்மை போன்ற சமூக உறவுகள், ஏற்பட்டு சாதிகள் அனைத்தும் இசையாக ஒரே மாதிரி முன்னேற முடியாமல்போகும்.

ஒரு மாற்றுத்திறனாளியும் ஒரு முழுத்திறன் உள்ளவரும் எப்படி சமமாக விளையாட்டில் போட்டியிட முடியும்? ஆகவே பெரியார் சாதிப்பெயர்கள் ஒழிந்து மனிதத்துவம் ஏற்பட்டு சமூகத்தில் யாவரும் முன்னேற வழியுண்டாக வேண்டும் என்றார்.

உங்களை கஞ்சன் என்று சொன்னாலும் பணத்தை சிக்கனமாக செலவு செய்ய வேண்டும். பகட்டில்லாமல் பிள்ளைகளை வளர்க்கவேண்டும். செல்வம் இருக்கும் வரைதான் மரியாதை நல்ல நடத்தை யுண்டாகும். வருமானத்திற்கு குறைவாக செலவு செய்தால் மிச்சமுண்டாகி செல்வம்பெருகும்.

பார்ப்பாருக்கும் திராவிடருக்கும் நடந்தயுத்தம் கடவுள் அசுரர் போராட்டம் என்றார்கள். சாதிகளை எதிர்த்த திராவிடரைக் கொன்றவர்கள் அவதாரம் எனப்பட்டனர். அவர்கள் பார்ப்பாரைக் காத்தனர். பக்ரகிரியாரும் ராமலிங்க சாமியும் சாதிகளை ஒழிக்க பாடல்கள் எழுதினார். இதனால் பலனுண்டாகவில்லை. மத சுதந்திரத்தில் சாதிகள் நிலைக்க அரசியல் சாசனம் வழிவகுத்து விட்டது. இந்துமதம் இருக்கும் வரை சூத்திரர் அடிமைகளாயிருப்பர். ஆகவே அது திருத்தப்பட வேண்டும்.

நான் ஏன் சூத்திரன்? நான் ஏன் அடிமை வேலை செய்ய வேண்டும்? நமது நாடு ஜனநாயக நாடு. நாம் ஒரு பொது வாக்கெடுப்பு நடத்தி சாதிகள் தொடர வேண்டுமா? இல்லையா? என்று கண்டுபிடிக்க முடியாதா? சாதியை ஒழிப்பது என்றால் என்ன? அது பார்ப்பார் பறையர் என்ற பெயர்களை ஒழிப்பதாகும். யாவரும் சாதிப் பெயர் இன்றி சுதந்திரமாக இருப்பர். ராஜ கோபாலாச்சாரியர் கடைசிக்காலத்தில் சாதி ஒரு மாயம் என்றார். நாம் துணி நெய்கிறோம், வீடு கட்டுகிறோம், எல்லா அத்யாவசிய பொருள்களையும் உண்டாக்குகிறோம். வேலை செய்யாத சோம்பல் பார்ப்பார் உயர்சாதியா? என்ன நியாயம் இது? நாம் இனியும் இரண்டாயிரம் வருடம் சூத்திராயிருப்பதா? நாம் அந்நியரிடமிருந்து பெற்ற சுதந்திரம் இதுதானா? நாம் இனியும் இழிந்தவர்களாயிருக்க முடியாதென்று தீர்மானிப்போம். நாம் எதையும் துறவி சொன்னார், ரிஷி சொன்னார் என்று நம்பிக் கொண்டிருக்கிறோம். நமது அறிவு என்ன சொல்கிறது என்று எண்ணிப்பார்ப்பது இல்லை. கடவுள் அங்கே இருக்கிறார் அவர் எல்லாம் செய்கிறார் என்கிறார்கள். அவரைக் காட்டும்படி சொன்னால் அவர்கள் காட்டமுடியாது. அதேபோல் அவர்களை மாற்றமுடியாது இந்துமதம் சீர்திருத்தம் அடையும் வரை.

வெள்ளையர் ஆட்சியில் ஆதிதிராவிடர் மாதா கோவில் உள்ளே அனுமதிக்கப்படவில்லை. வெள்ளையர் மாத்திரமே பூசாரிகள். ஈரோடு, திருநெல்வேலி போராட்டங்கள் மூலம் அந்த கொடுமை ஒழிந்தது. இந்தியர் பாதிரிகளாயினர்.

சுதந்திரம் அடைந்த பின்னும் சாதிகள் ஏன் இருக்க வேண்டும்? சாதி என்பது என்ன? அது ஒரு இயற்கையான உபகரணமா? அது உடலில் உடன்பிறந்த அடையாளமா? சாதிக்கு அடையாள மென்ன? ஒரு பொது வாக்கெடுப்பு நடத்தினால் 98 சதவீதம் பேர் சாதி ஒழியவேண்டும் என்பர். ஏனெனில் அவர்கள் கீழ்சாதியினர். மக்கள் விருப்பத்திற்கு எதிராக நடந்தால் இது மக்களாட்சியாகுமா? இது பார்ப்பார் செய்த கொடுமை.

சாதியை ஒழித்தால் என்ன தப்பு நடந்து விடும்? சூரியன் உதிக்காதா? அரிசி வேகாதா? என்ன நட்டம் வந்து விடும்? மண்வெட்டியும் அரிவாளும் அவர்களுக்கு வந்து அவர்கள் சூரிய வெப்பத்தில் வயலில் வேலை செய்ய வேண்டிவரும் என்று பயந்து சாதியை ஒழிக்க மறுக்கின்றனர்.

சாதியானது தமிழரை அடிமைகளாக கோழைகளாக வைப் பதற்கு பார்ப்பார் செய்த சதியாகும். அவர்கள் பொய்களை நம்பி தமிழர் இழிநிலைக்கு போய்விட்டனர். புத்தரின் சீர்திருத்த முயற்சிகளை பார்ப்பாரும் பிறகு காந்தியும் தடுத்தார். சாதி வேர்களை அறுப்போம். பார்ப்பாரின் சாதி மேட்டிமை நிலைக் காது. நாங்கள் பகுத்தறிவோடு சிந்திக்க மக்களை நடத்தி யிருக்கிறோம். நாம் பிறவி இழிவை நீக்கிய பிறகு தான் முன்னேறமுடியும்.

பார்ப்பாரை பிராமணர் என்று சொல்வதன் மூலம் நீங்கள் இழிபிறவிகள் என்று ஒத்துக்கொள்வதாகும். பார்ப்பனரின் லட்சியம் வருணாசிரமத்தைக் காப்பதாகும். பாரம்பரிய ஆட்சியை ஒழித்து பின்னும் பார்ப்பனரின் சாதி மேன்மை தொடரவேண்டுமா? தாழ்த்தப்பட்டவர்களுக்கு சம உரிமை பெறதிராவிடர் கழகம் முன்னெடுத்தது. கடவுள், மதம், சாஸ்திரத்திற்கெதிரான போராட்டத்தில் வன்முறை இருந்ததா? ஏதாவது சொத்துக்கள் நாசம் செய்யப்பட்டதா? ஒருக்காலும் இல்லை.

தர்மம் என்பது என்ன? அது வர்ணாசிரமம் தான். சூத்திரருக்கு கல்வி எதற்கு? கல்வி, தந்தை வேலையை மகன் செய்ய வேண்டும் என்பதை நிறுத்துகிறது. இருளான நாட்களில் நடந்த போதனைகளின்படி செய்வோமா? தோழர்களே? எங்கள்

சேவை லட்சிய மெல்லாம் சமூகத்தில் இழிவை ஒழிப்பதாகும். சாதிகள் ஒழிய வேண்டும். மனிதர் மனிதராக கௌரவமாக வாழ வேண்டும். நாங்கள் கட்டாயப்படுத்துவதோ பயப்படுத் துவதோ கிடையாது. காட்டுமிராண்டி காலத்திய கடவுள்களை வணங்குவதன் மூலம் காட்டுமிராண்டிகளாக இருக்கிறோம் அல்லவா?

மக்கள் கழுகையும் மூர்த்திகளையும் வணங்கி பூணூலுக்கு அடிமையாகிறோம். நாங்கள் தான் முதன் முதலில் தீண் டாமைக்கு எதிராக போராடினோம். காந்திஜி அல்ல. நாங்கள் பறையரோடு அவர்கள் வீடுகளில் உணவு உண்போம். நாங்கள் பறையர் சக்கிலியரை அசெம்பிளி நகராட்சி உறுப்பினர் ஆக்கினோம். நாங்கள் போராடி ஆதிதிராவிடர்களை கோயில் பிரவேசம் செய்வித்தோம். சட்டம் சட்டநீதியை நிலை நிறுத் தும். சமூக நீதியை அல்ல. அது சமூகத்தில் பார்ப்பாரை காக் கிறது.

சாதிப் பிரச்சனைக்கு சில ஆலோசனைகள்

சாதி என்பதன் வேர் சமூக உளவியல் சம்பந்தப்பட்டது ஆகும். சாதி என்பது தப்பெண்ணச் செயல்பாடுமாகும். சாதியை ஒருவர் விரும்பி ஏற்றுச்செயல்பட்டால் அதிலிருந்து இலகு வில் வெளிவர முடியாது. அது பொய்யான கண் காணாத பெருமையும் அது தொடர்பான சமூக மனநிலையும் ஆகும். தனது மனக்கோட்டைக்குள் இருந்து கொண்டு ஒரு குடிகாரரைப் போல எதற்கும் அஞ்சாமல் சாதிக்காரர் இருக்கிறார். ஒரு போதைப் பொருள் உண்டவர் போல் சாதி மயக்கத்தில் மிதக் கிறார். சாதியோ மனிதனை மனிதன் மனதளவில் தப்பாக பிரிக்கிறது. அது மற்ற சாதிகள் மேல் கட்டாய எதிர் வினைகளைச் செய்யவைக்கிறது. இப்படிச் செய்து படிநிலைச் சாதியில் அவரது நிலையை நிலைக்கச் செய்கிறது. உளவியல் ஆலோ சனைகளால் சாதி மனநிலையிலிருந்து மக்களை விடுவிக்க வேண்டும். சில சாதி வெறியர்கள் குற்றச்செயல் செய்கிறார்கள். இம்மாதிரியானவர்கள் சட்டத்தின் உதவியுடன் திருத்தப்பட வேண்டும். பிறவியால் உண்டான சாதி ஒரு திணிக்கப்பட்ட அடிமைத்தனம். இந்த மன நிலை மக்கள் மனதிலிருந்து மாற்றப்பட வேண்டும்.

ஆரம்ப சுகாதாரமையம், மருத்துவமனையில் உளவியல் ஆலோசனை:

இந்தியாவில் பெரும்பான்மையோர், கிராமங்களிலும் மீதிப்பேர் நகரங்களிலும் வசிக்கின்றனர். அதிக அளவில் மக்கள் அறியாமையுள்ளோர் ஆவர். தற்கொலை, கொலைக் கேதுவான அனேக சமூக தனித்த உணர்வு பூர்வமான, உளவியல் மற்றும் குடிப்பிரச்சனைகளால் மக்கள் பாதிப்படைந்துள்ளனர்.இப்பிரச் சனைகளை தீர்ப்பதற்காக அரசு சமூக சேவகர் உளவியல் ஆலோசர்களை நியமிக்க வேண்டும். பயிற்சி பெற்ற ஆலோசகர் கள் மருத்துவமனை மற்றும் வீடுகளுக்கு சென்று ஆவன செய்ய வேண்டும். அவர்கள் மாதாந்திர கூட்டம் வைத்து சமூக உளவி யல் பிரச்சனைகளைத் தீர்க்கலாம். உளவியல் பிரச்சனைகள்

உடல் நலப்பிரச்சனைகளோடு தீர்வுகண்டு சமூக மொத்தமும் நலம் அடைய வேண்டும்.

குற்றங்களை தடுத்தல்:

நடைமுறையில் காவல்துறை குற்றங்களைக்கண்டுபிடித்து குற்றவாளிகளைத் தண்டிக்கவழி செய்கிறது. அவர்கள் வீடுகளில் குற்றங்களைத் தடுப்பதற்கு போதிய வலுவுள்ள நடைமுறை இல்லை.

அவர்கள் பெருங்குற்றாவளிகளை கண்டுபிடிக்கிறார்கள். வீடுகளில் குற்றச்செயல் தடுப்பு செயல்பாடு குறைந்த அளவில் தான் நடைபெறுகிறது. மாதம் ஒருமுறை கூட்டம் நடத்தி குற்றச்செயல்பாடு சாத்தியதை உள்ளவர்களை அறிந்து முன் கூட்டியே பாதிக்கப்பட வாய்ப்புள்ளவர்களுக்கு பாதுகாப்பு கொடுக்கவேண்டும். பஞ்சாயத்து தலைவரும் நகராட்சி உறிப் பினர்களும் இதில் பங்கெடுக்க வேண்டும். மக்கள் குறைத் தடுப்பு கூட்டத்தில் விண்ணப்பங்கள் அளிக்கவேண்டும். காவல் துறை அவர்களது பயத்தை நீக்கி பாதுகாப்பு கொடுக்க வேண்டும். சாதி மத பிரச்சனைகளும் ஆலோசிக்கப்பட வேண்டும். காவல் துறை தனி மனிதரின் தொழில்களை பதிவு செய்து அவர்களிடையே சட்ட விரோத மற்றும் குற்றச் செயல் புரிவோரை முன்கூட்டியே அறிய வேண்டும். அரசுக்கு அப்பா விகளை காக்க வேண்டிய கடமை உள்ளது. சட்டம் ஒழுங்கு நன்றாக பராமரிக்கப்பட வேண்டும்.

காவல்துறை குற்றச்செயல்களை முன் கூட்டியே அறியப் படாமலிருந்தால் அதற்கு பொறுப்பேற்க வேண்டும். பழங் காலத்தில் மன்னர்கள் இரவில் நகர்வலம் வந்து மக்களைக் காத்தனர் என்று சொல்லப்படவில்லையா?

மதச் சீர்திருத்தம்:

இந்தியாவில் ஆறு பெரியமதங்கள் இருக்கின்றன. மக்கள் நலத்திற்காக தனி மனிதரின் ஆன்மிகத்திற்காக மதநம்பிக்கைகள் கால மாற்றத்திற்கேற்ப மாறுதல் அடைய வேண்டும். மரண பயம் எதிர்காலத்தின் நிச்சயமற்றதன்மை, வேலையின்மை, இவ்வுலகில் நல்வாழ்வு, மரித்தபின் மோட்சம். போன்றவை

மனிதனை கடவுளிடம் செல்ல வைக்கின்றன. சத்தியத்தை தேடுதல் என்பது முடிவில்லாச்செயல். சில காரியங்கள் தெளி வாகும்போது யாவரும் அதைப் பின்பற்றுகிறார்கள். பகுத்தறி– வின்மை, உண்மைக்குப்புறம்பான நம்பிக்கைகள், செயல்பாடு கள் முதலியவை ஒவ்வொரு மதத்திலும் காணப்பட்டு களையப் பட வேண்டும். அனைத்து மதத் தலைவர்கள் குழு அமைத்து அமைதி இசைவான வாழ்வுக்கு மக்களை வழி நடத்த வேண்டும். நாடுநலம் பெற வேண்டும். மாற்று மதவெறுப்பு போதனைகளை நிறுத்தவேண்டும்.

கலப்பு திருமணப் பாதுகாப்பு:

அரசு கலப்பு மணம் செய்து கொண்டவர்களை காப்பதற்கு நிதி ஒதுக்கவேண்டும். இது அமெரிக்காவில் குடும்பவன்முறை தடுப்பு நிதிபோலாகலாம். அவர்களுக்கு அரசு காப்பகம் அமைக்க வேண்டும். அவர்கள் உயிருக்கு பயந்து தங்களை காக்க ஓடி ஒழிய வேண்டியிருக்கிறது. குடும்பமும் சாதிக்காரர் களும் விரட்டுகின்றனர். கௌரவ கொலைக்குள்ளாகிறார்கள். சாதி பேதமில்லா சமூகம் அமைய அவர்களுக்கு காப்பகம் தரப் பட வேண்டும். தாங்கள் வேலைத் தேடி கொள்ளும் வரை நிதி அளிக்கவேண்டும். இப்போது தங்கப் பதக்கமும் கொஞ்சம் நிதியும் தரப்படுகிறது. இதை உயர்த்தி கொடுக்கவேண்டும். கைவிடபட்ட பெண் குழந்தைகளை காக்க அரசு காப்பகம் இருக்கிறது. அரசு திட்டங்கள் சாதி பேத மில்லாத, சாதி மோதல் இல்லாத கௌரவக் கொலைகள் நடைபெறாத சமூகம் அமைய உதவும்.

ஏற்கனவே கலப்பு மணம் செய்தவர்கள் புதிதாக கலப்பு மணம் செய்தவர்களுக்கு உதவலாம். அவர்கள் தன்னார்வ தொண்டு நிறுவனங்களை நிறுவி அவர்களுக்கு இருப்பிடம் தந்து பாதுகாக்கலாம். அவர்களை பராமரிக்க செய்து அரசிடம் நிதி பெற்றுத் தரலாம். கௌரவக் கொலையிலிருந்து காப்பதற் காக தங்கள் வீடுகளில் இடம் தந்து காவல்துறை பாதுகாப்புக்கு ஏற்பாடு செய்யலாம். சாதி பேதமில்லாத சமூகம் அமைவதை அவர்கள் விரைவு படுத்தலாம்.

இந்தியா பெரும் மக்கள் தொகையுள்ள நாடு. கலப்பு மணம் செய்பவர்களுக்கு காப்பகம் தருவதுலேசான காரியம் அல்ல. காவல் ஆய்வாளர்கள், பதிவாளர், முன்பு திருமணம் செய்தவர் களை நீதிமன்ற காவலில் வைத்து அவர்களை கொலை யிலிருந்து காக்கலாம். மணமக்கள் தங்கள் வீடுகளிலேயே இருப்பதாகச் சொன்னால் அவர்களுக்கு காவலர் பாதுகாப்பு அளிக்கலாம். அவர்கள் பெற்றோரை கட்டாய உளவியல் ஆலோசனைக்கு உட்படுத்தி குற்றங்களை தடுக்கவேண்டும்.

சமூகக் கூடுகை:

இந்தியா ஏழுலட்சம் கிராமங்களில் வாழ்கிறது. பெரும்பா லான கிராமங்களில் பஞ்சமருக்கு கோயில் பிரவேசம் இல்லை. தீண்டாமை நுணுக்கமாக நடைபெறுகிறது. கிணறு, குளம், கோயில் போன்ற பொது இடங்களில் அனுமதி இல்லை. பொது மக்களுக்கு தீய செயல்கள் எடுத்துரைக்கப்பட வேண்டும். பொதுப்பந்தி உண்ணல் தோழமையாக பழகும் உத்தியாகும். அரசு பஞ்சாயத்து இதற்கு நிதி ஒதுக்கவேண்டும். மாதந்திர சமூக கூடுகை நடத்தும்படி மைய அரசு கிராம சபை, நகராட்சி, மாநில சபை, ஆகியவற்றை அறிவுறுத்த வேண்டும். பஞ்சாயத்து தலைவர்கள் கவுன்சிலர்கள் இதை முன்னெடுக் கலாம். கூடுகையில் சாதி வாரியாக அமராமல் கலந்து அமர வேண்டும். காந்திஜி, துறவிகள், மதத்தலைவர்கள், இந்த முறையை வலியுறுத்தினர். சாதி உணர்வை நீக்கி இசைவான உறவுகள் உண்டாக இது உதவும் ஒற்றுமை உறுதியை கூடு கையில் ஏற்க வேண்டும்.

ஒருங்கிணைந்த குடியிருப்புகள்:

அரசு வீட்டுமனைகள், வீடுகளை எல்லா சாதியாருக்கும் கலந்து தெருக்கள் யாவும் அளிக்க வேண்டும். தனித் தெருவுகள் காலனிகள் கூடாது. பெரியார் சமத்துவபுரத்தில் எல்லா சாதி களும் கலந்து குடியிருக்கின்றனர். இது மிகவும் போற்றத்தக்க முன்னுதாரணமாகும். இம்மாதிரி வீடுகள் சாதி பேதங்களை ஒழித்து இசைவான உறவுகளை வளர்க்கின்றன. பெருநகரங் களில் வானவுயர் குடியிருப்புகள் எல்லா சாதி மக்கள்களையும் கொண்டிருக்கின்றன.

கிராம பொதுக் கழிப்பறைகள்:

கிராமங்களில் சாலையோரம் குளக்கரைகள் மொத்தம் பாதிக் கப்பட்டிருக்கின்றன. பெண்கள் இயற்கை உபாதை களைத் தீர்க்க மிகவும் சிரமத்திற்குள்ளாகின்றனர். இது கால்நடை களைப் போல் இருக்கிறது. இந்த செயல்கள் நமது நாகரிகத்தை வெளிப்படுத்தப்படுத்தவில்லை. பஞ்சாயத்துகள் நகராட்சிகள் பொது கழிப்பறைகள் தண்ணிர் வசதியுடன் கட்டித்தரவேண் டும். அரசு பஞ்சாயத்துகளுக்கு நிதி ஒதுக்க வேண்டும். நடைமுறையில் வீடுகளில் தனிக்கழிபறைகட்ட மானியம் தரப்படுகிறது. ஆனால் இட வசதியில்லாதபடியாலும் வாஸ்து பிரச்சனையாலும் பழக்கவழக்கத்தினாலும் இது முழு வெற்றிய டையவில்லை. ஆகவே பொதுக்கழிப்பறையே தீர்வு. இதையும் மீறி வெளியிடங்களை அசுத்தம் செய்வோர் அபராதம் தண்டனைக்குள் ளாக வேண்டும்.

நச்சுவாயுக்களால் தொழிலாளர்கள் மரணமடைவது தொட ருகிறது. அவர்களுக்கு பாதுகாப்பு உபகரணங்களும், வாயு மூடிகளும் அளிக்கப்படவேண்டும். நவீன இயந்திரங்களும் ரசாயணங்களும் உபயோகிக்கப்படவேண்டும். மரணங்களுக்கு அரசு அதிகாரிகளும் ஒப்பந்தகாரர்களும் தண்டிக்கப்பட வேண் டும்.

சாதி அமைப்புகள்:

சாதிக்குழுக்கள் சாதி பேதங்களை அதிகமாக்கி செயல் படுகின்றன. அவர்கள் கௌரவ கொலை செய்கிறவர்களை ஆதரிக்கிறார்கள். அவர்கள் சாதி மோதல்கள் உண்டாக்க தனியார் மற்றும் பொதுச் சொத்துகளை நாசம் செய்கின்றனர். அப்பாவிகள் மேல் வன்முறையை ஏவி விடுகின்றனர். அவர்கள் அரசியல் கட்சிகள் தொடங்கி சாதி நன்மைக்காக அதிகாரம் பெறுகிறார்கள். சாதியின் பேரால் இசைவின்மையையும் கலவரத்தையும் பரப்புகின்றனர்.

சாதிக்குழுக்கள் சட்டத்தால் ஒழுங்கப்படுத்தப்பட வேண் டும். அவர்கள் வேண்டுமானால் பண்பாட்டை வளர்க்கலாம்.

பாஞ்சாலக் குறிச்சிக்காரர், வீரபாண்டிய கட்டபொம்மன்,நினைவாக அமைப்பை தொடங்கலாம். மருதுபாண்டியர், பொன்னர்–சங்கர், பெரியார், சுந்தரலிங்கம், ஒண்டிவீரன், குயிலி, ராணி மங்கம்மாள், பகத்சிங், ஆகியோருக்கு ஏற்படுத்தலாம். சாதித் தீயை அணைப்பதற்கு சாதி என்னும் காய்ந்த விறகை வெளியேற்ற வேண்டும். நாடுநல்ல நடத்தையும் நேர்மையையும் வளர்த்து நலமுடைய வேண்டும்.

பாலியல் கல்வி:

அவ்வப்போது பெண்பிள்ளைகள் வன்முறை, வல்லுறவு, கொலை, அமிலத்தாக்குதல், போன்றவற்றிற்கு உள்ளாவதை அறிகிறோம். வல்லுறவாளர்களோடு அவர்கள் ஒத்துழைக் காததினால் இப்படி நடக்கிறது. சமூக இழிவு அடையாளத்திற்க்கு பயந்து பாதிக்கப்பட்டோர் இதை வெளியில் சொல்வதில்லை. ஆனால் எல்லை மீறிப் போய் விட்டால் அல்லது மரித்து விட்டால் வெளியில் தெரிந்து விடுகிறது. அறியாமைக்கு சட்டத்தில் மன்னிப்பு இல்லை.

இளைஞர்கள் குழந்தைபிறப்பிற்கான இயற்கையின் செயல்களை அறியாமல் தடுக்கப்படுகின்றனர். இது மூடி மறைக்கும் சமூகத்தின் திறந்த உண்மை. யாவற்றிற்கும் ஒரு மதிப்பீடு உண்டு. மறைக்கப்பட்டதின் மேல் அதிக ஆர்வம் உண்டாகிறது. இளைஞர்கள் இந்த இணையதள ஏ தரம் சினிமா உலகில் பாலியல் குற்றம் புரிய தூண்டப்படுகிறார்கள். இளைஞர்கள் இயற்கை வழி குழந்தை பிறப்பைப் பற்றியும் பாலியல் குற்றங்களால் ஏற்படும் விளைவுகள் குறித்தும் போதிக் கப்படவேண்டும். பெண்பிள்ளைகள் வல்லுறவு பாலியல் குற்றங்களை பற்றியும் விழிப்புணர்வுடன் இருக்க வேண்டும். அவர்கள் தற்காப்புக் கலைகளை கற்க வேண்டும். அவர்கள் குற்றங்களை உடனுக்குடன் காவல்துறைக்கு தெரிவிக்க தைரியமளிக்கவேண்டும். சமூகம் பாலியல் கல்வியை பற்றிய தவறான நடத்தைகளையும் எதிரான நம்பிக்கைகளையும் களைய வேண்டும். இவை பெண்களின் உயிரையும் கௌரவத் தையும் காக்கும்.

தனியார் துறையில் இட ஒதுக்கீடு:

சரித்திர ஆசிரியர்கள் மனுவின் சட்டத்தின் கீழ் நாடு சுமார் மூவாயிரத்தி நூறு வருடங்களாக இருக்கிறது என்று சொல் கிறார்கள். பிராமணத்துவத்திற்கு எதிராக கி.மு.500 ஆம் ஆண் டில் புத்தர் போராடினார் என்று சொல்லப்படுகிறது.

முகம்மதியரும் நாட்டை ஆண்டபோது பிராமணர் தலையீடு இருந்தது. பிரிட்டிஷ் ஆட்சியும் சாதி வன்முறையை தடுக்க முடியவில்லை. பன்முகத்தன்மை கொண்ட சாதியானது சமூக பொருளாதார உளவியல் மத தளங்களில் வருங்காலத்தில் பல தலைமுறைகளுக்கு பாதிப்பு ஏற்படுத்த வல்லது. அதாவது தாழ்த்தப்பட்டோர் மேல் சாதிகளுக்கு இணையாக முன்னேற்றம் அடைந்து இவர்களைத் தங்களுக்குச் சமம் என்று ஏற்றுக் கொள்ளும் வரை சாதி பேதங்கள் தொடரவல்லது. அதுவரை ஒடுக்கப்பட்டோர் அரசின் நிதி அளிப்பும் வேலை வாய்ப்பு இடஒதுக்கீடும் அவசியப்படுகின்றனர். ஆனால் அரசு வேலை கள், எண்ணிக்கையில் குறைவானது. அது பாதிப்படைந்த அனைத்து சாதிகளுக்கும் போதுமானதன்று. தனியார் துறையில் வேலை வாய்ப்புகள் அளவில்லாமல் இருக்கின்றன. ஆனால் அவர்கள் சாதிபேதமையால் வேலை கொடுப்பதில்லை. தொழிற்கூடங்கள் சமூகத்தின் ஒரு பகுதிதான். சமூகத்திலுள்ள பழக்க வழக்கங்கள் தொழிலகங்களும் உண்டு. ஆனால் ஒடுக்கப்பட்டோர் நமது முன்னோர் ஆயிரக்கணக்கான வருடங் களாக செய்த கொடுமைகளினால் அவற்றிலிருந்து நிவாரணம் பெற தகுதியுடையோர் ஆவர்.

இந்த சந்தர்ப்பத்தில்,ஒடுக்கப்பட்ட மக்கள் தங்களது மக்கள் தொகைக்கு ஏற்ற வீதத்தில் தனியார் துறையில் வேலை அளிக்கப்படவேண்டும்.அவர்களுக்கு எதிராக செயல்பாடுகளும் இகழ்ச்சியும் மாறாதாகையால் அரசு ஒருகுழு அமைத்து அவர் களது ஆலோசனைகள் அடிப்படையில் சட்டமியற்றி வேலை கள் ஒதுக்கீடு செய்யலாம். முன்பு உயர்சாதிகளின் நன்மைக்காக ஒடுக்கப்பட்டோர் மிகக் குறைந்த கூலிக்கு உழைத்து கொத் தடிமைப்பட்டு உயர் சாதிகளின் செல்வத்தை பெருக்கினர். மனுவின் சட்டத்தினால் தாழ்த்தப்பட்டோரின் நிலங்களும் செல்வமும் வலிய பிடுங்கப்பட்டு அவர்கள் வறியவர் ஆக்கப்

பட்டனர். சரித்திர காலத்தில் நடத்தப் பட்ட குற்றங்களை சரி செய்ய உயர் சாதிகளின் தொழிலகங்களின் அவர்களுக்கு வேலை கொடுக்கப்படவேண்டும். இந்து மதத்தாருக்கு சமமாக மற்ற மதங்களில் உள்ளோரும் வேலை வழங்கப்படவேண்டும். உலகமயமாக்கல் சூழ்நிலையில் தனியார் துறையில் இட ஒதுக்கீடு செய்தால் உற்பத்தி பொருட்கள் தரமற்றுப்போகும் என்று சொல்கிறார்கள். எனவே அவர்கள் கல்வி,திறமை, மற்றும் பயிற்சியின் அடிப்படையிலிருந்து வேலை வழங்கலாம்.

சமூகநலத்திற்கு குடிமக்கள் அமைப்பு:

இந்தியா உலகிலேயே பெரிய ஜனநாயக நாடு. மக்கள் கற்றவர்களால் அறிவாளிகளால் நிறைந்த நாடு என்று சொல்ல முடியாது. அப்பாவி மக்களை சில ஊழல் அரசியல்வாதிகள் ஏமாற்றுகின்றனர். அறியாமையால் சிறுதொகையையும் இனாமும் பெற்று அவர்களுக்கு ஒட்டளிக்கின்றனர். சில ஊழல் அலுவலர்கள் அவர்களை சுரண்டுகின்றனர். இந்த நிலைமையில் நேர்மையான அறிவாளிகள் கற்ற நலம் விரும்பிகள் சீர்திருத்தகாரர்கள், நல்ல நோக்கமுள்ள மூத்தகுடிகள், நேர்மையான ஒய்வு பெற்ற நீதியரசர்கள், அரசு அலுவலர்கள் யாவரும் ஒன்றிணைந்து அப்பாவிக்குடிமக்களை வழிநடத்தி நாட்டை நலமாக்க வழி கோல வேண்டும். ஒவ்வொரு ஊரிலும் அவர்கள் ஒரு குழு அமைத்து பாதிக்கப்பட்டோருக்கு நியாயம் பெற்றுத்தர வேண்டும். ஊழல் அதிகாரிகளை வெளியாக்க வேண்டும். ஊழல்அரசியல்வாதிகளின்செயல்பாடுகளைநாட்டுநலனுக்காக வெளிச்சம்போட்டு மாற்றவேண்டும். இந்தக்குழு ஒரு தன்னார்வ அமைப்பாக இருக்கலாம். அதற்கு அதிகாரமில்லாவிட்டாலும் சத்தியம் அதன் வசம் இருக்கிறது. சத்தியம் ஊழல் பேர்வழிகளிடமிருந்து திறமையற்றவர்களிடமிருந்து மக்களை காக்கும்.

நேர்மையான நடுத்தர மக்கள் பணம் மற்றும் ஆள்பளம் இல்லாத படியால் தேர்தலில் போட்டி போட முடியாமல் இருக்கலாம். அவர்கள் மக்கள் குழுமூலமாக சமூகசேவையும் நாட்டுக்கு நன்மையும் செய்யலாம். தான் நல்லது செய்ய அறிந்தும் அதைச் செய்யாமல் போனால் அது ஒரு பாவம் அல்லது குற்றமாகும் என்று சொல்லப்படுகிறது. ஆகையால்

தகுதியும் திறமையுள்ள யாவரும் பொது நன்மைக்காக, கேடுகளுக்கெதிராக மக்கள் சித்தத்துடன் பாடுபடலாம்.

சில பொதுவிசயங்கள்:

கூட்டுறவு பண்ணைகள்

கூட்டுறவு விவசாய பண்ணைகள் ஏற்படுத்தி உற்பத்தியைப் பெருக்கவேண்டும். தன்னார்வ தொண்டு நிறுவனங்கள் சுய உதவிக்குழுக்கள் மூலம் சிறிய நில உடைமைகளை ஒன்றிணைக்கவேண்டும். இதனால் லாபகரமாக உற்பத்தி செய்ய முடியும். பொதுப்பிரச்சனைகான ஏற்றவிலை, சந்தைப்படுத்தல், கடன், நட்டம், போன்றவை தவிர்க்கப்பட்டு விவசாயிகள் தற்கொலைகள் தடுக்கப்படமுடியும்.

நிலச் சீர்திருத்தம்:

நிலமற்ற விவசாயக்ககூலிகளுக்கு இரண்டு ஏக்கர் நிலத்திற்கு அதிகமாக வைத்திருப்போரிடமிருந்து கையகப்படுத்தி நிலம் அளிக்கலாம். நிலத்தின் விலையை அரசு கொடுக்கவேண்டும். இம்மாதிரி செய்யும் போது நில உடைமையாளர்கள் எதிர்ப்பு நீங்கும். நிலத்தின் விலையை வட்டியில்லாமல் சுமார் இருபது வருட தவணையில் நிலம் பெற்றவர் அரசுக்கு செலுத்த வேண்டும். கோயில் நிலங்களும் இதுபோல் பகிர்ந்தளிக்கலாம். ஏழைகளின் பசி தீர்ப்பது கடவுளின் அருளாகும். அதிகப்படியாக உள்ள கையகப்படுத்தப்பட்ட நிலங்கள் எல்லா சாதியாருக்கும் தாழ்த்தப்பட்டோர், பிற்படுத்தப்பட்டோர், உயர்சாதிகள் என்று வழங்கவேண்டும்.

முதியோர் கல்வி:

இந்தியா கிராமங்களில் வாழ்கிறது. கல்வி,அறிவு, குறைவு, அறியாமை அதிகம் என்று இருக்கிறது. அறியாமைக்கு சட்டத்தில் மன்னிப்பு இல்லை. மக்கள் யாவரும் சட்டம் அறிய வேண்டும்.அரசு மக்களுக்கு முதியோர் கல்வித்திட்டம், மூலமாக நாட்டின் சட்டங்களை போதிக்கவேண்டும். மக்கள் தங்கள் உரிமைகளை அறியவேண்டும். சட்டவிழிப்புணர்வு மூலம் மக்கள் சரியான நடத்தை ஏற்பட்டு பொறுப்புடன்

இசைவாக வாழ ஏதுவாகும். சாதி மதக் கலவரங்கள் தனியார் விவகாரங்கள் தவிர்க்கப்படும்.

சட்டத்தை செயல்படுத்தும் அலுவலர்:

உயர் சாதிகளின் கொடுமையிலிருந்து காப்பதற்காக மக்கள் உரிமைச்சட்டமும் தீண்டாமை விலக்குச்சட்டமும் இயற்றப் பட்டது. பெரும்பாலும் அவை சம்பவம் நடந்தபின்பே செயலுக்கு வருகிறது. அதை நடைமுறைப்படுத்த உயர் சாதி காவல்துறையினரின் இரக்க உணர்வைப்பொறுத்து அமைகிறது. அவர்கள் சாதிமோதலைத்தடுக்க முடியாதவர்களாகவே பெரும் பாலும் இருக்கின்றனர். சுதந்திரம் பெற்று 75 வருடமாகியும் என்ன நடக்கிறது? தாழ்த்தப்பட்டோர் உடமைகளும் வீடு களும் நாசமாயின. அரசும் காவல்துறையும் பாதிக்கப்பட்டோர் தாக்கப்படுவதை வெறுமனே பார்த்துக் கொண்டிருந்தனர். இம்மாதிரி தாக்குதல்கள் நாடு முழுவதும் நடக்கின்றன. பெரும்பாலோரின் மனதில் ஆழமாக சாதி இருக்கும் வரை இந்தக்கொடுமைகள் நடந்து கொண்டே இருக்கும். இம்மாதிரி சாதி ஆணவங்களைத் தடுக்க ஒரு வழிமுறையும் இல்லை. அப்படியிருந்தாலும் சாதிமோதல் களைத் தடுக்காமல் விட்ட தற்காக யாரும் பொறுப்பு ஏற்பதில்லை. சட்டம் எழுத்திலும் எண்ணத்திலும் முழுமையாக நடைமுறைப் படுத்தப்பட வேண்டும். ஆயிரக்கணக்கான வருடங்களாக உள்ள பழைய பழக்கங்கள் கட்டாயப் படுத்தாமல் போகாது. பொதுமக்களுக்கு சாதி பழக்கங்களால் உள்ள கேடுகளை எடுத்துச் சொல்ல வேண்டும். அடிப்படை வாத கடினமனமுள் ளோர் சட்டத்தின் மூலம் சீர்த்திருத்தப் படவேண்டும்.

மாவட்ட ஆட்சியர் மக்களை சாதி பேதத்திலிருந்து விடு விக்கும் பொறுப்பு கொடுக்கப்படவேண்டும். தாழ்த்தப்பட் டோருக்கான சட்டங்களை நடைமுறைபடுத்தும் பொறுப்பு அவருடையதாகும். கிராம அதிகாரி ஊரில் உள்ள கேடுகளை ஆட்சியருக்கு அறிவிக்கவேண்டும். அவர் மூலம் காவல் துறை கண்காணிப்பாளர் தேவையான தடுப்பு நடவடிக்கை எடுக்க வேண்டும். மாதாந்திரகூடுகையை நடத்தி மக்களை நல்வழிப் படுத்தவேண்டும். தேசிய குழுவுக்கு அறிக்கை அனுப்ப வேண்டும். இம்மாதிரி செயல்முறைகளை செயல்படுத்தாவிட்

டால் சாதிமோதல்களும் இதர கொடுமைகளும் நடந்து கொண்டே இருக்கும்.

நடைமுறையில் இத்தகைய செயல் முறை இருந்தாலும் இவை முன்னெச்சரிக்கையாக நடக்கின்றனவா? குறை செய்தோர் மேல் ஏன் போதிய நடவடிக்கை இல்லை என்பதே மக்கள் கேள்வி? இம்மாதிரி நிகழ்வுகள் எப்படித் தொடர அனுமதிக்கப்படுகின்றன?

கலப்புத் திருமணங்கள்:

பகுத்தறிவு தந்தை பெரியார் திராவிடர் கழகம் சமூகசீர் திருத்தம் செய்தார். இப்போது இதன் தலைவர் முனைவர் கே. வீரமணி ஆவார். இதிலிருந்து பிரிந்து அறிஞர்அண்ணா தி.மு.க வை தொடங்கினார்.

கலைஞர் கருணாநிதி முதல்வர் மு.க.ஸ்டாலின் அதன் தலைவர் பிறகு அ.தி.மு.க.வை எம்.ஜி ராமச்சந்திரன் தொடங்கினார். அதன் பிறகு ம.தி.மு.க.வை வைகோ அமைத்தார். பிற்பாடு தே.மு.தி.க.வை விஜயகாந்த் தொடங்கினார். இந்தக் கட்சிகள் யாவும் பெரியாருடைய பகுத்தறிவுக் கொள்கைகளை உடையனவாக இருக்கின்றன. சாதியற்ற சமூகம் அமைப்போம், என்று சொல்லின.நடைமுறையில் இவை கலப்பு மணம் செய்யும் மணமக்கள் கௌரவக்கொலை செய்யப்படுவதை பெரிதாக ஒன்றும் தடுப்பதில்லை. எல்லா சாதிகளிடையேயும் கலப்பு மணம் செய்யவேண்டும் என்று பெரியார் விரும்பினார். இந்த கட்சிகள் போதிய கவனம் எடுத்திருந்தால் தமிழகம் எப்போதோ சாதியற்ற சமூகமாக உருவெடுத்திருக்கும். சாதி அரசியல் கட்சிகள் கலப்புத்திருமணத்தை எதிர்க்கின்றன. அவர்கள் இரக்கமின்றி நடந்து கொள்கின்றனர். செடிகள் சுடுதண்ணீர் ஊற்றப்பட்டால் அவை வளர்ந்து கனி கொடுக்க முடியுமா? நாகரிக சமூகம் உருவாவதை பிற்போக்கு செயல்கள் தடை செய்கின்றன. ஆயிரம் வருடங்களுக்கு முன்பு இருந்த நிலைமைக்கு சமூகம் பின்னோக்கி தள்ளப்படுகிறது. அவர்கள் உயர்சாதி கலப்பு மணத்தையும் எதிர்க்கின்றனர். ஒரே நாளில் புரட்சி நடந்து சமூகம் மாறிவிடும் என்று யாரும் எதிர்பார்க்க முடியாது. ஆனால் இயற்கையாக மலரும் கலப்பு மணங்களை

ஒழித்துக்காட்டினால் இந்திய சமூகத்திற்கு எப்போதும் விடிவு காலம் வரப் போவது இல்லை. இந்த எதிர்ப்பார்ப்பு ஒரு மாயைதான் அரசியல் கட்சிகள் வாயளவில் தான் ஆதரவு தருகின்றன, ஆகவே பகுத்தறிவாளர்கள் இந்தக்கட்சிகளிடம் சொன்னதைச் செய்யும் படி சொல்லவேண்டும். அரசியல் கட்சிகள் அரசு, சட்டசபை, மக்கள் சபை, கட்சிமேடைகள், போன்றவை மூலம் கலப்பு மணத்திற்கான குரல் கொடுக்க வேண்டும். குறைந்த பட்சம் இவர்கள் கௌரவக் கொலை களுக்கு எதிரான சட்டத்தை இயற்ற வேண்டும். அப்படி யில்லாவிட்டால் இவர்கள் சாதி மதக்கட்சிகள் என்று தான் மக்கள் எண்ணுகிறார்கள். பெரியாரது கொள்கைகள் கைவிடப் பட்டுவிட்டன என்று சொல்கிறார்கள்.

இந்தியா தேசிய காங்கிரஸ் நாட்டுக்கு சுதந்திரம் பெற்று தந்து சோசிலிச சமூகம் அமைப்போம் என்றது. பொருளாதார சோசலிசம் என்பது சமூக சோசலிசம் இல்லாமல் மாயை போன்றது.மக்கள் சாதிகளால் பிரிந்து கிடக்கும்போது சோச லிசம் எப்படி உருவாகும்? காங்கிரஸ் கட்சி கலப்பு மணங்களை ஆதரித்து சாதியற்ற சமூகம் அமைக்கவேண்டும். பொதுவு டைமைக் கட்சிகள் முன்னேற்பாடின்றி பொதுவு டைமைக் கொள்களை அறிமுகப்படுத்தின. சாதி அடிப்படையில் சமத்துவ மில்லாமல் சமூகம் பிரிந்து கிடக்கிறது. வெளிநாட்டு விதை களை இங்குள்ள சமூக நிலத்தை சரியாக தயார் செய்யாமல் தூவிவிட்டார்கள். ஆகவே எதிர்பார்த்த அளவு புரட்சி விதைகள் முளைக்கவில்லை. சிந்தனையுள்ள கேரளா மற்றும் அறிவாளி களுள்ள வங்காளம் தவிர மற்ற இடங்களில் அவை பலன்தர வில்லை. பழையகாலத்து சமூககளர் நிலத்தில் அந்த விதைகள் முளைக்கவேஇல்லை. சாதிகளை ஒன்றிணைத்து மக்களை சாதிப் பழக்கங்களைக் கைவிட்டு கலப்பு மணங்களை ஆதரிக்கும்படி போதிக்கவேண்டும். சாதிக்கட்சிகள் தாமாகவே செயலற்று போகும். மக்கள் சாதி உணர்வுகளால் நன்மை இல்லை என்று உணரும் போது இது நடக்கும். இந்தியாவில் உண்மையான முன்னேற்றம் என்பது மக்கள் சாதிபேதமின்றி ஒன்றுபடும் போதுதான் ஏற்படும்.

பள்ளிகளில் மதபோதனை:

உச்சநீதிமன்ற நீதிபதிகளில் ஒருவர் மகாபாரதம், பகவத் கீதையை பள்ளிகளில் மாணவர்களுக்கு போதிக்கவேண்டும் என்று ஆலோசனை வழங்கினார். அப்படி நடக்கும் பட்சத்தில் மற்ற மதங்களான, புத்தம், சமணம், விவிலியம், குரான், ஆகிய வைகளிலுள்ள நல்ல போதனைகளையும் பயிற்சி கொடுத்து மாணவர்களுக்கு நல்ல நடத்தையை உண்டாக்க வேண்டும். அது முழுமையான போதனையாகும்.

சாதி மறுப்போர் கழகம்:

கல்வி கற்றோர், நலம், விரும்பிகள், பகுத்தறிவாளர்கள், சாதிப்பாகுபாடின்றி முன்வந்து ஒரு தன்னார்வ அமைப்பை அமைத்து சாதித் தடைகளை நீக்க ஒவ்வொரு ஊரிலும், நகரங்களிலும் செயல்படவேண்டும். சமூகத்தை அகிம்சை மற்றும் சத்யாக்கிரக வழியில் சாதிப்பிடியிலிருந்து விடுவிக்க வேண்டும். செயல்பாடுகள் அல்லாமல் மக்கள் ஆதரவு இல்லா மல் சமூகமாற்றம் செய்ய முடியாது. தன்னார்வர்கள் மனத்தடை களை நீக்கி சாதிகளின் தீமையை மக்களுக்கு போதித்து அவர்களை பலவந்த சாதிப்பழங் களிலிருந்து விடுதலையாக்க இளைஞர்கள் மாணவர்கள் பங்கெடுக்க வேண்டும். எதிர்காலம் இளைஞர்கள் கைகளில் இருக்கிறது. அவர்களால் தான் சவாலை ஏற்றுக்கொண்டு சமூகத்தை நன்மைக்காக மாற்ற முடியும். அவர்கள்சமூகமாற்றத்தின்பிரதிநிதிகளாகசெயல்படவேண்டும். இளைஞர்கள் வெறுமனே பார்வையாளர்களாக இருந்து சாதி யின் தீமைகளை சகிக்க கூடாது நிலைமைக்குத் தகுந்தவாறு அவரவர் சங்கம் தொடங்கிச் செயல்படலாம். பொது வாழ்வில் ஈடுபடுவதால் வன்முறையற்ற கலைகளைச் கற்றுக்கொள்ள வேண்டும்.

சாதி மறுப்புபோர் கழகத்தின் லட்சியங்கள்:

- சாதியின் தீமைகளை மக்களுக்கு எடுத்துரைத்தல்
- காதம் மணம் செய்ய பெற்றோர் சம்மதம் பெற அறிவுருத்தல்

- லட்சியங்களை பத்திரிக்கை மற்றும் பொதுக்கூட்டம் மூலம் பரப்புதல்
- நிதி சேகரித்தல்
- பத்திரிக்கைகள் புத்தகங்கள் வெளியிடல்
- சாதிகளைத் கைவிடும் அரசியல் கட்சிகளுக்கு ஆதரவு அளித்தல்
- பெண்கள் சுதந்திரம் சொத்துரிமை– கணவரைத் தேர்ந்தெடுக்கும் உரிமை வேண்டல்
- ஏற்கனவே கலப்பு மணம் செய்தவர்கள் புதியவர்களுக்கு உதவுதல்
- தீண்டாமை சுவர்களை அரசுக்கு அறிவித்தல்

ஒரு புதிய அரசியல்கட்சி சாதிப்பழக்கங்களை கைவிடும்படி தொடங்குதல், சமூக சமதளம் படைத்தல். காந்திஜி வழியில் பொது பிரார்த்தனை செய்தல் பொது பந்தி உண்ணல்–எல்லா சாதிகளையும் மதங்களையும் ஒன்றிணைத்தல்

பெயர்: சாதி மறுப்போர் மக்கள் கட்சி:

கொடி, வெள்ளை நிறம், அமைதி மற்றும் ஒற்றுமை தீய சாதி எண்ணங்களிலிருந்து நீங்குதல். உச்சி, சூரிய பிரகாசம் இருண்ட உலகிலிருந்து விடுதலை. வார்த்தைகள்:உண்மை நிலைக்கும்.

இளைஞர்களுக்கு உடலுழைப்பு பயிற்சி:

ஜெர்மனி நாட்டில் 25 வயதுக்கு கீழுள்ள இளைஞர்களுக்கு ஒரு வருட உடலுழைப்பு பயிற்சி கொடுக்கப்பட்டது. உடல், மனபலம், ஒற்றுமை, சகிப்பு, கடமை செய்தல் ஆகியன அடைந்தனர். வேலை அடிப்படையிலான உயர்வு,தாழ்வு, பேதம் நீங்கி நாடு பலம்பெற உதவியது. நில சீர்திருத்தம், கால்வாய், சாலை அமைத்தல் ஆகிய பணிகள் செய்தனர்.

பகவத் கீதையில் எந்த வேலை செய்வதும் இழிவு அல்ல என்று சொல்லப்பட்டிருக்கிறது. ஜெர்மனி உதாரணத்தை இந் தியா முன்னெடுத்து இளைஞர்களிடம் நன்டைத்தைகளை

பயிற்றுவித்து நாட்டைக் கட்டமைப்பதில் அவர்களைப் பங்கெடுக்க வைக்கலாம். இந்த நடைமுறையானது தற்போதுள்ள கிராமவேலை உறுதித்திட்டத்தோடு இணைந்து அவர்களுக்கு ஊதியமும் வழங்கலாம். உடலுழைப்புச் செய்வதில் உள்ள வெறுப்பை நீக்கி உயர்வு தாழ்வு பேதம் நீங்க வழியாகும். பயிற்சி நிறைவுற்ற பின் இளைஞர்கள் விவசாயம், சிறு உற்பத்தி, தொழில்கள், வணிகம், சுயவேலை வாய்ப்புகள் போன்றவற்றைச் செய்ய சுயமாக முன் வருவர். அரசு வேலைகளுக்கு காத்திருக்கமாட்டார்கள். இப்போது பிரதமர் மோடிஜி நதிகள் இணைப்புத்திட்டம் அறிவித்துள்ளார். இதில் இளைஞர்கள் பங்கெடுக்க அதிக வாய்ப்புகள் உண்டு எனலாம்.

பள்ளி கல்லூரிகள் உளவியல் ஆலோசனை:

வளர் இளம் பருவம் வயதுக்கேற்றாற்போல் பிரச்சனைகள் உள்ளது. குடும்ப சமூக கட்டுப்பாடுகளை மீறத்தக்கதாக இளைஞர்கள் சக்தியுள்ளவர்களாயிருக்கிறார்கள். அவர்கள் தன்மையுள்ள குடி மக்களாக வளரும்படி சரியான புரிதலும் வழிநடத்தலும் அவசியம்.வயது, பொருளாதார, சாதி, சமூகம், கல்வி, மதம், உளவியல் அடிப்படையில் அவர்களுக்கு பிரத்யேக பிரச்சனைகள் உண்டு. கல்லூரி பள்ளி வளாகங்களில் கேலிப் பிரச்சனையால் பயங்கரமான தற்கொலை கொலைகள் நிகழ்கின்றன.அவசியமான உதவித்தொகை பொருளாதாரம் இல்லாத போது சொல்ல முடியாத விளைவுகள் உண்டாகின்றன. போதைப் பொருள் மது தாராளமாகக்கிடைப்பதால் போதை அடிமையாகின்றனர். வயது காரணமாக காதல் விவகாரங்களும் ஏற்படுகின்றன.

இந்த நிலைமையில் பள்ளி கல்லூரிகளில் சமூகப்பணி உளவியல் ஆலோசகர்களைக் கொண்டு மாணவர்களது பிரச்சனைகளைத் தீர்க்கமுடியும். கல்வி வியாபாரமாகிவிட்ட சூழலில் அது லாபக்குறைப்பு அல்லது வீண் செலவு என்று கருதக்கூடாது. மாணவர்கள் பாதிப்புக்குள்ளாகக்கூடாது. பிரச்சனைத்தீர்க்காதபோது குடும்பங்கள் சொல்லவொண்ணா துயரத்திற்குள்ளாகின்றன. மாணவர் யாரும் தனது பிரச்சனையை தானே தீர்க்கும் படி விடக்கூடாது. அரசும் கல்லூரி நிர்வாகமும் மாணவர்களை பயனுள்ள குடிமக்களாக்கும் பொறுப்பை ஏற்று

செயல்படவேண்டும். முதலில் அரசு பள்ளிகளில் கல்லூரிகளில் உளவியல் ஆலோசனை மையங்களைத் தொடங்க வேண்டும். தனியார் அமைப்புகளிலும் தொடங்கச்செய்ய வேண்டும். பரீட்சையில் தோல்வி, வீட்டில் சிற்றன்னைக் கொடுமை, ஏழ்மை, பள்ளியில், கேலி,ஆசிரியர் அடித்தல், வல்லுறவு முயற்சி, தன்பால் உறவு போன்றவற்றால் மாணவ மாணவிகள் தற்கொலை செய்து கொள்கிறார்கள் என்று பத்திரிக்கைகள் சொல்கின்றன. பாதிக்கப்பட்டமாணவர்கள் வாழ்வை துணிவு டன் வாழ்ந்து நன்மையுண்டாக்கும் குடிமக்களாக வளர அவர்களுக்கு உதவ வேண்டியது அவசியம்.

கழிப்பறைப் பழக்கம்:

ஸ்வச் பாரத்திட்டம் மூலம் பிரதமர் மோடிஜி இந்தியாவை சுத்தமாக வைக்க ஏற்படுத்திய முயற்சிமிகவும் பாரட்டுக்குரியது.

மக்கள் பொதுவாக புதிய பழக்கங்களை ஏற்றுக் கொள்ள சங்கடப்படுகிறார்கள். பொது இடங்களில் புகைக்கக் கூடாது என்பது எளிதாக ஏற்றுக்கொள்ளப்படவில்லை. மீறுகிறவர் களுக்கு அபராதம் விதித்தவுடன் உடனே செயலுக்குவந்தது. இப்போது பொது இடங்களில் புகைபிடிப்பது அரிதாயிருக்கிறது. இதுபோலவே பொது இடங்களில் அசுத்தம் செய்வோருக்கு அபராதம் விதிக்கப்படலாம்.மக்கள் வீடுகளில் தங்கள் சொந்த கழிப்பறைகளை உபயோகிக்க வற்புறுத்தலாம். அபாரதம் கிராம அதிகாரி தண்டல் மூலம் விதிக்கலாம். அபாரதம் செலுத்தாதவரை காவல் துறைக்கு தெரிவிக்கலாம்.

மேற்கத்திய நாடுகளில் கழிப்பறைகளை சுத்தமாய் வைத்துக் கொள்கின்றனர். நமது மக்கள் இது சுகாதார பணியாளர் பொறுப்பு என்று திறந்த வெளிப்பழக்கத்தை மாற்றுவதில்லை. தற்சமயம், புகைத்தல், துப்புதல், சிறுநீர் கழித்தல் இவற்றிற்கு அபராதம் விதிக்கப்படுகிறது. இதனால் மக்களிடத்தில் பெரிய மாற்றம் ஏற்பட்டிருக்கிறது. தலைக்கவசம் அணிவது விபத்து உயிர் பாதுகாப்பு. அது அவரவர் விருப்பம் என்றபோது பெரும்பாலானோர் அதைசெய்யவில்லை. அரசு கட்டாயமாக் கியபோது யாவரும் விதியை மதித்து தங்கள் உயிரைக் காத்துக்கொள்கின்றனர். ஆகவே திறந்த வெளிப்பழக்கம்

தொற்று நோய்களைப்பரப்பி முகம் சுழிக்க வைப்பதால் அபராதம் மூலம் தடுக்கப்படவேண்டும். இந்தியாவை சுத்தாமக வைக்கவேண்டும். மக்கள் நாகரிகமடைந்து சுகாதாரமான பழக்கங்களைக் கைக்கொள்ளவேண்டும்.

பெண்களுக்கெதிரான கொடுமைகள்:

இப்போது பெண்களுக்குத் கெதிரான குற்றங்கள் குறிப்பாக பாலியல் வல்லுறவுகள் அதிகமாகிவிட்டன. செய்தித்தாள்கள் ஒரு வயது குழந்தைகள் முதல் தாக்கப்படுகின்றனர் என்கின்றன. பெண் பிள்ளைகள் தமது இரத்த உறவுகளில் கூட துன் புறுகிறார்கள். பெண் பிள்ளைகள் தூக்கிலிடப்படுகிறார்கள். அல்லது கொலை செய்யப்படுகிறார்கள்.இப்படி சாட்சியம் அழிக்கப்படுகிறது.அரசு மாத்திரம் இவைகளைத் தடுத்துவிட முடியாது. சில அரசியல் வாதிகள் தங்கள் அதிகாரம் போய் விடும் என எண்ணி இம்மாதிரி குற்றங்கள் தடுக்கமுடியாது என்கின்றனர். பையன்கள் பையங்களாகத்தான் இருப்பர் என பொறுப்பில்லாமல் பேசுகின்றனர். அப்படியானால் பெண் களைக் காக்க வழியே இல்லையா?

பெண்களைக் காக்கும் முயற்சி வீட்டிலும் பள்ளியிலும் தொடங்கவேண்டும். வீட்டில் பிள்ளைகளுக்கு கழிப்பறை பழக்கங்கள் சொல்லித்தருகிறோம். அவர்களுக்கு கை கால் கழுவ நாம் வெட்கப்படுகிறோமா?நாம் அவர்களை சுத்தம் செய்து வீட்டை சுத்தமாக வைக்கவேண்டும் என்று சொல்லிக் கொடுக்கிறோம். நோயிலிருந்து காக்கவும் இது அவசியாமகிறது.

சிறுநீர் உடலுறுப்புகளைத்தான் குழந்தைபெற இயற்கை பயன்படுத்துகிறதை நமக்குத் தெரியாதா? நமது பிள்ளைகள் முட்டை முதல் முடிவில்லாமை வரை கற்பித்து அவர்களை அறிவாளிகளாக தொழில் மேலாண்மை செய் கிறவர்களாக உருவாக்கி வாழ்வில் சுகமாக வாழும்படி செய்வதில்லையா? வல்லுறவாளர்கள், கொலைகாரர்களைக் கண்டறிந்து தங்களை காப்பது எப்படி என்று அறியாவிட்டால் அவர்கள் வாழ்வு ஆரம்பத்திலேயே முடிந்து போகுமே? குற்றவாளிகளைக் கண்ட றியும் திறன் அறிந்து கொள்வதில் நாணம் அல்லது பண்பாடு எங்கே தடுக்கிறது? இப்படியான தேவையற்ற பிள்ளைகள்

பெறுவதை அல்லது அவர்கள் மரித்துப் போவதைத் தடுக்க வேண்டாமா?

தீய நோக்கத்தோடு தொடுகிறவர்களின் நல்லதொடுதல் கெட்ட தேடுதல் என்பதை பெண் பிள்ளைகள் அறியவேண்டும். சிலர் தாயானவர் கோயிலுக்கு செல்லும்போது அவர்கள் பிள்ளைகள் சிலைகளிலிருந்து யாவற்றையும் அறிந்து கொள்வர் என்கின்றனர்.

பிள்ளைகளுக்கு கழிப்பறைப்பழக்கத்தை சொல்லிக் கொடுக்க சமூகம் அனுமதிக்கிறது. தேவையற்ற பிள்ளைப்பேற்றை பெற்றோர் சொல்லிக் கொடுக்க வேண்டாமா? வளர்ந்த பிள்ளை களுக்கு பூப்படைந்த பின்பு வரும் காரியங்களை அறியாதிருக் கிறார்கள். அவர்கள் தவறான விதத்தில் இதைக் கற்றுக் கொள்கிறார்கள். ஆர்வத்தினால் இணையதளம் மற்றும் சமூக விரோதிகள் மூலமாக தங்கள் உயிருக்கு ஆபத்தை வருவித்துக் கொள்கிறார்கள். அவர்கள் கெட்ட சகவாசத்தினால் வரும் தீமைகளை அறிந்து கொள்ள வேண்டும்.

இந்த நிலைமையில் பெண்பிள்ளைகள் வீட்டிலும் பள்ளி யிலும் சரியாக வழிநடத்தப்படவேண்டும். ஆண்பிள்ளை கள் குடும்ப வாழ்வு கல்வியை அறிந்து பெண்பிள்ளைகளை மதிக்கக்கற்றுக்கொள்ள வேண்டும். பெண்களின், வலிகள், பிள்ளைப் பெற்றால் வரும் துன்பங்கள், பாலூட்டுதலில் உள்ள பிரச்சனைகளை ஆண்பிள்ளைகள் அறிந்து பெண்பிள்ளைகள் மேல் மரியாதை இரக்கம் கொள்ளவேண்டும். பள்ளிக்கல்வியின் மூலம் பிள்ளைகள் பொறுப்புள்ளவர்களாக வளர்ந்து நல்ல குடிமக்கள் ஆக வேண்டும்.

சிலர் வாழ்க்கைக்கல்வியைக் குறித்து அச்சம் தெரிவிக் கின்றனர். ஏனெனில் நமது சமூகம் யாவற்றையும் அனுமதிக்கிற சமூகமல்ல. இதைச் குறித்து தெரிந்து கொள்வதால் அவர்கள் தவறான செயல்களில் ஈடுபடக்கூடும். இந்த பயம் தேவை யற்றது. இதை அறிந்து கொள்வது வேண்டாத செயல்களை செய்யாமல் இருப்பதற்காகத்தானேயல்லாமல் வேறல்ல.சரி யான அறிவு இல்லாதபடியால் தான் துன்பத்திற் குள்ளாகிறார் கள். தீயவர்களின் தாக்குதலிலிருந்து விடுபட்டு தங்கள் உயிரைக்

காத்துக் கொள்வதற்காக அரசும் சமூகமும் அவர்களுக்கு சரியான கல்வியைப்போதிக்கவேண்டிய கடமை உண்டு.

பிள்ளை பெறுவதை சமூகம் புனிதமாகக் கருதியது. அல்லது அசிங்கமாக கருதியது. அது இயற்கையானது என்று கருதப் படவில்லை. இளைய தலைமுறை அறியாமையினால் இருளில் தள்ளப்பட்டது. அவர்கள் சரியான அறிவைப் பெறவேண்டும். ஆணின் ஆணவத்தாக்குதலை பெண்கள் அறிந்து தங்களைக் காக்க வேண்டும். இது தான் இந்தக்கல்வியின் நோக்கம், பெண் கள் சுய தற்காப்புக்கலை கற்றுக்கொள்ள வேண்டும். விசா காமிட்டி எல்லா பள்ளிகளிலும் அலுவலங்களிலும் அமைக்கப் படவேண்டும்.

அரசு வேலைகளில் இடஒதுக்கீடு:

தற்போதுள்ள சூழலில் சாதிகள் வருங்காலத்தில் தொடரும் என்றே தோன்றுகிறது. அந்நிய ஆட்சியில் வழக்கத்திலிருந்த இட ஒதுக்கீடு சுதந்திரத்திற்கு பிறகு தாழ்த்தப்பட்டோருக்கு அளிக்கப்பட்டது.இது அம்பேத்கர் முயற்சியால் நடந்து பின்னர் சமூக நீதி அடிப்படையில் பிற்பட்ட சாதிகளுக்கு இட ஒதுக்கீடு வழங்கப்பட்டது. உச்சநீதிமன்ற தீர்ப்பின் படி ஒதுக்கீடு செய்யப்படுகின்றன. தமிழகத்தில் இது ஒரு தனிச்சட்ட மூலம் சாத்தியமானது.

இட ஒதுக்கீடு பெறாத சாதிகளிடையே பொது அமைதி யின்மையும் மனம் பொறுக்காத நிலமையும் இருக்கிறது. குஜ்ஜார்ஜகள், பட்டேல், ஜாட்கள், மாரத்தா, ஆகியோர் மத்தி யில் இட ஒதுக்கீடு கேட்டு போராடிவருகிறார்கள். பிற்பட்ட சாதிகள் வருமான வரம்பு அடிப்படையில் இட ஒதுக்கீடு பெறுகிறார்கள்.

இந்தநிலைமையில் எல்லா சாதிகளுக்கும் நியாயம் கிடைக் கும்படியாக யாவருக்கும் இட ஒதுக்கீடு வழங்கலாம். அரசு திறமை மிக்கோராலேயே நிர்வாகிக்கபட வேண்டும். இந்த அடிப்படையில் 10% வேலைகள் சாதி, வருமானத்திற்கு தொடர் பில்லாத திறமையின் அளவு கோலில் வேலைகள் ஒதுக்கீடு செய்யலாம். உச்சநிலை அரசு நிர்வாக அமைப்பு பிரமீடு போன்றது. ஆகவே தலைமை பொறுப்பில் மிகச்சிலரே இருக்க முடியும். ஆகவே இது போதுமான தென கொள்ளலாம். மீதி

உள்ள 90% சதவீதமான வேலைகள் சமூக நிலை, சாதி, வருமான, மக்கள் தொகை அடிப்படையில் எல்லாசாதிகளுக்கும் அளிக் கலாம். இது எப்,.சி., பி.சி., எம்.பி.சி., எஸ்.சி. என்ற அடிப்படையில் அமையும். ஏழைகள் எல்லா சாதிகளிலும் உள்ளனர். தாழ்த்தப்பட்டோர் மத்தியில் வருமானம் குறை வானவர்களுக்கு முதலில் வேலை வழங்கப்பட்டு பின்னர் அதிக வருமானம் உள்ளவர்களுக்கு வழங்கலாம். இனி வரும் ஏற்பாட்டில் தேர்வில் பெற்ற மதிப்பெண்கள், கல்வித்தகுதி மதிப்பெண்கள், கணக்கில் கொள்ளப்படுவதால் தகுதியும் திறமையும் விட்டுக்கொடுக்கப்படுவதில்லை. முறைகேடுகள் அல்லது விடுபட்டுவிட்டது என்ற பிரச்சனை வருவதில்லை. எல்லா சாதிகளும் இட ஒதுக்கீடுபெற்று சமூகத்தில் மன மாச்சரியம் இல்லாமல் இசைவான சூழல் நிலவும்.

ஒரு புள்ளி விவரப்படி 1% மக்கள் 60% இந்தியாவின் செல் வத்தை வைத்துக் கொண்டிருக்கிறார்கள். பணக்காரர் அதிக பணக்காரராகவும் ஏழைகள் மிகவும் ஏழைகளாகவும் ஆகி வருகின்றனர். வருமானமும் செலவும் நியாயமாகப் பங்கிடப் படாமல் அமைதியின்மையும் சகிக்காமையும் மக்களி டையே பெருகிவருகிறது. இதைத்தவிர்ப்பதற்காக வேலையின்மையை, போக்குவதற்காக இட ஒதுக்கீடுதனியார் துறை யிலும் செய்ய லாம். முதலில் 50% வேலைகள் தனியார் துறையில் எல்லா சாதிகளுக்கும் மக்கள் தொகை அடிப்படையில் வழங்கலாம். மீதி 50% வேலைகள் முதலாளியின் ஒதுக்கீட்டில் செய்து கொள்ளலாம்.

ஒரு நிபுணர் குழு அமைத்து அரசு மற்றும் தனியார் துறை வேலைகள் ஒதுக்கீட்டை ஆராய்ந்து குழுவின் ஆலோசனை அடிப்படையில் வேலைகள் வழங்கி சமூகத்தில் சுமூக உறவுகள் நிலை பெற வழியுண்டாக்கலாம். வேலையின்மையை வறு மையை நீக்கலாம்.

வேலை செய்து கொண்டே கல்விகற்றல்:

முனைவர் என்,மகாலிங்கம்:

திறமையுள்ள பணியாளர்களை உருவாக்க பள்ளிகளில் நேர ஒதுக்கீடு முறையில் கல்வி கற்பிக்கலாம். இது ஆறாம் வகுப்பு

முதல் 12–ம் வகுப்பு வரை ஆகலாம். சிங்கப்பூரில் பள்ளிகளில் மூன்று நேர முறையாகப்பிரித்து நடத்துகிறார்கள். இந்தியாவில் இரண்டு நேர முறையில் நடத்துவதற்கு சிரமமில்லை. காலநேரம் 7.30 முதல் 12.30 வரையும் மாலை 3 முதல் 8 வரையும் ஆகலாம். பெரும்பாலும் மாலை வேலை செய்ய சரியாக இருக்கும். அவர்கள் வருடத்தில் அவர்கள் கடைகள், அமைப்புகளில் வேலை செய்து ஒரு சான்றிதழ் பெற்று இறுதித் தேர்வு எழுதலாம்.

இந்த நோக்கம் நிறவேற, பயிற்சி பள்ளிகள், பல்முனை தொழில் கல்லூரிகள், செவிலியர் கல்லூரிகள் உணவு பயிற்சி கல்லூரிகள், மருத்துவமனைகள், ஆலைகள் மின்சக்தி தறிகள், விவசாயம், இணைந்த தொழில்கள், தையலகங்கள், கணினி மையங்கள், போன்ற வற்றோடு ஒப்பந்தம் செய்து மாணவர்களுக்கு வேலைகளில் பயிற்சி கொடுக்கலாம். ஆரம்ப வேலைகளில் சேரமாணவர்களின் வெறுப்பு இதனால் நீங்கும். மாணவர்கள் ஏற்ற மதிப்பெண் பெறவில்லையானால் அவர்கள் உயர்கல்வியில் சேரமுடியாது. அப்படிப்பட்டவர்கள் அவர்கள் பயிற்சி பெற்ற துறையில் வேலை செய்யலாம். வேலை இல்லாத்திண்டாட்டம் இதன் மூலம் பெருமளவு குறையும். எந்தவேலையையும் செய்வதற்கான மனநிலையை ஏற்படுத்தி அவர்கள் சமூக விரோத பயங்கரவாதிகளிடம் சேருவதை தடுக்கலாம். முதலில் இந்த பயிற்சி முறையை உயர்நிலைப்பள்ளி இறுதி வகுப்பில் தொடங்கலாம். வேலைப் பயிற்சியை இரா ஜாஜி அறிமுகம் செய்தார். அது எதிர்ப்புக்குள்ளாகி நிறுத்தப் பட்டது. புதிய பயிற்சி பழைய சனாதன முறையிலிருந்து மாறியது ஆகும்.

விவசாயத்திற்கு தண்ணீர் சேமிப்பு:

தமிழகம் பருவ மழை தவறும்போது மிகுந்தசிரமத்திற் குள்ளாகிறது. இங்கு தண்ணீர் பற்றாக்குறை உள்ளது. குடிநீர் மற்றும் விவசாயத்திற்கு போதிய நீர் இருப்பதில்லை. நாம் கர்நாடகம், ஆந்திர கேரளாவை நம்பி இருக்கிறோம். அவர்கள் சொந்த தேவைகளை முன்னிறுத்தி நமக்கு ஒப்பந்தப்படி நீர் வழங்குவதற்கு தயங்குகின்றனர். தமிழகநதிகள் இணைப்பதற்கு சுமார் ரூ50,000 கோடி செலவில் 10 வருட காலத்தில் செய்யலாம்

என்று தினத்தந்தி நாளிதழ் எழுதியுள்ளது. அது மிகப் பெரும் பணியாகும். இதற்கு மிகுந்த உழைப்பும், இயந்திரவேலையும், நிலம் கையகப்படுத்தலும், பெரும் நிதியும் அவசியமாகிறது.

நடைமுறையில் அணயிலிருந்து நீர் திறந்துவிடப்பட்டு நேராக வயலில் பாய்ச்சப்பட்டு காய்ந்து போகிறது. ஒரு போக சாகுப்படிக்கு காலந்தவறாமல் மிகுந்த நீர்தேவைப்படுகிறது. மாற்று வழியில், நீர் குளங்களில் ஆறுமாதம் முதல் ஒருவருடம் வரை குளங்களில் தேங்கி நிற்கவல்லது. குளத்துநீர் நிலத்தடி நீரை உயர்த்தி மழைக்குறைவான காலங்களிலும் நீர் வளம் இருக்கும். அடுத்துள்ள கிராமங்களில் நகரங்களில் குடிநீர் தேவை பூர்த்தியாகும்.

புதிய முறையில் ஆற்றில் தடுப்பணைகள் கட்டப்பட்டு ஏரிகளுக்கு நீர் திருப்பி விடப்படும். உள்நாட்டு நதிகள் இணைப் பதற்கான செயலைக்காட்டிலும் குறைந்த செலவில் தடுப்பணை கள் கட்டப் படலாம். இந்த முறை ஏற்கனவே அறிந்ததுதான் என்றாலும் இது முழுமையாகச் செயல்படுத்தப் படவில்லை. நீர் பற்றாக்குறையால் விவசாயம் பொய்த்து விவசாயிகள் தற்கொலைகளைத் தடுக்க இந்த முறை உதவும். அமைச்சர் ஜெயராம் ரமேஷ் அபிப்ராயப்படி நதிகள் இணைப்பது சுற்றுச் சூழலுக்கு கேடுவிளைவிக்கும் வழியாகும்.

மாணவர் முன்னணி

நமது நாட்டில் வரதட்சணை கொடுப்பதும் கேட்பதும் சாதாரணமாக நடக்கிறது. இதைத்தடுக்க சட்டமிருக்கிறது. திருச்சி ஜமால் மொகம்மது கல்லூரியில் வரதட்சணைக்கு எதிராக மாணவர் முன்னணி செயல்படுகிறது. அது அப்துல் அலிம் என்பரால் முப்பதுவருடங்களுக்கு முன் அவர் மாண வாராயிருந்த போது ஏற்படுத்தப்பட்டது. இந்த அமைப்பு ஏழைப் பெண்களை வரதட்சணை கொடுமையிலிருந்து விடு வித்திருக்கிறது. சமூகப்பணி முகாம் மற்றும் தேசியமாணவர் அமைப்பு முகாம் மூலம் கருத்துகள் மக்களுக்கு எடுத்துச் சொல்லப்படுகின்றன.

அவர்கள் மாதாந்திர வெளியீடுகள் மூலம் செய்திகளை பரப்புகின்றனர். இதேபோல் எல்லாக் கல்லூரிகள் உயர் நிலைப்பள்ளிகளில் சாதியற்ற சமூக மாணவர் முன்னணிகள்

அமைக்கப்படலாம். அவர்கள் மாணவர்களிடம் மக்களிடமும் சாதியப்பழக்கங்களைக் கைவிடவேண்டியதின் அவசியத்தை எடுத்துச் சொல்லலாம். இதன்மூலம் சாதியற்ற சமூகம் அமைய எதிர்காலத்தில் உதவியாக இருக்கும். சமூகத்தை சீர்திருத்தி சாதிக்கேடுகளிலிருந்து மக்களை விடுவிக்க மாணவர்களால் இயலும். அறிவார்ந்த வளர்சிந்தனையுள்ள ஆசிரியர்கள் பேரா சிரியர்கள் மாணவர்களிடத்தில் நேர்மறை சிந்தனைகளை உண்டாக்கி அவர்களை ஊக்குவிக்கவேண்டும். மக்களை சாதிப் பழக்கங்கள் மற்றும் தொடர்பற்ற அறியப்படாத நம்பிக் கைகளிலிருந்து விடுவிக்க முயலவேண்டும். சமூகம் சீர்திருத்த வளர்ச்சியுற உதவ வேண்டும். சமூகம் திருந்தவில்லை நாடு நாகரிகப் பழக்கங்களைக் கைக்கொள்ளவில்லை என்று வெறுமனே சொல்லிக் கொண்டிருந்தால் என்ன நன்மையை எதிபார்க்க முடியும்? ஆசிரியர்கள் சமூகத்திற்காக சிந்திக்கிறவர் கள். அவர்கள் ஈடுபடாமல் சமூக வளர்ச்சி உண்டாகுமா?

ஊடகங்கள்:

செய்தித்தாள் மற்றும் தொலைக்காட்சி தொகுப்பாளர்கள் சமூகத்தில் முன்னணியிலுள்ள ஆளுமைகளைபேட்டி கண்டு அவர்கள் கொள்கைகள், தத்துவங்கள், சமூகவேலை, அரசியல் கருத்துகள், தொலைநோக்கு பார்வை முதலியவற்றை மக்கள் அறிந்து கொள்ள உதவுகிறார்கள். ஆனால் பெரும்பான்மையான தருணங்களில் அவர்கள் மறைத்துவைத்துப் பேசும் நேர்மை யற்ற உண்மையில்லாத கருத்துக்களை அப்படியே பிரதிபலிக் கிறார்கள். அவர்களுக்கு ஊதுகுழலாயிருக்கிறார்கள். அதனால் அவர்கள் மாய்மால ஊழல் செயல்பாடுகளை எந்த மாற்ற முமின்றி தொடர ஏதுவாகிறது. இதனால் மக்களை திசைதிருப்பி அவர்களை நன்மையானவர்களாகக் கருதும்படி செய்து தீமையே செய்கிறார்கள்.

நேர்காணல் மூலம் ஆளுமையுடைய உண்மையான நோக்கங் களும் வெளிவர வேண்டும். அவருடைய தவறான கொள்கைகள் மக்கள் அறிந்தால் தனது தவறை நிறுத்திக் கொள்வார். நேர்காணல் செய்கிறவர். ஆளுமையின் செயல்பாடுகளை முன்னரே நன்கு அறிந்து சரியான கேள்விகள் மூலம் அவருடைய சமூகத்தீங்கு வெளிப்பட வேண்டும். அவரைப் பற்றிய எந்த

நிலைமையையும் குறித்து அக்கறையோ தயக்கமோ கொள்ளக் கூடாது. இப்படியாக மக்களாட்சியில் பொது நன்மை அடைய முடியும். பொது வாழ்வில் ஊழல், சாதியம், மத பயங்கரவாதம், மாய் மாலம் போன்றவை கட்டுப்படுத்தப்படமுடியும். நேர் காணல் செய்கிறவரின் இயலாமை நாடு சீர்கெட்டிருப்பதன் மூலம் அறிய முடிகிறது. நமது நாடு ஊழலில் உலக அளவில் முன்னணி என்று செய்தித்தாள்கள் சொல்கின்றன. அரசு அலுவலர்களும் அரசியல்

வாதிகளும் கோடிக்கணக்கில் தங்கள் வருமானத்திற்கு அதிக மாக சொத்து சேர்த்திருப்பதாக வருமான வரி அதிகாரிகள் அவ்வப்போது வெளியிடுகிறார்கள். மத பயங்கரவாதம் சாதி பயங்கர வாதம் தலை தூக்கி நிற்கிறது. கௌரவக் கொலைகள் கட்டில்லாமல் நடைபெறுகின்றன. சில ஆளுமைகள் நேர் காணலுக்கு சம்மதிப்பதில்லை. இதற்கு ஒரு வழிகாண முயல வேண்டும்.

விளையாட்டுப் போட்டிகள்

தற்போது இந்தியா விளையாட்டுகளில் உலக அளவில் பிரகாசிக்க முயன்று வருகிறது. நடைமுறையில் இது நிறை வேறுவது சிரமம்தான். ஆனால் முடியாது என்று சொல்வதிற் கில்லை. இதற்கான காரணம் என்னவென்று சிந்திக்கும் போது

இது விசயம் நமது சாதிப் பழங்கங்களில் இருக்கிறது. சமூக தலைவர்கள் உயர்சாதிகள் இந்தக் காரியங்களில் ஆர்வ மில்லாமலிருக்கிறார்கள். அங்கிங்கு என்று சில மாறுபாடுகள் இருக்கலாம். அவர்கள் பிள்ளைகள் அதிகாலை 3 முதல் 4க்குள் எழுகிறார்கள். வேதம்படித்து பிறகு பள்ளிப்பாடங்களைப் படிக்கிறார்கள். அவர்களது கொள்கை நல்ல மதிப்பெண்கள் பெற்று அரசு வேலை அல்லது மருத்துவர்,பொறியாளர். சிறப்பு தணிக்கையாளர்கள், நீதியரசர்கள் போன்ற உயர்நிலை பதவிகள் பெறுவது. அவர்கள் யோகம் செய்து உடம்பை பெரிதாக சிரமப்படுத்தாமல் வைத்துக் கொள்கின்றனர். அவர்கள் விளை யாட்டுப் போட்டிகளுக்கு தேவையான உடற்பயிற்சிகளை விரும்புவதில்லை. அவர்கள் பள்ளி பாடத் திட்டத்தில் தலையிட்டு தங்கள் விருப்பம் போல் மாற்றிக் கொள்கிறார்கள்.

பாடத்திட்டத்தில் விவசாயம், சந்தைப் படுத்தல், சிறு தொழில் கள், இயந்திரவியல் போன்றவை இடம் பெறுவதில்லை. இதனால் பள்ளிப்படிப்பு முடித்தவர்கள் யாதொரு வேலையை யயும் தேடத் தகுதியில்லை.

பொது மக்கள் வேறுமாதிரி வாழ்க்கை விதம் உள்ளவர்கள். அவர்கள் பிள்ளைகள் காலை 6 மணிக்குள் எழுந்து நேரிடையாக வேதம் படிக்காமல், பள்ளி செல்கிறார்கள். ஆகவே அவர்கள் பிராமண உயர்சாதிப்பிள்ளைகள் போல் படிப்பில் சிறந்து விளங்குவதில்லை. சில பிள்ளைகள் கடின உழைப்பால் நல்ல நிலைக்கு வருவதும் உண்டு. மொத்தத்தில் பிள்ளைகள் விளையாட்டில்சிறந்து விளங்கும் வகையில் சமூக அமைப்பும் பள்ளிக் கல்வித் திட்டமும் இல்லை.

உலக நாடுகளில் பிள்ளைகள் அதிகாலை நான்கு மணிக்கு எழுந்து விளையாட்டு பயற்சிகளில் ஈடுபடுகிறார்கள். அதனால் அவர்கள் உலக அளவில் சிறந்த விளங்குகின்றனர். இந்தியாவில் பொது மக்களுடைய பிள்ளைகள் பிராமணர் உதாரணத் தையோ அல்லது உலக நாடுகளையோ பின்பற்றவில்லை. அதனால் அவர்கள் விளையாட்டுகளில் சிறந்த விளங்குவில்லை. அவர் கள் மற்ற நாடுகளைப் போல் பள்ளிப்படிப்பு முடிந்தவுடன் வேலை வாய்ப்புகளைப் பெறுவதும் இல்லை. ஆகவே இந் தியக்கல்வி மற்றும் பயிற்சி தகுத்தாற்போல் மாற்றம் பெற வேண்டும்.

ஊழலை கட்டுப்படுத்துதல்:

இந்தியா ஊழலில் உலக நாடுகளில் மிக அதிகமாக இருப் பதாக செய்தித்தாள்கள் சொல்கின்றன. மக்கள் விரும்பாவிட் டால் அரசு மாத்திரம் ஒன்றும் செய்ய முடியாது. பொது மக்களுக்கு இதில் பங்கு இருக்கிறது. அரசு அளித்துள்ள காப்புத்திட்டத்தின் கீழ் மக்கள் ஊழல் செய்வோரை அரசுத் துறைகளுக்கு தெரிவிக்க வேண்டும். வருமானத்திற்கு மற்றும் ஊழல் ஒழிப்புத்துறைக்கு அறிவிக்க வேண்டும். ஒரு நடவடிக்கையும் இல்லை யென்றால் மேலதிகாரிகளுக்கு தெரிவிக்கவேண்டும். சட்டத்துக்குப் புறம்பான செயல்கள், அத்தியாவசிய பொருளை பதுக்குதல், கருப்புப் பணம், அற

மற்ற செயல்கள் அறிவிக்கப்படவேண்டும். பொது வாழ்வு தூய்மையாகி நாடு நலம் பெறும். தகவல் தருவோருக்கு மத்திய அரசு இனாம் கொடுப்பதாகத் தெரிகிறது.

நாம் அனைவரும் இந்தியர்:

மொழி:

நமது நாட்டில் அனேக மொழிகள் இருக்கின்றன. தமிழ் செம்மொழியாகும். வடமொழி ஆரிய சமஸ்கிருதம் இதற்கு பிந்தியது என்று மோடிஜி ஒப்புக்கொண்டார். இந்தி சமீப காலத்தியது.அது பெரும்பாலான மக்களால் பேசப்படுகிறது. அதனால் பொது மொழியாக்க முயற்சி நடக்கிறது. மற்ற வட இந்திய் மற்றும் தென்னிந்திய மொழியினர் இதை ஏற்க மறுத்துவிட்டனர். ஆகவே ஆங்கிலம் தொடர்பு மொழியாக இருக்கிறது. இந்த நிலைமையில் அவரவர் மொழியை அழியாது காத்துக் கொண்டு அந்த மொழிகளுக்குள் கலாசாரத்தை பின்பற்றுவதே சாலச் சிறந்தது. ஒருவர் மொழியை மற்றவர் மேல் திணிப்பது அவர்கள் கலாச்சாரத்தை சீரழிப்பதாகும் என்று ஏற்றுக்கொள்ளப்பட்டிருக்கிறது. நாம் அனைவரும் ஒற்றுமை யாக இருக்க மொழியை ஒரு பிரச்சனையாக கொள்ளாமல் யாவரும் இந்தியர் என ஒன்று பட்டு வாழ்வதே சிறப்பாகும்.

சாதி:

இந்தியாவில் நான்கு வருணங்களும் ஆறாயிரத்துக்கு அதிக மான சாதிகள் இருக்கின்றன. தீண்டாமை மாத்திரம் சட்டத் தால் தடைசெய்யப்பட்டிருக்கிறது. பெரும்பான்மை சமூக அதை ஏற்றுச் செயல்படவில்லை. சமூகப்பழக்கங்களில் சாதி தொடர்கிறது. தாழ்த்தப்பட்டோர் சேரிகளிலும் உயர்சாதிகள் ஊர்களிலும் வசிக்கின்றனர். அரசியல் சாசனம் சாதியைத் தடைசெய்யவில்லை. ஆகவே சாதிகள் இருக்கும் வரை சாதிப் பழக்கங்களும் இருக்கும் நிலை. அரசியல்வாதிகள் சாதிவாரி யாக ஓட்டு சேகரிக்கின்றனர். இது அவர்களுக்கு எளிதாக இருக்கிறது. ஆகையால் சாதிகளை நிலை நிறுத்த கௌரவ கொலைகள் நடக்கின்றன. சாதிகள் அவரவர் பாணியில் வாழ்ந்து வருகின்றனர். அவர்கள் எப்போது ஒன்றுசேர்கிறார்கள்

என்றால் தாழ்த்தப்பட்டோரை ஒடுக்கி அடக்கவேண்டிய அவசியம் வரும்போதுமட்டும் தான் ஆகும். ஆகவேசாதிகளை சொல்லி ஒன்றுபட முடியாத நிலையில் நாமனைவரும் இந்தியர் என்று சொல்வதிலேயே மக்கள் யாவரும் ஒன்று பட முடியும். ஆகவே நாம் சாதியைச் சொல்வதை நிறுத்தி இந்தியர் என அரசு தரவுகளில் இந்தியர் என்றே எழுதி பழகவேண்டும். இதைத்தவிர வேறுவழியில்லை.

மதம்:

இந்தியாவில் ஆறு பெரிய மதங்கள் இருக்கின்றன. இந்து முஸ்லீம் சமணம் புத்தம் கிறித்துவர், சீக்கியம் முதலியன. இதில் இந்து மதம் என்பதற்கு ஒரு மதம் கடவுள் என்ற அடிப்படை இல்லை. இதன் காரணம் யாதெனில் ஆரிய வேதமதம் 1920–ம் ஆண்டு வரை தனித்து செயல்பட்டது என சொல்லப்படுகிறது. பின்னர் அந்நிய ஆட்சியில் பிரித்தாளும் சூழ்ச்சியினால் சில பொது நடவடிக்கைகலுள்ள இந்திய மதங்கள் பலவற்றை இந்துமதம் என்று பேரிட்டு நிர்வாக வசதிக்காக அவர்கள் ஏற்படுத்தினர். இதை சாங்கராச்சரியாரும் சொல்லி இருக்கிறார். பெரியாரும் சொன்னார். இந்து மதத்தில் பத்து அவதாரங்கள் புத்தம் உற்பட உண்டு. இந்து மதம் ஒருமதமல்ல. அது வாழ்க்கை முறை என்ற விளக்கம் சொல் லப்படுகிறது. இந்தியாவில் பிறந்தவர்கள் யாவரும் இந்துக்கள் என்றும் சொல்லப்படுகிறது. அது உலகளாவிய எல்லா தத்துவங் களையும் ஏற்றுக் கொள்கிறது. புத்தம் சமணம் சீக்கியம் யாவும் இந்து மதங்கள் என்கின்றனர். முஸ்லீம் கிறித்துவர் இந்துக்களே.

சாதி:

சைவமும் வைஷ்ணமும் வேறு தெய்வங்களையும் வழி பாட்டு முறைகளையும் தத்துவங்களையும் கொண்டவை. ஒவ்வொரு மாநிலத்திலும் தங்கள் மொழிப் பெயர்களை வழிபாடுகளைக் கொண்ட தனித்த மதங்களை ஆரியவேதமதம் ஒன்றிணைத்து ஒரே கூட்டமைப்பாக சங்கமாக இருக்கிறது. இப்படி தனித்தனி தெய்வங்களை வழிபடுவோர் மற்ற மதங்களோடு தர்க்கம் வரும்போது ஒன்றுகூடுகிறார்கள் என்று அம்பேத்கர் சொன்னார். ஆகவே இந்து மதம் ஒரே கடவுள்

மதம் அல்ல. அது மதச் சங்கமம் என்பது தெளிவாகிறது. இந்தியாவுக்கு வெளியில் தோன்றிய மதங்கள் இஸ்லாம், கிறித்துவம், யூதம், பார்சி, மற்றும் வேதம் ஆகும் என்று சொல்லப்படுகிறது.

ஆகவே இந்தியா சாதி மத பேதமின்றி ஒற்றுமையாய் செயல்பட்டு ஆன்மிக, சமூக, பொருளாதரத்தில் முன்னேறும் படியாக தனிமனிதர்கள் பள்ளி மற்றும் அலுவலக தரவுகளில் தங்கள் மதத்தை இவ்வாறு குறிக்கலாம்: மதம்: இந்து, இந்தியர் அனைவரும். நம்பிக்கை: சைவம்: வைணவம்: பார்சி, புத்தம் சீக்கியம், லிங்காயத்து: யூதம்: பிறதெய்வம்,இஸ்லாம், கிறித்து, பகுத்தறிவு, விரும்பம் போல. சாதி :அவரவர் பிறந்த சாதி அல்லது சாதியற்றவர் எனக்குறிப்பிடலாம்.

முஸ்லீம் சமணம் புத்தம் கிறித்துவம் சீக்கியம் போன்ற மதங்களில் வேத ஆரிய நால்வருணத்தால் இழிவு செய்யப் பட்டவர்கள் கோயில் பிரவேசம் மறுக்கப்பட்டவர்கள் இருக் கிறார்கள் என்று பெரியார் சொன்னார்.ஆகவே இந்து மதம் ஒரே கடவுள் மதம் அல்ல. அது பல மதங்களின் சங்கமம் என்பது தெளிவாகிறது. அந்நியர் நம்மைப்பிரித்து அடக்கி ஆண்ட முறைகளை விடுத்து அவரவர் தமது மதத்தை கடவுளை கும்பிடலாம். பல சிறுபான்மை மதங்களும் நாத்திகர்களும் உள்ளனர். இந்த நிலமையில் நாடு ஒற்றுமைப்பட மதம் உதவாது? மக்கள் அவசியப்படுவது பொருளாதார மற்றும் சமூக சமத்துவமாகும். இதற்கு மதம் சரியான வழியாகுமா? மதம் தனி மனித ஆன்மிகத்திற்கும் மோட்சமடைவதற்கும் உதவும். எனவே மக்கள் ஒன்றுபட மதம் கடவுள் அவரவர் தனியுரிமையாக இருக்கலாம். நாடு நலம் பெற பொருளாதார முன்னெற்றத்திற்காக உழைக்கவேண்டும். இதற்கு சமூக சமத் துவம் அவசியம். எனவே நாம் அனைவரும் ஒன்று பட மொழி சாதி, மற்றும் மத தளங்களை விட்டு வேற்றுமையில் ஒற்றுமைக் காண யாவரும் இந்தியர் என செயல்படுவதே பொருத்தமாகும். அமெரிக்காவில் ஐரோப்பிய ஆப்ரிக்க ஆசிய மக்கள் குடியுரிமை பெற்றிருக்கின்றனர். அவர்கள் யாராயிருந்தாலும் தங்களை அமெரிக்கர் என்றே சொல்லி ஒன்று பட்டு முன்னேறுகின்றனர். இந்தியாவும் நாம் யாவரும் இந்தியர் என மொழி சாதி மத

வேறுபாடுகளை மறந்து ஒன்று படலாம். இதன் மூலம் மெய்யான மக்களாட்சி மலரும். நாடு நலம் பெறும். ஓட்டுகள் சாதி மதங்களின் பெயரால் பெறாமல் தனிநபர் அரசியல் கட்சி கொள்கை அடிப்படையிலேயே பெறப்படவேண்டும். இதுவே மெய்யான ஜனநாயகமாகும்.

தொடக்கத்தில் மொழியின் அடைப்படையில் உறவுகள் அமைந்து பிறகு தேசிய உறவுகள் அமையலாம். உதாரணமாக ஒரு தமிழன் இன்னொரு தமிழரைக் காணும்போது மனதளவில் அவரது சாதி மதத்தை பார்க்காமல் அவரைத் தமிழர் சாதி என்ற அடிப்படையில் பழக வேண்டும். அவரிடம் மனிதர் என்ற அடிப்படையில் பழக வேண்டும். அவரிடம் மனிதர் என்ற தன்மையில் உறவாட வேண்டும். இப்போது ஒருவரையொருவர் காணும்போது அவரது சாதி மதத்தை அறிந்து கொண்டு அத்துடன் பழக்கம் நின்றுவிடுகிறது. சாதி மதங்களைக் கடந்து நல்லெண்ணம் ஏற்பட்டு ஒருவருக்கொருவர் விட்டுக்கொடுத்து தோழமையோடு பழக வேண்டும். இது நல்லுறவுகளை ஏற் படுத்தும். நாளடைவில் இது தேசிய அளவில் பரவ வேண்டும். சாதி மதம் மொழி கடந்து தேசிய ஒருமைப்பாடு வலுவடைய ஏதுவாகும். மாநிலத்தில் எல்லாரும் தமிழர் என்றும் மத்தியில் ஒரே இந்தியர் சாதி என்றும் சாதிகள் யாவற்றையும் இணைத்து விடலாம்.

கோயில்பிரவேசம்: சமூக சமத்துவம் கோயில் தொடங்கு கிறது.

தமிழகத்தில் தலித்துகள் கோயில் பிரவேசம்:

முதன்முதலாக மதுரை ஸ்ரீ மீனாட்சிஅம்மன் கோயிலில் தலித் பிரவேசம் தொடங்கப்பட்டது. ஆனால் கிராமமக்கள் சாதி சமத்துவத்தை ஏற்றுக் கொள்ளாதபடியால் தலித்துகள் கிராமக் கோயில்களில் அனுமதிக்கப்படுவதில்லை. இது நடை பெறாவிட்டால் சமூக சமத்துவம் என்பது ஏட்டளவில் தான் இருக்கும். எத்தனை தலைமுறைகள் ஆனாலும் மனித சமத்து வம் நடைபெறப்போவதில்லை. ஆகவே சீர்த்திருத்தகாரர்களும், பகுத்தறிவுள்ள மதவாதிகளும், மனித சமத்துவம் நாடுவோரும்

கிராமக் கோயில்களில் தலித்துகள் பிரவேசம் வேண்டுகோளை முன்னெடுக்க வேண்டும்.

இடஒதுக்கீடு:

சமீபத்தில் மத்திய அரசு உயர் வகுப்பினருக்கு பொருளாதார அடிப்படையில் 10% இடஒதுக்கீடு எல்லா மதத்தினருக்கும் மத வித்தியாசம் இன்றி அளித்திருக்கிறது. இந்த அடிப்படையில் தலித்துகளுக்கு தலீத் கோட்டாவில் இடஒதுக்கீடு மதவேறுபாடு இல்லாமல் அளிக்கப்பட வேண்டும். இதன் மூலம் தலித்துகளை மத ரீதியாக பிரிப்பது நிறுத்தப்படும்.

நன்றி அறிவிப்பு:

1. ஆனந்தவிகடன்

2. நக்கீரன்

3. புதிய தலைமுறை

4. நியூஸ் வீக் ஆங்கிலம்

5. தமிழ்ப்புத்தகம் டி.நகர்.சென்னை–17

6. இண்டிகோ புக்ஸ். காஸ்மோபப்ளிகேசன், தரியகஞ் ஸ்தில்லி

7. வசந்தம் பப்ளிகேசன் மதுரை

8. நியூ செஞ்சரி புக்ஹவுஸ் சென்னை–98

9. குயில் பண்ணை சேலம்

10. ஞானி பத்திரிக்கையாளர்

11. மருத்துவர் கே.கிருஷ்ணசாமி புதியதமிழகம்

12. முனைவர் பி.டி சத்யபால் ஆந்திர பல்கலைக்கழகம்

13. நீதியரசர் மார்க்கண்டேய கட்ஜீ

14. பாரதி தம்பி பத்திரிக்கையாளர்

15. டிரினிடி டாட்பப்ளிகேசன்ஸ் விகாஸ்மார்க்தில்லி

16. பூம்புகார் பதிப்பகம் பிராட்வே சென்னை

17. ஜகன்னாதன் புத்தகாலயம் எம்.கரும்பம்பட்டி முசிறி

18. முனைவர் கே.வீரமணி தலைவர் திராவிடர் கழகம்

19. அண்ணாமலை பப்ளிகேசன்ஸ் திருவண்ணாமலை

20. இண்டர் நேசனல் இன்ஸ்டியூட் ஆப் தமிழ் ஸ்டடீஸ் சென்னை–சி.அம்பேத்கார்பிரியன்

21. கவிஞர் சொக்கலிங்கனார்

22. ராஸ்டிரிய சுயம் சேவக்சங்கம்

23. தேமொழி சுவாமிகள் அருட்பண்ணை சென்னை–8

24. முனைவர் அக்னி ஹோத்ரம் ராமானுஜ தாத்தாச்சரியர்

25. ஆ.பழனியப்பன், எழுத்தாளர்

26. நல்லரே பதிப்பகம் மைலாப்பூர் சென்னை எம்.சி.விகடன்

27. டார்பிடோ ஏ.பி.ஜனார்த்தனன் எழுத்தாளர்

28. குல்தீப் நய்யார் எழுத்தாளர்

29. பி,ரத்தினம் சமூகவியலாளர்

30. மணிமாறன் இசைக்கலைஞர்

31. கே.சங்கரையா போதனையாளர்

32. என்.டி.வடிவேலு கல்வியாளர்

33. இந்திரா சௌந்திரராஜன் எழுத்தாளர்

34. கே.ராஜ்நாராயணன் நாவலாசிரியர்

35. புஸ்தக மந்திர புதுச்சேரி , முனைவர் கே.நாராயணன்

36. திருமாவளவன்–வி.சி.க தலைவர்

37. பி.கருணாகரன் எழுத்தாளர்

38. சஞ்சீவி பதிப்பகம் சென்னை– 15 முனைவர் ஈ. எஸ்.எஸ்இராமன்

39. அன்பு பதிப்பகம் செங்கல்பேட்டை முனைவர் கரு. நாகராஜன்

40. சந்திரா. எழுத்தாளர்

41. முனைவர் எ. பாட்டழகன்

42. மனுஷ்யபுத்திரன்.எழுத்தாளர்

43. மேகலா சித்ரவேல் கலைத்தாய் பதிப்பகம்

44. சிசுபாலன். நியூசென்சுரி புத்தகாலயம் சென்னை

45. பேராசிரியர் சுந்தரசண்முகனார் தமிழ்சோலை பதிப்பகம்

46. ரேவதிபப்ளிகேசன்ஸ் சென்னை – முனைவர் கே.இந்திரசித்து

47. நிறைவாணன் பதிப்பகம் வேலூர்.எம்.நாராயணன்

48. நோபல்பப்ளிகேசன்ஸ் சாலிக்கிராமம் சென்னை பி. முத்துக்குமாரசாமி.

49. எம்.பி.உதயசூரியன் எழுத்தாளர்

50. நவீன் எழுத்தாளர்

51. ஆர் சிவகுமார் எழுத்தாளர்

52. மணற்க்கேணி.மாதைஇதழ்

53. சஞ்சிவியார் பதிப்பகம் சென்னை–எம்.சிந்தசேகர்

54. புதியபரிதி எழுத்தாளர்

55. சிவகுருபதிப்பகம் பரங்கிமலை சென்னை–சுப்பிர மணியன் சந்துரு

56. பாவைபப்ளிகேசன்ஸ் ராயபேட்டை சென்னை

57. ஆண்டாள் பிரியதர்சினி எழுத்தாளர்

58. தினகரன் வாரஇதழ் புதியஜீவா

59. சிராஜீல் ஹாசன் சமரசம் வாரஇதழ்

60. கற்பகம் புத்தகாலயம் டி.நகர் சென்னை– தமிழருவிமணியன்

61. பிரியதர்சினி சென் அவுட்லுக் ஆங்கில இதழ்

62.ஆனைவாரி ஆனந்தம்– இண்டர்நேசனல் இன்ஸ்ட்டியூட் தமிழ்ஸ்டடீஸ்

63. இளசை மணியன் நியூசெஞ்சுரி புக் ஹவுஸ்

64. பழனியப்பா பிரதர்ஸ் சென்னை–14

65. என்.டி.வனமாமலை எஸ்.அருணாசலம் நியூசென்சுரி புக்ஹவுஸ்

66. ஏ.சீனிவாசன்– பப்ளிகேசன்ஸ் சென்னை–67.பாரதி தம்பி.எழுத்தாளர்

67. பாரதி தம்பி எழுத்தாளர்

68. ஆர்,பி.சேதுபிள்ளை ஜகனாதன் புத்தகநிலையம் திருச்சி,

69. டி.பி.மீனாட்சி சுந்தரனார்.

70. தேவபேரின்பன் நியூசெஞ்சுரி புக்ஹவுஸ்

71. கே.ஜீவபாரதி மணவர் பதிப்பகம் சென்னை

72. புதியபரிதி புதிய தலைமுறை வாரஇதழ்

73. ஆர்.ஜவகர்.நக்கீரன் பப்ளிகேசன்ஸ் சென்னை

74. கே.பி.சோலைமலை சித்ரநிலையம் சென்னை–16

75. யுவகிருஷ்ண தினகரன் நாளிதழ்

76. பேராசிரியர் பி.ரத்னசபாபதி.எஸ்ஜோதி பிரியா சென்னை

77. சுப்பிரமணியன் சந்திரன்.சிவகுருபதிப்பகம் சென்னை

78. இசைஞானி இளையராஜா கவிதா பப்ளிகேசஸ் சென்னை

79. டி.ஜே.ஆர்.வி.ஒ,சி.வைப்ராரி பழனியப்பா பிரதர்ஸ் சென்னை

80. பி.கருணாகரன் எழுத்தாளர் புதியதலைமுறை

81. சி.மகேந்திரன் நியூசெஞ்சுரி புக்ஹவுஸ் சென்னை

82. முனைவர் எம்.நன்னன் ஞாயிறு பதிப்பகம் சென்னை

83. பிரதாப்பானு மெஹ்தா ஓபன் ஆங்கில வாரஇதழ்

84. பி.கல்யாணசுந்தரம் பெரியண்ணன் நூலகம் நாலாமூர்

85. மணஸ்பிராக் அவுட்லுக் வாரஇதழ்

86. வைஷ்ணா ராய் இந்துநாளிதழ்

87. என்.டி.வடிவேலு மணிபுக் ஷாப் நல்லமூர்

88. சோ.அலையன்ஸ் கோ சென்னை–4

89. பெரியார் களஞ்சியம் சென்னை–7

90. முனைவர் எம்.பி.குருசாமி வானதிபதிப்பகம்

91. இந்து தமிழ் நாளிதழ்

92. பி.வீர சத்திரியன் ஜோதி புத்தக நிலையம் நங்கநல்லூர்

93. ஹரீஸ் பதிப்பகம் திருவல்லிக்கேணி சென்னை.

அறம் பதிப்பகம்

வெளியிட்டுள்ள புத்தகங்கள் – 2022

சுற்றுச்சூழல்

1.	சுற்றுச்சூழலும் புத்த சமயமும் மா.அமரேசன்	160
2.	நடுங்கும் நிலம் நடுங்கா மனம் மா.அமரேசன்	130
3.	கண்ணுக்குப் புலப்படாத தண்ணீரும் புலப்படும் உண்மைகளும் மா.அமரேசன்	50
4.	சுற்றுச்சூழலும் சாதியப் புனிதமும் மா.அமரேசன்	100

கட்டுரைகள்

1.	தலித் தன் வரலாற்றுப் புதினங்கள் முதுமுனைவர். மு. ஐயப்பன்	360
2.	சுவாமி சகஜானந்தா பேரா.அ. அன்பானந்தன்	110
3.	சேரி ரெண்டுபட்டால் மா. அமரேசன்	100
4.	நிலமெனும் ஆயுதம் ஐ.ஜா.ம. இன்பகுமார்	250
5.	எழுத்தில்லா புத்தகம் கெங்கைகுமார்	200
6.	சொற்களால் நெய்யப்பட்ட சவுக்கு யாழன் ஆதி	150
7.	அதோ அந்தபள்ளிக்கூடந்தான் மா. சுரேஷ்	100
8.	ராவ்சாகேப் ஆபிரகாம் பண்டிதரின் வாழ்க்கை வரலாறு–ஓர் எளிய அறிமுகம் தமிழி முதுமுனைவர் மு.ஐயப்பன்	40
9.	வனப்பாதையில் (வனம் இதழ் உரையாடல்கள்)	100

புத்தநெறி

1. தெய்வகடிகை
பேரா. ஜெயபிரகாஷ் 200
2. கேரளாவில் பௌத்தம்
பேரா. ஜெயபிரகாஷ் 300
3. மீட்சிபெறும் ஆதிபுத்த அரசன்
வீர சாத்தன் வரலாறு
(சாத்தப்பாடி வரலாறு)
சா.சீ.ஜோதிமணி 230
4. இளையராஜாவின் இசைப் பாடல்களில்
புத்தச் சமயக் கோட்பாடுகள்
மா.அமரேசன் 200
5. பௌத்தத் தமிழியல் பொதுவியல் 180
முனைவர் சு. மாதவன்
6. பௌத்தத் தமிழியல் செவ்வியல் 180
முனைவர் சு. மாதவன்
7. ஒப்பீட்டு நோக்கில்
பௌத்தமும் தமிழும் (முதற் பகுதி)
முனைவர் க. ஜெயபாலன் 420

அயோத்திதாசர்

1. அயோத்திதாசப் பண்டிதரின்
தமிழன் கடிதங்கள் தொகுப்பு – 1
பேரா. விஜயகுமார் 800
2. ஆதிதிராவிடர் கட்டமைத்த அறிவுத்தளம்
பேரா.செ.கலியபெருமாள் 260
3. பெரியாருக்கு முன் அயோத்திதாசப் பண்டிதர்
எழுத்துச் சீர்திருத்தம் ஓர் ஆய்வு
அ. அன்பானந்தன் 50
4. திருக்குறள் மீட்டெடுப்பில் பண்டிதமணி
அயோத்திதாசர் பணிகள்
அ. அன்பானந்தன் 130
5. ஆத்திசூடி மீள் வாசிப்பு
மா.அமரேசன் 240
6. கொன்றைவேந்தன் மீள் வாசிப்பு
புத்தநெறிப் பொருளாதாரம்
மா. அமரேசன் 170

திரைத்துறை

1. மகாமுனி – திரைக்கதை
   சாந்தகுமார் — 390
2. சிவாஜி கணேசனின்
   மார்லன் பிராண்டோ உடனான ஓர் சமர்
   ம. தொல்காப்பியன் — 100

கதைகள்

1. கூடிப்பேசும் பூக்கள்
   மா. சுரேஷ் — 130
2. கணவன் சொன்ன கதைகள்
   க.இ. ஆரோன் ஜோஸ்வா ரூஸ்வெல்ட் — 220
3. கிச்சிலிப் பயமாட்டம் பொண்ணு
   பேரா. ஏ. மாரிமுத்து — 330
4. முப்பிடாதி
   கணியன் செல்வராஜ் — 130
5. வழுவமைதி
   முனைவர் அரங்கன். மணிமாறன் — 120

கவிதைகள்

1. விடுதலை வெளிச்சம்
   மன்னர் மன்னன் — 110
2. தம்மபதம்
   யாழன் ஆதி — 210
3. காலி கோப்பையும் தானாய்
   நிரம்பும் தேனீரும்
   யாழன் ஆதி — 110
4. போதலின் தனிமை
   யாழன் ஆதி — 150
5. நெடுநல்வாடான்
   யாழன் ஆதி — 50

சுயசரிதை

1. புலிப்பால்
   பேரா.செ.கலியபெருமாள் — 360

அறம் பதிப்பகத்தின் மற்றப் புத்தகங்களையும் வாங்க விரும்புவோர், கீழேயுள்ள அறம் பதிப்பகத்தின் QRC கோடை அவர்களுடைய கைபேசியிலிருந்து ஸ்கேன் செய்து வாங்க விரும்பும் புத்தகத்தின் தொகையைச் செலுத்தலாம். முகவரியை 9150724997 என்ற எண்ணுக்கு பணம் செலுத்திய ரசீதுடன் அனுப்பவும். புத்தகம் உங்கள் வீடுதேடி வரும். தபால் செலவு இலவசம்.

கூடுதலாக அறம் பதிப்பகத்திலிருந்து ரூபாய் 1000/– க்கு மேல் புத்தகம் வாங்குவோருக்கு ரூ. 200 மதிப்புள்ள புத்தகம் இலவச இணைப்பாக அனுப்பி வைக்கப்படும்.

G Pay

Aram Publication

www.ingramcontent.com/pod-product-compliance
Lightning Source LLC
LaVergne TN
LVHW040604051026
849519LV00004B/1451